D1771373

ஒரு மனிதன் ஒரு வீடு ஒரு உலகம்

ஒரு மனிதன் ஒரு வீடு ஒரு உலகம்
ஜெயகாந்தன் (1934 – 2015)

த. ஜெயகாந்தன் தென்னார்க்காடு மாவட்டம் மஞ்சக்குப்பத்தில் 1934இல் பிறந்தார். தொடக்கப் பள்ளிக் கல்வியைக்கூட முடிக்காத இவர், சுயமாகக் கற்று 1950 முதல் சிறுகதைகள் எழுதத் தொடங்கினார். சிறுகதைகள், குறுநாவல்கள், நாவல்கள், கட்டுரைகள், மொழிபெயர்ப்புகள், திரைக்கதை வசனங்கள், நேர்காணல்கள் என எழுபத்தைந்துக்கும் மேற்பட்ட நூல்கள் வெளிவந்துள்ளன. கவிதைகளும் எழுதியுள்ளார். சிறுகதைகள், கட்டுரைகளின் முழுத் தொகுப்புகளும் வெளிவந்துள்ளன. இவரது சிறுகதைகள், நாவல்கள் பல்வேறு இந்திய மொழிகளிலும் ஆங்கிலத்திலும் மொழிபெயர்க்கப்பட்டுள்ளன. நாளிதழ், இலக்கிய இதழ்களின் ஆசிரியராகவும் இருந்துள்ளார். சில திரைப்படங்களையும் இயக்கியுள்ளார்.

ஞானபீட விருது, சாகித்ய அகாதெமி விருது, ராஜராஜன் விருது பெற்றுள்ளார்.

இவர் இயக்கிய 'உன்னைப் போல் ஒருவன்' திரைப்படம் குடியரசுத் தலைவர் விருது (1964) பெற்றது.

ஏப்ரல் 8, 2015 அன்று சென்னையில் காலமானார்.

நன்றி

ஓவியர் கோபுலு
கே. செல்வம்
எஸ். பெருமாள்ராஜ் (சிதம்பரம்)

Unauthorised use of the contents of this published book, whether in e-book or hardcopy format, for any type of Artificial Intelligence (AI) training - including but not limited to Machine Learning, Deep Learning, Natural Language Processing, Computer Vision, Chatbot Training, Image Recognition Systems, Recommendation Engines, and Language Models - is strictly prohibited without prior licensing from the publisher. Any such unauthorised use may result in legal action.

ஜெயகாந்தன்

ஒரு மனிதன் ஒரு வீடு ஒரு உலகம்

காலச்சுவடு பதிப்பகம்

● அன்பார்ந்த வாசகருக்கு,

வணக்கம்.

காலச்சுவடு நூலை வாங்கியமைக்கு நன்றி.

நூலின் உள்ளடக்கம், உருவாக்கம், அட்டைப்படம் இன்ன பிற அம்சங்கள் பற்றிய உங்கள் கருத்துகளையும் ஆலோசனைகளையும் காலச்சுவடு வரவேற்கிறது. தகவல், எழுத்து, வாக்கியப் பிழைகள் தென்பட்டால் அவசியம் தெரிவித்து உதவுங்கள். நூல் தயாரிப்பில் கடும் குறைபாடு இருப்பின் மாற்றுப் பிரதி உங்களுக்குக் கிடைக்கக் காலச்சுவடு ஏற்பாடு செய்யும்.

மின்னஞ்சல்: **publisher@kalachuvadu.com**

காலச்சுவடு நாகர்கோவில் அலுவலகத்திற்குக் கடிதம் அனுப்பலாம்.

தங்கள்
எஸ்.ஆர். சுந்தரம் (கண்ணன்)
பதிப்பாளர் – நிர்வாக இயக்குநர்

ஒரு மனிதன் ஒரு வீடு ஒரு உலகம் ◆ நாவல் ◆ ஆசிரியர்: ஜெயகாந்தன் ◆ © வி. ஞானம்பிகை, ஜெ. காதம்பரி, ஜெ. ஜெயசிம்ஹன், ஜெ. தீபலெட்சுமி ◆ முதல் பதிப்பு: ஏப்ரல் 1973 ◆ காலச்சுவடு முதல் பதிப்பு: டிசம்பர் 2007, முப்பதாம் பதிப்பு: ஜூன் 2025 ◆ வெளியீடு: காலச்சுவடு பப்ளிகேஷன்ஸ் (பி) லிட்., 669 கே.பி. சாலை, நாகர்கோவில் 629001

oru manitan oru viiTu oru ulakam ◆ Novel ◆ Author: Jeyakanthan ◆ © V. Gnanambikai, J. Kadhambari, J. Jayasimhan, J. Deepalakshmi ◆ Language: Tamil ◆ First Edition: April 1973 ◆ Kalachuvadu First Edition: December 2007, 30th Edition: June 2025 ◆ Size: Demy 1 x 8 ◆ Paper: 18.6 kg Maplitho ◆ Pages: 320

Published by Kalachuvadu Publications Pvt. Ltd., 669 K.P. Road, Nagercoil 629001, India ◆ Phone: 91-4652-278525 ◆ e-mail: publications @kalachuvadu.com ◆ Printed at Printed at Mani Offset, Chennai 600077

ISBN: 978-81-89945-06-0

06/2025/S.No. 229, kcp 5818, 18.6 (30) asss

முன்னுரை

பொதுவாக எனது புத்தகங்களுக்கு நான் எழுதும் முன்னுரைகளைப் பலரும் பாராட்டுகிறார்கள். பயனுடையது என்றும் சொல்லுகிறார்கள். ஆனால் எனது அன்புக்கும் மதிப்புக்கும் பெரிதும் பாத்திரரான ஒரு நண்பர் - 'நீங்களே உங்கள் கதைகளைப் பற்றிப் பேசிக் கட்டியங் கூறுவது எனக்கு அவ்வளவு உடன்பாடில்லை' என்று ஒவ்வொரு முறை சந்திக்கிறபோதும் கூறி வருகிறார். அவர் ஏன் அவ்விதம் கூறுகிறார் என்பதும் எனக்குப் புரிகிறது. ஆயினும் நான் எழுதுகிற காரியமே சில நிர்ப்பந்தங்களின் நிமித்தமே நிகழ்வது என்பதால் இந்த முன்னுரைக்கும் அதே நிர்ப்பந்தம் காரணமாகிறது.

சரத்சந்திரர்கூடத் தனது நாவல்களுக்கு முன்னுரை எழுதுவதில்லையென்று சமீபத்தில் ஒரு கட்டுரையில் படித்தேன். 'நானூறு பக்கம் எழுதிய நாவலில் விளக்க முடியாத எந்த விஷயத்தை இந்த நாலு பக்க முன்னுரை விளக்கி, வாசகர்கள் விளங்கிக்கொள்ளப் போகிறார்கள்' என்பாராம் சரத்சந்திரர்.

சரத்சந்திரர் சொல்லுவது அவருக்குச் சரி. 'நானூறு பக்கம் விளங்காத ஒரு விஷயத்தை எழுதுகிற நான் இன்னும் நாலு பக்கம் ஏன் எழுதக் கூடாது? விளங்குகிறவனுக்கு இந்த நாலு பக்கமே போதும்' என்று எனக்குத் தோன்றுவதால், நாவலை எழுதிய அதே சிரத்தையுடன் இந்த முன்னுரையையும் நான் எழுதுகிறேன்.

ஒரு நாவலைப் பற்றிப் பேச, எழுதுகிறவனுக்கு அந்த நானூறு பக்கத்தில் நிச்சயம் இடம் ஏற்படாது. அதன் முன்னுரையில்தான் சொல்ல முடியும், அல்லது சொல்ல வேண்டும் என்று எதிர்பார்க்கிறார்கள்.

மேலும், என்னைப் பற்றியும் எனது எழுத்துக்கள் பற்றியும் நடக்கிற விவாத விமர்சனங்களுக்கு இன்னொரு பத்திரிகையையோ இன்னொருவரின் தயவையோ நாடாமல் சுதந்திரமாக, சொந்தமாக இந்தப் பக்கங்களை என்னால் பயன்படுத்திக் கொள்ள முடிகிறது.

என் கதைகளை மட்டும் விரும்பிப் படிக்கிறவர்கள், இது அவற்றுக்குச் சம்பந்தமற்ற விஷயம் என்று கருதுகிறவர்கள் இவற்றைப் படிக்காமல் புரட்டித் தள்ளிவிட்டு, தங்களுக்கு உகந்த பிற பக்கங்களைப் படிப்பது குறித்து எனக்கு ஆட்சேபம் ஏதுமில்லை.

ஒரு நாவலையோ, ஒரு தொகுதியில் உள்ள சிறுகதைகளையோ எழுதிய காலத்தில் அதுபற்றிக் கூறப்படுகிற கருத்துக்களையும் சந்தேகங்களையும் நான் எந்தவிதப் பிரதிபலிப்பும் இல்லாமல் கேட்டுக்கொண்டிருக்கிறேன்.

வாசகர்களின், விமர்சகர்களின், பத்திரிகைக்காரர்களின் ஆலோசனைகள் எதுவும் எனது எழுத்துக்களை அது எழுதப்படுகிறபோது பாதிக்காத மனக் கவசங்களை நான் அணிந்து கொள்கிறேன்.

எல்லாருடைய அபிப்பிராய – விமர்சன – விவாத –தூஷண – ஸ்தோத்திர இரைச்சல்களை எல்லாம் பொறுமையாகக் கேட்டுக் கொண்டிருந்த நான் ஜடமல்ல என்று காட்டுவதற்காகவும், அவர்களையும் அவர்களது இலக்கியப் பிரக்ஞைகளையும் அங்கீகரிக்கும் பொருட்டும் நான் முன்னுரையில் கதையைப் பற்றியும் என்னைப் பற்றியும் பேசுகிறேன்.

தமிழ் இலக்கிய மரபில் இது மிகவும் முக்கியமானது என்று கருதப்படுகிறது. 'பாயிரம் அல்லது பனுவல் அன்று' என்பது நன்னூல் சூத்திரம்.

ஆசிரியன், மாணவன், நண்பன் ஆகியோர் ஒரு நூலுக்குப் பாயிரம் எழுதலாம். எனது முன்னுரைகளை இந்த மூன்று கோணங்களிலிருந்தும் நான் எழுதுகிறேன்.

எவ்வளவு எழுதினாலும் 'இன்னும் விளக்க' எதிலும் இன்னும் இருக்கிறது என்றே நான் எண்ணுகிறேன்.

இந்தக் கதையில் வரும் எல்லாப் பாத்திரங்களும் தரையில் காலூன்றி நிற்கிற – நாம் எங்கெங்கோ சந்தித்த மனிதர்கள்தான் என்று எல்லாரும் சொல்லுகிறார்கள். அதே மாதிரி இதில் விவரிக்கப்படும் நிகழ்ச்சிகளும் உணர்ச்சிகளும்கூட நாம் நமது வீட்டிலும் நமது உறவிலும் அனுபவித்தவைதாம் என்று சொல்லுதல் தகும்.

ஆனால் இதில் வருகிற ஹென்றி மிகவும் கற்பனாலங்கார மாகத் தோற்றமளிக்கிறான் – எனும் கூற்றை மறுப்பது சாத்தியப் படாது என்று அறிந்தே இவனை நான் அறிமுகம் செய்தேன்.

காந்திஜியைப் பற்றி ஐன்ஸ்டீன் சொல்லவில்லையா? 'வருகிற தலைமுறையில் இப்படி ஒரு மனிதன் வாழ்ந்தான் என்று சொல்லுவதை நம்புவதுகூடச் சிரமமானதாயிருக்கும்' என்று.

அந்தப் பாத்திரம் மிகவும் 'ஐடியலிஸ்டிக்'காக இருக்கிறது தான். 'ஐடியலிஸ்டிக்'கான மனிதர்களை, ஏன் – 'மிஸ்டிக்'கான மனிதர்களைக்கூட நடைமுறை வாழ்க்கையில் நாம் நிறையச் சந்திப்பதில்லையா?

'இப்படியொரு மனிதனைப் பார்த்ததில்லை' என்று கூறு வது இது சாத்தியமல்ல என்பதற்கு வலுவூட்டும் கருத்து ஆகாது. 'பார்ப்பீர்கள் – பாருங்கள்' என்பதே அதற்குப் பதிலாகும். 'தேடுங்கள்; கண்டடைவீர்கள்' என்ற ஏசுநாதரின் வாக்கு அவர் தன்னைப் பற்றி, தீர்க்கதரிசிகளைப் பற்றி, நல்லவர்களைப் பற்றி, நல்லவை பற்றிக் கூறிய வாசகமாகவே நான் கொள்கிறேன்.

பிறவிக்குருடனான திருதராஷ்டிரன் தனது புத்திரர்களான தருமனையும், துரியோதனனையும் அனுப்பி உலகமும் மனிதரும் எவ்விதம் இருக்கிறார்கள் என்று அறிந்து வந்து கூறப் பணித்தனன்.

தருமன் உலகையும் மனிதரையும் பார்த்து மகிழ்ந்து கூறினான்: 'புருஷர்கள் உத்தம சீலராய், பெண்கள் பதிவிரதை களாய், மக்கள் சத்திய சந்தராய் வாழ்கிறார்கள்' என்று.

துரியோதனன் சொன்னான்: 'புருஷர்கள் சோரர்களாகவும், ஸ்திரீகள் விபசாரிகளாகவும், மக்கள் காமுகர்களாகவும் இருக் கிறார்கள்' என்று.

குருட்டுத் திருதராஷ்டிரன் உலகையும் மக்களையும் தருமனைப் போலவோ, துரியோதனனைப் போலவோ அல்லாமல், அவர்கள் கூற்றினால் – முழுமையாகவும் சரியா கவும் புரிந்துகொண்டானாம்! இந்தக் கதையை ஒரு கிராமத்துக் கிழவனே எனக்குச் சொன்னான்; வியாசன் அல்ல.

மகாபாரதம் பெரிய இதிகாசம் என்று தெரியாத பாமரர் களால்தான் அது எனக்குப் பயிற்றுவிக்கப்பட்டது. நமது வாழ்க்கை யில் படித்த முட்டாள்களும் பாமர ஞானவான்களும் நிறைந்தி ருக்கிறார்கள். நகரம் வேஷம் போட்டுக்கொண்டு திரிகிறது. கிராமம் அழகிய இயற்கைச் சூழலில் தானும் ஓர் அழகு, இயற்கையின் வதனத்தில் தான் ஒரு சிந்தூரத்திலகம் என்றெல் லாம் தெரியாமல் உழைப்பை யோகமாய்ப் பயின்று வாழ்கிறது.

நல்லதும் கெட்டதும் எங்கும் உண்டு. நாடுவது என்னவென்பதே முக்கியம்.

வாசகர்களில், விமர்சகர்களில் தருமர்களும் உண்டு; துரியோதனர்களும் உண்டு. நான் திருதராஷ்டிரன் நிலையிலிருந்தே இதனை எழுதினேன்.

இதை நான் ஒரு தொடர்கதை என்றே அழைக்க விரும்புகிறேன். பத்திரிகையில் வெளியாகும் தொடர்கதைகள் எதையும் நான் படித்துப் பயின்றதில்லை. அதுபோல் ஒன்று எழுத வேண்டும் என்று முயன்றதுமில்லை. நாவல் என்று ஏதோ ஒன்று இருப்பதாக நம்பியதுண்டு. அது தமிழில் வளம் பெறவில்லை என்று விமர்சனக்காரர்கள் சொன்னார்கள். அதற்கான எவ்விதமான தயாரிப்புமின்றி ஏதோ ஒரு ஆசையினால் எனக்குத் தகுதியிருப்பதாக நம்பி, இந்த வசை என்னால் கழியட்டும் என்று பெரும் ஆசை கொண்டு (பேராசை அல்ல) நான் பேசியதும் உண்டு. அதற்கான முயற்சிகள் ஏதும் நான் செய்ததில்லை. திட்டமிட்டு ஒரு விஞ்ஞானி மாதிரி, அல்லது ஆராய்ச்சிக்காரன் மாதிரி எல்லாவிதமான 'ரெஃபரன்ஸ்'களுடனும் முனைந்து மனம் சம்பந்தப்பட்ட ஒரு காரியத்தில் ஈடுபடுவது எனக்கு மிகவும் சலிப்பைத் தருகிறது. அதற்குரிய நேரமும் நிதானமும் எனக்கில்லை. எனவே நாவல் என்பது என்னைப் பொறுத்தவரை கைக்கெட்டாத கனவு என்று அது பற்றிய கனவுகளிலேயே நான் சஞ்சரித்தேன்.

நான் எனது சூழ்நிலைகளுக்கேற்ப, எனது இயல்பு கெடாமல், சூழ்நிலையில் கரைந்து போகாமல் அவற்றைச் சரியாகவே பிரதிபலிக்குமாறு படைக்கப்பட்டிருக்கிறேன். சூரியனின் கதிர்கள் எல்லாப் பொருள்களின் மீதும் படுகிறது. ஆனால் அந்தச் சூரியனையே ஒரு கண்ணாடியோ அல்லது கையளவுத் தண்ணீரோ *(Reflector)* தான் திரும்பவும் காட்டும். அப்படி ஒரு சிறிய கண்ணாடி நம்முள் எங்கேயோ ஒட்டிக்கொண்டிருப்பது சர்வ சத்தியம். நான் அதன் மினுக்கல்களை இந்த வாழ்க்கையில் எத்தனையோ இருளிலும் காண்கிறேன்.

'ஒரு மனிதன்' என்ற தலைப்பில் ஒரு பெரிய கதையை என்னுள் நான் காதலித்துக்கொண்டிருந்தேன். அந்தக் கதையின் ஆரம்பமும் முடிவும், இடையில் நடப்பனவும் மிகத் தெளிவாக என்னுள் அடிக்கடி முகிழ்த்து சரம் சரமாய்ப் பெருகும். இந்தப் புவனம் முழுவதும் மலர்க்காடாய்த் தெரியும். ஒவ்வொரு இதழும் மிகத் தெளிவாகத் தென்படும். பிறகு எல்லாம் கனவு போல் மறந்து போகும். கண்ட கனவை நினைவுகூர்வதற்காகக் கண்களை மூட மறுபடியும் ஓர் அற்புதக் கனவு தொடரும். இப்படி ஓர் தன்னிலை மயக்கமாக, சுயானுபூதியாக இந்தக் கதை இன்னும் நிறைய என்னோடு இருக்கிறது.

பின்னர் இந்தக் கதைக்கு 'ஒரு வீடு' என்ற தலைப்புக் கொடுக்கலாமா? என்று யோசித்து, 'ஒரு உலகம்' என்று மாற்றி கடைசியில் எல்லாவற்றையும் சேர்த்து என் கனவு மாதிரியே எல்லாவற்றோடும் தொடர்பு கொண்ட ஒரு முழுமையான தலைப்பு மிகப் பொருத்தமாகக் கிடைத்தது. வீட்டில் மனிதரும் உண்டு. மனிதரில் உலகமும் உண்டு. இந்த மூன்றும் எப்படி வேண்டுமானாலும் ஒன்றோடொன்று புகுந்துகொள்ளும், அறம், பொருள், இன்பம் மாதிரி; பக்தி, ரசனை, படைப்பு மாதிரி.

இந்தத் தலைப்புக் குறித்து, இதை எழுதத் தொடங்கும்போது நான் ஒரு விளக்கம் தந்திருக்கிறேன்:

'ஒரு உலகமா? – ஓர் உலகமா?' வரும் சொல்லின் முதல் எழுத்து உயிர் ஆக இருப்பின் 'ஓர்'தான் போட வேண்டும் என்பது தமிழ் இலக்கண மரபு. இது தெரிந்தே 'ஒரு உலகம்' என்று இங்கு நான் குறிப்பிடுகிறேன். இலக்கணத்தை இன்னும் சரியாகக் கடைப்பிடிப்பதென்றால் 'ஓர் உலகம்' என்று எழுதுவது கூடச் சரியில்லை. 'ஓருலகம்' என்றே எழுதுதல் வேண்டும். எளிமை கருதி கால வழுவினால் 'ஓர் உலகம்' என்று எழுதிப் புரிந்துகொள்கிற வழக்கத்தை நாம் தற்காலத்தில் கைக்கொண்டுள் ளோம். அதேபோன்று பொருள் கருதி 'ஒரு உலகம்' என்று எழுதுவதே இங்கே பொருந்தும் என்று நான் துணிந்தேன்.

இலக்கணத்தில் சொல்லியிருக்கிறது என்பதற்காக வேறு பலமான காரணங்கள் இருந்தும்கூட அவசியம் கருதி ஒரு மாற்றத்தைச் செய்யவோ, ஏற்கவோ, பக்குவம் பெறாவிட்டால் ஒரு மொழியும் வளர்ச்சியும் முடங்கிப்போகும்.

'அவளே ஒரு உலகம்' என்று சொல்லும்போது உலகம் என்று நாம் கருதுகிற இந்தப் பூமி உருண்டைக்கும் இங்கே சொல்லப்படுகிற உலகத்துக்கும் சம்பந்தமே கிடையாது. ஓருலகப் பிரஜை என்பதற்கும் ஓர் உலகப் பிரஜை என்பதற்கும் பெரிய வித்தியாசம் உண்டு. ஓருலகம் என்பது ஒரு 'தியரி'யும், ஓர் உலகப் பிரஜை என்பது இப்போதே ஓர் நடைமுறையும் ஆகும். எனவே பழைய மரபுகளுக்கு விரோதமாக இதனை விரும்பி, இலக்கணம் தெரிந்து, ஓர் அர்த்தத்துடனேயே நான் 'ஒரு உலகம்' என்று எழுதியிருக்கிறேன்.

இந்த நாவலின் கதை இடம் பெறுகிற கிராமம் இன்ன இடத்தில்தான் என்று என்னால் சொல்ல முடியாது. காலத்தைக் கூடக் குறிப்பாக எப்போது என்று சொல்லுவது என்னுடைய நோக்கமல்ல. சில சம்பவங்கள் சில பாத்திரங்கள் வாயிலாக வெளிப்படும் காலச் சூழ்நிலை முதலியன இது தற்காலம் அல்லது நிகழ்காலம் என்பதை உணர்த்துவதாக அமைந்தால் அதற்குக்கூட நான் பொறுப்பில்லை.

எந்த மண்ணின் வாடையையும் இந்தக் கதையில் வீசவைக்க வேண்டுமென்ற எண்ணம் எனக்குக் கிடையாது. வட்டார வழக்குகளை வடித்துத் தரவும் எனக்கு உத்தேசமில்லை. 'மனிதனுக்கு இந்த மனித வாழ்க்கையைப் பற்றிய பற்றும் பயமும், கதை கதையாக அமைந்த தனி மனிதர்களால் உருவாகும் வாழ்க்கை பற்றிய வரலாறும், இந்த வாழ்க்கையைப் பற்றிய ஒரு தனி மனிதனுடைய நிறைவும், பயமும், நம்பிக்கையும் இந்த நாவல் பிறக்கக் காரணமாயின!' என்று எழுதி அதைத் தொடர்ந்து இந்தத் தொடர்கதையின் முதல் அத்தியாயத்தை எழுதத் தொடங்கினேன். ஒரு தயக்கமுமில்லாமல் 'லாரியில் மொத்தம் ஏழு பேர் இருந்தார்கள்!' என்று ஆரம்பித்தேன் . . .

மிகச் சாதாரணமான எந்தத் தொடர்கதை எழுத்தாளரையும் போல ஒவ்வொரு வாரமும் 'எத்தனை பக்கம் எழுதினால் எத்தனை பக்கம் அச்சில் வரும்' என்கிற கடமை நிறைவேற்ற மாகவே இதனை நான் எழுதினேன். ஆனால் ஒவ்வொரு வாரமும் சுவை கூட்ட வேண்டும் என்பது எனது கடமை என்று நான் நினைக்கவில்லை. அதை எழுதுகிறபோதே, எழுதுகிற அனு பவத்தினால் ஏற்பட்ட சுவை எனக்குக் கூடிப்போனதால் மேலும் பதினைந்து வாரங்கள் இந்தத் தொடர்கதையைத் தொடர்ந்து எழுதினேன். ஆனாலும் எனக்கு இதை முடிக்க மனமில்லை. முடிவும் தெரியவில்லை. இதை எழுதி எழுதி வெளியிடாமல், முன்புபோல் மனத்தில் அசை போட்டு நான் மட்டும் இதில் கொஞ்ச காலம் லயிக்க வேண்டும் என்பதால் முதல் பாகத்தோடு நிறுத்தினேன்.

முதல் பாகத்தின் இறுதியில் இந்தக் கதையைப் படிக்க நேர்ந்த 'வாசகர்களுக்கு' நான் எழுதினேன்:

"இந்தத் தொடர்கதையை இருபத்தைந்து வாரங்களுக்கு எழுதுவதாய் நான் ஆனந்த விகடனில் ஒப்புக்கொண்டேன். அப்போது என் மனத்தில் இருந்த கதையே வேறு. அந்தக் கதையை வெளியே சொல்வதுகூட ஒரு அபத்தம் என்று இப்போது தோன்றுகிறது.

இந்த நாவலின் முதல் வரியை எழுதிய பிறகு அடுத்த வரியும், முதல் அத்தியாயத்தை எழுதிய பிறகு அடுத்த அத்தியாயமுமாய் இதன் திசை எனக்குத் தெளிவுபட ஆரம்பித்தது. நான் ஒப்புக்கொண்டபடி இந்தக் கதையை முடிக்க முடியாததால் மேலும் சில வாரங்கள் எழுத விரும்பியபொழுது பெருந்தன்மை யோடு தனது சில பக்கங்களை எனக்கு ஒதுக்கிக் கொடுத்த ஆனந்த விகடனுக்கு எப்போதும் போல் என்றும் நான் நன்றி பாராட்டுகிறேன்.

என்னளவில் இந்தத் தொடர்கதை முடிவு பெறாததேயா கும். எனவேதான் இரண்டாவது பாகத்தை உடனடியாகத்

தொடங்கும் உத்தேசமில்லாமலே இந்த முதற்பாகத்தை முடித்திருக்கிறேன். இப்போது எனக்கே ஓர் இடைவேளை தேவைப் படுவதே அதற்குக் காரணம்.

நதியும் கடலும் மட்டும்தான் முழுமையா என்ன? தண்ணீரின் ஒவ்வொரு துளியும் முழுமையானதே ஆகும். நாடுகளும் கண்டங்களும்தான் உலகம் என்பதில்லை. ஒவ்வொரு மனிதனும் ஒரு உலகம்தான்.

கவர்ச்சியை நோக்கமாய்க் கொண்டு ஆண் – பெண் உறவையும் பெண்ணின் உடலையும் வர்த்தகப்பொருள் ஆக்குகின்ற இன்றைய பெரும்பாலான 'இலக்கிய உத்தி'கள் என்னை அறியாமலேயே – இந்த நாவலின் இயல்பு காரணமாகவே முற்றிலும் இதில் தவிர்க்கப்பட்டிருப்பது எனக்கு மகிழ்ச்சியைத் தருகிறது.

இந்தக் கதையை நான் மிகவும் ரசித்து எழுதினேன். இது எனக்கு ஒரு விசேஷமான அனுபவம். இதைப் பற்றி வாசகர் களின் அபிப்பிராயங்களையோ விமர்சகர்களின் கருத்துக்களை யோ நான் சேகரிக்க முயன்றதில்லை. ஆனால் பிறரது அபிப்பிரா யங்களையும் கருத்துக்களையும் மிகவும் மதித்து நான் குறித்துக் கொள்கிறேன்.

இதன் அடுத்த பாகங்களை எழுத வேண்டுமென்ற ஆசை எனக்கு இருக்கிறது. எதையும் செய்வதற்கு அது சம்பந்தப்பட்ட ஒரு மனிதனின் ஆசை மட்டும் போதாது.

'வாழ்க்கையின் இருண்ட பகுதிகளையே காட்டுகிறவன்' என்று என்னைப் பற்றி பாமரத்தனமான ஓர் இலக்கிய அபிப் பிராயம் இருக்கிறது. ஆனால் இந்தக் கதை வாழ்க்கையின் ஒளி மிகுந்த பகுதிகளை மட்டும் காட்டுகிறது. மனிதர்களின் பலவீனத்தையே, அழுத்தம் தந்து, ஆணி அறைந்து காட்டுவதை நான் எனது நோக்கமாகவோ செயலாகவோ எப்போதும் கொண்டி ருந்ததில்லை. எளிமையும் அதே சமயம் உயர்வும் மிகுந்த மனிதப் பண்புகள் என்னை எப்போதும் வசீகரிக்கின்றன.

'நான் அறிந்தவரை தமிழில், பரவலாக நாம் அறிந்திருக்கிற காதலும் ஸெக்ஸ்ும் இல்லாத முதல் நாவல் இதுதான்' என்று ஒரு நண்பர் சொன்னது எனக்கு மிகவும் மகிழ்ச்சி தந்தது. இதன் இரண்டாவது பாகமும் இப்படித்தான் அமையுமா என்று எனக்கு இப்போது சொல்லத் தெரியவில்லை. ஏனெனில் அப்படிப்பட்ட நோக்கத்துடன் இது எழுதப்படவில்லை. எனினும் இந்த முதல் பாகத்தைப் பொறுத்தவரை அது ஒரு உண்மைதான் என்பதை நான் எப்படி மறுக்க முடியும்! இந்த நாவலின் அல்லது தொடர்கதையின் இரண்டாம் பாகத்தை எழுதுவதெனின் நான்

ஆனந்தவிகடனிலேயே எழுதுவேன். இப்போது இந்த முதல் பாகத்தையே ஒரு முழு நாவலாகக் கருதி ஏற்றுக்கொள்ளுமாறு நான் வாசகர்களை வேண்டிக்கொள்கிறேன்."

அந்த எனது வேண்டுகோளை ஏற்றுக்கொண்டு இன்னும் முடியாத இந்தத் தொடர்கதையை எழுதவும் இடையில் நிறுத்திக்கொள்ளவும் அனுமதித்த ஆனந்த விகடனின் பெருந் தன்மையும் என்மீது அவர்கள் வைத்திருக்கிற நம்பிக்கையும் மிகவும் மேலானவை. அவர்களுக்கும் இதைப் புத்தகமாக வெளியிடுகிற மீனாட்சி புத்தக நிலையத்தாருக்கும் நன்றி பாராட்டுகிறேன்; மீண்டும் . . .

23.3.73   த. ஜெயகாந்தன்
சென்னை - 31

(முதல் பதிப்பின் முன்னுரை)

வாழ்க்கையின் அழைப்பு

1970–களின் ஆரம்பத்தில் கேரளம், பாலக்காடு மாவட்டத்திலுள்ள சித்தூர் அரசினர் கலைக் கல்லூரியில் தமிழ் முதுகலைப் படிப்பின்போது சமர்ப்பிக்கப் பட வேண்டிய ஓர் ஆய்வேட்டிற்காக ஜெயகாந்தனின் 'ஒரு நடிகை நாடகம் பார்க்கிறாள்' நாவலை எடுத்திருந் தேன். அப்போது எங்கள் துறையின் தலைவராக இருந்தவர் பேராசிரியர் ஜேசுதாசன். அந்த ஆய்வேடு தொடர்பாகச் சென்னை சென்று ஜெயகாந்தனைச் சந்தித்தேன். ஒரு வாரம் சென்னையில் தங்கியிருந்தபோது, அநேகமாக ஒவ்வொரு நாளும் மாலையில், ஆழ்வார்பேட்டையில் மாடியொன்றிலிருந்த அவரது 'சபை'க்குச் செல்வது வழக்கம். 'ஆனந்த விகடன்' வார இதழில் 'ஒரு மனிதன் ஒரு வீடு ஒரு உலகம்' நாவல் தொடராக வெளிவந்து கொண்டிருந்த காலகட்டம் அது.

ஒரு நாள் மாலையில் சென்றபோது, தன் நண்பர் களுடன் சேர்ந்து 'சோப்பெங்கப்பா ... சோப்பெங்கப்பா ...' என்று நாவலில் வரும் பாடல் வரிகளைப் பாடி ஆடிக் கொண்டிருந்தார் ஜெயகாந்தன். அந்தத் தொடரைப் பற்றி அவர் தன் நண்பர்களுடன் பேசிக்கொண்டி ருந்தபோதும், நடந்த சில சம்பவங்களையும் நேரில் சந்தித்துப் பேசிய மனிதர்களையும் நினைவுகூர்வது போலவே விவரித்துக்கொண்டிருந்தார். அந்த அளவில் மிகுந்த ஈடுபாட்டுடன் ஜெயகாந்தன் எழுதிய நாவல் இது. நாவலின் முன்னுரையிலும், இதை எழுதுமுன்னர் இந்தக் கதை 'ஓர் தன்னிலை மயக்கமாக, சுயானுபூதியாக'த் தன்னுள் இருந்துகொண்டிருந்ததாகவும் குறிப்பிட்டிருக் கிறார்.

❍

'ஒரு மனிதன் ஒரு வீடு ஒரு உலகம்' ஜெயகாந்தனின் ஏனைய நாவல்களிலிருந்து மிகவும் வித்தியாசமானது. பொதுவாக ஜெயகாந்தனின் நாவல்களும் குறுநாவல்களும் நகரத்து நடுத்தர வர்க்கத்தினர் சார்ந்தவையாகவோ அல்லது பொருளாதார ரீதியாகக் கீழ்நிலையிலுள்ள நகரத்து மனிதர்களின் வாழ்க்கை சார்ந்தவையாகவோதான் அமைந்துள்ளன. இந்த நாவல் முற்றிலும் கிராமத்தின் வாழ்க்கைச் சூழலைப் பின்னணியாகக் கொண்டிருக்கிறது. பர்மா, பெங்களூரில் நடக்கும் சம்பவங்கள் பாத்திரங்களின் பேச்சுகள் மூலமாகவும் நினைவு கூர்தல்கள் மூலமாகவும்தான் சொல்லப்பட்டுள்ளன. நாகரிகத்தின் காலடிச்சுவடுகள் அதிகமும் படிந்திராத, தமிழகத்தின் வடபகுதிக் கிராமம் ஒன்றை மையமாகக்கொண்டே இந்த நாவல் கட்டமைக்கப்பட்டிருக்கிறது. சம்பவங்கள் நிகழும் காலகட்டம் நாவலில் குறிப்பாகவே உணர்த்தப்படுகிறது. இரண்டாம் உலகப்போரின் போது, ஜப்பானியர் ரங்கூனைப் பிடித்ததும் சபாபதிப் பிள்ளை, மைக்கேல், அவர் மனைவி மூவரும் இந்தியாவுக்குத் தப்பியோடி வரும் வழியில் ரயில் நிலையத்தில் ஒரு ரயில் காரேஜில் அனாதைக் குழந்தையாகக் கண்டெடுக்கப்படுகிறான் ஹென்றி. இருபது, இருபத்தைந்து வயதில் ஹென்றி கிருஷ்ணராஜபுரத்துக்கு வருவதாக வைத்துக் கொள்ளலாம். ஹென்றி 'பப்பா'வின் வீட்டை முதன்முதலில் பார்த்தலும், 'முப்பத்திரண்டு வருடங்களுக்கு முன்னால் பூட்டப்பட்ட' அந்த வீட்டின் கதைகள் அவன் மனதில் படர்வதாகக் குறிப்பிடப்படுகிறது. மேலும், ஒரு சந்தர்ப்பத்தில், "போஸ்ட் ஆபீஸ் அய்யர் தன்னை 'நடராஜன்' என்று அறிமுகம் செய்துகொண்டார். இப்போது கொஞ்ச காலமாக அவர் தன் பெயரோடு 'அய்ய'ரைச் சேர்த்துக்கொள்வதில்லை" என்று தேவராஜன் சொல்கிறான். இந்தச் சம்பவங்கள் மூலம், தமிழ்நாட்டில் திராவிட இயக்கம் எழுச்சி பெற்ற காலகட்டத்தில் – உத்தேசமாக 1960களில் – நாவலில்வரும் சம்பவங்கள் நிகழ்வதாகக் காலப்பின்னணியை நாம் ஊகித்துக் கொள்ளலாம்.

மண்வாசனை என்ற பெயரில் கிராமத்தின் இயற்கைக் காட்சிகளையும் கிராமத்து மனிதர்களின் பழக்கவழக்கங்களையும் வாசகர்களுக்கு அறிமுகப்படுத்தும் எண்ணத்துடன், மிகைப்படுத்தித் திணிக்காமல், கிராமத்து மக்களின் வாழ்க்கை நிலையையும் அவர்களின் மனோபாவங்களையும் வெளிப்படுத்தும் வகையிலான அளவில் இயல்பாகவே அவை நாவலில் சித்திரிக்கப்பட்டிருக்கின்றன.

○

எந்த ஊர், பெற்றோர் யார், என்ன இனம் – மொழி, என்ன சாதி என்று எதுவும் தெரியாத, அவை குறித்து அறிந்து கொள்ளும் ஆர்வமோ அக்கறையோ இல்லாத, 'யாதும் ஊரே யாவரும் கேளிர்' என்னும் மனப்பான்மை கொண்ட ஒரு உலகப் பொது மனிதனாகவே இந்த நாவலில் ஹென்றி கதாபாத்திரம் உருவாக்கப்பட்டுள்ளது. அவனை ஒரு லட்சியக் கதாபாத்திரம் என்றும் சொல்லலாம். ஹென்றி போன்ற லட்சியக் கதைமனிதர்களை மையமாகக்கொண்டு தமிழில் நிறையவே எழுதப்பட்டுள்ளன. அவையனைத்தும் கதைகளாக நின்றுவிட, 'ஒரு மனிதன் ஒரு வீடு ஒரு உலகம்' நாவலாக – ஒரு கலைப் படைப்பாக அமைந்திருக்கிறது. ஹென்றி சந்தித்துப் பழகும் மனிதர்கள், அவர்களின் பிரச்சினைகள், சந்தோஷங்கள், சங்கடங்கள், எதிர்பார்ப்புகள், அவற்றை அவன் எதிர்கொள்ளும் விதம் – அவை இந்த நாவலில் சித்திரிக்கப்படும் விதம் – அந்நியனான அவனை அந்த மண்ணின் புழுதியில் அழுந்தக் காலூன்றி நிற்கும் யதார்த்தமான மனித ஜீவனாக்கிவிடுகின்றன.

இவ்வகையில் பார்க்கும்போது, ஹென்றி பாத்திரப் படைப்பு குறித்த சுந்தர ராமசாமியின் மதிப்பீட்டை நாம் தெளிவாக உள்வாங்கிக்கொள்ள முடியும். அவர் கூறுகிறார்: "ஜெயகாந்தனின் 'ஒரு மனிதன் ஒரு வீடு ஒரு உலகம்' நாவலில் ஹென்றி என்ற கதாபாத்திரம் சமூகத்துக்கு வெளியே நிற்கிறான். நம்மை ஒத்த பழக்கவழக்கங்களைக் கொள்ளாதவனை அந்நியன் என்று நாம் சொல்கிறோம். அவனைப் புறக்கணிக்கிறோம். அவன்மீது ஒரு முத்திரையைக் குத்துகிறோம். சமூகத்துக்கு அவன் ஆகாதவன் என்கிறோம். தொடர்ந்து அந்த நாவலுக்குள் பயணம் செய்கிறபோது ஹென்றியும் நம்மைப் போன்ற மனித உணர்ச்சி கொண்டவன்தான் என்ற உண்மை வெளியாகிறது. இன்னும் தெளிவாகச் சொல்லப்போனால் நம்மை விட அதிக மனிதத்தன்மை கொண்டவன் என்பது வெளிப்படுகிறது" (இவை என் உரைகள், ப. 184).

நாவலில் வரும் பப்பா, மம்மி மட்டுமல்லாமல், துரைக் கண்ணு உள்பட அனைத்து மனிதர்களும் சற்றே வித்தியாசமான வார்ப்புகள்தாம். என்றாலும் நாவலின் போக்கில் அவர்கள் எல்லாருமே காலப் பெருநதியில் 'நீர்வழிப் படூஉம் புணைபோல்' ஓடிக்கொண்டிருக்கும் எளிய மனித ஜீவன்கள்.

○

ஜெயகாந்தன் தனது சிறுகதைகளிலும் நாவல்களிலும் பல சந்தர்ப்பங்களில் நீண்ட வாக்கியங்களைப் பயன்படுத்தும் போதும் வாசிப்பனுபவத்தில் சலிப்பையோ, நெருடலையோ ஏற்படுத்துவதில்லை. இன்றைய படைப்பாளிகளில் முக்கிய

மானவர்களாகக் கருதப்படும் சிலரின் மொழிநடைகூட வாசிக்கும் தருணத்தில் பிரமிப்பையும் பின்னர் யோசிக்கும் வேளையில் ஒருவிதச் சலிப்புணர்வையும் ஏற்படுத்துவது போலல்லாமல், மிகையலங்காரமற்றதாக, எளிமையும் சரளமு மிணைந்த கலையழகு கொண்டதாக, வாசக மனத்தை அலை பாயவிடாமல் தன்வயப்படுத்துவதாக அமைந்திருக்கிறது ஜெயகாந்தனின் நடை. நிதானமாகப் பாய்ந்தோடும் நதியின் நீரோட்டம்போல் புதுமையும் ஈர்ப்பும் மிகுந்ததாகவிருக்கிறது. உதாரணத்துக்கு ஒரு பகுதி:

“தர்மகர்த்தா கண்களை மூடிக்கொண்டும், துரைக்கண்ணு ஒவ்வொரு வரிக்கும் தலையை அசைத்து அசைத்து ஆமோதித்த வாறும், போஸ்ட் ஐயர் தனது வலது பாதத்தின் ஆட்டத்தை நிறுத்தி, மார்மீது கைகளைக் கட்டிய வண்ணமாகவும், வேலுக்கிராமணி கண்களை விழித்துப் பார்த்து ஒரு காதையும் வலக்கரத்தால் மடக்கிக்கொண்டு உன்னிப்பாகவும், மணியக் காரர் பிரப்பம்பாயில் வெறும் விரலால் ஏதோ எழுத்தும் சித்திரமும் வரைந்துகொண்டும், ஒரு மூலையில் நின்றிருந்த பாண்டு அந்த வாசகங்களில் ஒன்றுமே புரியாமல் ஆனால் மிகுந்த மரியாதையோடும் – எல்லோருமே வெகு சிரத்தை யுடன் தேவராஜன் படிப்பதைக் கேட்டுக்கொண்டிருந்தார்கள்.”

நீண்ட ஒரே வாக்கியமாக அமைந்திருக்கும் இந்தப் பகுதி தெளிந்த நீரோட்டம் போன்ற சரளமான போக்குடனும், நாவலில் வரும் பாத்திரங்களின் குணவியல்புகளை அவர்களின் குறிப்பிட்ட செயல்களின் மூலம் உணர்த்துவதாகவும் அலங் காரமில்லாத எளிமையுடன் வெகு நுட்பமாக அமைந்திருப் பதை நாவலைப் படிக்கும் வாசகர்கள் தெளிவாகவே உணர முடியும்.

நாவலில் நான்காவது அத்தியாயத்தில் வரும் பஞ்சாயத்துக் கூட்டத்தில் ஹென்றி – துரைக்கண்ணு விவகாரம் குறித்து ஊர் முக்கியஸ்தர்கள் தத்தம் அபிப்ராயங்களை வெளிப்படுத் தும் காட்சிகளை விரிவாகவே – சுமார் ஐம்பது பக்கங்களில் – விவரிக்கும் ஜெயகாந்தன் இறுதியில், மேலே குறிப்பிட்டுள்ள பத்தியில், அனைவரையும் அவர்களின் விசேஷக் குணவியல்பு களுடன் ஒரே சட்டகத்தில் – சினிமாவில் ஒரே ‘ஷாட்’டில் காட்சிப்படுத்துவதுபோல் – உட்படுத்தியிருப்பதும் கவனிக்கத் தகுந்தது.

❍

நெருடலில்லாத நீண்ட வாக்கியங்களைச் சரளமாக எழுதிச் செல்வது போலவே, நீண்ட உரையாடல்களைச் சலிப்பேற

படுத்தாதவாறு அமைப்பதிலும் கலைத்திறன் கைகூடியவர் ஜெயகாந்தன். இவரது கதாபாத்திரங்கள் சலிப்பேதுமில்லாமல் நிறையவே பேசிக்கொண்டிருப்பார்கள். ஜெயகாந்தன் படைப்புகளின் பலமும் சிலபோது பலவீனமென்றும்கூட இதனைச் சொல்லலாம். விமர்சகர்களில் சிலர், ஜெயகாந்தனின் கதாபாத்திரங்கள் அவரது குரலிலேயே பேசுவதாகவும், அளவுக்கு மீறிப் பேசுவதாகவும் கூறுவதுண்டு. இந்த நாவலைப் பொறுத்தவரையில் அத்தகைய விமர்சனப் பார்வை பொருந்தாது என்று சொல்லலாம். இதில் வரும் நீண்ட உரையாடல்களும் பாத்திரங்களின் பேச்சுகளும் தர்க்கபூர்வமான விவாதங்களாக இல்லாமல், பேசுபவர்களின் குணவியல்புகளை உணர்த்துவன வாகவும் நாவலின் இயக்கத்தை நகர்த்துவனவாகவுமே அமைக்கப் பட்டுள்ளன. தனது பப்பாவின் மூலம் அறியவந்த தனது கடந்தகால வாழ்க்கையை ஹென்றி நினைவுகூர்வது, அவற்றில் தேவையானவற்றை மட்டுமே தேவராஜனிடம் அவன் கூறுவது, பப்பா – மம்மி பற்றிய அவனது நினைவோட்டங்கள், ஊர்ப் பஞ்சாயத்தில் நடைபெறும் நீண்ட விவாதங்கள், மனவோட்டங்கள் இவற்றைப் படிக்கும் வாசகர்கள், இதனை உணர்ந்துகொள்ளவியலும்.

ஜெயகாந்தன் படைப்புகளில் அவரது குறுக்கீடு – எல்லா வற்றையுமே அவர் அல்லது அவரது கதாபாத்திரங்கள் பேசி விடுவது – வாசக அனுமானங்களுக்கு, வாசிப்பில் அவனது பங்களிப்புக்கு அதிகளவில் இடமில்லாமலாக்கிவிடுவதான விமர்சனப் பார்வையும் உண்டு. இதுவும் இந்த நாவலைப் பொறுத்தவரையில் பொருந்தாது. பழனியுடன் ஓடிப்போன, பப்பாவின் மனைவி – புலவர் வீட்டு மருமகள் – என்னவானாள்? சித்தப்பிரமை பிடித்து நிர்வாணமாக அலைந்து திரியும் அந்த இளம்பெண் 'பேபி' யார்? அவள் அந்த ஊருக்கு ஏன் வருகிறாள்? ஹென்றி சொல்வதற்கு மட்டும் உடன்பட்டு அவள் ஆடை அணிந்துகொள்வதேன்? கயிற்றுக்கட்டிலில் கால்மேல் கால் போட்டபடி 'ஒரு எஜமானியின் கம்பீரத் தோடு அவனைப் பார்த்து'ச் சிரிப்பதேன்? ஹென்றியின் புதுவீட்டில், சுடர்கள் எரியும் குத்துவிளக்கைக் கூடத்தின் நடுவே வைத்துவிட்டு, "முற்றத்தில் இறங்கி நின்று குத்து விளக்குக்கு நேரே – கூடத்தில் அமர்ந்திருந்த அந்தக் கும்பலை யே வணங்குவது மாதிரி – முழந்தாளிட்டுப் பூமியில் சிரம் பதிய வணங்கிவிட்டு" வந்தது போலவே திரும்பிப் போவதேன்? ஹென்றி அவளைத் திரும்ப அழைக்காததேன்? இந்த மர்ம முடிச்சுகளை வாசகர்கள் தங்கள் வாசக அனுபவங்களுக்கேற்ப அவிழ்த்துக்கொள்ளலாம்.

○

'தீதும் நன்றும் பிறர்தர வாரா' என்பது சங்கக் கவிதை யின் வரி. இரண்டுக்கும் மனிதனே பொறுப்பு. இரண்டும் அவனுள்ளேயே உருக்கொண்டு, சந்தர்ப்பச் சூழ்நிலைகளுக் கேற்பப் பிளவுற்று, இருவேறு போக்குகளாக – தர்மம் x அதர்மம், நன்மை x தீமை, நல்லது x கெட்டது, நல்லொழுக்கம் x தீயொழுக்கம் – எதிரெதிர் நிலைக்குத் தள்ளப்பட்டுவிட்டன. மத – ஒழுக்கக் கோட்பாடுகள் இந்த எதிரெதிர் போக்குகளுக்கு அதீத அழுத்தம் கொடுத்தன. அதிகார வர்க்கம் தன்னை நிலைநிறுத்திக்கொள்ள அதை இறுகப் பற்றிக்கொண்டது. இந்த வேறுபட்ட மனப் போக்குகள் சமூகத்தின் சகல நிலை களிலும் வெவ்வேறு கோணங்களில் எதிரெதிர் துருவங்களாக நின்று மோதிக்கொண்டிருக்கின்றன. இன்றைய மனித சமூகம் நாடு, மதம், இனம், மொழி, அரசியல், பொருளாதாரம் என அனைத்து நிலைகளிலும் பிளவுண்டு கிடக்கிறது. அதிகார மட்டத்தில் நிகழும் இந்தப் பிளவுகளும் மோதல்களும் அதற்கு வெளியேயும் விரிந்து, சமூகத்தின் அடிநிலை வரை நிலைகொண்டுள்ளது. கருத்தியல் வேறுபாடு என்ற எல்லை யைத் தாண்டி, முரண்பட்ட நம்பிக்கைகளின் மோதல்களாகத் தொடர்கிறது. இந்த மோதல்கள் மனித உறவுகளையே சிதறடித்தும் வருகின்றன. கருத்தியல் ரீதியான வேறுபாடுகள், முரண்பாடுகளின் மோதல்களாக அல்லாமல் நெகிழ்ச்சியான முறையிலேயே அணுகப்பட வேண்டும்; அதுவே மனித உறவுகளிடையே நல்லிணக்கத்தை நிலவச் செய்யும் என்பதை இந்த நாவல் உணர்த்துவதாகக் கொள்ளலாம்.

நாடு, இனம், மொழி, சாதி, மதம் கடந்த நிலையில், பரந்த மனப்போக்குடன் எதையும் அணுகும் பார்வை வாய்க்கப் பெற்றால், கருத்து வேறுபாடுகளுக்கிடையேயான இடைவெளி வெகுவாகக் குறையக்கூடும். எனவேதான், இவ்வெல்லை களைக் கடந்த ஒரு பொது மனிதனை – ஹென்றியை – நாவலின் மையக் கதாபாத்திரமாக உருவாக்கி, அவனது செயல்பாடு களின் மூலமாகப் பல்வேறு மனப்போக்குகளையும் இணக்கமான முறையில் அணுகக்கூடிய பார்வைக் கோணத்தை முன்வைக்கிறார் ஜெயகாந்தன். ஹென்றி, தேவராஜன் இருவரும் இருவேறு பார்வைகளில் வாழ்க்கையை நோக்குகிறவர்கள். ஆனால் அவர்களின் பார்வைக் கோணங்கள் முரண்பட்ட மோதல்களாக அல்லாமல் நெகிழ்ச்சியான முறையில் அணுகப் படுவதால், அவர்களிடையேயான நட்புறவு கருத்து வேறுபாடு களினூடாகவும் நீடிக்கிறது. எல்லா விஷயங்களிலும் எல்லா மனிதர்களிடமும் இந்த அணுகுமுறை ஏற்படும்போது, வாழ்க்கை இப்போதையதை விடவும் இன்னும் மேலானதாக அமையும் என்பதை இந்த நாவல் அனுபவபூர்வமாகவே உணர்த்துகிறது.

ஹென்றியின் இந்த நெகிழ்ச்சியான அணுகுமுறை படிப் பறிவின் மூலம் பெற்றதல்ல. அவன் பள்ளிக்குச் சென்று படித்தவன் அல்ல. ஒரு படிப்பாளியும் அல்ல. இந்த வாழ்க்கை யிலிருந்தே அவன் அதைக் கற்றுக்கொள்கிறான். "முரண்பாடு கள் இல்லாத, மோதல்கள் இல்லாத, முணுமுணுப்புக்கள் இல்லாத, சண்டைகள் இல்லாத, குறைகள் இல்லாத, புகார் கள் இல்லாத, முறையீடுகள் இல்லாத, எதிர்பார்ப்புகள் இல்லாத, ஆக்கிரமிப்புக்கள் இல்லாத, அதிகாரங்கள் இல்லாத, அன்பு மட்டுமே தழைத்த'' குடும்பத்தில் சுதந்திரமாக வளர்ந்ததால் அவன் கற்றுக்கொண்டது. கிருஷ்ணராஜபுரம் கிராமத்து மக்களின் வாழ்க்கை மூலமாகப் பெறும் அனுபவங்கள் அதற்கு மேலும் வலுசேர்க்கின்றன. எனவே, ஹென்றியின் – ஜெய காந்தனின் இந்தப் பார்வைக் கோணம், ஒரு கருத்துருவமாக அல்லாமல், அனுபவத்தின் மூலம் பெறப்படும் – கண்டடை யப்படும் கருத்துருவமாக நாவலில் வெளிப்படுவதால், 'ஒரு மனிதன் ஒரு வீடு, ஒரு உலகம்' நாவல், ஒரு சிறந்த கலைப் படைப்பாக நிலைபெறுகிறது.

"என் உள்ளம்தான் ஹென்றி, ..." என்று ஜெயகாந்தன் கூறியிருக்கிறார் (ஜெயகாந்தன் பேட்டிகள், ப. 131). இந்த நாவல் எழுதப்பட்ட காலகட்டத்தில் 'திரும்பல்' என்றொரு பாடல் எழுதியிருந்தார் ஜெயகாந்தன். அதன் கடைசிப் பகுதி:

ஆடையும் மானமும் இல்லாததோர் வெளியினில்
ஆடி மகிழ்ந்திட விரும்புகிறேன்
கூடவும் கூடியும் குரோதம் வளர்க்கவும்
கூடாதென்று திரும்புகிறேன்

(தீபம், ஏப்ரல் 1972)

இந்தப் புறச் சான்றுகள் மேலே கூறிய வாசிப்பனு பவத்துக்கு மேலும் வலுவூட்டுவனவாக உள்ளன.

❍

'ஒரு மனிதன் ஒரு வீடு ஒரு உலகம்' நாவல் எழுதப்பட்டு இப்போது முப்பத்தைந்து ஆண்டுகள் கடந்துவிட்டன. இன்றைய சூழலில், இன்றைய வாசிப்பில் இந்த நாவல் எத்தகைய அனுபவத்தைத் தருகிறது என்று பார்ப்பது மிகவும் முக்கிய மானதாகும்.

இந்த நாவல் எழுதப்பட்டது, உலகமயமாக்கல் அல்லது தாராளமயமாக்கல் பற்றி – பன்னாட்டு நிறுவனங்களின் வியாபார முனைப்புகள் இத்தனை அதிவேகப் பாய்ச்சலாக நிகழக்கூடும் என்பதுபற்றி – சற்றும் சிந்தித்துப் பார்த்திராத

காலத்தில்; அறிவியல் வளர்ச்சி காரணமான 'நாகரிக'த்தின் அசுரக் கரங்கள் கிராமங்கள் நோக்கி மெல்லவே நீண்டு கொண்டிருந்த காலத்தில்; நகரத்தின் வசதிவாய்ப்புகள் கிராமத்தையும் சென்றடைய வேண்டும் என்ற சிந்தனை பரவலாகக் கவனம்கொள்ளப்பட்ட காலத்தில்; கிராமத்து மக்களின் வாழ்க்கையும் மெல்ல நகரத்தை நோக்கி நகரத் தொடங்கியிருந்த காலத்தில். அந்தக் காலகட்டத்தில் ஒரு கலைஞன் தனக்கேயான தொலைநோக்குப் பார்வையில், வருங்காலத்தில் மனித வாழ்க்கை எதிர்கொள்ளவிருக்கும் நெருக்கடிகள் குறித்துச் சிந்தித்ததன் விளைவு இந்த நாவல் என்றும் சொல்லலாம்.

கிருஷ்ணராஜபுரம் என்னும் அழகிய, சிறிய கிராமத்தில் பிறந்து, வளர்ந்து, படித்து, ஆசிரியராகப் பணிபுரியும் தேவராஜன், கிராமத்து மக்களின் பழக்கவழக்கங்களில் அதிருப்தி கொண்டவனாக, சில சமயம் வெட்கம் கொள்கிறவனாக, அந்தக் கிராமத்துச் சூழலில் ஓர் அந்நியனாகவே வாழ்ந்துகொண்டி ருக்கிறான். கிராமம் நகரம் மாதிரி ஆக வேண்டும், கிராமத்து மக்களையும் அவர்களது வாழ்க்கையையும் 'நவீனமாகவும் ஸைன்டிஃபிக்காகவும்' மாற்ற வேண்டுமென்னும் விருப்பம் கொண்டவனாக இருக்கிறான்.

எங்கோ பிறந்து, பெங்களூரில் வளர்ந்து, தனது வளர்ப்புத் தந்தையின் சொந்த ஊரான கிருஷ்ணராஜபுரத்துக்கு வந்து, புதியதொரு வாழ்க்கையைத் தொடங்கும் ஹென்றி, அந்தக் கிராமத்தின் சூழலுக்கேற்ப ஹென்றி பிள்ளையாகி, கிராமத்து வாழ்க்கையை அதன் இயல்புகளோடு ஏற்றுக்கொள்கிறான். கிராமத்து மக்களின் வாழ்க்கை முறைகளிலும் தனக்கு உவப்பானவற்றையே காண்கிறான். தான் புதிதாகக் கட்டி யிருக்கும் வீட்டுக்கு மின்சார இணைப்பு வேண்டும் என்கிற விருப்பம்கூட இல்லாதவனாக, லாந்தர் விளக்கின் ஒளியே தனக்குப் போதும் என்கிறவனாக இருக்கிறான். திருமணத்துக்கு எதிரானவன் அல்ல அவன்; தனக்குத் திருமணம் அவசிய மில்லை என்று நினைக்கிறான். "எனக்குக் கூழ் மட்டும் போதும்; எல்லாரும் கூழே குடிக்க வேண்டும் என்றா நான் சொல்லு கிறேன்? நீங்கள் சொல்லுகிற மாதிரி இந்தக் கிராமங்களும் இங்கே வாழ்கிற மக்களும் நகர வாழ்க்கையோடு பேதமறக் கலந்து போகிற நாள் வரலாம், வரட்டும்... அதற்கு நானும் ஏன் ஆசைப்பட வேண்டும்" என்பதே வாழ்க்கை குறித்த ஹென்றியின் நிலைப்பாடாக இருக்கிறது. இருவருக்குமிடை யேயான இந்த முரண்பட்ட பார்வைகளும் இணக்கமான நட்புறவுமே நாவலின் அடிப்படைச் சரடாகும். வாழ்க்கை குறித்து நாம் யோசிக்க வேண்டியதும் அதுவேயாகும். அவ்

வகையில், முன்பகுதியில் குறிப்பிட்டது போல, அன்றைய சூழலின் வாசிப்புக்குப் பொருத்தமானதாக இருந்தது இந்த நாவல்.

1990-களின் ஆரம்பத்தில் நம் நாட்டில் அறிமுகமான உலகமயமாக்கல் கொள்கையினால், அதன் அசுரத்தனமான, விபரீதமான வளர்ச்சியினால் நமது வாழ்க்கை முறைகளும் பழக்கவழக்கங்களும்கூட வேகமாகவே மாற்றமடைந்து வருகின்றன. மனிதர்களின் தேவைகள் திட்டமிட்டு அதிகரிக்கப் படுகின்றன. தேவைகளுக்காட்படும் மனிதர்கள், தேவைகளை நிறைவேற்றிக்கொள்ள, தேவைக்கதிகமாக உழைக்கும் நிலைக்குத் தள்ளப்படுகிறார்கள். மனிதனின் அன்றாட வாழ்க்கை பரபரப் பானதாகவும் பதற்றம் நிறைந்ததாகவும் மாறி வருகிறது. சுருங்கச் சொன்னால் மனிதனும் ஒரு யந்திரமாகவே உருமாறி வருகிறான். இதனால் மனரீதியாகவும் உடல்ரீதியாகவும் பெரும் பாதிப்புக்குள்ளாகிறான். ஆடம்பரமான வாழ்க்கைக்கு ஆசைப் படும் மனிதன் அதை அடையும் நிலையிலும், அனுபவிக்கும் வாய்ப்பை இழந்தவனாகி அவதிப்படுகிறான்.

நகரங்களில் மட்டுமல்லாமல் சிறிய கிராமங்களிலும்கூட உலகமயமாக்கலின் ஆழமான பாதிப்பை இப்போது காண முடிகிறது. நாளிதழ்கள், இதழ்கள், தொலைக்காட்சி ஊடகங் களின் மூலம் பன்னாட்டு நிறுவனங்களின் உற்பத்திப் பொருள் களும் பண்டங்களும் கிராமத்து மக்களின் மீது திணிக்கப்படு கின்றன. இன்றைய தமிழகத்தின் சிறிய கிராமத்திலுள்ள கடைகளிலும் பெப்சியும் கோலாவும் உள்ளூர்ப் பானங்களைப் போல விற்பனையாகின்றன. பொருளாதார ரீதியாக மட்டு மல்லாமல், பண்பாட்டு ரீதியாகவும் உலகமயமாக்கலின் மூலமான தாக்கத்தை இனியும் நம்மால் தடுத்துநிறுத்திவிட முடியாது. ஆனாலும், நம்மால் அதன் பாதிப்புகளிலிருந்து – முற்றாக அல்ல எனினும் – ஓரளவிலேனும் தப்பித்துக்கொள்ள முடியும். ஹென்றியின் மனநிலையின் சிறு பகுதியேனும் நமக்குக் கைகூடுமெனில் அது சாத்தியமே.

அறிவியல் வளர்ச்சியினால் உலகம் நம் வீட்டினுள் நுழைந்து விட்ட சூழலில், எந்த மாற்றத்தையும் நாம் முற்றாகத் தடுத்து நிறுத்திவிட முடியாதுதான். வளர்ச்சியிலும் மாற்றங் களிலும் நன்மையும் தீமையும் கலந்துதானிருக்கும். அதை நாம் தேர்ந்துகொள்ளும் முறையிலும் வகையிலும் அது நமக்குச் சாதகமாகவோ பாதகமாகவோ அமையக்கூடும். ஹென்றியின் வாழ்க்கை முறையும் இணக்கமான மனப்பாங்கும் இதையே நமக்கு உணர்த்துகின்றன. அவ்வகையில் இன்றைய சூழலுக்கும் இன்றைய வாசிப்பனுபவத்துக்கும் மிகவும் பொருத்தமானதாக

அமைந்திருப்பதே, கலைத்துவமாக 'ஒரு மனிதன் ஒரு வீடு ஒரு உலகம்' நாவல் அடைந்திருக்கும் வெற்றி எனலாம். காலத்தைப் பின்தள்ளி நிற்கும் மேலான படைப்புகளின் கலாபூர்வமான சூட்சுமம் இதுவே.

O

தனது படைப்புகளில் இந்த நாவல் மிகவும் பிடிக்கும் என்று நேர்காணல் ஒன்றில் குறிப்பிட்டுள்ளார் ஜெயகாந்தன் ('ஜெயகாந்தன் பேட்டிகள்', ப. 130).

பிற மொழிகளுக்குப் போய்ச் சேர வேண்டிய 'தமிழின் சாதனைகள்' என்று சுந்தர ராமசாமி குறிப்பிடும் நவீன படைப்புகள் சிலவற்றில் ஒன்று இந்த நாவல் ('ஆளுமைகள் மதிப்பீடுகள்', ப. 253).

சில ஆண்டுகளுக்குமுன் எனக்குப் பிடித்த பத்துத் தமிழ் நாவல்களில் ஒன்றாக நான் குறிப்பிட்டவற்றுள் ஒன்று இது ('குமுதம்', 26.10.2000).

ஜெயகாந்தன் நாவல்களில் மிகவும் சிறப்பானது என்று பெரும்பாலான விமர்சகர்கள் குறிப்பிடும் நாவலும் இதுதான்.

இந்தக் கணிப்புகள் இன்றைய மறுவாசிப்பிலும் உறுதிப் படவே செய்கின்றன.

23.11.2007 ராஜமார்த்தாண்டன்

(காலச்சுவடு பதிப்பகத்தின் கிளாசிக் வரிசைப் பதிப்புக்காக எழுதப்பட்ட முன்னுரை.)

ஒன்று

லாரியில் மொத்தம் ஏழு பேர் இருந்தார்கள். பீடி குடித்துக்கொண்டிருக்கும் டிரைவர் துரைக்கண்ணு வுக்குப் பக்கத்தில் தேவராஜன் உட்கார்ந்திருந்தான். எப்பொழுதும் போல தனது தனித்துவத்தைக் காட்டிக் கொள்கிற தோரணையில் அவன் படித்துக்கொண்டி ருந்தான். அவன் கையில் 'அட்லாஸ் ஷ்ரக்ட்' என்று தலைப்பிட்ட புத்தகம் இருந்தது. அவன் பக்கத்திலுள்ள ஒரு கிராமத்தில் வசதியோடும் வளத்தோடும் வாழ்கிறவன். கிராமத்துப் படிப்பாளி. அங்குள்ள உயர்நிலைப் பள்ளியில் பி.டி. அஸிஸ்டண்டு. இந்த மனிதர்களோடு மனத்தால் ஒட்டாமல் இருக்க விரும்புகிறவன். லாரியின் இடது ஓரமாய்த் தொத்தி உட்கார்ந்திருந்த கிளீனர் பையன் பாண்டு, தேவராஜனுக்கும் தனக்குமிடையே உட்கார்ந்து உறங்கி விழுந்துகொண்டிருந்த கிழவரையும், வெளியே தெரியும் வேடிக்கைகளையும் கண்டு ரசித்துக்கொண்டி ருந்தான். அரை நிஜாரும் அழுக்குப் பனியனும் போட்டுக் கொண்டிருந்த பாண்டு, துரைக்கண்ணுவின் தயாரிப்பு; சீடன். லாரியின் பின்புறத்தில் மூவர் நின்றுகொண்டி ருந்தனர். அந்த மூவரும் இடுப்பு வேட்டியைத் தலைப் பாகையாகக் கட்டிக்கொண்டு கோவணத்துடன் இருந்தார்கள். இந்தப் பகுதியில் உள்ள கிராமத்து ஏழைகள் அநேகமாக அப்படித்தான் திரிகிறார்கள். இன்னும் சற்றுத் தூரம் சென்றால் மேலும் பலர் லாரியில் ஏறுவார்கள். பஸ்ஸுக்கு என்ன சார்ஜோ அதே பணத் தைப் பாண்டு அவர்களிடம் வசூலிப்பான். லாரி டிரைவர் துரைக்கண்ணு, வசூலித்த பணத்திற்குப் பாண்டுவிடம் கணக்குக் கேட்பானே தவிர பங்கு கேட்கமாட்டான். ஆனால் பாண்டு தானாகப் போய் லாரிக்கு ஆள் சேர்த்தால் துரைக்கண்ணு கோபித்துக்

கொள்வான்; சில சமயங்களில் பாண்டுவை அடித்துக்கூட விடுவான்.

டிரங்கு ரோடில் உள்ள ஆலம்பட்டிக்குப் பக்கத்துக் கிராமங்களிலிருந்து சரக்கு ஏற்றி வரும் லாரி அது. எப்போதாவது தொலை தூரப் பயணம் போகும். வண்டி மிகவும் பழசாகி விட்டதால் இப்பொழுது சில மாதங்களாகத் துரைக்கண்ணு அதை நம்பி எடுத்துக்கொண்டு வெளியூர்ப் பயணங்கள் போவதில்லை.

ஆலம்பட்டியிலிருந்து கிழக்கே பிரிகிற மலைப்பாங்கான ரோடுகளில் இருபது மைல் தொலைவில் உள்ள கிராமங்களைச் சுற்றிக்கொண்டு குமாரபுரத்துக்குப் போய்ச் சேரும் லாரி அது. ஆலம்பட்டி, ரயில்வே ஸ்டேஷனுள்ள மிகச் சிறிய ஊர்தான் என்றாலும் இரண்டு டிரங்கு ரோடுகள் ஒன்றை ஒன்று குறுக்கிடுகிற 'கூட்டுரோடு' ஜங்ஷனாக இருப்பதால் லாரிக்காரர்கள், கமிஷன் வியாபாரிகள், காய்கறி சப்ளை செய்யும் கிராமவாசிகள் முதலியோரின் நடமாட்டம் மிகுந்த ஏற்றுமதி இறக்குமதி ஸ்தலமாக அந்தப் பிரதேசத்திலேயே பிரபலமாகி இருந்தது. இரண்டு மூன்று டீக்கடைகளும், ஒரு ஓட்டலும், அதன் முன்னே வரிசையாக நிற்கும் லாரிகளும், எக்ஸ்பிரஸ் பஸ்களும், ஒரு பெட்ரோல் பங்க்கும், பஸ் பிரயாணிகள் இறங்கிக் காலாறும் இடமாக இருப்பதால் சந்தடியும் அதை ஒரு பெரிய ஊரின் கடைத்தெரு மாதிரி ஆக்கியிருக்கிறது. மற்றபடி அந்த ஊரில் தெருக்களோ வீடுகளோகூடக் கிடையாது.

காலையில் வண்டி நிறையக் காய்கறி மூட்டைகள், பூக்கூடைகள், வாழைத்தார்கள் லோடு ஏற்றிக்கொண்டு வரும்போது இந்த லாரிகளில் பிரயாணிகள் யாரும் இருக்க மாட்டார்கள். இந்த லாரியில் கிளீனர் பாண்டுவோடு வேறு யாராவது ஓரிரு வியாபாரிகளோ அல்லது கமிஷன் ஏஜெண்டுகளோ முன் பக்கத்தில் அமர்ந்திருப்பார்கள்.

துரைக்கண்ணு அவர்கள் யாரிடமும் அதிகம் பேச மாட்டான். பாண்டுதான் அவன் சார்பாக யாரிடமும் எதுவும் பேசுவான். அதைத் துரைக்கண்ணு கவனித்துக்கொண்டிருப்பான். ஆனால் பாண்டு தவறாகவோ, சரியில்லாமலோ, இவன் நினைக்காத மாதிரியிலோ ஏதாவது சொல்லிவிட்டால் மட்டும் எல்லார் முன்னிலையிலும் சத்தம் போட்டுக் கெட்ட வார்த்தை சொல்லி அவனைத் திட்டுவான் துரைக்கண்ணு. பாண்டு அதனால் சிறிதும் பாதிக்கப்படாமல், ஆனால் மௌனமாகி, அவனைப் புரிந்துகொண்டு அவனுக்காகத் தொடர்ந்து பிறரிடம் பேசுவான். துரைக்கண்ணு எப்போதும்

கோபமாயிருப்பதுபோல் தோன்றுவான். ஆனால் பாண்டுவோடு திரும்பி லாரியில் வரும்போது அவனிடம் அன்பாகப் பேசுவான். தான் கோபித்துக் கொண்டதற்குச் சமாதானம் கூறுவான். தமாஷ் பேசுவான். அப்போது பாண்டு மட்டும் தனியாக இருக்க வேண்டுமென்பதில்லை. இவன் கோபித்துக் கொள்ளும் போது, கூட இருந்தவர்களைத் தவிரப் புதிய மனிதர்களின் கூட்டம் எவ்வளவு இருந்தாலும் அதைப் பொருட்படுத்தாமல், பாண்டுவைச் சமாதானம் செய்வான் துரைக்கண்ணு.

ஆலம்பட்டிக்கும் குமாரபுரத்துக்கும் பதினைந்து மைல் இருக்கும். இடையில் பத்து மைலுக்கு மலைப் பாதை. மலை என்றால் பெரிய பெரிய மலைகளில் ஏறிப் போவதற்கும்

இதற்கும் அதிக வித்தியாசமில்லாதபடி இந்தப் பத்து மைல் களுக்குள்ளாகவே நான்கு ஹேர்பின் வளைவுகள் உண்டு. மலைப் பாதை முடிவடைகிற இடத்தில் கிருஷ்ணராஜபுரம் என்ற அழகான சிறிய கிராமம் இருக்கிறது. லாரியில் ஏற்றுகிற பெரும் பகுதி காய்கறிகளும், புஷ்பங்களும் கிருஷ்ண ராஜபுரத்தில் இருந்துதான். அதற்கு அப்புறம் உள்ள ஐந்து மைல் தூரத்தைக் கடப்பதற்குள் பிரிந்து செல்லும் பாதை களின் வழியே சென்று குறிஞ்சிக்குப்பம், மானகிரி, பூண்டியான் பட்டு போன்ற கிராமங்களைச் சுற்றிக் குமாரபுரம் வந்தடையப் பத்து மைல்களாகிவிடும்.

ஆலம்பட்டிக்கும் குமாரபுரத்துக்கும் இடையே நேரான பஸ் போக்குவரத்தும் உண்டு. ஆனால் ஒரு பஸ்ஸை விட்டு விட்டால் பிறகு நான்கு மணிநேரம் காத்திருக்க நேரும். அப்போதெல்லாம் மக்கள் இந்த லாரிகளையே எதிர்பார்ப் பார்கள்.

ஜெயகாந்தன்

ஐந்து மணி பஸ் போய்விட்டது. இனிமேல் கடைசி பஸ்தான். பாண்டு இன்றைக்குக் கொஞ்சம் வருத்தமாக இருந்தான். அவன் எதிர்பார்த்த அளவுக்குப் பிரயாணிகள் சேராததே அதற்குக் காரணம். துரைக்கண்ணு இன்றைக்கு மிகவும் குஷியாக இருந்தான். அதற்கு ஒரு காரணமும் இல்லை. அவன் முகம் கோபமாக இருந்தாலும், அவனுள்ளே எப்போதும் ஆனந்தமாகத்தான் இருக்கிறான். இரண்டுக்குமே காரணம் இல்லை. அவன் வாயில் பீடியோடு பாட்டுப் பாடிக்கொண்டே லாரியை ஓட்டினான்.

அவன் எப்போதும் ஏதாவது கற்பனையாகப் பாடுவான். சின்னக் குழந்தை மாதிரி வாயில் வந்ததை உளறுவான். அந்த உளறல்களைப் பாண்டுவிடம் திரும்பச் சொல்லச் சொல்லி வற்புறுத்துவான். பாட்டின் அடிகளையும் தன்கூடச் சேர்ந்து பாடச் சொல்லுவான். பாண்டு சில சமயத்தில் இந்த விளை யாட்டில் கலந்துகொண்டு அவனோடு பாடுவான்; அவன் உளறுகிற மாதிரியே சிரித்துக்கொண்டு அவனுக்காக உளறுவான்.

துரைக்கண்ணு இப்போது பாடுவது படித்துக்கொண்டி ருந்த தேவராஜனுக்கு இடைஞ்சலாக இருந்தது; புத்தகத்தை மூடினான். திடீரெனப் பாட்டை நிறுத்திக் கொண்டு பாண்டு விடம் தாழ்ந்த குரலில் கேட்டான் துரைக்கண்ணு:

“பின்னாலே யாரும் பொம்பளைங்க இல்லையேடா?”

“பொம்பளையுமில்லை; ஆம்பளையுமில்லை. நீங்க பாத்தீங்களே ... அந்த மூணு பேர்தான்.”

“ஏண்டா, அந்த மூணு பேர் ஆம்பளையில்லியா?” என்று சிரித்தான் துரைக்கண்ணு. சிரித்துவிட்டுத் தொடர்ந்து பாடினான். அவன் குரல் அவன் மீசையைவிட முரட்டுத்தன மாயிருந்தது.

குருவிக்காரியை வரச்சொல்லி
குளிக்கச் சொன்னான் குப்பன்
குருவிக்காரி குளிச்சு முழுவிக்
குடிசைக்குள்ளே போனாள் – அவ
குடிசைக்குள்ளே போனாள்

என்று துரைக்கண்ணு பாட, பாண்டு அதே ராகத்தில் பாட்டின் கடைசி அடியைக் கூடச் சேர்ந்து பாடினான்:

ஆமாம் – குடிசைக்குள்ளே போனாள்
கொஞ்ச நேரம் ஆனத்துக்கப்புறம்
குப்பன் குளிக்கப் போனான் ...

என்று பாடினான் துரைக்கண்ணு. பாண்டுவும் அந்த வரியை அவன் பாடி நிறுத்திய பிறகு தாளம் போட்டுக் கொண்டு பாடிச் சிரித்தான்.

பக்கத்தில் உட்கார்ந்திருந்த தேவராஜன் ரகசியமாகப் பாட்டை ரசித்து வாய்க்குள் சிரித்துக்கொண்டான். துரைக்கண்ணு பாடிய ராகம் தன் பள்ளியில் குழந்தைகள் பாடுகிற 'நர்ஸரி ரைம்' மாதிரி... 'குப் குப் குப் குப் ரயில் வண்டி' மெட்டை ஞாபகப்படுத்தியது தேவராஜனுக்கு. அவன் சிரிப்பைக் கவனிக்காத துரைக்கண்ணு தொடர்ந்து பாடினான்:

குருவிக்காரன் அங்கே வந்து
குய்யோ முறையோ என்றான்
குருவிக்காரி குளிச்சாலென்ன
குடியா முழுகிப் போகும்?

என்று பாடி, பாண்டுவிடம் திரும்பி "சொல்லேண்டா..." என்று கத்தினான் துரைக்கண்ணு:

குடியா முழுகிப் போகும்?

பாண்டுவும் அதே ராகத்தில் கூடப் பாடினான்.

அட குடியா முழுகிப் போகும்?
குருவிக்காரியைக் குருவிக்காரன்
கூட்டிக் கொண்டு போனான்
கூட்டம் போட்டுப் பஞ்சாயத்தார்
குப்பனைக் கூப்பிட்டாங்க;
குருவிக்காரியைக் குடிசைக்குள்ளே
குப்பன் விட்டது தப்பாம்
குப்பனும் குளிச்சு விட்டதனாலே
குத்தம் உண்டோ ஐயா.

இப்போது தேவராஜன் வாய்விட்டே சிரித்தான்.

"இது என்னா பாட்டு? சினிமாவிலேயா?" என்று தேவராஜன் கேட்டான்.

"இதெல்லாம் நமக்குச் சொந்தப் பாட்டுதாங்க. நம்ப டீக்கடை குப்பன் இல்லே...அவன் முந்தா நாளு ஒரு குருவிக்காரிச்சியை..." என்று சொல்லிச் சிரிக்க ஆரம்பித்தான் துரைக்கண்ணு.

"குருவிக்காரின்னா கொறத்திதானே?" என்று பாண்டு கேட்டான்.

"இந்தப் பக்கமெல்லாம் எல்லாரையும் கொறத்தின்னு சொல்றாங்க. பட்டணம் பக்கமெல்லாம் என்னடான்னா எல்லாரையுமே குருவிக்காரிச்சின்றாங்க. ஆனா குருவிக்காரி வேறே; கொறத்தி வேறே... என்னா பெரியவரே, இதெப்பத்தி நீங்க என்னா நெனைக்கிறீங்க?" என்று இவன் பாட்டு சத்தத்தில் விழித்துக்கொண்ட கிழவரிடம் கேட்டான் துரைக்கண்ணு. அவர் கொஞ்சம் தீவிரமாக யோசித்தார்:

ஜெயகாந்தன்

"குறவர்ன்னா – இந்த நரிக்குறவருங்க. குருவிக்காரங்க வேறே" என்று கிழவர் விளக்கம் தந்தார்.

லாரி திரும்பி மலைப்பாதையை நெருங்கிற்று.

'மலைப்பாதை. பார்த்துச் செல்லவும்' என்று அறிவிக்கிற பலகையின் அருகே நடந்து போய்க்கொண்டிருந்தான் ஒரு மனிதன்; அவன் தன் பின்னால் லாரி வருகிற சத்தம் கேட்டுத் திரும்பிப் பார்த்து நின்றான்.

அவ்வளவு தூரத்திலிருந்தே அந்த மனிதன் அந்தப் பிரதேசத்துக்குப் புதியவன் என்று தெரிந்தது. செம்மண் படிந்து வெளிறிய ரோஸ் நிறமாகி விட்ட அவனுடைய பைஜாமாவின் பாத ஓரங்கள் கரிய அழுக்கேறி நைந்து தேய்ந்து இருந்தது. மலைக் காற்றில் தாறுமாறான அவனது சிகை விசிறிப் பறந்து நெற்றியில் கவிந்து பார்வையை மறைத்ததால் அவன் தலையை அண்ணாந்துகொண்டு இந்த லாரியைப் பார்த்தான். அவனது வெள்ளை ஜிப்பாவின் மேல் அநாவசியமாக ஒரு துணிப் பட்டையைக் கட்டிக் கொண்டிருந்தான். தோள் வழியே ஓர் ஆலிவ் நிற மிலிட்டரிக்கார 'கிட்' மூட்டை போல் முதுகில் வழிந்து கிடந்தது. இடது கையால் அதைப் பிடித்துக்கொண்டு வலது கையில் புத்தம் புதிய லெதர் ஸூட்கேஸ் ஒன்றும் வைத்திருந்தான். காலில் மிக நைந்துபோன ஒரு ஹவாய்.

அவன் பஸ்ஸை நிறுத்துவதற்காகக் கையை ஆட்டவோ குரல் கொடுக்கவோ இல்லை. மலைப் பாதையை ரசித்துக் கொண்டு நடந்து போகிற உல்லாசத்தில் ஒரு பறவையை ரசிக்கிற மாதிரி, மலைகளுக்குப் பின்னால் கவிந்து சுருண்டு எழுந்து பளபளத்து நிற்கிற வெள்ளிய மேகக்கூட்டத்தைக் கண்கள் இடுங்கப் பார்க்கிற மாதிரி, பின்னால் இரைச்சலிட்டுக் கொண்டு வருகிற இந்த லாரியையும் அவன் நின்று ரசித்தான். தனக்காக இந்த லாரி நிற்குமென்றோ, நிற்க வேண்டுமென்றோ அவன் எதிர்பார்க்கவில்லை.

பாண்டு, துரைக்கண்ணுவிடம், "ஒரு டிக்கெட் வருதுங்க" என்று கெஞ்சுவது மாதிரிச் சொன்னான். அப்போதுதான் தேவராஜன் அந்த மனிதனை அருகில் பார்த்தான். லாரி வேகம் குறைந்து அவன் பக்கத்தில் போய் மெதுவாக நின்றது. லாரி நின்றிருக்கும்போது ஓடுவதை விடவும் அதிகமாக இஞ்சின் சத்தம் பேரோசையாக அதிர்ந்தது. இடது ஓரமாய்த் தொத்தி உட்கார்ந்திருந்த பாண்டு குதித்துக் கீழே இறங்கினான்.

அந்த மனிதன், தனக்காக இந்த லாரி நின்றதையும், ஒருவன் இறங்கியதையும் பார்த்தவுடன் எதிர்பாராது கிடைத்த இந்த வசதிக்காக மகிழ்ந்து நன்றி தெரிவிக்கிற மாதிரிச் சிரித்தான்.

அப்போது அவர்கள் எல்லோருக்குமே அவன் ரொம்ப விசித்திரமாகத் தோன்றினான். அவனது கண்களின் நடுவிழிகள் பழுப்பும் நீலமுமாக இருந்தன. ஆனால் அவனது நிறம் ஒன்றும் வெள்ளைக்காரர்களுடையது மாதிரி இல்லை. தேவராஜன்கூட அவனைவிட வெள்ளை நிறமாக இருந்தான். ஆனால்அவனது தலைமுடி செம்பட்டையாயும் முழங்கையிலும் மணிக்கட்டிலும் அரும்பி இருந்தவை பொன்நிறமாகவும் இருந்தன. அவனது ரோமானிய மூக்கு இந்தப் பக்கத்து மனிதர்களிடம் காணமுடியாத ஒன்று. இவனிடம் தமிழில் பேசினால் புரியுமா? என்ற தயக்கத்துடன் பாண்டு, தேவராஜனிடம் திரும்பிச் சொன்னான்: “நீங்கதான் கேளுங்களேங்க – எங்கே போறார்னு.”

தேவராஜன் கேட்பதற்கு முன்னாலே அந்த மனிதன் முந்திக்கொண்டான்: “கிருஷ்ணராஜபுரத்துக்குப் போகணும். பஸ் பூட்டுது. நெக்ஸ்ட் பஸ் . . . ராத்திரி ஆவுமாமே” என்று சொல்லிக்கொண்டே – இதற்கிடையில் லாரியிலிருந்து இறங்கி அவன் அருகே வந்து லாரியில் அவனை ஏற்றிக்கொள்ள சித்தமாகி இருக்கிற பாண்டுவைப் பார்த்து ஒரு புன்னகை காட்டி – தனது தோளில் இருந்த அந்த ‘மிலிட்டரி கிட்’டை பாண்டுவின் தோளுக்கு மாற்றினான் அவன்.

பின்புறத்தில் நின்றுகொண்டிருந்த அந்தக் கோவணாண்டிகள் லாரி மேலிருந்தபடியே பாண்டுவிடமிருந்து அந்தச் சுமையை வாங்கி உள்ளே வைத்தார்கள். கையில் அந்தத் தோல் பெட்டியுடன் அந்த மனிதன் தானும் பின்னால் ஏறப் போனான். பாண்டு அவனிடம், “நீங்க முன்னாலே ஏறிக்குங்க சார்” என்று மரியாதையாகச் சொல்லி, முன் சீட்டில் தன் இடத்தை அவனுக்குத் தந்து தான் போய்ப் பின்னால் ஏறிக்கொண்டான்.

லாரியில் ஏறிக்கொண்டதும் தன் பக்கத்தில் உட்கார்ந்திருந்த கிழவரையும் அவரை அடுத்திருந்த தேவராஜனையும் இப்போதுதான் கவனித்தான் அவன். அவர்கள் எல்லோருமே இந்த நேரத்தில் இவனைப் பற்றியே நினைத்துக் கொண்டிருந்தனர். அவன் தன்னைப் பார்க்கிற சந்தர்ப்பத்துக்காகக் காத்திருந்த தேவராஜன், “கிருஷ்ணராஜபுரத்திலே யாரைப் பார்க்கப் போறீங்க?” என்று விசாரித்தான். அந்த மனிதன் நெற்றியைச் சுருக்கினான். அவனது சிறிய நெற்றியில் மூன்று சுருக்கங்கள் விழுந்தன. மீசை இல்லாத மேல் உதட்டின் மீது வீணைத் தந்தியை வருடுவது மாதிரி இரண்டு மூன்று முறை செய்து கொண்டான். பின்னர் ஒரு நிதானத்துடன் சொன்னான்:

“நான் யாரையும் பாக்கறத்துக்குப் போவலியே!” –

இந்தப் பதில் முன் சீட்டிலிருந்த அவர்கள் எல்லோரையும் ஒரு முறை அவனைப் பார்க்க வைத்தது. பின்னால் நின்றிருந்த பாண்டுகூட இவர்களின் முதுகுக்குப் பின்னால் லாரி பலகையில் இருந்த சிறிய சந்து வழியாக அந்த மனிதனைப் பார்த்தான்.

தனது பதிலினால் அவர்களுக்கு ஏற்பட்ட அதிருப்தியைப் பற்றிய உணர்க்கையே இல்லாமல் அவன் மிகவும் சாதாரணமாக வெளியே திரும்பி அந்த மலைப் பிரதேசத்தை வேடிக்கை பார்த்தான்.

"If I am not Inquisitive" என்று அவனை அழைப்பதுபோல் ஆரம்பித்தான் தேவராஜன். அவன் மறுபடியும் மேல் உதட்டை மீட்டியவாறு திரும்பி தேவராஜனை உற்றுப் பார்த்தான். தேவராஜன் தொடர்ந்து சொன்னான்:

"நீங்கள் என்ன காரியமாகக் கிருஷ்ணராஜபுரத்துக்குப் போகிறீர்கள் என்று தெரிந்துகொண்டால் என்னால் ஆன உதவியைச் செய்யலாம். நானும் அந்த ஊர்தான். என் பெயர் தேவராஜன்."

"ஹென்றி" என்று தன் பெயரைச் சொல்லிக்கொண்டு அந்த மனிதனும் தேவராஜனும் நடுவில் இருந்த கிழவருக்குக் குறுக்காகக் கைகளை நீட்டிக் குலுக்கிக்கொண்டார்கள். இவர்கள் ஆங்கிலம் பேசிக்கொள்வதையும் கை குலுக்கிக்கொள்வதையும் பார்த்த பாண்டுவுக்கு ஏனோ சிரிப்பு வந்தது.

ஹென்றி தனக்குத்தானே பேசிக்கொள்வது மாதிரி தேவராஜனிடம் சொன்னான்: "*I am a stranger.* இந்த ஊரிலே ரோடிலே நடக்கறப்போ உங்களுக்கெல்லாம் நான் ஒரு ஸ்ட்ரேஞ்சர் . . . தனியே இருந்தால் *I am a stranger to myself.* என் பேர் ஹென்றி. இந்த ஊரிலேதான் இனிமே இருக்க போறேன் . . . வில்லேஜ் முன்சீப்பைப் பாக்கதுக்குக் கொஞ்சம் ஹெல்ப் பண்றீங்களா? எனக்கு அவர் கிட்டே கொஞ்சம் வேலை இருக்கு."

இவன் பேசுகிற தமிழும் சுத்தமாயில்லை. இங்கிலீஷும் சரியாக இல்லை. ஆங்கில உச்சரிப்பு பழகிக் கொச்சை மிகுந்து இருந்தது. தமிழ் உச்சரிப்பு, சேரித்தனமாக இருந்தது. அவன் சொன்ன விஷயம் அவர்களை இன்னும் குழப்புவதாயிருந்தது.

துரைக்கண்ணு ஒரு ஹோர் – பின் வளைவிலிருந்து லாரியை ஜாக்கிரதையாகக் திருப்பி உயரமாகப் போய்க்கொண்டிருந்த நேர்ச்சாலையில் இரண்டாவது கியரைப் போட்டு 'ஹோ' வென்ற இரைச்சலோடு ஒரு மேட்டைக் கடந்த பிறகு

சமமான தரையில் லாரியை ஓட்டிக்கொண்டு வெகுநிதான மாக இவனைப் பார்த்து, ரொம்ப நேரமாகக் கேட்கலாமா, கூடாதா என்றிருந்த கேள்வியைக் கேட்டான்: "இந்த ஹிப்பி – ஹிப்பின்றாங்களே . . . அதுவா நீங்க?"

"நோ" என்று அதை மறுத்துவிட்டு *I don't know* என்று தன்னுள் முனகிக் கொண்டான் ஹென்றி. மறுபடியும் அவன் வெளியே வேடிக்கை பார்க்கத் தொடங்கினான் ஒரு குழந்தை மாதிரி.

மலைப் பாதையில் ஓர் இடத்தில் சமதளத்தில் சாலை அருகே ஓர் ஓடையில் கருங்கல் சிலை மாதிரி ஒரு விவசாயப் பெண் குளித்துக்கொண்டிருந்தாள். அவள் லாரியை ஏதோ ஒரு யந்திரம் என்று நினைத்துக்கொண்டாள் போலும். எனவே அவள் தன்னிச்சையாகக் குளித்துக்கொண்டிருந்தாள். ஹென்றி அந்தக் காட்சியைப் பார்த்தான். வண்டியின் முன்புறத்தில் இருந்த கிழவனையும், பின்னால் நின்றிருந்த கோவணாண்டி களையும் தவிர, மற்ற மூவருமே அதைப் பார்த்தார்கள். பாண்டுப் பையன்கூடப் பார்த்தான். அவர்கள் பார்த்தபின் எல்லாருமே ஹென்றியைப் பார்த்தார்கள். ஹென்றி மட்டும் யாரையுமே பார்க்காமல் அந்தக் காட்சி கடந்த பிறகும்கூடக் கழுத்தை வளைத்துக்கொண்டு திரும்பிப் பார்த்தான். அவன் அப்படிப் பார்த்தது துரைக்கண்ணுக்கு எரிச்சலைத் தந்தது; ஒரு தடவைக் கனைத்தான். அப்போதும் ஹென்றி திரும்பாத தைக் கண்டு, "தொரை, தலையை உள்ளே எடுத்துக்கோ" என்று சொல்லி அதோடு நிறுத்த மனமில்லாமல், "பொம்பிளை குளிக்கிறதை அப்படிப் பாக்கிறியே . . ." என்றான்.

ஹென்றி சிரித்தான்: "நீங்க இதை மாத்திரம்தான் பாத்தீங்களா? கொஞ்ச நாழிக்கு முன்னாலே அந்த ஹேர் – பின் பெண்டுலே வரும்போது வெள்ளை வெளேர்னு ஒரு கன்னுக்குட்டி ஓடிச்சுதே . . . கீழே பள்ளத்து வயலிலே 'கொஸ்ச்சின் மார்க், மாதிரி வாலைத் தூக்கிட்டு நம்ப லாரி சத்தத்திலே ரெண்டு துள்ளு துள்ளிச்சுதே . . . பாய்ஞ்சு. குதிச்சு அட்டகாசம் பண்ணிக்கிட்டு இருந்திச்சிதே . . . அதைப் பார்த்தேனே . . . நீங்க பாக்கலியா? லாரிக்குக் குறுக்கே இப்ப, கொஞ்சம் மின்னாலே கொரங்குங்க இந்தப் பக்கம் குதிச்சு . . . இந்தப் பக்கத்துக்குத் தொப் தொப்புனு குதிச்சு ஓடிச்சுதே . . . அதெப் பார்த்தேனே . . . நீங்க பாக்கலே? . . ."

ஹென்றி சொன்ன பதில் தேவராஜனுக்குப் பிடித்திருந் தது. அவனைப் பார்த்து ஒரு புன்முறுவலில் தன் பாராட்டைத் தெரிவித்துக்கொண்டே சட்டைப் பையிலிருந்து சிகரெட் பாக்கெட்டை எடுத்து அவனிடம் நீட்டினான் தேவராஜன்.

“நோ . . . தாங்ஸ். நான் ஸ்மோக் பண்றதில்லே” என்றான் ஹென்றி. தேவராஜன் மாத்திரம் சிகரெட்டைப் பற்ற வைத்துக் கொண்டான். சிறிது நேரம் அவர்கள் யாருமே எதுவுமே பேசவில்லை. லாரி கீழ்நோக்கி இறங்கிக் கொண்டிருந்தது.

“அதோ தெரியுது பாருங்க. அதுதான் கிருஷ்ணராஜபுரம்” என்று தேவராஜன், ஹென்றிக்கு மாலை வெயில் இறங்கிக் கொண்டிருக்கின்ற ஒரு பசுமை நிறைந்த இடத்தைச் சுட்டிக் காட்டினான். அந்தப் பசுமை கண்ணைப் பறித்தது . . .

“இன்னும் எவ்வளவு தூரம் இருக்குதுங்கோ?” என்று அந்தத் தூரத்து அழகை வியந்துகொண்டே கேட்டான் ஹென்றி.

“ஃபோர் மைல்ஸ்” என்று தேவராஜன் சொன்னதை மறுத்து, தனக்கும் இங்கிலீஷ் தெரியும் என்று காட்டிக்கொள்கிற தோரணையில் துரைக்கண்ணு சொன்னான்: “நோ, நோ. திரீ மைல்ஸ்தான்.”

பாண்டுப் பையனுக்கு அது ரொம்ப சந்தோஷமாக இருந்தது.

2

தேவராஜனும் ஹென்றியும் மட்டுமே கிருஷ்ணராஜ புரத்தில் இறங்கினர். அவர்கள் இருவரும் ஒன்றாகவே வந்தது போலவும் ஒருவருக்கொருவர் ஏற்கெனவே பரிச்சயம் கொண்டவர்கள் போலவும் கிருஷ்ணராஜபுரக் கடைத்தெரு வாசிகளுக்குத் தோன்றினர். பாண்டுப் பையன் லாரியிலிருந்து ஹென்றியின் மூட்டையை இறக்கியபோது தேவராஜனே அதைக் கீழிருந்து வாங்கி வைத்தான். ஹென்றி பாண்டுவிடம் ஓர் இரண்டு ரூபாய்த் தாளை எடுத்து நீட்டியபோது, மீதிச் சில்லறைக் காகக் கால் சட்டைப் பையில் இருந்து கை நிறைய நாணயங்களை அள்ளி அதிலிருந்து இரண்டு எட்டணா, நாலணாக்களைப் பொறுக்கி எடுத்து ஹென்றியிடம் நீட்டினான் பாண்டு.

ஹென்றி ஒரு புன்னகையுடன், “நீயே வெச்சிக்கோப்பா” என்ற போது பாண்டு தயக்கத்துடன், “இல்லே ஸார், பஸ் சார்ஜுக்கும் மேலே வாங்கினா அண்ணன் திட்டுவாரு” என்று விளக்கினான். ஹென்றி அதைக் காதில் வாங்கிக் கொள்ளாமல் கீழே இறக்கி வைத்த மூட்டையைத் தூக்கினான்.

“இருக்கட்டும் ஸார். இங்கே நம்ம ஆளுங்க யாராவது இருப்பானுவ” என்று சொல்லி அதிகார தோரணையுடன் தலை நிமிர்ந்து யாரையோ தேடி, “டேய் ... இங்கே வாடா ...” என்று – திரௌபதியம்மன் கோயில் திடலில் இடுப்பு வேட்டியை அவிழ்த்துப் போர்த்தியவாறு நின்று பேசிக்கொண்டிருந்த நாலு பேரில் – ஒருவனை அழைத்தான் தேவராஜன்.

“என்னையா கூப்பிட்டீங்க?” என்று அதில் ஒருவன் கேட்டான்.

“யாராவது ஒருத்தன் வாங்கடா ... ஏய் சின்னான், நீதான் வாயேன்” என்றதும் மேலே போர்த்தி இருந்த வேட்டியை இடுப்பில் சுற்றிக்கொண்டு, வாயிலிருந்த எச்சிலைக் குனிந்து துப்பிவிட்டு ஓடி வந்தான் சின்னான்.

அங்கு நின்றிருந்த அத்தனை பேருமே பேசிக்கொண்டிருக்கும்போது அடிக்கடி பக்கவாட்டில் திரும்பித் திரும்பி எச்சில் துப்பிக்கொண்டிருந்தார்கள். துப்பிய மாத்திரத்தில் ஒரு காலால் மண்ணை அதன்மீது தள்ளினார்கள். இப்போது சின்னான் ஓடி வந்த அவசரத்தில் எச்சில் துப்பி மண்ணைத் தள்ளாமல் வந்துவிட, பக்கத்தில் இருந்த ஒருவன் காலால் அதன்மீது மண்ணைத் தள்ளினான்.

ஹென்றிக்கு இது வேடிக்கையாக இருந்தது. தேவராஜனுக்கு அசிங்கமாக இருந்தது; ஹென்றி இதைக் கவனிப்பதால் அவமானமாகவும் இருந்தது.

துரைக்கண்ணு லாரியை நிறுத்திவிட்டு இறங்கி எங்கோ போயிருந்தான். அவனிடம் சொல்லிக்கொண்டு புறப்பட வேண்டும் என்று நினைத்த ஹென்றி, லாரியின் டிரைவர் சீட் காலியாக இருப்பது கண்டு அவனைத் தேடி நாலுபுறமும் பார்த்தான்.

துரைக்கண்ணு திரௌபதியம்மன் கோயில் திடலுக்குப் பின்னால் உள்ள வேலியோரமாய் இரண்டு காலுக்கிடையிலும் கௌபீனம் வாலாய்த் தொங்க, வேட்டியைச் சுருட்டிப் பிடித்துக்கொண்டு நடந்து கொண்டிருப்பதைப் பார்த்து பாண்டுவிடம் திரும்பி, “டிரைவர் கிட்டே சொல்லிடு” என்று கூறினான் ஹென்றி.

“சரிங்க” என்று மரியாதையுடன் பாண்டுப் பையன் சலாம் வைத்தான்.

“அந்த ஆளும் நம்ப ஊருதான். இப்பக் கொமராவரத்துக்கு மாமியார் வூட்டோட போயிட்டான், நெலம் நீச்செல்லாம் இங்கதான் இருக்குது” என்று துரைக் கண்ணுவைப் பற்றி ஹென்றியிடம் சொன்னான் வந்துநின்ற சின்னான்.

சின்னான் சம்பந்தமில்லாமல் அநாவசியமாக அவனிடம் பேசியது பிடிக்காமல் தேவராஜன் முகத்தைச் சுளித்துக் கொண்டான்.

சின்னான் மூட்டையைத் தூக்கிக்கொண்டு "நம்ப வூட்டுக்காங்க?" என்று கேட்டதும், ஹென்றியும் தேவராஜனும் ஒரு சிறு யோசனையுடன் ஒருவரை ஒருவர் பார்த்துக் கொண்டனர்.

"முதல் காரியமாகக் கிராம முன்சீபைப் பார்க்க வேண்டும். என்னை அழைத்துக்கொண்டு போவதாக நீங்கள் சொன்னீர் களே" என்று ஆங்கிலத்தில் சொன்னான் ஹென்றி.

தேவராஜன் கைக் கடிகாரத்தைப் பார்த்தான். மணி ஆறரை ஆகியிருந்தது. இன்னும் சில நிமிஷங்களில் நன்றாக இருண்டுவிடும். இந்த நேரத்தில் போய் மணியக்காரரைப் பார்ப்பது அவ்வளவு உசிதமல்ல என்று தேவராஜன் நினைத்

தான். இந்நேரத்தில் அவர் ஒருவேளை வீட்டில் இருக்க மாட்டார் என்றுகூட அவன் நினைத்தான். எனவே, இவனைத் தன்னோடு தன் வீட்டிற்கு அழைத்துச் செல்வது; இன்றிரவு தன் வீட்டில் இவனைத் தங்க வைப்பது; இவனோடு பேசிக்கொண்டிருப்பது; அதன் மூலம் இவன் யாரென்றும் இவன் என்ன காரியமாய் வந்திருக்கிறான் என்றும் அறிந்துகொள்வது; நாளைக்கு லீவு நாளாக இருப்பதால் இவனோடு தானும் மணியக்காரர் வீடு சென்று தன்னாலான உதவியை இவனுக்குச் செய்வது என்று மனத்துள் தீர்மானம் செய்துகொண்டான் தேவராஜன்.

ஆனால் தனது இந்தத் தீர்மானத்தை ஹென்றியிடம் சொல்லச் சிறிது தயங்கினான் அவன்.

"முன்சீப் வீடு நம்ப வீட்டுக்குப் போற வழியிலேதான் இருக்கு. ஒரே தெருவுதான் – போறவழியிலே பார்ப்போம். அவர் இருக்கமாட்டார்னு நினைக்கிறேன். ஒருவேளை அவர் இல்லேன்னா நீங்க என்னோடு நம்ப வீட்டிலே தங்கலாம். நாளைக்கு அவரைப் பார்க்கிறதுக்கு நான் ஏற்பாடு பண்றேன் . . ." என்று தேவராஜன் சொல்லிக்கொண்டிருக்கும் போதே இடையில் குறுக்கிட்டு இரண்டு மூன்று முறை "தாங்க் யூ . . . தாங்க் யூ" என்று சொன்னான் ஹென்றி.

தேவராஜன் அழைத்த விதமும், ஹென்றி அதை ஏற்றுக் கொண்ட விதமும் இருவருக்கும் மகிழ்ச்சி அளித்தது. அவர் களிருவரும் மிகவும் சொந்தமாகி விட்டது போல் புன்முறுவல் செய்துகொண்டனர்.

அதன் பிறகு அவர்கள் அதிக நேரம் அங்கே நின்றிருக்க வில்லை. சின்னான் அந்த மூட்டையைத் தலைமீது வைத்துக் கொண்டு இவர்களுக்காகக் காத்திராமல் தேவராஜன் வீட்டை நோக்கி ஓடிக்கொண்டிருந்தான்.

ஹென்றி ஒரு மியூசியத்திலேயோ, எக்ஸிபிஷன் கிரவுண்டி லேயோ நடப்பது மாதிரி, கையில் ஒரு பட்டியலை வைத்துக் கொண்டு அந்த ஊரைச் சேர்ந்த ஒவ்வொன்றையும் சரி பார்ப்பது மாதிரி, அது சரியாகவே இருந்து திருப்தியடைகிற மாதிரி இரண்டு புறமும் மாறி மாறிப் பார்த்துக்கொண்டே நின்று, நின்று நடந்தான். கிராமத்துக் கடைக்காரர்களும், கடைத் தெருவில் திரிந்த ஜனங்களும் இந்த அந்நியனை உற்று உற்றுப் பார்த்தார்கள். அவன் தேவராஜனோடு இருந்ததால் யாரும் வந்து அவனை அணுகிக் கேள்விகள் கேட்காதிருந்த னர். அதாவது அவன் தேவராஜனின் விருந்தினன் என்றோ, நண்பன் என்றோ அவர்களாகவே முடிவுக்கு வந்தனர். ஆனால் கிராமத்துச் சிறுவர்கள் ஹென்றியின் தோற்றத்தை யும், அவனிடம் உள்ள அந்நியத்தன்மையையும் வேடிக்கை பார்ப்பதற்காக இவர்களின் பின்னால் கும்பலாய்ச் சேர்ந்து தங்களுக்குள் ரகசியமாய் ஏதோ பேசிச் சிரித்துக்கொண்டு பின்தொடர்ந்தனர். தங்களுடைய வாத்தியாரான தேவராஜன் கூட இருந்ததினால் அந்தச் சிறுவர்கள் அடக்கத்துடனும் மரியாதையுடனும் நடந்து கொண்டனர். அவர்களில் சற்றுப் பெரியவனாயிருந்த பையன் ஒருவன் தைரியமாகவும் பணிவு டனும் ஹென்றியின் அருகே வந்து அவன் கையிலிருந்த லெதர் ஸூட்கேஸைப் பிடித்துக்கொண்டு, "நான் கொண்டாறேன் ஸார்" என்று வேண்டினான். ஹென்றி அவன் கன்னத்

தில் அன்போடு தட்டி, "நோ, தாங்க்ஸ்" என்று சொன்னது அந்தப் பையனுக்கு மிகுந்த பெருமையை அளித்தது, சிரித்தான்.

உடனே தேவராஜன் அவனிடம், "'தாங்க்ஸ்'னு சொன்னா என்னா சொல்லணும்?" என்று அதட்டிக் கேட்டான்.

"நோ மென்ஷன்னு சொல்லணும் ஸார்..." என்று மெல்லிய குரலில் சொன்னான் பையன்.

"'நோ மென்ஷன் பிளீஸ்'னு சொல்லணும்" என்று கனிவாகக் கற்றுக்கொடுத்தான் ஹென்றி.

அந்தப் பையன் மட்டும் சிறுவர் கும்பலை விட்டு விட்டு இவர்களோடு சேர்ந்துகொண்டு நடந்தான். ஹென்றி மறுபடியும் ஊரை வேடிக்கை பார்த்துக்கொண்டே நடந்தான்.

ஹென்றியின் பார்வை அந்தக் கிராமத்தின் ஒவ்வோர் அழகையும் மிகப் புதுமையாய் அனுபவித்தது. அந்த அனுபவத்தால் அவன் மனம் ஒரு குழந்தையின் உல்லாசத்தில் குதூகலித்தது. அவன் அந்தக் கிராமத்துக் காற்றை நெஞ்சு விரியச் சுவாசித்தான். அந்தக் கிராமத்து அரை நிர்வாண மனிதர்களையும் குழந்தைகளையும் அவர்களுடைய தரித்திரங்களையும், எளிமையான சந்தோஷங்களையும், நடை – பேச்சு – பாவனை – இருப்புகளையும், இந்த மனிதர்களுடைய ஆதரவில் வாழ்கின்ற மிருகங்களையும், இவர்களைப் பாதுகாத்துப் போஷிக்கிற அந்தச் சின்னஞ் சிறிய வீடுகளையும் கூரை தாழ்ந்த குடிசைகளையும், அந்தக் குடிசைகளின் மீது பசுமை கொழித்துப் படர்ந்து கிடக்கும் சுரைக் கொடிகளையும், குப்பையைக் கிளறித் திரிகின்ற நாட்டுக் கோழிகளையும், ஏழு எட்டுப் பெட்டைகள் புடை சூழப் பத்துப் பதினைந்து குஞ்சுகளோடு அவன் பாதையில் குறுக்கிட்டுப் பயந்து, சிறகடித்துப் பறந்து, ஒரு தாழ்ந்த கூரையின் உச்சி முகட்டில் நின்று சாயங்கால மயக்கத்தைக் காலை என்று கருதிய பேதைத்தனமான கம்பீரத்துடன் கொக்கரித்துக் கூவிய ஒரு சேவலையும் ...

லாரியிலிருந்து இறங்கி நடந்து வந்து கிராமப் பிரவேசம் செய்கிற இந்தச் சிறு பொழுதின் அனுபவம் ஒவ்வொன்றையும் ஒரு குழந்தை மாதிரி மிகக் குதூகலமாக, நிதானமாக, தனது இயல்பிலே பொருந்திவிட்ட ஒரு பழக்கம் மாதிரி நின்று திரும்பிப் பார்த்துக்கொண்டே நடந்தான் ஹென்றி. கிராமத்துக் குழந்தைகள் அவனைப் புடை சூழ்ந்து வந்தனர். அவர்கள் அவன் வேடிக்கை பார்ப்பதை ஒரு வேடிக்கையாகப் பார்த்தனர். தேவராஜன் இவனுடைய வருகைக்கு அதிகம் முக்கியத்துவம் கொடுத்துவிடக் கூடாதென்று – அதாவது கும்பல் சேர்த்துக் கொள்ளக் கூடாதென்று – அந்தச் சிறுவர்களை, "நேரமாச்சு ...

வீட்டுக்குப் போங்கடா ... படிக்க வேணாம்?" என்று வாத்தியார்த் தனத்துடன், கண்டித்து அனுப்பினான்.

அவர்களின் முன்னே ஒரு கிராமத்து நாய் 'பைலட்' மாதிரி ஓடி ஓடி நின்று திரும்பித் திரும்பி இவனைப் பார்த்துக் குரைத்தது. இவன் அதை நெருங்கும் போது இன்னும் சற்றுத் தொலைவில் ஓடி மறுபடியும் நின்று திரும்பிப் பார்த்துக் குரைத்தது. இவன் வர அது மறுபடியும் ஓடியது.

திரௌபதியம்மன் கோயிலுக்குப் பின்னால் உள்ள குளத்தின் வடவண்டைப்புறத்தில் ஊரின் பிரதான பகுதி தொடங்குகிறது. அந்த ஊரின் மிக முக்கியமானவர்கள் அல்லது முக்கியமானவர்களாக ஒரு காலத்தில் இருந்தவரின் சந்ததிகள் – இந்த ஊரின் பூர்வீகக் குடிகள் அங்குதான் வாழ்கிறார்கள்.

குளத்தில் இரண்டு மூன்று பேர் தலையில் கட்டிய தலைப் பாகையைக் கூட அவிழ்க்காமல் கழுத்தளவு நீரில் நின்று குளித்துக்கொண்டிருந்த காட்சியை ஹென்றி சிறிதே நின்று பார்த்தான். அவனுக்கு இது சற்று வேடிக்கையாக இருந்தது. அவன் தேவராஜனிடம் சிரித்துக்கொண்டே கேட்டான்:

"என்னாத்துக்கோசரம் இவரெல்லாம் 'டர்ப'னோட குளிக்கிறாங்க?"

தேவராஜன் ஏதோ அவமானத்துக்குரிய காரியத்தை அவன் சுட்டிக்காட்டிவிட்ட மாதிரி தலையில் அடித்துக்கொண்டு சொன்னான்: "இங்கேயெல்லாம் அப்படித்தான் பழக்கம். எவனும் இடுப்பிலே வேட்டி கட்டிக்கமாட்டான்; தலைக்குத் தண்ணி ஊத்திக்கமாட்டான். இதுக்குக் குளிக்கிறதுன்னு பேர் இல்லே ... ஒடம்பு கழுவிக்கிறானுவளாம்!" என்று அலுத்துக் கொண்டான்.

ஹென்றி இப்போதுதான் அவன் சொன்ன உண்மை யைக் கவனித்தான். எதிரில் தென்பட்டவர்களெல்லாம் ஒன்று வேட்டியைத் தலையில் கட்டிக் கொண்டிருந்தார்கள்; அல்லது போர்வையாகப் போர்த்திக்கொண்டிருந்தார்கள். வேட்டி யைப் போர்த்திக்கொண்டிருந்தவர்கள் மார்பின் குறுக்காக இரண்டு கைகளாலும் தத்தம் தோளைப் பற்றிக்கொண்டி ருந்தார்கள். அநேகமாக எல்லார் கையிலும் ஒரு கொடுவாள் கத்தி இருந்தது. எல்லாருமே எப்போதுமே பக்கவாட்டில் திரும்பித் துப்பிக்கொண்டிருந்தார்கள்.

ஹென்றி வாய்விட்டுச் சிரித்தான்: "நான் பாக்கற மொதல் வில்லேஜ் இதுதான், தெரியுமா? நான் பெங்களூரை விட்டு எங்கேயுமே போனதில்லே" என்று அவன் சொன்னதிலிருந்து, 'இவன் பெங்களூரைச் சார்ந்தவன்; பெங்களூரில் இருந்து வருகிறான்' என்று தேவராஜன் புரிந்துகொண்டான்.

அவன் ஏதாவது தொழில் செய்கிறவனா, எங்காவது வேலை செய்கிறவனா என்று தெரிந்துகொள்வதற்காக மிக நாசூக்காக, "வாட் ஆர் யூ?" என்று கேட்டான் தேவராஜன்.

"ஐ யாம் ஹென்றி" – 'எத்தனை தடவை சொல்கிறது' என்கிற மாதிரி சொன்னான் ஹென்றி.

தேவராஜன் சிரித்துக்கொண்டே, "நோ, நோ. நீங்க பெங்களூரிலே என்ன வேலை செய்றீங்கன்னு கேட்டேன்" என்று விளக்கினான்.

"நத்திங், எனக்கு வேலை ஒண்ணும் இல்லே... இனிமேதான் ஏதாவது செய்யணும். வேலை செஞ்சுதான் சாப்பிடணும். அதுக்குத்தான் இங்கே வந்திருக்கேன். அதைப்பத்தி அப்பறமா சொல்றேன். மொதல்லே முன்சீபைப் பார்க்கணும்."

அந்தக் கிராமத்தின் மிக முக்கியமான அந்தத் தெருவில் அவர்கள் நுழைந்தனர்.

இவர்களைச் சூழ்ந்து வந்த சிறுவர்கள் அவரவர் வீடு வரும்போது ஒவ்வொருவராய் விலகி அந்தப் பெரிய பையன் மட்டும் இவர்களுடன் வந்து கொண்டிருந்தான். இவர்கள் ஆங்கிலத்தில் பேசிக்கொண்டிருந்த போது கேட்ட 'முன்சீப்' என்ற வார்த்தைக்கு மட்டும் அந்தச் சிறுவன் அர்த்தம் தெரிந்து வைத்திருந்தான். புதிதாகச் சுண்ணாம்பு அடிக்கப்பட்ட ஒரு கல் வீட்டின் அருகே வரும் போது, அந்தப் பையன் ஹென்றி யிடம் பேசுவதற்கு ஆசைப்பட்டுச் சொன்னான்: "இதுதாங்க மணியக்கார கவுண்டர் வூடு."

தேவராஜன் அந்தப் பையனிடம் திரும்பி, "கவுண்டர் இருக்காரான்னு போய்ப் பாரு" என்று சொல்லவும் அந்த வீட்டுக்கு நேரே தெருவில் இருவரும் நின்றனர்.

இவர்களுக்கு முன்னால் ஓடிக்கொண்டிருந்த சின்னான், மூட்டையுடன் அந்தத் தெருவின் கோடியிலுள்ள ஒரு வீட்டுக்குள் நுழைவதைக் கண்ட ஹென்றி, அதுதான் தேவராஜனின் வீடு என்று அறிந்தான்.

"கவுண்டர் இல்லீங்களாம்; கொமராவரம் போயிருக்கா ருங்களாம்" என்று சொல்லிக்கொண்டே அந்தப் பையன் ஓடி வந்தான்.

"வந்தால் ஏதாவது சொல்லணுமா, தம்பீ?" என்று கேட்டுக் கொண்டே அந்தப் பையனைத் தொடர்ந்து கவுண்டரின் மனைவி நாகம்மாள் வெளியே வந்து நின்று தேவராஜனுடன் நிற்கும் ஹென்றியை விசித்திரமாகப் பார்த்தாள்.

"காத்தாலே வந்து பாக்கறேன்னு சொல்லுங்க" என்று சொல்லிவிட்டு தேவராஜன் மேலே நடந்தான்.

"அதாரு கூட? ..." என்று போகிற தேவராஜனைப் பிடித்து இழுக்கிற மாதிரிக் கேட்டாள் நாகம்மாள். தேவராஜன் நாகம்மாளைத் திரும்பிப் பார்த்துச் சொன்னான்: "அவுரு விஷயமாத்தான் கவுண்டர்கிட்டே பேசணும். காத்தாலக்கி வரேன்."

"உங்க வீட்டுக்கு விருந்தாடியா?" என்று மறுபடியும் நாகம்மாள் கேட்டாள்.

"அ ... அ – அப்படித்தான் வச்சிக்குங்களேன்."

"சட்டைக்காரரு மாதிரி இருக்குதே ..."

"அ ... அ –" என்று சொல்லிக்கொண்டே தேவராஜன் கொஞ்சம் வேகமாக நடந்தான்.

ஐம்பது வயதுக்கு மேலான நாகம்மாள், கூடத்துத் தூணில் சாய்ந்து உட்கார்ந்திருக்கிற – பிரசவத்துக்காகத் தாய் வீடு வந்திருக்கும் மகள் – கிளியாம்பாளிடம் விஷயத்தைச் சொல்லுவதற்காக ஒரு பத்து வயதுச் சிறுமி மாதிரி உள்ளே ஓடினாள்.

"கிளியாம்பா ... கிளியாம்பா, நீ பாக்கலியே அந்தச் சட்டைக்காரனை? இந்த அக்கம்மாளோட தம்பிகாரன் இட்டுக்கிட்டு வந்திருக்கிறான். அவுங்க வூட்டுக்கு விருந் தாடியாம் ... ஏண்டி பொண்ணே, சட்டைக்காரருன்னா பறையரு, பள்ளரு போலத்தானே! ... வூட்டுக்குள்ளே வுடலாமா?"

"அது இன்னாவோ போ. எனக்குத் தெரியாது" என்று கிளியாம்பாள் தனது வேதனையில் உதட்டைக் கடித்துக் கொண்டாள்.

'ஆமா ... இந்தக் காலத்திலே இதெல்லாம் யாரு பாக்கறாங்க? படிச்சுப்பிடறானுவ ... நம்பூட்டுப் புள்ளைங்க போலவே சட்டை – சராய் போட்டுக்கறானுவ ... அம்மாந்தொலவு ஏன் போவணும்? ...? ... இந்தப் பள்டத்திலே ரெண்டு வாத்தியா ருங்ககூடப் பறையருங்களாமே. அதிலே ஒரு வாத்திச்சி கூடவாம் ... அது சரி ... என்னாவோ அவன் விசயமா இவுருகிட்டே வந்து பேசணும்னு சொல்லிச்சு இல்லே, அந்த அக்கம்மா தம்பி? ... அதான் காத்தாலே வரேன்னிச்சே ...' என்று தனக்குள்ளாகவே பேசிக்கொண்டு உள்ளே போனாள் நாகம்மாள்.

"யம்மா ... வூடு இருளோன்னு கெடக்குதே. வெளக்கை ஏத்தேன்" என்று எரிச்சலோடு கத்தினாள் கிளியாம்பாள்.

“அதுக்குத்தானே போறேன். லாந்தர் வெளக்குலே சிமினியைத் தொலக்கி வையின்னு சொன்னேனே. நீ தூணிலே போய் சாஞ்சிக்கினு குந்திக்கினே . . . அப்படியே குந்தனாப்ல தொடச்சி வெக்கக் கூடாது? புள்ளத்தாச்சிப் பொண்ணு கொஞ்சம் எடுக்கப் புடிக்க இருந்தாத்தான் நெல்லது . . . இப்பிடியேவா குந்தனா குந்தன எடம், படுத்தா படுத்த எடம்னு இருக்கறது! . . .” என்று ஆரம்பித்த நாகம்மாள், ஆறு மாசத்துக்கு முன்பாகவே யார் யார் வீட்டுக்கோ கரண்டு வந்துவிட்ட கணக்கையும், இவள் புருஷன் மணியக்காரராகப் பேர் மட்டும் ‘பெத்த பேரா’க வைத்துக்கொண்டு இருப்பதையும், ஒரு தெரவுசும் இல்லாமல், அவர் நெதம் ராத்திரியிலே குடித்துவிட்டு வருவதைப் பற்றியும் பிரலாபிக்க ஆரம்பித்தாள்.

தேவராஜன் வீட்டிற்குள் நுழைவதற்கு முன்னால் தெரு விளக்குகள் எரிந்தன. யதேச்சையாக ஹென்றி திரும்பிய போது தெரு விளக்கொளியில் எதிர்ச் சாரியில் பூட்டப்பட்டுக் கிடந்த ஒரு வீடு அவன் கண்ணில் பட்டது.

அந்தப் பூட்டு, பல காலம் துருவேறிக் கறுத்துக் கிடப்பதை அவன் பார்த்தவாறே, ‘ஓ! இந்த வீடுதான்’ என்று மனம் படபடக்க முனகிக் கொண்டான்.

வீட்டுத் திண்ணையின் மீது தூசும் மண்ணும், விழுந்து நொறுங்கிய ஓடுகளும், ஒரு நாயும் . . .

முப்பத்திரண்டு வருடங்களுக்கு முன்னால் பூட்டப் பட்ட, அதன் பிறகு திறக்கப்படாத அந்த வீட்டின் கதைகள், அவனுக்குச் சொல்லப்பட்ட நிகழ்ச்சிகள் மனசிலும், சொல்லிய குரல் காதிலும் கற்பனையாய்ப் படர்ந்து ஹென்றியின் கண்கள் மின்னின . . .

“பப்பா!” என்று உதடுகள் அசைய அந்த வீட்டை அவன் பரவசத்தோடு பார்த்துக் கொண்டே நின்றான்.

3

ஹென்றியின் கை, சட்டைப் பையில் கிடக்கும் இந்த வீட்டின் சாவியைத் தேடி நெருடிற்று.

தேவராஜனுக்கு இவனது இந்தப் பார்வையில் புதுமையோ, தனியாக ஒரு செய்தியோ எதுவும் தோன்றவில்லை. அவன் எல்லாவற்றையும் அப்படித்தானே பார்க்கிறான்?

"பிளீஸ் கம் இன்" என்று தன் வீட்டுக்குள் ஹென்றியை அழைத்தான் தேவராஜன்.

ஹென்றி, தேவராஜன் வீட்டுக்குள் நுழைந்தபோது மூட்டையை இறக்கி வைத்துவிட்டுச் சின்னான் வெளியே வந்தான். அவனைப் பார்த்ததும் ஹென்றி, சட்டைப் பையிலிருந்து பர்ஸை எடுத்துத் திறந்து சின்னானுக்குக் காசு கொடுக்கப் போனான்.

"ஐயய்யே... காசியா... நல்லா இருக்குதுங்க" என்று அதை மறுத்து விலகிப் போனான் சின்னான்.

அவனது செய்கை புரியாமல், ஹென்றி ஒரு விநாடி தயங்கி, எதையோ புரிந்துகொண்ட புன்முறுவலுடன் 'தாங்க் யூ' என்று சொல்லிக்கொண்டே பர்ஸை மூடிப் பைக்குள் வைத்துக்கொண்டான்.

"அக்கம்மா! மெத்தை அறை பூட்டி இருந்தால் திறந்து விடு" என்று தெலுங்கில் உரத்துக் கூவினான் தேவராஜன். பதிலுக்குக் குரல் வராதிருக்கவே, "நீ மெத்தைக்கி எடுத்துக் கிட்டுப் போ... நான் சாவி வாங்கியாறேன்..." என்று சின்னானிடம் சொல்லித் தோட்டத்துப் பக்கம் போனான்.

அந்த ஊரையும் தெருவையும் பார்த்த அதே ஆச்சரியத்துடன் ஹென்றி இந்த வீட்டைப் பார்த்தான். இது மாதிரி வீட்டை அவன் இதற்கு முன்னால் பார்த்ததில்லை என்று அவன் பார்வையில் தெரிந்தது.

ஜெயகாந்தன்

தேவராஜன் வசிக்கிற குடித்தனப் பகுதி தனி வீடாக இந்த வீட்டுக்குள்ளே நுழைவாசலுக்கு நேர் எதிரே மறுபுறத்தில் இருக்கிறது. தெருவிலிருந்து பார்த்தால் நீளமான செங்கற் சுவரில் இருக்கிற நிலையும் கதவுமாக நுழைவாயில் மட்டும்தான் தெரியும். இந்த நுழைவாயிலுக்கும் குடித்தனப் பகுதிக்கும் இடையே உள்ள பகுதி திறந்த வெளி முற்றமாக இருக்கிறது. அந்த முற்றத்தைச் சுற்றிலும் நாலுகைத் தாழ்வாரம். மைதானம் மாதிரி உள்ள இந்த முற்றம் முழுவதும் தரையில் சிமெண்ட் போடப்பட்டிருக்கிறது. முற்றத்தில் ஒரு பக்கம் உலர்த்தப்பட்ட நெல் இன்னும் வாரப்படவில்லை. தாழ்வாரங்களில் ஒரு பக்கம் பாதுகாப்பான இடத்தில் நெல் மூட்டைகள் அடுக்கப் பட்டு மழைச்சாரல் படாமலிருக்கக் கித்தான் போட்டு மூடி இருக்கிறது. இந்தப் பக்கம் கரடுமுரடாக இருந்த மூட்டை களில் பயறோ, புண்ணாக்கோ, கடலையோ இருக்கலாம். கலப்பை, நுகத்தடி, பிரம்புக் கூடைகள், கோழிகளைக் கவிழ்த்து வைக்கிற பெரிய மூங்கில் கூடை, உலக்கைகள், குந்தாணி, கட்டை வண்டியின் ஓர் ஒற்றைச் சக்கரம் – இதுபோன்ற சாமான்கள் எதிர்ப்புறத் தாழ்வாரத்தில் நிறைந்து கிடந்தன. இவ்வளவும் பளிச்சென்று தெரிகிற மாதிரி முற்றத்தைக் குறுக்காகக் கடக்கும் கம்பியின் மையத்தில் அந்தரத்தில் தொங்குகிற டோம் இல்லாத ஒரு பல்ப் மட்டும் எரிந்து கொண்டிருக்கிறது.

ஹென்றி நின்றிருக்கிற நுழைவாயில் பகுதியை ஒட்டிய இந்தக் கைத் தாழ்வாரத்தில் ஓரமாய் ஒரு மூலையில் உள்ள மரக்கட்டிலின் மீது பாய் விரித்து, வயது கணிக்க முடியாத, முதுமையில் நரங்கிக் குறுகிப்போன ஒரு கிழவர், இரண்டு முழங்கால்களையும் தோளுக்குச் சமமாக வைத்துக்கொண்டு குந்தி உட்கார்ந்திருந்து பகலையே இரவாகப் பார்க்கும் தன் விழிகளினால் யாரோ வந்து நிற்பதை ஒரு நிழல்போல் உணர்ந்து என்னவோ கேட்க நினைத்து மறந்து போய் ஒரு புன்முறுவலுடன் இவனை நோக்கித் திரும்பினார்.

உட்கார்ந்தபடியே தூங்கிக்கொண்டிருந்த அவர், சற்றுமுன் தெருவில் நாய் குரைத்தபோது விழித்துக்கொண்டார்.

விழிப்பு, உறக்கம் எல்லாமே அவருக்கு ஒன்றுதான். வெகு காலத்துக்கு முன்பே செத்துப்போனவர்களையெல்லாம் இப்போது கூப்பிட்டுப் பக்கத்தில் உட்கார வைத்துக்கொண்டு அவர் பேசுவார். யாரையோ நினைத்துக்கொண்டு யாரிடமாவது அவர் பேசும்போது, இருக்கிற நிகழ்கால மனிதர்கள் அவருக்காக இறந்தகால மனிதர்களின் பாத்திரமேற்று நடிப்பார்கள்.

"தம்புடு" என்று அவர் மெதுவாக அழைத்த குரலில்தான் ஹென்றி அவரைப் பார்த்தான். அவரைப் பார்த்து அவன் புன்முறுவல் செய்தான்.

அப்போது மாடிக்குக் கொண்டுபோவதற்காகச் சின்னான் மூட்டையைத் தூக்க வந்தான். ஹென்றி அவனைத் தடுத்து மூட்டையைப் பிரித்தான். அதனுள் இருந்து இரண்டு ஆப்பிள் பழங்களை எடுத்துக்கொண்டு மறுபடியும் முன் போலவே மூட்டையைக் கட்டியபின் – சின்னான் அதை மாடிக்குத் தூக்கிக் கொண்டு போக – ஹென்றி அந்த இரண்டு பழங்களுடன் கிழவரின் அருகே போய் நின்றான்.

கிழவர் யாரையோ நினைத்துக்கொண்டு தெலுங்கில் இவனிடம் பரிவாகப் பேசலானார். ஹென்றி அவர் கையில் இரண்டு ஆப்பிள்களையும் வைத்து, "ஐ யாம் ஹென்றி – என் பேரு ஹென்றிங்க . . ." என்று சொன்னான்.

தேவராஜன் இந்தக் காட்சியைப் பார்த்து வாய்க்குள் சிரித்துக்கொண்டு வந்தான்: "தாத்தா, யார் வந்திருக்கிறது? உங்க மகனா, அப்பாவா?" என்று பரிகாசமாகத் தெலுங்கில் கேட்டான்.

"மா நாயனாரா" என்று ஒரு குழந்தைபோல் சொன்னார் கிழவர்.

தேவராஜன் ஹென்றியை மாடிக்கு அழைத்துப் போவதற்காக முற்றத்து வெளியைக் கடக்கிறபோது தோட்டத்து வாசல் வழியாக அக்கம்மாள் வந்தாள். அவள் பதினாறு வயதிலிருந்தே விதவை. இப்போது வயது நாற்பதுக்குள் ஆகிறது. அவள் முகத்தில் பிரமிக்க வைக்கும் இளமை கொழித்து ஒளி வீசுகிறது. கரை இல்லாத வெள்ளைப்புடவையை அவள் கட்டியிருக்கிற விதத்திலிருந்து உள்ளே அவள் ரவிக்கை அணிந்திருக்கிறாளா இல்லையா என்று யாரும் ஊகிக்க முடியாது. உடம்பில் ஒரு நகை கிடையாது. அவள் கூந்தலும் கண்களும்தான் பேரலங்காரமாக இருக்கிறது.

அவளைத் தொடர்ந்து இரண்டு மூன்று பண்ணைக் கூலியாட்களும் வந்து தோட்டத்து வாசற் கதவருகே நின்றார்கள். பின்னால் வருகின்ற அவர்களிடம் பேசிக்கொண்டு வந்ததன் தொடர்ச்சியாக அக்கம்மாளின் குரல் கேட்டது: "அதெல்லாம் வௌக்கு வெச்ச நேரத்திலே காசி கீசி ஒண்ணும் கேக்காதே . . . பொழச்சிக் கெடந்தா பொழுது விடியட்டும் – பார்க்கலாம் . . . எங்கே அந்த மண்ணாங்கட்டிப் பையன்! காயப் போட்ட நெல்லு அப்படியே கெடக்குது . . . டேய், நீதான் அந்த இரும்பு மொறத்தெ எடேன் . . ." என்று சொல்லிக் கொண்டே

நாட்டியமாடுகிறவள் மாதிரி, இடுப்பில் கையூன்றி ஜதி போடத் திருப்புகிற மாதிரியான லாகவத்துடன் அவள் பாதங்களை மாற்றி மாற்றித் தரையிலுள்ள நெல்லைத் தள்ளியபோதுதான் தலைநிமிர்ந்து அக்கம்மாள் ஹென்றியைப் பார்த்தாள்.

யாரோ விருந்தாளி வந்திருக்கிறான் என்று தேவராஜன் சாவி கேட்ட போதே அறிந்திருக்கிறாள் அக்கம்மாள். ஆனால் அவன், ஆள் இப்படி ஒரு அன்னியனாக இருப்பான் என்று எதிர்பார்க்கவில்லை. இந்த மாதிரி ஒரு மனிதனை அவள் இதற்கு முன்னால் பார்த்ததில்லை. அவள் இந்தக் கிராமத்தை விட்டு வேறெங்கும் போனது கிடையாது.

"வீளு பெங்களூரு ..." என்று ஆரம்பித்து, "நம்ப கிராம முனிசீபு கிட்டே ஏதோ வேலையா வந்திருக்காரு. வர்ற வழியிலே எனக்குச் சினேகிதமாயிட்டார்" என்று தெலுங்கில் சொன்னான் தேவராஜன். ஹென்றியிடம் "திஸ் இஸ் மை ஸிஸ்டர் ... அக்கம்மா—" என்று தொடங்கி, "எனக்குப் பெற்றோர் களையே தெரியாது. என்னை வளர்த்து போஷித்த தாயே இவள்தான். எனக்கு அக்காவும் அம்மாவுமாக இருப்பதனாலே நான் அக்கம்மான்னு கூப்பிட ஆரம்பிச்சு, இந்த ஊருக்கே இப்போ அக்கம்மா ஆயிட்டாங்க ..." என்று ஆங்கிலத்திலும் தமிழிலும் விளக்கம் சொன்னான்.

'பெற்றோரையே தெரியாது' என்று தேவராஜன் சொன்ன போது ஹென்றி தனது மேலுதட்டை மீட்டியவாறே புருவத்தைச் சுளித்து அவனை மிகுந்த கனிவுடன் பார்த்தான். பின்னர் அக்கம்மாளைக் கரம் கூப்பி வணங்கினான். பதிலுக்கு வணங்க வேண்டும் என்கிற மரியாதையெல்லாம் தெரியாத அக்கம்மாள், 'இருக்கட்டும் இருக்கட்டும்' என்று அவனைத் தடுக்கிற மாதிரி சொன்னாள். அதுவுமில்லாமல் இவனுக்குத் தன்னைவிட வயது கூட இருக்குமா, குறைவாக இருக்குமா என்று அவளால் கணிக்க முடியவில்லை. தனது தம்பியின் சினேகிதன் என்பதால் தம்பியைப் போலவே இவனையும் பாவிக்கலாம் என்ற நினைப்பில், சிறியவர்கள் வணக்கம் தெரிவித்தால் பெரியவர் கள் ஆசீர்வாதம்தானே செய்ய வேண்டும் என்பதால், 'இருக்கட்டும்' என்று ஆசீர்வதிப்பது போல் அவள் சொன்னாள். அவர்கள் சற்று நகர்ந்ததும் "தேவு ... காப்பி ஏதாவது வேணுமா? மெத்தைக்கி அனுப்பட்டா?" என்று தம்பியிடம் கேட்டாள்.

"ஹவ் அபவ்ட் ஸம் காஃபி ..." என்று கேட்டான் தேவராஜன்.

"குட் – ஐடியா" என்றான் ஹென்றி.

அவர்கள் மாடிக்குப் போகும்போது நெல்லைப் பாதத்தால் தள்ளிக் கொண்டிருந்த அக்கம்மாள், "தேவு – அப்பறமா

கொஞ்சம் வந்துட்டுப் போ" என்று சொன்னாள். தேவராஜனுக்கு அக்கம்மா எதற்கு அழைக்கிறாள் என்று புரிந்தது. வந்திருக்கும் விருந்தாளிக்கு இரவு சாப்பாடு விஷயமாக என்ன செய்யலாம் என்று ஏதாவது கேட்பாள்.

பிரதான வீட்டின் பக்கவாட்டில் மாடிப்படி இருந்தது. தேவராஜன் முன்னாலும் ஹென்றி அவன் பின்னாலும் மேலே போய்க்கொண்டிருக்கையில் சின்னான் எதிரில் வந்தான். இவர்கள் வருவதைப் பார்த்து மறுபடியும் திரும்பிப் போய் மேலே மாடியறைக்கு முன்னால் உள்ள மொட்டை மாடியில் ஓர் ஓரமாக நின்றுகொண்டான் சின்னான்.

"பிளீஸ் கம் – இன்" என்று ஹென்றியை அறைக்குள் அழைத்தபின் தேவராஜன் சின்னானிடம் வந்து, "அக்கம்மா கிட்ட கோழி அடிக்கலாமான்னு கேட்டுக்கிட்டு நீயே அறுத்துக் குடுத்துட்டுப் போ" என்று குரலைத் தாழ்த்திச் சொன்னபின் ஹென்றியைப் பார்த்து ஒரு சந்தேகம் திடீரெனத் தோன்ற, "அசைவ உணவு நீங்கள் சாப்பிடுவீர்கள் என்று நினைக்கிறேன்" என்று ஆங்கிலத்தில் கேட்டான்.

ஹென்றி புருவத்தைச் சுளித்தான்:

"ஐ டோண்ட் மைன்ட் ... ஆனா அது அவசியமில்லே ... பசிக்குச் சாப்பிடணும் ... அவ்வளவுதான். நான் எல்லாம் – மனிதர்கள் சாப்பிடுகிற பொருள் எல்லாமே – சாப்பிடுகிறேன். ஆனா இப்ப ரெண்டு நாளா பழங்கள் மட்டும்தான் சாப்பிட்டேன் ... இப்ப வரும்போது அந்த ஊர்லே, லாரியெல்லாம் நிக்குதே அங்கே டீ சாப்பிட்டேன் – ரெண்டு நாளைக்கப்புறம் ..." என்று சொல்லிக்கொண்டே அந்த அறையை மிகவும் உன்னிப்பாகக் கவனித்தான் ஹென்றி. சின்னான் கீழே போனான்.

பழையகாலத்து இரட்டைக் கட்டில், ஒரு சின்ன ரேடியோ, டேபிள் ஃபான், சுவரில் தொங்கும் 'பாட் மிட்டன்' ராக்கட், ஹாங்கரில் மாட்டிய சட்டைகள், இரண்டு புத்தக அலமாரி, மேஜை நாற்காலி ...

அந்த அறை சுத்தமாகவும் பிரகாசமாகவும் இருந்தது.

தேவராஜன் அங்கிருந்த டேபிள் ஃபானை ஓடவிட்டான். மடித்துவைக்கப்பட்டிருந்த ஒரு ஸ்டீல் ஈஸி சேரைப் பிரித்துப் போட்டுக் கான்வாஸைத் தட்டி ஹென்றியை உட்காரச் சொன்னான். கையிலிருந்த லெதர் ஸூட்கேஸைத் தேவராஜனிடம் கொடுத்துவிட்டு ஹென்றி அதில் உட்கார்ந்து எதிரே சுவரில் மாட்டித் தொங்கும் அந்த போட்டோவைப் பார்த்தான். அது தேவராஜனும் அவனுடைய மனைவி கனகவல்லியும்

மாலையோடு நிற்கிற மணக்கோலப் படம். ஹென்றி அந்தப் படத்தைப் பார்ப்பதைக் கவனித்துத் தேவராஜன் அதை எடுத்துத் துடைத்து அவனிடம் காட்டினான். "என் மனைவி – இப்போ இங்கே இல்லை – அவளோட பெற்றோர் வீட்டிலே இருக்கிறாள் ..." என்று சொன்ன பாவத்தில் இழைந்த துயரமும் ஏக்கமும் ஹென்றிக்குப் புரியவில்லை.

ஒரு புன்முறுவலுடன் படத்தைத் தானே எழுந்து மாட்டினான்: "நோ கிட்ஸ்?" என்று கேட்டுவிட்டு ஒரு குழந்தை போல அழகாகச் சிரித்தான் ஹென்றி.

"நோ" என்று சொன்ன தேவராஜன், "போன வருஷம் தான் கலியாணம் நடந்தது ..." என்று மேலும் ஏதோ விவரிக்க இருந்தவன் அத்துடன் நிறுத்திக் கொண்டான்.

தேவராஜன் உடை மாற்றிக்கொண்டான்: "நீங்ககூட – தேவையானா, டிரஸ் சேஞ்ச் பண்ணிக்கலாமே" என்றான் ஹென்றியிடம்.

"குளிச்சால்கூட நல்லாயிருக்கும்" என்று தனக்குள் சொல்லிக்கொண்டான் ஹென்றி.

"சுடுதண்ணி வெக்கச் சொல்லட்டுமா?" என்று திரும்பினான் தேவராஜன்.

"நோ ... ப்ளீஸ். ஐ பிரஃபர் கோல்ட் வாட்டர்" என்று குளிரை அனுபவிக்கிற குதூகலத்துடன் கூறினான் ஹென்றி.

அப்போது சின்னான் ஒரு பித்தளைச் செம்பில் காப்பியும், இரண்டு பெரிய லோட்டாக்களும் கொண்டுவந்து அது நிறையக் காப்பி ஊற்றி முதலில் ஹென்றியிடம் கொடுத்தான். அப்புறம் தேவராஜனுக்கும் கொடுத்தான். காப்பி ரொம்ப இனிப்பாக இருந்தது. தாகத்துக்குச் சுகமாக இருந்தது. ஹென்றி ரசித்து ரசித்துக் குடித்துக்கொண்டே தேவராஜனைப் பார்த்து அன்போடும் நன்றியோடும் அடிக்கடி சிரித்துக்கொண்டான்.

"பச்சைத் தண்ணியிலே குளிக்கணும்னா தோட்டத்துக்குப் போவோம். அங்கே மோட்டார் இருக்கு. வேணும்னா பம்ப் போட்டுக் குளிக்கலாம். பெரிய கிணறு. படி இருக்கு ... கெணத்திலே இறங்கி நீஞ்சிக் குளிக்கலாம் ..." என்று அவனுக்கு ஆசை காட்டும் முறையில் விவரித்தான் தேவராஜன்.

"ஓ! ... ஐ லவ் இட் ..." என்று சின்னக் குழந்தை மாதிரித் தனது இரண்டு உள்ளங்கைகளையும் இறுக்கிக்கொண்டு ஒரு துள்ளுத் துள்ளி ஈஸி சேரிலிருந்து எழுந்தான் ஹென்றி.

தேவராஜன் டவலும் சோப்பும் எடுத்துக்கொண்டு புறப்பட்டான். ஹென்றி தனது மூட்டையைப் பிரித்து ஒரு டவலை மட்டும் உருவிக்கொண்டான்.

வெளியே இரவு வந்திருந்தது. நிலா வெளிச்சம் பிரகாசித்தது. மாடியின் திறந்த வெளிப் பகுதியில் வந்து நின்று அந்த ஊரையும் தெருவையும் நிலா வெளிச்சத்தில் பார்த்தான் ஹென்றி. தெருவில் சிறுவர்கள் விளையாடிக் கொண்டிருந்தனர்.

எதிர் வீட்டுக்கு முன்னாலுள்ள தந்திக் கம்பத்தில் முகம் புதைத்துக்கொண்டு ஒரு பையன், "கண்ணா மூச்சி ரேரே . . . காட்டுமூச்சி ரேரே . . . எனக்கொரு பழம் உனக்கொரு பழம் கொண்டோடி வா . . . வரலாமா? வரலாமா . . ." என்று பாட்டுப் பாடுவதுபோல் உரத்துக் கேட்டான். ஹென்றி அந்த ராகத்தின் இனிமையை ரசித்தான். அவன் தனக்குள் சொல்லிக்கொண்டான்: "கண்ணாமூச்சி ரேரோ . . ."

அந்தத் தந்திக் கம்பத்துகு நேரே அந்தப் பூட்டிய எதிர்வீடு தெரிந்தது. அதையே பார்த்துப் பிறவற்றை அப்படியே மறந்து, அந்த வீடு சம்பந்தமான கதைகளையும் காட்சிகளையும் அதை விவரித்த குரலையும் அவன் கற்பனையாகக் கேட்டு லயித்துக்கொண்டிருந்தபோது அவன் பின்னால் தேவராஜனும் வந்து நின்று தெருவைப் பார்த்தான்.

"இதோ – இந்தப் பூட்டிக் கிடக்கும் வீட்டைப் பற்றி உனக்கு ஏதாவது தெரியுமா?" என்றான் ஹென்றி.

தேவராஜன் ஒரு விநாடி யோசித்தான். இவன் கேட்ட தினுசிலிருந்தே இவனுக்கு ஏதோ தெரியும் போலிருக்கிறது என்று தோன்றியது தேவராஜனுக்கு. இந்த வினாவின் மூலம் தேவராஜன் மனத்தில் – எதிரே நிற்கிற ஹென்றி மிகவும் மர்மமான ஒரு மனிதன் போன்றும், அதிசயமான கதைகளைக் கட்டிச் சுமக்கிறவன் போலும் தோன்றி, அவனைப் பற்றித் தெரிந்துகொள்ள வேண்டும் என்கிற உள் ஆர்வம் மேலும் உந்தியது. அதை வெளியில் காட்டிக்கொள்ளாமல்,

"எனக்குத் தெரிஞ்ச நாளிலேருந்து இந்த வீடு பூட்டித்தான் கெடக்குது" என்று சொன்ன தேவராஜன், இந்த வீட்டைப் பற்றி இப்போதுதான் முதன் முறையாக யோசித்தான். அவனுக்கே அது ஆச்சரியமாக இருந்தது. இங்கேயே பிறந்து வளர்ந்து எத்தனையோ முறை அந்த வீட்டுத் திண்ணையிலும் – பின்புறம் முழுக்க வெட்ட வெளியும் குட்டிச்சுவருமாகி நிற்கும் – இதனுள்ளும் ஓடி ஆடித் திரிந்த தனக்கு இந்த வீட்டைப் பற்றி இதற்கிருக்கும் ஒரு பூர்வோத்தரம் பற்றி எண்ணமே ஏற்படாது போயிற்றே என்று நினைத்தான்.

"ஸம் ஒன் மஸ்ட் ஹாவ் லாக்ட் திஸ் ஹவுஸ் . . . இல்லே?"

"யெஸ்!" – இந்த வீட்டை யாரோ ஒருவன்தானே எப்போதோ பூட்டி இருக்க வேண்டும்? என்று தேவராஜனும்

இப்போது யோசித்தான். தேவராஜனுக்குச் சின்ன வயதின் நினைவு ஒன்று ஞாபகத்துக்கு வந்தது.

கிராமத்து நாவிதன் ஒருவன் பைத்தியம் பிடித்து அலைந்து கொண்டிருந்தான். அவன் எப்போதும் இந்தப் பூட்டிக் கிடக்கும் திண்ணையின் மேல் உட்கார்ந்தும் படுத்தும் கிடப்பான். தேவராஜனுக்கு அப்போது அவனைக் கண்டால் நடுக்கம். அந்தப் பைத்தியக்காரன் ஒரு நாள் இந்த வீட்டுத் திண்ணை யின் எரவாணத்தில் சுருக்கிட்டுக்கொண்டு செத்துப் போனான்.

அன்று பூராவும், அதைப் பார்த்தால் பயந்துவிடுவான் என்று தேவராஜனை வெளியே விடாமல் தன் அணைப்பிலேயே பாதுகாத்து வைத்திருந்தாள் அக்கம்மாள்.

"ரொம்ப நாளைக்கு முன்னே – எனக்கு அஞ்சாறு வயசு இருக்கும் . . . அப்போ – எங்க ஊர்ப் பரியாறி . . ."

'பரியாறி' – இந்த வார்த்தையை எத்தனையோ முறை தான் கேட்டிருப்பது ஹென்றியின் நினைவுக்கு வந்தது. தமிழ் பேசுகிற, தான் சந்தித்த வேறுயாரும் இந்த வார்த்தையைச் சொல்லி இவன் கேட்டதில்லை. இப்போது இந்த தேவராஜன் சொல்லித்தான் கேட்கிறான். எனவே இது – இந்தப் 'பரியாறி' என்ற வார்த்தை இங்கே பிரசித்தமோ என்று யோசித்தான் ஹென்றி.

"பரியாறி – மீன்ஸ் – 'பார்பர்'தானே?" என்று தனக்குத் தெரிந்ததையே தேவராஜனிடம் கேட்டுக்கொண்டான்.

"ஆமா, அவன் இந்த வீட்டுத் திண்ணையில்தான் எப்பவுமே கெடப்பான் . . . கொஞ்சம் பைத்தியம்."

"ஹௌ இஸ் நாட் 'கொஞ்சம் பைத்தியம்' . . .?" என்று லேசான சிரிப்புடன் அழுத்தம் தராமல் சொல்லிக்கொண்டான் ஹென்றி.

"இவன் நெஜமாவே பைத்தியம்" என்று தேவராஜன் சொல்லுகையில் அதை ஒப்புக்கொள்ளாதவன் போல் சிரித்த வாறே அவனை உற்றுப் பார்த்தான் ஹென்றி.

"அந்த வீட்டுத் திண்ணை மேலேயே எரவாணத்திலே கயிறு கட்டித் தூக்கு மாட்டிக்கிட்டுச் செத்துட்டான்."

"மை காட் . . . அவன் செத்துப் போயிட்டானா?" என்று மேலுதட்டை மீட்டினான் ஹென்றி.

"டூ யூ நோ ஹிம்?"

"கேள்விப்பட்டிருக்கேன். அவன் பேரு பழனிதானே? . . ." என்று ஏதோ நினைவில் நிலைபெற்ற பார்வையுடன் தேவராஜனைப் பார்க்காமலே கேட்டான் ஹென்றி.

தேவராஜனுக்கு அவன் பேரெல்லாம் தெரியாது. ஆனாலும் இவன் சொல்லும்போது 'இருக்கும்' என்று தோன்றியது. "எனக்குச் சரியாத் தெரியலே" என்று தேவராஜன் ஒப்புக் கொண்டான்.

"யெஸ். ஹி இஸ் பழனி" என்றான் ஹென்றி. சரி, அப்புறம் அக்கம்மாவைக் கேட்டுக்குவோம்'... என்று நினைத்தான் தேவராஜன்.

"சரி, குளிக்கப் போகலாம்" என்று இருவரும் புறப் பட்டனர். அவர்கள் மாடிப் படியில் இறங்கிக்கொண்டிருக்கை யில் இரவுச் சாப்பாட்டுக்காகச் சின்னான் கையில் அறு பட்டுக்கொண்டிருந்த கோழி, மரணாவஸ்தையில் பயங்கர மாக அலறிய சத்தம் தீனமாக அவரோகண கதியில் குறைந்து அடங்கியது.

4

தோட்டத்துக் கதவைத் திறந்துகொண்டு தேவராஜன் முன்னால் வழிகாட்டிச் செல்ல, ஹென்றி அவனைப் பின் தொடர்ந்து நடந்தான்.

வீட்டுக்குப் பின்னால் உள்ள மாட்டுக் கொட்டகையில் மாடுகள் சுவாசிக்கிற, அசை போடுகிற சப்தங்கள் தெளிவாகக் கேட்டன. நிலா வெளிச்சத்தில் பரந்த வயல் வெளியில், என்ன பயிரென்றே தெரியாமல் பசுமை கொழித்துப் பளபளப் பதை ரசித்துப் பார்த்தான் ஹென்றி. பகலில் பார்த்திருந்தால் கூட எது நெல், எது கம்பு? என்று அவனால் வித்தியாசம் கண்டுபிடித்திருக்க முடியாது. தூரத்தில் வாழை தெரிந்தது. வரப்பில் நடக்க முடியாமல் ஹென்றி பின்தங்கிவிட்டதைப் பார்த்து முன்னால் போன தேவராஜன் சற்று நின்று சிகரெட் பற்ற வைத்துக்கொண்டான்.

பம்பு செட் இருக்கிற இடம் வயலின் நடுவே இருந்தது. சிமெண்ட்டினால் சதுர வடிவில் அமைக்கப்பட்ட ஒரு சிறிய அறையும் அதை ஒட்டி ஒரு கீற்றுச் சார்ப்பும் அங்கொரு கயிற்றுக்கட்டிலும் உள்ள அந்த இடத்திற்கு வந்ததும் தேவராஜன் விளக்கைப் போட்டான். விளக்கு வெளிச்சத்தில் பக்கத்தி லிருந்த கிணற்றைப் போய்ப் பார்த்தான் ஹென்றி. பத்துப் பன்னிரண்டு அடி அகலமுள்ள பெரிய கிணறு. கடைசிவரை இறங்குவதற்குப் படிகள்போல வரிசையாகச் செருகி இருந்த கருங்கற்பாறைகள் வசதியாக இருந்தன. சிமெண்ட் கட்டடத்

தின் உச்சியில் எரிந்த விளக்கின் வெளிச்சம் கிணற்றுக்குள் பளீரென்று விழுந்தது.

ஹென்றிக்கு உற்சாகம் தாங்கவில்லை. தேவராஜனுக்குப் புரியாத மாதிரி ஓர் இங்கிலீஷ் பாடலை அவன் தானாகப் பாடிக்கொண்டு ஆடைகளைக் களைய ஆரம்பித்தான்.

I love to sing and smile
I love to walk a mile and
I am free from guile
Let cares disperse from me
Let anger spoil not me
Let sorrow fly from me and
I am free from guile

– என்று பாடிக்கொண்டே முதலில் இடுப்பிலிருந்த துணிப் பட்டையை அவிழ்த்தான். பிறகு மேலே போட்டிருந்த ஜிப்பாவைக் கழற்றிய போதுதான் 'அவன் இவ்வளவு வெண்மை யாக இருக்கிறானே' என்று ஆச்சரியத்துடன் பார்த்தான் தேவராஜன். அவனது மார்பும் தோள்களும் மெலிந்து எலும்புகள் தெரிகிற மாதிரி அவன் சமீபகாலத்தில் இளைத்துப் போயிருக்க வேண்டும் என்று தோன்றியது. மார்பின் நடுவில் மெல்லிய ரோமம் சிறிதே வளர்ந்திருந்தது . . .

இதையெல்லாம் கவனித்துக்கொண்டிருந்த தேவராஜன் திகைக்கிற மாதிரி, அவன் நிர்வாணமாகிக் களைந்த ஆடை களைச் சுருட்டி ஒருபுறம் வைத்த பின் இவன் எதிரே நடந்து வந்து இடுப்பில் கை வைத்துக்கொண்டு, 'and I am free from G-U-I-L-E...' என்று நீட்டி முழக்கிப் பாடினான்.

தேவராஜனுக்கு என்ன செய்வது என்று புரியவில்லை; ஓடிப் போய் விளக்கை அணைத்தான். ஹென்றி சிரித்துக் கொண்டே உரத்த குரலில் சொன்னான்: "இப்போதுதான் நன்றாயிருக்கிறது. நிலா வெளிச்சத்தில் விளக்கெதற்கு?... நான் மேலே இருந்தே கிணற்றில் குதிக்கலாமா?" என்று உத்தரவு கேட்பது மாதிரி கேட்டான்.

"ஓ. எஸ்" என்று சொல்லிக்கொண்டே அவன் குதிப்பதை வேடிக்கை பார்க்க வந்து நின்றான் தேவராஜன். ஆனாலும் அவனை இந்த நிர்வாணக் கோலத்தில் நேருக்குநேர் தேவராஜ னால் பார்க்க முடியவில்லை.

'இதில் ஒண்ணும் தப்பில்லையே...' என்றும் தேவராஜ னுக்குத் தோன்றியது. இன்னொருவரின் முன்னே – அவனும் நம்மைப் போல் ஆணாக இருந்தாலும்கூட – இது மாதிரி தன்னால் நிற்க முடியாது என்று எண்ணிய தேவராஜன், அந்த முடியாமை ஒரு குறையா அல்லது நிறையா என்று யோசித்துக்கொண்டிருக்கையில் கிணற்றின் கைப்பிடிச் சுவரின் மீது ஏறி நின்று, இரண்டு கைகளையும் அகல விரித்துக் கொண்டு ஒரு கந்தர்வன் பறக்கிற மாதிரி நிலா வெளிச்சத்தில் மேல் நோக்கி எம்பிக் கிணற்றுள் குதித்தான் ஹென்றி.

அவன் தண்ணீரில் விழுந்த சத்தம் கேட்ட பிறகு தேவராஜன் கிணற்றருகே வந்து குனிந்து பார்த்தான். நிலா வெளிச்சத்தில் பளபளத்துக் கிணற்றுத் தண்ணீர் அலை மோதிக்கொண்டிருந்தது. சில விநாடிகளில் தண்ணீருக்கு மேலே தலையைச் சிலுப்பிக்கொண்டு எழுந்த ஹென்றி, மேலே அண்ணாந்து பார்த்து உற்சாகமாக வெறியில் கூவினான்: "இங்கே இருந்து பார்க்கறதுக்கு நிலாவும் ஆகாசமும்... ஓ, என்ன அழகா இருக்கு!... கிணத்திலே ஆழம்கூட நிறைய இருக்கு; ஆ!... தண்ணி சொகமா இருக்கு... நீங்க குளிக்கலையா?" என்று கேட்டுவிட்டு மறுபடியும் ஒரு முழுக்கில் உள்ளே போனான்.

தேவராஜன் ஆடைகளைக் களைந்தபின்னர் அண்டர்வேர் மட்டும் அணிந்து கொண்டு, படிகளின் வழியே கிணற்றுள் இறங்கினான். தண்ணீருக்குச் சமமாக உள்ள படியில் போய்ப் பாதங்கள் நனைய நின்றுகொண்டான். மேலே அண்ணாந்து

பார்த்தான். வான வட்டமும் நடுவிலே நிலவு வட்டமும் ரொம்பவும் அழகாகத்தான் இருந்தது. கிணற்றினுள் நின்று அப்படிப் பார்க்கிற அனுபவம் மனசுக்கு மிகவும் குதூகலம் தந்தது.

படியில் குந்தி உட்கார்ந்து இரண்டு கைகளையும் முன்னால் நீட்டிக் கிணற்றின் நடுவை நோக்கித் தவளை மாதிரிப்பாய்ந் தான் தேவராஜன். முதல் சில நிமிஷங்கள் இருவரும் தத்தம் போக்கில் தனித்தனியாய் முழுகியும், முங்கியும், மூச்சடக்கி யும், வெளியில் வந்து தலை சிலுப்பியும், வாயில் நீரெடுத்துக் கொப்பளித்தும், உடம்பு தேய்த்தும் குளித்துக்கொண்டி ருந்தனர். பிறகு இருவரும் எதிர் எதிரே நிலை நீச்சலில் நின்றவாறு பேசிக்கொண்டே குளித்தனர்.

தேவராஜன் படிக்கல்லில் போய் நின்று சோப்புத் தேய்த்துக்கொண்டான். இவனிடம் "சோப்பு வேணுமா?" என்று கேட்டான். ஹென்றி "வேண்டாம்" என்று சொல்லி விட்டுத் தண்ணீருக்குள் மூழ்கினான் ... மூழ்கி வெளி வந்த பின்,

"*I am very grateful to you*" என்று நன்றிப் பெருக்குடன் சொன்னான் ஹென்றி: "நாம்ப மீட் பண்ணி இப்போ மூணு மணி நேரம்கூட இன்னம் ஆகலே இல்லே? ... ரெண்டு பேர் பிரண்ட்ஸ் ஆகறதுக்கு நெறையப் பழக்கம் தேவை இல்லை ... இட் ரிக்கொயர்ஸ் ஸம் ஸார்ட் ஆஃப் கான்ஃபிடன்ஸ் இன் ஈச் அதர் ..."

"அந்த நம்பிக்கை உங்களுக்கு என்னிடம் இருக்கா?" என்று கேட்டான் தேவராஜன்.

"அஃப்கோர்ஸ் ..." என்று தண்ணீருக்கு மேலே கை நீட்டி அவனது கையைப் பற்றிக்கொண்டு ஹென்றி ஆங்கிலத்தில் சொன்னான்: "இந்த ஊருக்கு வரும்போதே கடவுள் ஒரு நல்ல நண்பனின் மூலம் என்னை ஆசீர்வதித்திருக்கிறார்."

"உங்களுக்குக் கடவுள் நம்பிக்கை உண்டா?"

"உண்டு ... என்னைத் தவிர எல்லாவற்றின் மீதும் எனக்கு நம்பிக்கை இருக்கிறது ..."

"வாட் டூ யூ மீன்? ..."

"ஐ மீன் ... கடவுளை நம்பறதுக்கும் நம்பாமலிருக்கிறதுக்கும் 'நான் யாரு'ன்னுதான் எனக்குத் தெரியலே. கடவுள்ங்கறது நம்ப நம்பிக்கை மட்டுமா? எனக்கும் என்னோட நம்பிக்கை களுக்கும் என்ன சம்பந்தம்? இந்த வாழ்க்கையைத் தவிர அதுவும் எனக்குத் தெரிஞ்ச ஒரு துளியைத் தவிர எனக்கு

எதுவும் தெரியாதே; தெரியவும் முடியாதே ... மை பப்பா யூஸ்ட் டு ஸே ... 'மகனே' – ஹி யூஸ்ட் டு கால் மீ லைக் தட்! ... அவருக்குக் கொஞ்சம்கூட இங்கிலீஷ் தெரியாது. இங்கிலீஷ் வாஸ் மை மதர் டங். எங்க மதர் ஆங்கிலோ இண்டியன் – மை பப்பா – 'மகனே'ன்னு சுத்தமான தமிழ்லே கூப்பிடுவார் என்னை ... நான் 'பப்பா'ன்னுதான் அவரைக் கூப்பிடுவேன் ... அவர் அடிக்கடி சொல்லுவாரு ... அது ஒண்ணுதான் ரொம்ப முக்கியம்னு சொல்லுவார் ... 'வாழ்க்கை யிலே நீ நடத்த வேண்டிய தர்மம் (தர்மம் – அவர் அடிக்கடி இந்த வார்த்தையைச் சொல்லுவார்) ஒண்ணே ஒண்ணுதான் – என்னா தெரியுமா? எப்பவும் சந்தோஷமா இரு – அவ்வளவு தாண்டா மகனே'ன்னு சொல்லுவாரு; நான் எப்பவும் சந்தோஷமாவே இருக்கேன் ..."

"வாட் வாஸ் ஹி?"

"ஹூ?"

"யுவர் ஃபாதர்!"

"அவர் ரயில்வேயிலே ஃபயர்மேனா இருந்தாரு ... ஹி வாஸ் நாட் ஜஸ்ட் மை ஃபாதர் – ஸம்திங் மோர் தன் தட் ... ஆனாலும் அவர் என்னெப் பெத்த அப்பா இல்லே ... அன்ட் ஆல்ஸோ மை மதர் – எங்கம்மாகூட என்னைப் பெத்த அம்மா இல்லே ... அன்ட் ... தெ வெர் நாட் ஹஸ்பண்ட் அன்ட் வய்ஃப் ..." என்று ஹென்றி வானத்தைப் பார்த்து நிலவில் யாரையோ தேடுகிற மாதிரிப் பேசிக்கொண்டே இருந்ததைப் புரிந்துகொள்ள முடியாமல் குழம்பினான் தேவராஜன்.

"இட் இஸ் கொய்ட் கன்ஃப்யூஸிங் ..." என்று முனகிய தேவராஜனை ஹென்றி உற்றுப் பார்த்தான். தண்ணீரில் இருந்ததால் நாவாலேயே மேலுதட்டை மீட்டினான்.

"யூ ஸி ... எங்க அப்பாவும் அம்மாவும் ஒருத்தரை ஒருத்தர் கல்யாணம் பண்ணிக்கலே – அண்டர்ஸ்டாண்ட்? ..."

"எஸ் ..."

"அப்ப அவங்களுக்குப் பொறந்தவனுமில்லே ... புரியுதா?"

"அப்ப அவங்களை ஏன் நீங்க அப்பா – அம்மான்னு சொல்றீங்க?"

"அவங்கதான் எனக்கு அப்பாவும் அம்மாவுமா இருந்தவங்க. எனக்கு அவங்க ஐடியல் பேரண்ட்ஸாவும், அவங்களுக்குள்ளே ஐடியல் கப்பிளாவும் இருந்தாங்க. *I was a foundling.* ரயில் காரேஜ்லே அனாதையாக் கெடந்தேனாம் ... அவருடைய

மகனா நான் ஆனது உண்மையிலே பெரிய அதிருஷ்டம் தான் ...” என்று தன் தந்தையை நினைத்து ‘பப்பா!’ என்று மனத்துள் கனமாக அழைத்துக் கொண்டான். அவன் விழிகளில் தண்ணீரும் நிலவும் கலந்து ஒரு பாசம் மின்னியது.

முதலில் தேவராஜன் குளித்துவிட்டுப் படிகளில் ஏறி மேலே போனான். அப்போதுதான் ‘தானும் குளித்தது போதும்’ என்று உணர்ந்தான் ஹென்றி. மேலே வந்த பிறகு தேவராஜன் உடம்பு துடைத்துக்கொண்டான். மறுபடியும் அவன் நிர்வாணமாக மேலே வந்து, வெட்ட வெளியில் நிற்பதைத் தவிர்ப்பதற்காக “டவலை எடுத்துப் போடட்டுமா?” என்று கிணற்றுக்குள் குனிந்து கேட்டான் தேவராஜன். அப்போது அவன் பாதி தூரம் படியேறி வந்துகொண்டிருந்தான் ...

“தாங்க் யூ” என்று கூறிய ஹென்றியின் ஏந்திய கைகளில் டவலைப் போட்டான் தேவராஜன்.

ஹென்றி அங்கேயே கிணற்றின் படிக்கட்டுகளில், பாதி வழியில் நின்று உடம்பைத் துடைத்துக்கொண்ட பின், துண்டை இடுப்பில் சுற்றிக்கொண்டு மேலே வந்தான். இப்படித் துண்டு கட்டிக்கொண்டு நிற்பதை அவனது கவனத்துக்குக் கொண்டுவந்து இடுப்பில் துணி இல்லாமல் கிணற்றிலோ, ஆற்றிலோ, குளத்திலோ இறங்கக் கூடாது என்கிற விஷயத்தைச் சொல்லி விட வேண்டும் போலிருந்தது தேவராஜனுக்கு. எனினும் அதுகுறித்துப் பேச தேவராஜன் வெட்கப்பட்டான்.

“நீங்கள் குளிக்கிறபோது இடுப்பில் ஏதாவது கட்டிக்கொள்ள வேண்டும். இப்ப இரவு நேரம், பரவாயில்லை. பகலிலே வேலைக்காரர்கள், மாட்டுக்காரப் பையன்கள், பெண்கள்கூட வருவார்கள்” என்று ஆங்கிலத்தில் சொன்னான்.

“எஸ் ... எஸ் ...” என்று அவன் கூறுவதை ஆமோதித்த ஹென்றி, “மை பப்பா யூஸ்ட் டு கிவ் மி ஆயில் பாத்!” என்று எதையோ நினைத்த கற்பனையில் பார்வை லயிக்கச் சொன்னான்:

“வாரத்துக்கு ஒரு நாளு அவரு எனக்கு எண்ணெய் தேய்ச்சிவிடுவாரு. அவரும் என்னோட எண்ணெய் தேய்ச்சிக்கு வாரு. எங்க மம்மா சுடத்தண்ணி வெச்சிக் கொடுக்கும். பப்பாதான் குளிக்க ஊத்திவிடுவாரு. என் தலையிலே எண்ணெயெ வெச்சித் தாளம் போடுவாரு ... ரொம் நல்லா இருக்கும். உடம்புக் கெல்லாம் எண்ணெய் போட்டுத் தேய்ச்சி மஸாஜ் பண்ணிவிடுவாரு. நான் ரொம்பச் சின்னப் பையனா இருக்கும் போது என்னை முண்டகட்டையா நிக்கவச்சி எதிரே உக்காந்து எண்ணெய் தேக்கிறப்ப ... ‘டிங் ... டாங்

பெல்'லுனு..." என்று சொல்லிக்கொண்டே வந்த ஹென்றி, சிறு குழந்தை மாதிரி சிரித்தான். அவனுடைய விரல் அசைவில் அவன் வர்ணிக்கிற காட்சியைப் புரிந்துகொண்ட தேவராஜனும் சிரித்தான்.

"டிங் டாங் பெல்...டிங் டாங் பெல்'லுனு சொல்லி விரலாலே தட்டுவாரு. அப்புறமா 'சீ, காலிப் பயலே'ன்னு செல்லமா 'பட்டக்ஸ்' மேலே ஒண்ணு போடுவாரு... நான் சிரிப்பேன்...எங்கம்மாவும் சிரிக்கும்...ஓ ஹவ் லவ்லி தே வெர்!...

"டிங் டாங் பெல் – அவருக்குத் தெரிஞ்ச இங்கிலீஷே அவ்வளவுதான்" என்று சொல்லிவிட்டு..." "மை பப்பா வாஸ் எ வொண்டர்ஃபுல் மேன்..." என்று சொல்லும்போது தன் அப்பாவைப் பற்றிப் பேசுவதில் இவனுக்கு அளவற்ற ஆசையும் எல்லையற்ற அன்பும், அதில் நிறைய உண்மையும் இருப்பதாக எண்ணினான் தேவராஜன்.

தேவராஜன் சிகரெட் பற்ற வைத்தான். ஹென்றி இடுப்பில் கட்டிய துண்டோடு கிராமத்தில் திரிகிற சாமியார் மாதிரி நின்றான். கண்ணுக்கெட்டிய தூரம் பரந்து கிடக்கும் வயல் வெளியைப் பார்த்தான். தூரத்திலிருந்து ரேடியோ சப்தத்தில் ஏதோ பாட்டுக் கேட்டது.

"எங்கே இருந்து பாட்டு சத்தம்?"

"நாம்ப லாரியிலே வந்து இறங்கினோமில்லே... அங்கே திரௌபதியம்மன் கோயில் இருக்குதே – அங்கே பஞ்சாயத்து ரேடியோ வெச்சிருக்காங்க – ரீடிங் ரூம் இருக்கு – லைப்ரரி இருக்கு...உங்களுக்கு சங்கீதம், இலக்கியம் இதிலே எல்லாம் இன்ட்ரஸ்ட் உண்டா?"

"ஓ எஸ். ஆனால் வாத்தியங்கள் எதுவும் வாசிக்கத் தெரியாது. அதே போலப் படிக்கறதுகூடக் கொஞ்சம் கஷ்டம். எந்தப் புத்தகமும் நான் முழுசாப் படிச்சதில்லே... பைபிள் கொஞ்சம் படிச்சிருக்கேன். எங்க மம்மா படிக்கச் சொல்லும்" என்று சொல்லிக்கொண்டே, ஒரு பக்கம் மடித்து வைத்திருந்த தனது உடைகளை எடுத்தவாறே, "இதெ வாஷ் பண்ணி இருக்கலாமில்லே...சரி. காலையிலே பண்ணிக்கறது. வெயில் லேயும் காயும்..." என்று இங்கிலீஷில் முனகிக்கொண்டே அதை அணிந்துகொண்டான்.

அவன் என்ன படித்திருக்கிறான் என்று தெரிந்துகொள்ள ஆசைப்பட்டான் தேவராஜன். இருந்தாலும் அதுபற்றிக் கேட்பது நாகரிகமாகாது என்று அறிந்தபடியால் மௌனமாகவே இருந்தான்.

ஹென்றியே தொடர்ந்து ஆங்கிலத்தில் சொல்லிக்கொண்டிருந்தான்: "நான் படிக்கவே இல்லை. பப்பா எனக்கு அவ்வளவு சுதந்திரம் கொடுத்தார். மம்மி ஸ்கூலுக்குக் கொண்டுவிடும். பப்பா சொல்லுவார்: 'ஸ்கூலுக்குப் போகணுன்னு அவனுக்கு ஆசையிருந்தால் போகட்டும், இல்லாட்டி வேணாம். அவனைக் கட்டாயப்படுத்தாதீங்க'ன்னு சொல்லிட்டாரு. எனக்கு 'பாப்டைஸ்' பண்ணக் கூட அவர் சம்மதிக்கலே. 'உன் மதம் எவ்வளவு உயர்வா இருந்தாலும் அதுக்காக இந்தக் குழந்தை தலையிலே அதைச் சுமத்த வேணாம்'னு சொல்லுவார். 'அவனுக்காத் தோணினா அப்புறமா கிறிஸ்தவனாவோ, இந்துவாவோ, முஸல்மானாவோ அவன் இஷ்டப்படி ஆகட்டும் . . . நாம்ப அவனை நல்ல மனுஷனா ஆக்குவோம் – அவன் வழிப்படி ஆக்குவோம்'னு. பப்பா சொன்னா எங்க மம்மிக்கு ஸ்கிரிப்சர் மாதிரி. இத்தனைக்கும் கடைசிவரைக்கும் அவர் ஹிண்டுவாதான் இருந்தார். மம்மா கிறிஸ்டியன்தான் . . . ஞாயித்திக்கிழமை சர்ச்சுக்கு அம்மாவோட போவேன். அப்பாவோட எப்பாவாவது கோயிலுக்கும் போவேன். ஹி வாஸ் வெரி ஜெனரல் . . ." என்று கைகளை விரித்துக் கொண்டு சொன்னான் ஹென்றி.

"இங்கேயெல்லாம் ஒரு அப்பா அப்பிடி இருந்தா 'செல்லங் கொடுத்துப் பிள்ளையைக் கெடுக்கிறான்'னு சொல்லுவாங்க" என்றான் தேவராஜன்.

"யூ ஆர் ரைட் . . ." என்று அதை ஒப்புக்கொண்டான் ஹென்றி: "எங்கேயுமே அப்படித்தான் சொல்லுவாங்க. அதனாலே பிள்ளைகளும் கெட்டுத்தான் போகும். என் விஷயத்திலே அது வெறும் செல்லம் இல்லே. இட் வாஸ் லவ் . . . எனார்மஸ் லவ்! . . . பப்பா குடிப்பாரு. டெய்லி குடிப்பாரு, வீட்டிலேயும் குடிப்பாரு. ஷாப்புக்குப் போயும் குடிப்பாரு. நான் எப்பவும் அவர் கூடவே இருப்பேன். ரெண்டு கிளாஸுக்கு அப்புறம் ரொம்ப இமோஷனலாயிடுவாரு. கண்ணெல்லாம் கலங்கி அழுது அழுது எங்கிட்ட பேசுவார். அவர் ரொம்பவும் கஷ்டப்பட்ட மனுஷன்! என்னோட ஒவ்வொரு ஏஜ்லேயும் அந்தந்த ஏஜுக்குத் தகுந்தபடி அவரு பட்ட கஷ்டத்தையெல்லாம் என்கிட்ட சொல்லுவார் . . . ஐமீன் – அவர் எக்ஸ்பீரியன்சையெல்லாம் சொல்லுவாரு . . .

'டோண்ட் கிரை பப்பா'ன்னு நான் அவர் கண்ணைத் தொடச்சித் தொடச்சி விடுவேன்.

" . . . 'நான் அழலே மகனே'ன்னு என் கையிலே ஒவ்வொரு தடவையும் முத்தம் கொடுப்பார். இங்கிலீஷ்லே பேசினால் அவருக்குப் புரியும். ஆனால் பேசத் தெரியாது. நானும் மம்மியும்

58 ஒரு மனிதன் ஒரு வீடு ஒரு உலகம்

அவரை எப்பவாவது இங்கிலீஷ் பேசவெச்சிச் சிரிப்போம்; நாங்க சிரிக்கறதுக்காகப் பேசுவார்; ஆனால் நாங்க பேசற தமிழுக்காக அவர் சிரிக்கவே மாட்டார்."

"நீங்க குடிக்கிறது உண்டா? ..." என்று தேவராஜன் கேட்டான்.

"நோ! ... பப்பா ஒவ்வொரு தடவையும் ஒரு மரியாதைக்கு என்னைக் கேப்பார் ... சின்னக் குழந்தையா இருக்கும் போதே ருசி பார்த்து, நான் 'வேணாம்'னு சொல்லிட்டேன். ஆனாலும் அவர் ஒரு மரியாதைக்காக எப்பவும் கேப்பார். நான் 'தாங்க்ஸ்'னு சொல்லிடுவேன்."

"குடிக்கக் கூடாதுன்னு ... ஏதாவது கொள்கையா?"

"நோ, நோ ... எனக்குத் தேவை இல்லை. எனக்கு அதையெல்லாம் ருசிக்கத் தெரியவில்லை. நீங்கள் குடிப்பீர்களா? இங்கே எல்லாம் அதுக்குத் தடையாமே?" என்று ஆங்கிலத்தில் கேட்டான் ஹென்றி.

"சட்டப்படி தடைதான் ... ஆனால் நிறைய கிடைக்கிறது. இங்கேயே சாராயம் காய்ச்சுகிறார்கள் ... நான் எப்போதாவது தனியாகக் குடிப்பதுண்டு. எனக்கு நண்பர்கள் யாரும் கிடையாது, நண்பர்கள் மாதிரி இருக்கிறவர்களும் நிஜமாலும் நண்பர்கள் இல்லை. நீங்கள் எனக்கு நிஜமாகவே நண்பராக இருப்பீர்கள் என்ற நம்பிக்கை இப்போது பிறந்திருக்கிறது" – என்று அவன் சொல்லிக்கொண்டு இருக்கையில் "தாங்க் யூ" என்று மகிழ்ந்து சொன்னான் ஹென்றி.

"இந்த நல்ல சந்தர்ப்பத்தைக் கொண்டாட நாம் குடிக்கலாம் என்று நினைத்தேன். என்னிடம் அரை பாட்டில் பிராந்தி இருக்கிறது ..." என்று தயங்கினான் தேவராஜன்.

"ஷ்யூர்! – நான் உங்களுடன் கூட நிச்சயம் துணை இருப்பேன். இந்த சந்தோஷத்தை நான் கெடுப்பதா? ..." என்று அவனை அவசரப்படுத்துகிற மாதிரி கிணற்றுக் கட்டையின் மேலிருந்து எழுந்தான் ஹென்றி.

"வில் யூ டிரிங்க் வித் மி?" என்று கேட்டான் தேவராஜன்.

"ஷ்யூர் ... ஐ வில் டிரிங்க் ஃபார் யூ!"

"எனக்காக உங்கள் கொள்கையைத் தளர்த்திக்கொள்கிறீர்களா, என்ன?"

"நோ, நோ! எனது கொள்கையே 'ஃபிளக்ஸிபி'ளாக இருப்பது தான் ..." என்றான் ஹென்றி.

இருவரும் அவசரமாகத் தோட்டத்திலிருந்து மாடிக்குப் போனார்கள். மாடிக்கு வந்தபின் தனது அழுக்கு உடைகளைக்

களைந்து ஒரு பைஜாமாவும் பனியனும் அணிந்து உடைமாற்றிக் கொண்டான் ஹென்றி.

தேவராஜன் இரண்டு தம்ளர்கள் கொண்டுவந்து, ஒரு ஸ்டூலின் மீது அவற்றை வைத்து அலமாரிக்குள்ளிருந்து புட்டியை எடுத்து ஊற்றித் தண்ணீர் கலந்தான்.

“எனக்குக் கொஞ்சம் போதும்” என்று புன்னகையுடன் தேவராஜனின் மனம் புண்பட்டுவிடாதபடி சொன்னான் ஹென்றி.

தேவராஜன், இவன் தனக்காகவும் தன்னோடு ஏற்பட்ட நட்புக்காகவும் குடிக்கிறான் என்பதை மிகவும் பெருமிதமாக உணர்ந்தான்.

இருவரும் ‘மகிழ்ச்சிக்காக’ என்று சொல்லிக்கொண்டு குடித்தனர். தேவராஜனின் தம்ளரில் பாதி குறைந்திருந்தது. ஹென்றியின் உதடு மட்டும் நனைந்திருந்தது.

இவன் கடைசிவரை இந்தக் கிளாஸையே கையில் வைத்துக் கொண்டிருப்பான் என்று தேவராஜனுக்குப் புரிந்தது. தான் அதற்காக அவனை வற்புறுத்தக் கூடாது என்றும் நினைத்துக் கொண்டான் அவன்.

ஹென்றி எதிரே சுவரில் தொங்கும் படத்தைப் பார்த்தான். அதைக் கவனித்த தேவராஜன் பெருமூச்சு விட்டான்.

“நானும் என்னைப் பற்றி உங்களிடம் சொல்ல வேண்டும் . . .”

“பிளீஸ் – சொல்லுங்க” என்று வெள்ளையாகச் சிரித்தான் ஹென்றி.

தேவராஜன் விளக்கு வெளிச்சத்தில் கண்ணாடியில் மிதக்கிற மஞ்சள் திரவத்தைக் கூர்ந்து பார்த்தான். பிறகு தலை நிமிர்ந்து ஹென்றியின் அன்பு மிகுந்த புன்சிரிப்பைப் பார்த்தான். தேவராஜனின் உதடுகள் லேசாகத் துடித்தன. அவன் சொன்னான்: “உங்களைப் போல நான் சந்தோஷமாக இல்லே . . .”

5

தேவராஜனின் முகத்தில் ஒரு வருத்தம் படர்ந்தது. சந்தோஷமாக இருப்பதற்கு என்று வந்து, ‘மகிழ்ச்சிக்காக’ என்று சொல்லிக் குடித்த பிறகு அவன் வருத்தமாக எதையோ நினைத்துக்கொண்டு முகமும் மனமும் மாறுவது ஹென்றிக்குப் புதுமையாகவோ, வேடிக்கையாகவோ இல்லை.

ஹென்றி பப்பாவை நினைத்துக்கொண்டான்:

அவருக்கு இங்கிலீஷ் பேசத் தெரியாதே ஒழிய அவருக்கு அந்த வெள்ளைக்காரப் பண்புகள் நிறைய உண்டு. அவர் மற்றவர்கள் முன்னால் அழமாட்டார். ஏன்? மம்மியின் முன்னால்கூட அவர் அழமாட்டார். அது மாத்திரம் அல்ல. அவர் மிகவும் சோகமான பழைய நினைவுகளைச் சொல்லிக் கொண்டிருக்கையில் தெரிந்தவர்கள் யாராவது தென்பட்டால் புன்னகை காட்டித் தலை தாழ்த்தி வந்தனம் தெரிவிப்பார். அப்போது அவர் தலைதாழ்த்துவது வந்தனம் தெரிவிக்க மட்டும் அல்ல; கண்ணீரை மறைத்துக் கொள்ளவும்தான்! இந்தப் பழக்கமெல்லாம் அவர் மிலிட்டிரியில் இருந்த போது அவருக்கு ஏற்பட்டிருக்கும், மைக்கேலின் நட்பினாலும் ஏற்பட்டிருக்கலாம். மைக்கேல் – அவரை நான் பார்த்ததில்லை. மம்மியும் மைக்கேலும் திருமணக்கோலத்தில் – ஓ! மம்மி எவ்வளவு சின்னப் பெண்ணாக, ஒல்லியாக யாரோ மாதிரி இருக்கு, அந்தப் படத்தில் – அந்தப் படம்... இந்த மூட்டைக் குள் இருக்கும். மைக்கேலும் ராணுவத்தில் இருந்தவராம். அவர்கள் இருவரும் சகோதரர்கள் போன்ற நண்பர்கள் ஆனதில் ஆச்சரியம் இல்லை. பப்பாவுக்கு யாருமே நண்பர் களாகிவிட முடியும். நான் இவர்கள் வாழ்க்கைக்கு வருவதற்கு முன்னாலேயே மைக்கேல் இறந்துபோய்விட்டார். ஓ! மிஸ்டர் தேவராஜன் என்னவோ சொல்லிக்கொண்டிருக்கிறார். நான் அதைக் கவனிக்காமல் பப்பாவைப் பற்றி...

– ஹென்றி ஒரு விநாடியில் தனது நினைவுகளைக் கலைத்துக் கொண்டு தேவராஜன் சொல்லுவதைக் கூர்ந்து கவனித்தான். அவனும் தன் வாழ்க்கையைப் பற்றி ஏதோ துயரமாகச் சொல்கிறான் என்று புரிந்து, அவன் சொற்களைக் கிரகிக்க ஹென்றிக்கு மேலும் சில விநாடிகள் ஆயின.

"... ஜனங்கள் ஒருவரையொருவர் புரிந்துகொள்ளவே மாட்டேன் என்கிறார்கள். எப்போதும் அவர்கள் தவறாகவே புரிந்துகொள்கிறார்கள். இந்த மனிதர்களுடன் சம்பந்தப்படாத வர்களாக நாமிருந்தால் இதனை வேடிக்கை பார்க்கலாம் அல்லது விலகிப் போய்விடலாம். ஆனால் நானோ சம்பந்தப் பட்டவன். எனவே நானே அதிகம் பாதிக்கப்படுகிறேன்" என்று தேவராஜன் ஆங்கிலத்தில் சொல்லிக்கொண்டிருந்தது என்ன தொடர்பில் என்று தெரியாமல் இணக்கத்துடன் கேட்டுக்கொண்டான் ஹென்றி.

தேவராஜன், சுவரில் தொங்கிய படத்தில் தன் மனைவியைப் பார்த்தான்.

‘எவ்வளவு நம்பிக்கையோடு, எவ்வளவு கனவுகளோடு, நிறைவுகளோடு அவள் பக்கத்தில் நான் நின்றிருக்கிறேன்’ என்று எண்ணிப் பெருமூச்செறிந்தான்:

“வி ஆர் நாட் லிவிங் டுகெதர்” – என்று சொன்ன தேவராஜன் தொடர்ந்து விளக்கினான்: “எனக்கும் அதுக்கும் ஒரு சண்டையும் கெடையாதுங்க. ‘சனி, ஞாயிறு எப்ப வரும்?’னு இப்பவும் காத்துக்கிட்டுத்தாங்க இருக்கும். அவங்க அப்பா அம்மா எல்லாரும் என்கிட்ட மரியாதையா, அன்பாதான் இருக்காங்க. ஆனா அந்த அன்பும் மரியாதையும் அவங்களுக்கு எங்க அக்காகிட்ட இல்லீங்க. அது அவங்க குத்தம் இல்லீங்க. இதுதான் – என் வய்ஃப்தாங்க – தானும் அக்காவை வெறுத்து, அவங்களையும் வெறுக்க வெச்சிடுச்சி. அந்த விஷயத்திலே தான் அதை எனக்குப் புரிஞ்சிக்கவும் முடியலே; பொறுத்துக்கவும் முடியலீங்க. கலியாணம் ஆகி ரெண்டு மூணு மாசம் வரைக்கும் சந்தோஷமா இருக்கிற மாதிரிதான் இருந்தது . . . எப்படி அவ்வளவு குரோதமும் வெறுப்பும் வரும்னே புரியலீங்க. என்னாலே அதைக் கற்பனைகூடப் பண்ண முடியலீங்க. எங்க அக்கா செத்தால்தான் இதுக்கு வாழ்க்கை சந்தோஷமா இருக்குமாம். இப்படி என்கிட்ட இது சொல்லலாமாங்க? என்னை அவமானப்படுத்தறது இல்லீங்களா இது? நான் அப்பவே சொன்னேன். ‘நீ எனக்கு வேணாம். அக்கம்மா வீடு இது. அக்கம்மாதான் இங்கே எல்லாத்துக்கும் அதிகாரி. அக்கம்மா . . . அதெ இவ்வளவு வெறுக்கற நீ, அவமானமாப் பேசற நீ எனக்கு வேணாம் . . . நீ உங்க வீட்டுக்கே போ! எனக்குத் தர்ற மரியாதையை அக்கம்மாவுக்கும் தர்றவதான் என்னோட வாழலாம்’னு சொன்னேன் – யூ நோ வாட் ஷி ஸெட்?” என்று அந்த நினைப்பிலேயே கோபம் மிகுந்து பற்களைக் கடித்தான் தேவராஜன். அவன் முகம் சிவந்து கண்ணிமைகளின் ஓரத்தில் கண்ணீர் கோடிட்டுப் பளபளத்தது.

ஹென்றி அவன் தோள்மீது கைவைத்துக் கண்களாலேயே ஒரு புன்னகையுடன் ‘அமைதியாயிருங்கள்’ என்று உணர்த்தினான். தேவராஜன் ஒரு சிகரெட்டைப் பற்ற வைத்துக் கொண்டபின் சமாதானமடைந்து தன் மனைவியின் அறியாமையை எண்ணி வருத்தத்துடன் புன்னகை செய்தான்.

“எனக்கு வந்த கோபத்திலே நான் கொலை செஞ்சுடுவேனோன்னுகூடப் பயந்துட்டேங்க. ரொம்பத் தகாத வார்த்தை சொல்லிட்டுதுங்க. ஆத்திரம் வந்தா, அறிவு மட்டுமில்லீங்க, ஒழுக்கம்கூடக் கெட்டுப் போகுது; இல்லீங்க? தானே கெட்டாதானாங்க? இன்னொருத்தரை நம்ப மனசாலே கெடுத்தா – அதுகூடத்தாங்க ஒழுக்கங்கெட்ட காரியம்! அந்த வார்த்தையெக் கேட்டதும் நான் அதை அடிச்சிட்டேங்க.

62 ஒரு மனிதன் ஒரு வீடு ஒரு உலகம்

அப்பக்கூட அக்கம்மாதான் ஓடிவந்து அவளுக்காகப் பரிஞ்சுக் கிட்டு என்னெத் திட்டுச்சிங்க. அதுக்குத் தெரியாது, எங்களுக் குள்ளே என்ன சண்டைன்னு ... அவளை ஒரு குழந்தைமாதிரி அணைச்சிக்கிட்டு என்னைக் கண்டிச்சிதுங்க அக்கா. அப்ப தான் நேருக்கு நேராவே அக்கம்மாவை மரியாதையில்லாமப் பேசிச்சு என் வய்ஃப். அக்கம்மா வந்து எனக்குத் தெய்வம் மாதிரிங்க. என் அக்கான்னு ஒசத்தியா சொல்லலே, அஸ் எ வுமன் ... ஷீ இஸ் எ காடஸ்! எஸ், காடஸ்!" என்று சொல்லிக் கொண்டே இரண்டாவதாகவோ, மூன்றாவதாகவோ கிளாசை நிறைத்துக் கொண்டான் தேவராஜன்.

ஹென்றி முதல் கிளாசை அப்படியே வைத்திருந்தவன், ஒரு மிடறு குடித்தான்.

"மஞ்ச்சிங்' – ஏதாவது வேணுமா?" என்று கேட்டுக் கொண்டே எழுந்து மாடி ஜன்னல் வழியாகக் கீழே பார்த்து, "ஏ! சின்னான் ..." என்று கூப்பிட்டான் தேவராஜன்.

அம்மியில் ஏதோ நின்ற நிலையில் அரைத்துக்கொண்டி ருந்த அக்கம்மா, தாழ்வாரத்துக்கு வெளியே தலை நீட்டி, "அவன் போயிட்டானே, கோழி அறுத்துக் குடுத்துட்டு" என்று சொன்னாள்.

"மண்ணாங்கட்டி இருக்கானா?" என்றான் தேவராஜன்.

"அவனெத்தானே சாயரட்சையிலேயிருந்து காணோம். என்னா ஒணும்?"

"இரு, நானே வர்றேன்" என்று அறைக்குள் வந்து கையில் புகைந்து கொண்டிருந்த சிகரெட்டை இரண்டு முறை ஆழ்ந்து

உறிஞ்சிய பிறகு அணைத்துப் போட்டபின் தான் குடித்திருக்கிற விஷயம் அக்கம்மாளுக்குத் தெரியலாகாது என்கிற மரியாதையில், மிகுந்த ஜாக்கிரதையுடன் 'ஒன் – மினிட்' என்று ஹென்றியிடம் சொல்லிக்கொண்டு கீழே இறங்கிப் போனான் தேவராஜன்.

– ஹென்றி பப்பாவை நினைத்துக்கொண்டான்:

அவர் வேலைக்குப் போகிற நேரமெல்லாம், தான் தனிமை கொண்டு திரிந்ததை நினைத்தான். சாப்பிடும் நேரம் தவிர பிற பொழுதுகளில் அந்தப் பார்க்கின் பெஞ்சில் உட்கார்ந்து பப்பா வரும் வழியைப் பார்த்துக் கொண்டிருப்பதையும், அவரும் அதே போல் இவனைத் தேடிய பார்வையும், இவனை நினைத்த நெஞ்சுமாய் வருவதையும், சில சமயங்களில் வீட்டுக்குக் கூட வராமல் தன்னுடன் இவனை அப்படியே அழைத்துக் கொண்டு மாலை நேரங்களில் உலாவப் போனதையும், வீடு திரும்புகிற வழியில் வழக்கமாகப் போகிற சாராயக்கடைக்குப் போய் எதிர் எதிரே உட்கார்ந்துகொண்டு அவர் குடிப்பதை அன்புடன் பார்த்திருந்த பல வருஷத் தொடர் நிகழ்ச்சிகளையும் ஹென்றி எண்ணிப் பார்த்தான்.

முரண்பாடுகள் இல்லாத, மோதல்கள் இல்லாத, முணு முணுப்புகள் இல்லாத, சண்டைகள் இல்லாத, குறைகள் இல்லாத, புகார்கள் இல்லாத, முறையீடுகள் இல்லாத, எதிர்ப்பார்ப்புகள் இல்லாத, ஆக்கிரமிப்புகள் இல்லாத, அதிகாரங்கள் இல்லாத, அன்பு மட்டுமே தழைத்த அந்தக் குடும்பத்தின் சுதந்திரமான வார்ப்பாகத் தான் உருவான தன் கதையை அவன் பெருமிதத்தோடு எண்ணி எண்ணிப் பார்த்தவாறு, இவ்விதம் அவன் அடிக்கடி உட்கார்ந்திருக்கிறான்.

கீழே போன தேவராஜன் அக்கம்மாளிடம், "தின்றதுக்கு ஏதாவது இருக்குதா?" என்று கேட்டான்.

"தோ, ஆச்சி . . . செத்த நாழியிலே சாப்பாடே ஆயிடும் . . ." என்று அம்மியில் அரைப்பதை நிறுத்தித் தலை நிமிர்ந்து பார்த்துச் சொன்னாள் அக்கம்மாள்: "ஆமா . . . அதாரு? நம்ப மனுஷாளுங்க மாதிரி தெரியலியே!" என்று குரலை இறக்கிப் பயமும் மரியாதையும் கலந்த தொனியில் கேட்டாள்.

"உனக்கு எப்படித் தெரியுது அக்கம்மா . . .?" என்று கேட்டான் தேவராஜன்.

"நான் என்னமோ நம்ப விருந்தாளிங்க – ஒருவேளை உம் மாமியார் வூட்லேருந்து யாராவது வந்துட்டாங்களோன்னு நெனச்சிக்கினு ஓடியாந்தேன் . . . வந்து பாத்தா என்ன மோப்பில ஆயிடுச்சி. தோ, அந்தப் படத்திலே இருக்குதே

அவராட்டம் இல்லே?" என்று எதிர்ப்புறத்தில் கிழவர் படுத்திருந்த சுவரோரம் தொங்கிய ஒரு காலண்டரைக் காட்டினாள் அக்கம்மாள்.

தேவராஜன் கண்கள் விரியச் சிரித்தான். அவன் சப்தம் போட்டுச் சிரித்ததும், தான் தப்பாக எதுவும் சொல்லிவிட்டோமா என்று பயந்து போனாள் அக்கம்மா.

"சரி, சரி. 'தின்றதுக்கு எதனா குடு'ன்னு கேட்டியே முறுக்கு இருக்கு . . . மல்லாட்டப் பயிறு வறுத்து வெச்சிருக்கேன்" என்று ஒரு வெள்ளைப் பிரம்புத் தட்டில் கை முறுக்குகளும் உரித்துத் தோல் நீக்கிய வேர்க்கடலைப் பருப்பும் கொண்டு வந்து கொடுத்தாள்.

தேவராஜன், அவள், ஹென்றியை யார் மாதிரி இருப்பதாகக் காட்டினாளோ, அந்தக் காலண்டர் படத்தையும் அவனையும் ஒப்பிட்டு, இவளது அறியாமையால் அவனுக்குத் தானறியாமல் சூட்டிய புகழையும் நினைத்துக்கொண்டே அவளிடம் சொன்னான்: "பெங்களூராம் – இது வரைக்கும் பட்டிக்காடே பார்த்தது இல்லியாம். நம்ப வூருக்குத்தான் மொதல்லே வந்திருக்காரு. பழக்கத்திலே நல்ல மனுஷனா தெரிஞ்சுது. நம்ப வூட்டுக்குக் கூப்பிட்டேன். மணியக்காரைப் பார்க்கணுமின்னு சொன்னாரு. 'ஆவட்டும் – நாளைக்கு ஏற்பாடு பண்றேன்'னேன். ஏதாவது நெலம்கிலம் வாங்கிக்கினு இங்கேயே இருக்கலாம்னு யோசனையோ என்னமோ!"

"ஆ . . . அங்கேயெல்லாம் இல்லாத நெலமா? . . . வேற ஏதாவது விசயம் இருக்கும்!" என்றாள் அக்கம்மா.

"இருக்கும் – அக்கம்மா! . . . நம்ம எதுத்த வூடு இல்லே. பாழடைஞ்ச வூடு – அதெப் பத்தி சும்மா சும்மா விசாரிச்சாரு. அது என்னா விஷயம்னு தெரியலே. எனக்கு அந்த வூட்டெப் பத்தி ஒண்ணுந் தெரியலே . . . ரொம்ப சின்னப்ப ஒரு வாட்டி, பரியாறி ஒருத்தன் தூக்குப் போட்டுக்கினு செத்துப் போவலே? அதெ மட்டும் சொன்னேன் . . . உடனே 'அவம் பேரு பழனி தானே'ன்னு கேட்டாரு . . . 'எனக்கு என்னாங்க தெரியும்?' னிட்டேன். அவம் பேரு பழனியா?"

"அ – ஆ . . .ண்டாத் தம்பி – அந்தப் பரியாறி பேரு பழனிதான் – அவன் குடும்பமே அழிஞ்சி பூடிச்சே. இவருக்கு எப்படித் தெரியுமாம்?" என்று அம்மியருகே போனாள் அக்கம்மா.

"அதான் எனக்கும் தெரியலே. ஆனா ரொம்ப நல்ல மனுஷன். அக்கம்மா! நமக்கு அவ்வளவுதான் வேணும். பேசிக்கினுதானே இருக்கறாரு . . . கொஞ்சம் கொஞ்சமா சொல்றாரு. தனியா உட்டுட்டு வந்துட்டேன் . . . சாப்பாட்டுக்கு ஒண்ணும் அவரசமில்லே. பொறுமையா ஆவட்டும். இதெல்லாம்

இருக்குதே!...” என்று மூங்கில் தட்டை எடுத்துக்கொண்டு மாடிக்கு ஓடினான் தேவராஜன்.

“ஐ ஆம் ஸாரி, ரொம்ப நாழி உங்களைத் தனியா விட்டுட்டுப் போயிட்டேன்” என்று சொல்லிக்கொண்டே, கையில் கொண்டுவந்த தட்டை இருவருக்கும் நடுவே இருந்த ஸ்டூலின் மீது வைத்துவிட்டுக் கட்டிலில் உட்கார்ந்து ஒரு மிடறு குடித்தான் தேவராஜன்.

“முறுக்கு சாப்பிடுங்க. எங்கவூர் மல்லாக்கொட்டை ரொம்ப விசேஷம். மல்லாக்கொட்டைப் பயறு சாப்பிடுங்க” என்று வேண்டினான்.

“யூ டாக் லைக் மை பப்பா!” என்றான் ஹென்றி: “அங்கே எல்லாம் இதுக்குக் கடலைன்னு பேரு... வேர்க்கடலைன்னும்... சொல்றாங்க; மல்லாக் கொட்டைன்னு பப்பாதான் சொல்லுவார்... மல்லாக்கொட்டை – ஏன் அப்படி ஒரு பேரு?” என்று விசாரித்தான் ஹென்றி.

“மணிலாக் கொட்டைங்கறதுதான் மல்லாக்கொட்டைன்னு ‘கலோக்கிய’லா ஆயிடுச்சு. இது தென்னாப்பிரிக்காவிலேருந்து இங்கே வந்திருக்கணும். மணிலாவிலேருந்து வந்ததனால மணிலாக்கொட்டைன்னு பேரு” என்று விளக்கினான் தேவராஜன்.

சிறிது நேரம் இருவரும் அமைதியாய் வேர்க்கடலை கொறித்தனர். முறுக்குத் தின்றனர். தேவராஜன் ஹென்றியையே பார்த்துக்கொண்டிருந்தான். சற்று முன் அக்கம்மாள் காட்டிச் சொன்ன அந்த காலண்டர் நினைவு வர தன்னுள் சிரித்துக் கொண்டே ஹென்றியிடம் சொன்னான் தேவராஜன்:

“எங்க அக்கம்மா சொல்லுது, உங்களுக்கு ஜீஸஸ் கிரைஸ்ட் ரிஸம்ப்ளன்ஸ் இருக்காம்...”

“மீ?” என்று ஆச்சரியத்துடன் பார்த்தான் ஹென்றி: “ஹவ்?” – ‘எப்பிடி’ என்று கேட்டுச் சிரித்தான்.

“கீழே ஒரு காலண்டர் இருக்கு. அது எப்படி இங்கே வந்ததோ?...யாராவது பசங்க கொண்டுவந்து மாட்டி யிருப்பானுங்க – பகல்லே ஸ்கூல் பசங்க எல்லாம் இங்கே வருவானுங்க – ஏசுநாதர் ஒரு பாறைக்குப் பக்கத்திலே உக்காந்து – கை ரெண்டையும் நீட்டிப் பாறை மேலே வெச்சுக்கிட்டு நிலாவைப் பார்க்கற மாதிரி படம் – அக்கம்மாவுக்கு அது யாருன்னுகூடத் தெரியாது. நீங்க அந்த மாதிரி இருக்கீங்களாம்...”

“மனுஷனைப் பத்தியோ, கடவுளைப் பத்தியோ முன் கூட்டியே தீர்மானம் ஒண்ணுமில்லாமல் – திறந்த மனசோட

பார்த்தா எல்லா மனுஷன்லேயும் கடவுளைப் பார்க்கலாம்" என்று ஆங்கிலத்தில் சொன்னான் ஹென்றி! "அண்ட் எனிதிங் குட் பி லைக் எனி அதர் திங்!"

அப்போது கீழேயிருந்து, இவ்வளவு நாழி எங்கோ போய்விட்டு மண்ணாங்கட்டி திரும்பி வர அவனிடம் அக்கம்மாள் சப்தம் போட்டுக் கண்டித்த குரல் மேலே கேட்டது.

"ஏ, முண்டம்! ... எங்கே போனே? எத்தினி தடவை சொல்லி இருக்கேன் ... எங்கியாவது போனா, 'தோ, இவடத்துக்குப் போறேன் ... இன்ன காரியமாப் போறேன்'னு சொல்லிட்டுப் போடான்னு ... உனக்கு என்னா திமிரா? ... சொல் பேச்சி கேக்கறதில்லே ... எங்கடா போனே, முண்டம்?"

"கடத் தெருவாண்டதான் போயி வந்தேன். வர்ற வழியிலே மணியக்கார வூட்டம்மா புடிச்சிக்கினாங்க. நம்பூட்டுக்கு யாரோ விருந்தாடி வந்திருக்காங்களாமே. 'ஆரு'ன்னாங்க ... 'ஆராவது நெசமாவே வந்திருக்கிறாங் களாங்க? எனக்குத் தெரியாதே'ன்னேன் ... அதுக்குள்ளே அந்த கிளியாம்பா பொண்ணுக்கு இடுப்பு நோவு கண்டுடுச்சு. ஆரும் இல்லே ... என்னை ஓடிப் போயி மருத்துவச்சியெ இட்டான்னாங்க ... அதுக்கு ஓடினேன். இன்னம் புள்ளெ பொறக்கலே போல இருக்குதுங்க ... அவங்க வூட்டாண்டே ஒரே பொம்பளிங்க கூட்டம். 'ஏதாவது வேணுமா? போலாமா'ன்னு கேட்டுக்கினு வரதுக்குள்ளே இம்மா நாழியாயிடுச்சிங்க" என்று மண்ணாங்கட்டியின் குரலும் கேட்டது.

"அதான் காத்தாலேருந்து கிளியாம்பாளை இந்தப் பக்கமே காணோம் ... அவ என்னமோ வந்து போறவளா இருக்கிறதாலே தான் இங்க வரா ... இந்த வூர்க்காரியா இருந்தா திரும்பிக்கினு போவாளுவ ... என்னமோ இவளுங்க தின்ற சோத்திலே நானு மண்ணெ வாரிப் போட்டது மாதிரி ... சரி! மருத்துவச்சி வந்து என்னா சொல்றா ... ஒண்ணும் ஆபத்து இல்லியே?" ... என்று ஆதரவாய், தான் போக முடியாத ஆதங்கத்தோடு விசாரித்த குரலும் கேட்டது.

"உங்களுக்கு ஒரு கொழந்தே பொறந்தா எல்லாம் சரியா யிடும் ... உங்களுக்கு ஒரு குழந்தை பொறக்கணும்னு நான் ஆசைப்படறேன்" ... என்றான் ஹென்றி.

"தாங்க் யூ" என்றான் தேவராஜன்: "இப்ப ஒரு மூணு மாசமா நான் அவுங்க வீட்டுக்கே போவலீங்க. அது 'டீச்சர்ஸ் டிரெயினிங் சேரட்டுமா?'ன்னு கேட்டுது ... சரின்னிட்டேன். அப்பறம்தான் யோசிச்சுப் பாத்தேன். சரி, அதுக்கு ஒரு

பிளான் இருக்குது போல இருக்குன்னு நெனச்சுக்கிட்டேன். நான் போயிப் போயி எதுக்கு அநாவசியமா அது விஷயத்திலே தலையிடணும்? அதுக்கே வேணும்னா வரட்டுமேன்னு இருக்கேன். ஆனா ஒண்ணுங்க? நான் எப்பவும் என் மனசிலேயும், இந்த வீட்டிலேயும், என் வாழ்க்கையிலேயும் அதுக்கு ஒரு எடம் வெச்சிருக்கேன். அது காலியாதாங்க இருக்கு, இருக்கும். பாருங்க, பீப்பிள் டோன்ட் அண்டர்ஸ்டாண்ட் ஈவன் லவ்!" என்று கண் கலங்கினான் தேவராஜன்.

"நிச்சயம் ஒருநாள் நல்லது புரியும் – கொஞ்சம் நாளாகும்" என்றான் ஹென்றி.

"காலம் கடந்து புரிஞ்சு என்னாங்க பலன்?" என்றான் தேவராஜன்.

6

மணி பத்தாகி இருந்தது. மாடிப்படியில் யாரோ ஏறி வருகின்ற சத்தம் கேட்டுத் தேவராஜன் தலை நிமிர்ந்து பார்த்தான்: "யாரது?"

"ஏங்க – நான்தான் மண்ணாங்கட்டி" என்று சொல்லிக் கொண்டு சுவரோரமாக மாடியறைக்கு முன்னால் உள்ள திறந்த வெளியில், நிலா வெளிச்சம் படுகிற இடத்தில் நின்று, தலையை மட்டும் நீட்டிப் பார்த்தான் மண்ணாங்கட்டி. அவர்களிருவரும் குடித்துக்கொண்டிருக்கிறார்கள் என்று தெரிந்து, தான் தெரிந்துகொண்டதை அவர்கள் புரிந்து கொள்ளக் கூடாதென்பதற்காகத் தலையைப் பின்னுக்கிழுத்துக் கொண்ட மண்ணாங்கட்டி அவர்களின் கண்மறைவாக நின்றுகொண்டு குரல் மட்டும் அவர்களுக்குக் கேட்குமாறு பேசினான்:

"சாப்பாடு மெத்தைக்கே குடுத்தனுப்பறதா? கீழே வந்து சாப்பிடறீங்களான்னு அக்கம்மா கேட்டுக்கிட்டு வரச் சொன்னாங்க" . . .

தேவராஜன் கைக் கடிகாரத்தைப் பார்த்தான். கால் பாட்டில் தீர்ந்திருந்தது. தனக்கு இது போதும் என்று தோன்றிற்று. ஹென்றியின் கிளாசைக் கவனித்தான். இன்னும் அதில் பாதி இருந்தது.

"நீங்கள் சொன்னது மாதிரி நிஜமாகவே நீங்கள் எனக்குத் துணையாகத்தான் குடித்துக்கொண்டு இருக்கிறீர்கள்" என்று

சொன்ன தேவராஜன், பாட்டிலைத் திறந்துகொண்டே, "இன்னும் ஒரு கிளாசுடன் சாப்பிடப் போகலாம்" என்று யோசனை கூறுவது மாதிரிக் கேட்டான் . . .

"தாங்க்ஸ் . . . எனக்கு இது போதும்" என்று கையிலிருந்ததை இரண்டு மிடறாகக் குடித்தான் ஹென்றி. தேவராஜன் திறந்த பாட்டிலை மூடி, "எனக்கும் கூடப் போதும்" என்று வைத்த பின் மண்ணாங்கட்டியைக் கூப்பிட்டான்.

"இங்கேதாங்க இருக்கேன்" என்று மறுபடியும் முன்மாதிரியே தலையை மட்டும் நீட்டினான் மண்ணாங்கட்டி. ஹென்றிக்கு அவனுடைய பெயர் மிகவும் ஆச்சரியமாக இருந்தது. தமிழில் அப்படி ஒரு பெயரைக் கேட்பதற்குத்தான் அவனுக்கு ஆச்சரிய மாக இருந்ததே தவிர, ஆங்கிலத்தில் அதற்கு இணையான பெயர்களை அவன் நினைத்துப் பார்த்துக்கொண்டான்: 'ராக், ஸ்டோன், வுட், ஸாண்டீ . . .'

மண்ணாங்கட்டி, வீட்டுக்கு விருந்தாளியாக வந்திருக்கும் புதிய மனிதனைப் பார்க்க மிகவும் ஆவலுடன் காத்திருந்தான். ஹென்றியோ அவன் பக்கம் முதுகைக்காட்டி உட்கார்ந்திருந்த தால் மண்ணாங்கட்டிக்கு அவனை யார் என்று நிதானிக்க முடியவில்லை.

"ஏண்டா அங்கேயே நிக்கறே? . . . இங்கே வா" என்று தேவராஜன் மண்ணாங்கட்டியை உள்ளே கூப்பிட்டான்.

"சொல்லுங்க – இங்கேதானே இருக்கேன்" என்று தனது ஆசையை அடக்கிக் கொண்டு சற்றுப் பிகு செய்தான் மண்ணாங்கட்டி.

"சீ, கழுதை வா – வெக்கப்படறியோ?" என்று சிரித்துக் கொண்டே அதட்டினான் தேவராஜன்.

"எனக்கு என்னா வெக்கம்? தே – வந்தேன் . . . என்னா?" என்று அறை நடுவே விளக்கு வெளிச்சத்தில் வந்து நின்று ஹென்றியைப் பார்க்காமலிருக்கும் முயற்சியில் தேவராஜனின் பக்கம் திரும்பிக்கொண்டு நின்றான் மண்ணாங்கட்டி.

ஹென்றி அவனை நன்றாகப் பார்த்தான். அவனும் தேவராஜனும் பேசுவது ஹென்றிக்கு வேடிக்கையாக இருந்தது.

"அக்கம்மா சத்தம் போட்டுதே . . . எங்கே போயிருந்தே? வெள்ளாடறதுக்கா?" என்று கேட்டான் தேவராஜன்.

"இல்லீங்க . . . நம்ப வாசகசாலையிலேதாங்க இருந்தேன். வர்ற வழியிலே மணியாக்காரு வீட்டம்மா வேலைவெச்சாங்க. நானு எதுக்குங்க வெள்ளாடப் போறேன்?"

“ஏண்டா, வெள்ளாடப் போனா தப்பா?”

“தப்பு ஒண்ணுமில்லேங்க . . . எனக்குப் புடிக்கலே . . . நா பள்ளிக்கூடத்திலேருந்து வந்தா படிக்கிற வேலை, வூட்டு வேலையெல்லாந்தான் சரியா இருக்குதே . . . வெளையாட எங்கே போறது . . . அந்த நேரத்திலே ஏதாவது படிக்கலாம்னு வாசகசாலைக்குத்தாங்க போறேன் . . .”

“சரி . . . அக்கம்மாகிட்ட சொல்லிட்டுப் போவறது?”

“சொல்லிட்டு, எங்கேங்க போவறது? . . . ஏதாவது உடனே வேலை சொல்லிடுவாங்க – அதைச் செய்யாமப் போவ முடியாது . . . செஞ்சா – அப்பறம் வேலை ஒண்ணு மேலே ஒண்ணு வந்துகினுதான் இருக்குது. அதனாலே தான் . . . வேலை ஏதாவது இருக்குதான்னு கேட்டுக்கிட்டுத்தாங்க போனேன் . . .” என்று அவன் பேசியதைக் கேட்டு தேவராஜன் சிரித்துக் கொண்டே –

“மெதுவா . . . அக்கம்மா காதிலே வுழப் போவுது” என்று வாய் பொத்தினான்.

“தப்பு என்னாங்க இதிலே? நடக்கறதுதானே சொல்றேன் . . . அக்கம்மா கிட்டேயேதான் சொல்றேன் . . .” என்று நியாயம் பேசிக்கொண்டே இடுப்பிலிருந்து நழுவிய அரை நிஜாரை மேலே தூக்கி விட்டுக்கொண்டான் மண்ணாங்கட்டி.

“சரி, சரி . . . நீ போயிக் ‘கொஞ்ச நாழியிலே வராங்களாம்’னு சொல்லு . . . இன்னிக்கி நீதான் சாப்பாடு போடணும் . . .” என்று தேவராஜன் அவனைத் தோளில் அன்புடன் தட்டினான். அவன் திரும்பித் தன்னைக் கடந்து செல்லுகையில் ஹென்றி அவனைப் பார்த்து நட்பு மிகுந்த புன்முறுவலுடன் கையை அவன் முன்னால் நீட்டினான்: “ஐ ஆம் ஹென்றி.”

மண்ணாங்கட்டி ஒரு விநாடி திகைத்தான், தன்னை மதித்து மரியாதை காட்டுகிற இவனைத் தாண்டி அவனால் போக முடியவில்லை.

‘ஐ ஆம் மண்ணாங்கட்டி’ என்று சொல்லவேண்டும் என்கிற விஷயம் அவனுக்குத் தெரியும். தேவராஜன் முன்னிலையில் அவன் வெட்கப்பட்டது போல் திரும்பிப் பார்த்தான்.

“பட்டிக்காட்டான் மாதிரி நடந்துகொள்ளாதே” என்று தேவராஜன் ஆங்கிலத்திலே சொன்னான்.

“மை நேம் இஸ் மண்ணாங்கட்டி” என்று சொல்லி ஹென்றியின் கையைப் பிடித்துக் குலுக்கிவிட்டுப் பெருமிதத்தோடு நிமிர்ந்து நடந்த மண்ணாங்கட்டி, மாடிப் படிகளில் துள்ளித் துள்ளிக் குதித்து இறங்கினான்.

“வெரி நைஸ் பாய் . . . பக்கத்துக் கிராமம். ரொம்ப ஏழைக் குடும்பம். தகப்பன் சரியில்லை . . . இவனை அநியாயமாக அடிச்சிக் கொடுமைப்படுத்தி இருக்கான். அவன் தாயார் ஒரு நாளு இவனை இழுத்துக்கொண்டு வந்து என் கையிலே ஒப்படைச்சு, ‘உங்க பிள்ளை மாதிரி வெச்சிக்குங்க . . . இந்த மாணிக்கத்தோட அருமை தெரியாம அந்தப் பாவி அடிச்சிக்

கொன்னுடுவாம்போல இருக்கு . . . எம்புள்ளை எங்கேயாவது உசிரோட இருந்தாப் போதும். ஒரு வேளை சோறு போட்டு வெச்சிக்குங்க ஐயா . . .’ன்னிச்சு. அப்ப ரொம்பச் சின்னப் பையன் . . . அழுதுகிட்டு நின்னுக்கினு இருந்தான் . . . உடம்பெல்லாம் வார் வாரா அடிச்ச காயம். எனக்குக் கண்ணுலே தண்ணி வந்திடுச்சு . . . அக்கம்மாகூட அழுதிடுச்சி. அவங்க அம்மா அழுதுகிட்டே சொல்லிச்சி: ‘எம் புள்ளை பொய் சொல்லமாட்டான்; திருட மாட்டான் . . . கஞ்சி ஊத்திக் கண்ணெத் தெறந்து வுட்டீங்கன்னா புண்ணியமாப் போகும்’னு வந்து அழுதிச்சு . . . அப்ப இவன் எங்க பள்ளிக்கூடத்துலே அஞ்சாங் கிளாஸ் படிச்சிக்கிட்டு இருந்தான் . . . மூணு வருஷத்துக்கு முந்தி . . . இப்ப எட்டாவது படிக்கிறான். ரொம்பப் புத்திசாலி . . . அக்கம்மாவுக்கு, எனக்கு அப்பறம் இவன்தான் கொழந்தை. எப்பவாவது அவங்கம்மா வந்து பாத்துட்டுப் போகும் . . .” என்று ஆங்கிலத்திலும் தமிழிலும் தேவராஜன் விளக்கினான்.

ஹென்றி மனம் உருகிக் கேட்டுக்கொண்டு இருந்தவன், “காட் பிளஸ் யூ!” என்று தேவராஜனை வாழ்த்தினான்.

“எதற்கு என்னை வாழ்த்துகிறீர்கள்?”

"காரணமாகத்தான் ... வாழ்க்கையிலே துன்பப்படுகிறவர்கள் நிறைய பேர் இருக்கிறார்கள். துன்பப்படுத்துகிறவர்களும் நிறைய பேர் இருக்கிறார்கள். அதைப் புரிந்துகொள்கிறவர்கள் தான் ரொம்பக் குறைவு ... அந்தக் குறைவானவர்களில் நீங்கள் ஒருவர் ..." என்று ஆங்கிலத்தில் சொன்னான் ஹென்றி.

"நீங்கள் இப்போது என்னைப் புகழ்கிறீர்கள்" என்று ஹென்றியின் சொற்களால் மகிழ்ந்து சிரித்தவாறு, "சாப்பிடப் போகலாமா?" என்று கேட்டுக் கொண்டே எழுந்தான் தேவராஜன். ஹென்றியும் எழுந்தான். தேவராஜன் முன்னால் நடந்தான். மிகவும் நிதானமாகப் படியிறங்கினான். ஒருமுறை திரும்பிப் பார்த்து ஹென்றியிடம் கண் சிமிட்டிச் சிரித்தான்; அக்கம்மாவுக்குத் தெரியலாகாது என்கிற ஜாக்கிரதை உணர்ச்சி அது.

கீழே முற்றத்தில் கையில் தண்ணீர்ச் செம்புடன் நின்றிருந் தான் மண்ணாங்கட்டி. அவனிடம் செம்பை வாங்கிக் கை கழுவிக்கொண்ட ஹென்றி, 'தாங்க்ஸ்' கூறினான். இப்போது மண்ணாங்கட்டியும் ஹென்றியைப் பார்த்துப் புன்முறுவல் செய்தான்.

தாழ்வாரத்து முன்பகுதியில் கிழவர் அதே விதமாக உட்கார்ந்திருந்தார். பிரதான வீட்டினுள் கூடத்தில் தூணருகே மணையிட்டு இலையிட்டுத் தண்ணீர் வைத்துக்கொண்டிருந்த அக்கம்மாள், இவர்கள் வருவதைப் பார்த்துப் புன்முறுவல் செய்து அழைத்தாள்.

"நீ இரு அக்கம்மா. மண்ணாங்கட்டி சாப்பாடு போடு வான் ..." என்று சொன்னான் தேவராஜன். அக்கம்மா அடுக்களைக்குச் சென்று உணவு வகைகளைக் கொண்டுவந்து கூடத்தில் வைத்து இலையில் பரிமாறிக்கொண்டே சொன்னாள்: "முதல்லே நான் பரிமாறிட்டா அப்பறம் வேணுங்கறதெ அவன் எடுத்துக் கொடுக்கறான்."

ஹென்றி மணையில் உட்கார்ந்துகொள்ளக் கொஞ்சம் சிரமப்பட்டான்.

"நீங்க வேணுமானா வசதியா உக்காரலாமே" என்றான் தேவராஜன்.

"நோ நோ ... இது வசதிதான் ... நானும் பழக வேணாமா?" என்றான் ஹென்றி.

"எங்க சமையல் எல்லாம் நாட்டுப்புறமா இருக்கும் ... உங்களுக்கு எப்படி இருக்குதோ?" என்றாள் அக்கம்மாள்.

ஹென்றி என்ன பதில் சொல்வது என்று தெரியாமல் வாய்க்குள் சிரித்துக் கொண்டான்.

ஹென்றி மாமிசத் துண்டை எடுத்துச் சுவைத்துக்கொண்டே தலை நிமிர்ந்து, “ரொம்ப நல்லா இருக்குதுங்க” என்று பாராட்டினான்.

அவன் மிகவும் குறைவாகவே சாப்பிட்டான். முதலில் அக்கம்மாள் பரிமாறியதற்கு மேல் அவன் ஒன்றுமே வைத்துக் கொள்ளவில்லை. ரசமும் மோரும் தம்ளரில் வாங்கிக் குடித்தான். தேவராஜன் ரசித்துச் சுவைத்துச் சாப்பிட்டுக்கொண்டிருக்கையில் அவன் பக்கத்தில் உட்கார்ந்து காத்திருந்தான் ஹென்றி.

“ரொம்ப நல்லா இருக்குதுன்னு சொன்னீங்களே தவிர, சாப்பிட்டதைப் பார்த்தா – சாப்பாடு நல்லாயில்லே போல . . .” என்று இழுத்தாள் அக்கம்மாள்.

“அப்படி இல்லீங்க . . . ரொம்ப நல்லா இருந்திச்சிது. நான் ரெண்டு மூணு நாளா சரியாச் சாப்பிடலீங்க . . . அதனாலே இப்ப முடியலே . . . ஆனாலும் நெறையத்தான் வெச்சிட்டீங்க . . .” என்று சிரித்தான் ஹென்றி. அங்கே பேசுகிற முறையைக் கிரகித்துக்கொண்டு ஹென்றி ஒவ்வொரு வார்த்தைக்கும் பின்னால் ‘ங்க’ போட்டு மரியாதையாகப் பேசினான். எனினும் அவன் பேச்சு மிகவும் கொச்சையாக இருப்பதைக் கவனித்தாள் அக்கம்மாள்.

“குடும்பமெல்லாம் பெங்களூரிலேயே இருக்குதாங்க?” என்றாள் அக்கம்மாள்.

ஹென்றி அவளைக் கூர்ந்து பார்த்தான். நாக்கால் மேலுதட்டை மீட்டினான்: “குடும்பம் . . . ம்ஹ்ம்! இல்லீங்க . . . எங்க அப்பா மூணு நாளைக்கு மிந்தி எறந்து பூட்டாருங்க . . . அவருதான் குடும்பம் . . . அவருக்கப்புறம் . . . நான் மட்டும்தாங்க . . . அம்மா போயி மூணு வருஷமாச்சுது. அவ்வளவுதாங்க – இப்ப யாரும் கெடையாது. நான் இந்த ஊர்லேயே இருக்கலாம்னு வந்திருக்கிறேன் . . . உங்க தம்பி எனக்கு ரொம்ப சிநேகிதம் ஆயிட்டாரு . . . நீங்கள்ளாம் ரொம்ப நல்லவங்க . . . இந்த ஊரும் நல்லா இருக்குதுங்க” என்று அவன் சொல்லிக்கொண்டிருக்கையில் தேவராஜன் சாப்பிட்டு முடித்தான். இருவரும் எழுந்தனர்.

அக்கம்மாளுக்கு அவன் சொன்ன விஷயங்களிலிருந்து ஏதும் அறியக்கூட வில்லை. ‘சரி, நமக்கென்ன’ என்று விட்டு விட்டாள். ‘தம்பி சொன்னது போல, நல்ல மனுஷனாத்தான் தெரியுது’ என்று அவளும் நினைத்துக்கொண்டாள்.

இருவரும் கை கழுவிக்கொண்டு மாடிக்குப் போகும்போது தேவராஜன், ஹென்றியிடம் அக்கம்மாவைப் பற்றிச் சொன்னான்:

"எனக்கு நாலு வயசாகறபோது அக்கம்மாவுக்குக் கல்யாணம் ஆச்சு. அதே வருஷம் புருஷன் செத்துப் போயிட்டாரு. விதவையா இங்கே வந்து இருந்தப்ப ஒரு வருஷதுக்கெல்லாம் எங்க அம்மா – அப்பா ரெண்டு பேரும் ஒருத்தர் பின்னாலே ஒருத்தரா செத்துப்போயிட்டாங்க. அதோ, உக்காந்திருக்காரே எங்க தாத்தா – அப்பாவோட அப்பா – அந்த அதிர்ச்சியிலேயே உக்காந்தவருதான் ... எப்பேர்ப்பட்ட அதிர்ச்சி! இந்தக் குடும்பத்தையே ஏதோ சாபம் வந்து அழிச்ச மாதிரி செயலோட இருந்தவங்களையெல்லாம் பறி குடுத்துட்டு, வயசான அந்தக் கிழவரும், வயசு வராத குழந்தையா நானும், அக்கம்மா மாதிரி ஒரு பதினைஞ்சு வயசு விதவையுமா எங்க குடும்பம் நிர்க்கதியா நின்னிருக்கு ... அது ஒரு சவால்! இல்லே? விதியின் சவால்! அந்தப்பதினைஞ்சு வயசு விதவைப் பொண்ணு அந்தச் சவாலை ஏத்துக்கிட்டுது. இந்தக் குடும்பத்தை உருவாக்கிச்சு. வீடு நெலம் எல்லாத்தையும் கவனிச்சுத் தானே காப்பாத்திச்சு. விதி என் பெற்றோரைப் பிரிச்சாலும், அக்கம்மாவை விதவையாக்கி இங்கே கொண்டுவந்து சேர்த்ததும் ஒரு நல்லதுன்னு கூடப் பிற்காலத்திலே நான் சுயநலமா யோசிச்சு இருக்கேன் ... அக்கம்மா மாதிரிப் பொறுப்பும் கண்டிப்பும் யாருக்கு வரும்? அது மட்டுமில்லேன்னா நான் ஏது? இந்தச் சொத்தெல்லாம் ஏது? இன்னக்கி நான்தான் எல்லாத்துக்கும் அதிகாரின்னு நான் உரிமை கொண்டாடறதா, என்ன? இந்தச் நியாயம் என் மனைவிக்குப் புரியலியே ... எப்படிப் புரியும்? இருபத்தைஞ்சு வருஷத்துக்கப்புறம் என்ன இவ்வளவு பெரிய ஆண்பிள்ளையா மட்டும் பார்க்கறவங்களுக்கு எனக்குப் பின்னாலே இருக்கிற இந்த நியாயமெல்லாம் எப்பிடிப் புரியும்? நான் – இந்தச் சொத்து, எனக்கு மனைவியாயிட்ட உரிமை – இவ்வளவுதான் தெரியுது அதுக்கு ... அதனாலே நியாயம் எனக்கும் தெரியாமல் போகலாமா? ..." என்று ஆங்கிலத்தில் சொல்லிக்கொண்டே மேலே வந்து ஹென்றிக்குப் படுக்கை விரித்தான் தேவராஜன்.

ஹென்றி தனக்கு ஒன்றும் வேண்டாமென மறுத்து சிமெண்ட் தரையில் துண்டு விரித்துப் படுத்தான்.

தேவராஜன் அவனை வற்புறுத்தி அவனுக்குத் தரையில் ஒரு படுக்கையை எடுத்து விரித்து அதில் படுக்கச் சொன்னான்.

"இங்கே நல்லாக் காத்து வருதுங்க ... அப்புறமா நான் வந்து அங்கே படுத்துக்கறேன் ... உங்களைப் பார்த்தா ரொம்பத் தூக்கம் வர மாதிரித் தெரியுது ... நீங்கப் போயிப் படுங்க ..." என்று தேவராஜனைப் படுக்கச் சொன்னான் ஹென்றி.

தேவராஜன் மது மயக்கத்தில் சிரித்துக்கொண்டே படுக்கையில் உட்கார்ந்து ஒரு சிகரெட்டைப் பற்ற வைத்தான்.

பாதி சிகரெட்டைப் புகைத்துக்கொண்டிருக்கையில் உறக்கம் அவன் கண்களை அழுத்திற்று.

"உங்க பப்பா . . . காலமாகி மூணு நாளுதான் ஆச்சா? . . . அக்கம்மாகிட்டே சொன்னீங்களே . . ." என்று தூக்கக் கலக்கத்திலும் தனது வருத்தத்தைத் தெரிவித்தான் தேவராஜன்.

"எஸ்! . . . பாப்பாவுக்கு வயசும் எழுபதுக்கு மேலே ஆச்சுது . . . ஒரு மாசம் படுக்கையிலே இருந்தாரு . . . என் மார்மேலேயே சாஞ்சிக்கிட்டுதான் இருந்தாரு . . . நான் எவ்வளவு காலம் அவர் மார்மேலேயே கெடந்து இருக்கேன்" என்று ஹென்றி சொல்லிக்கொண்டிருக்கையில் தேவராஜன், சிகரெட்டைக் கட்டில் காலில் நெரித்து அணைத்துக்கொண்டே ஒரு கை கீழே தொங்க தலையணையில் புரண்டு படுத்தான். ஹென்றி அவனருகே சென்று கையைத் தூக்கிப் படுக்கையில் கிடத்தியபின், "குட் – நைட்" என்று அவன் காதருகே குனிந்து சொன்னான்.

"குட் நைட் மிஸ்டர் ஹென்றி . . ." என்று சொல்லி முடிக்குமுன் தூங்கலானான் தேவராஜன்.

ஹென்றி மாடியின் திறந்த வெளியில் போய் நின்று முற்றும் அமைதியடைந்த அந்தத் தெருவையும் ஊரையும் நிலவொளியில் பார்த்தான். தூரத்திலிருந்து தெருக்கூத்து ஒத்திகை நடக்கிற சப்தம் – மேளமும் ஜால்ராவுமாகத் துரித கதியில் முழங்கி, ஒரு லயமற்ற ஆண் குரல் உச்ச ஸ்தாயியில் அலறும் பாடலுமாகக் கேட்டது.

"அக்கம்மா . . . அக்கம்மா, கிளியாம்பாளுக்குப் புள்ளை பொறந்தாச்சாம். ஆம்பிளைப் பிள்ளை" என்று கத்திக்கொண்டு ஓடி வந்தான் மண்ணாங்கட்டி.

7

"சாயரட்சையிலேருந்து நானும் துரோபதி அம்மனைத்தான் வேண்டிக்கினு இருந்தேன். நல்லபடியா இவ பெத்து பொழச்சி அந்தப் புருசங்காரப் பாவியோடப் போயிக் குடுத்தனம் நடத்தணும்னு . . . அவளுக்கும் ஆச்சே, பத்து வருசத்துக்கு மேலே . . . இப்ப என்னாப் பூட்டுதாம் புள்ளெ இல்லாட்டி? . . . அவ மாமியாக்காரி அதுக்காக ஒரு பொண்ணை அப்பிடியா படுத்துவா? . . . இதெ ஒரு சாக்கா வெச்சிக்கினு – அவன் என்னா மனுஷனோ? – அவன் இஷ்டப்படி சுத்தறானாமே . . .

கொமராவரத்திலே கூத்தியாரு வெச்சிருக்கானாம் . . . ம்! . . . இப்பத்தான் ஆம்பிளைப் புள்ளையாப் பெத்துக்கினாளே கிளியாம்பாப் பொண்ணு . . . இனிமேல்பட்டு எல்லாம் சரியாப் பூடும். கடவுள் ஒருத்தன் இருக்கறான் எல்லாத்துக்கும் ஒரு வழி பண்ண . . . திக்கில்லாதவங்களுக்குத் தெய்வந்தான் துணை நிக்கும் . . .” என்று மண்ணாங்கட்டியை முன்னிறுத்தித் தனது நியாயங்களை உரக்கப் பேசிக் கொண்டிருந்த அக்கம்மா –

“சரி மணியாவுது – நீயேண்டா நின்னுகினே இருக்கே? . . . போயிப்படு . . . எனக்கு இன்னம் வேலை கெடக்குது” என்று அவனை விரட்டிவிட்டு வீட்டுக்குள் போனாள். அக்கம்மாளின் சுபாவமே அப்படித்தான் என்று மண்ணாங்கட்டிக்குத் தெரியும்.

யாரிடமாவது அவளாகவே பேச ஆரம்பித்துப் பேசிக்கொண்டே இருப்பாள். அநேகமாக அவள் அங்கு வேலை செய்கிறவர் களிடமும், அந்த வீட்டைச் சுற்றிக்கொண்டிருக்கிற மண்ணாங் கட்டிக்கு இணையான பையன்களிடமும்தான் பேசுவாள். பேச வேண்டியது எல்லாம் பேசித் தீர்ந்தவுடன், “ஏதாவது பேசினா வாயைப் பொளந்துகிட்டு நில்லு . . . போய் வேலை யைப் பாப்பியா?” என்றும் விரட்டுவாள்.

பையன்கள் அதற்காகச் சில சமயம் முணுமுணுப்பார்கள். மண்ணாங்கட்டி எப்போதும் எதற்குமே முணுமுணுக்க மாட்டான்.

முற்றத்தில் நிலா வெளிச்சத்தில் பாய் விரித்துக்கொண்டி ருந்த மண்ணாங்கட்டி, தன்னைக் கடந்து செல்லும் அக்கம் மாளிடம் வேண்டுமென்றே அவள் வாயைக் கிளறுவதற்காகக் கேட்டான்:

"ஏங்க அக்கம்மா? ... கிளியாம்பாவும் நீங்களும் எவ்வளவோ சிநேகிதமா இருக்கீங்க, நீங்க போயிப் பாக்கலியா?"

அக்கம்மாள், மண்ணாங்கட்டியைப் பார்த்து ஒரு விநாடி நின்று இடுப்பில் கையூன்றி மிகக் கர்வமாக, லேசான சிரிப்புடன் ஆரம்பித்தாள்:

"கிளியாம்பா எனக்குச் சிநேகிதம்னா? ... நானாடா அவங்க வூட்டுக்குப் போனேன்? என் சிநேகிதம் வேணும்னு என்னெத் தேடி அவதான் இங்கே வந்தா. அப்படித்தான் நம்ப சிநேகிதம்! ஏன் தெரியுமா? என் நெலைமை அப்பிடி ... இந்த வூட்டை விட்டுப் போயிட்டு, இந்த வூட்டுக்கே திரும்பி வந்து வாசல்படி மிதிச்சவதான் – வேற ஒரு வாசல்படி, மிதிச்சிருப்பேனாடா? 'எதிரிலே வந்தா – சகுனத்தடையா நின்னா'ன்னு உண்டா? கேட்டுப்பாரு. நம்ப நெலமை நமக்குத் தெரியாட்டி அது என்னா சென்மம்? எங்க பூடுது சிநேகிதம்? ... பாக்காத ஒறவும், கேக்காத கடனும் பாழாப் பூடும்னு சொல்லுவாங்க. அதனாலேதான் யாராவது வந்து என்னைப் பாத்துக்கினு இருக்காங்க ... பாக்கறவங்களோட நானும் பாசமா இருக்கறேன். இல்லாட்டி இந்தக் கிளியாம்பா என்னா, சாதியா – சனமா? இவளுக்கும் எனக்கும் ஒண்ணாப் போட்டா ஆக்கிவச்சி இருக்குது? ... நான் போயிப் பாத்து என்னா, பாக்கலேன்னா என்னா? பத்து நாளு ஆவும் தீட்டுக் கழிக் கறதுக்கு ... அப்புறம் நீ வேண்ணா பாரு, அவ இங்கேதான் புள்ளையைத் தூக்கிக்கினு மொத மொதல்லே வராளா இல்லையான்னு. அப்பிடி வரலே எம்பேரு அபிராமி இல்லே! ..." என்று சொல்லிக்கொண்டே மறுபடியும் கிளியாம்பாளுக்காகக் கடவுளைப் பிரார்த்தித்தவாறு உள்ளே போனாள் அக்கம்மா.

ஹென்றி மாடியில் நின்று எல்லாவற்றையும் கேட்டுக் கொண்டே தெருவையும் பார்த்துக்கொண்டிருந்தான். அவன் நிற்பதை மண்ணாங்கட்டி, அக்கம்மாள் இருவருமே கவனிக் கவில்லை. அவர்களுக்கு அவனைப் பற்றிய நினைப்பே இல்லை.

அக்கம்மாளின் பெயர் அபிராமி என்கிற விஷயம் இப்போது தான் மண்ணாங்கட்டிக்கே இந்தப் பேச்சின் போதுதான் தெரிந்தது. ஹென்றியும்தான் கேட்டுக்கொண்டிருந்தான். ஆனால் இந்தப் பெயர் விஷயத்தைக் கிரகிக்கவே இல்லை.

தெருக் கோடியில் மணியக்காரர் வீட்டின் முன்னால் நிழல்கள் அசைவது தெரிந்தது. சில விநாடிகளில் அங்கே இவனுக்குப் புரியாத முறையில் உரத்த குரலில் பேசும் குரல் கேட்டது. தூரத்தில் யாரோ கும்பலாக நிலா வெளிச்சத்தில் வெள்ளையாக மிதப்பது போல் நடந்து வந்தார்கள். வந்தவர்

கள் மணியக்காரர் வீட்டுக்குள் மறைந்தனர். ஒரு கனத்த குரல் தெருவில் வந்து ஹென்றிக்குப் புரியாத முறையில் யாரையோ அழைத்து என்னவோ சொல்ல, அவர்தான் மணியக்காரக் கவுண்டர் என்று ஹென்றி தீர்மானித்தான்.

ஹென்றி தெருவையே பார்த்துக்கொண்டிருந்தான். சிறிது நேரத்தில் மணியக்காரர் வீட்டு முன்னாலும் சந்தடி அடங்கிற்று. ஒரு நிழலும் இல்லை... வெகுதூரத்தில் கட்டை வண்டிகள் வரிசையாகச் செல்லும் சப்தம் சக்கரங்களின் அச்சு மசியில்லாமல் இழைகிற ஒலியுடன் தொடர்ந்து கேட்டது.

ஹென்றி நிலா வெளிச்சத்தில் எதிர் வீட்டைப் பார்த்தான். அவன் செவிகளில் பப்பாவின் குரல் கேட்டது: "மகனே..."

"பப்பா!"

இரண்டு

"மகனே!"

"என்ன பப்பா?"

"ஒண்ணுமில்லே மகனே, நீ என் பக்கத்திலேயே இருக்கணும். நான் உன்னை 'மகனே, மகனே'ன்னு கூப்பிட்டுக்கிட்டே இருக்கணும். உன்னோட நான் பேசிக்கிட்டே இருக்கணும். உன்கிட்டே நான் என்ன பேசறது? எப்படிப் பேசறது... மகனே! உனக்கு நான் எவ்வளவோ சொல்லணும். இந்தப் பக்கமெல்லாம் யாருமே தன் மகனை 'மகனே, மகனே'ன்னு கூப்பிடறது இல்லை, இல்லே? எனக்கு உன் பேர்கூட மறந்து போகுது. நீ எல்லாருக்கும் ஹென்றி. எனக்கு நீ மகன்தானே? இல்லையா, மகனே?..." என்று அந்தப் பிஞ்சுக் கையில் அவர் முத்தம் கொடுக்கிற பொழுது அவனது மெல்லிய புறங்கையின் மேல் அவரது அரை மீசையின் கட்டை ரோமம் குத்துகிறபோது அதில் ஒரு குறுகுறுப்பும் சுகமும் விளையத் தலையை அண்ணாந்து சிரிக்கிறான் குழந்தை.

"பப்பா... மம்மிகூட என்னை Sonnyனுதானே கூப்பிடுது?"

"எனக்கு பயம்டா மகனே, உன்னை 'மகனே'ன்னு கூப்பிடாம 'ஹென்றி, ஹென்றி'ன்னு கூப்பிட்டா நீ எங்கே எனக்கும் ஹென்றியாவே ஆயிடுவியோன்னு. நீ என்னைக்கும் எனக்கு மகனாகவே இருப்பியா, மகனே?"

"எஸ் பப்பா! ஐ ஆம் பப்பா... அண்ட் ஐ வில் பீ... பப்பா! நீ உங்க பப்பாவைப் பத்தி சொல்லுவியே – அந்தக் கதை சொல்லு பப்பா." – அவன் தமிழில் பேசினால் பப்பாவிடம் ஒருமையில்தான் பேசுகிறான்.

"என்னை எங்க அப்பா 'மகனே'ன்னு கூப்பிட்ட தேயில்லை மகனே. அவர் என்னைக் கூப்பிட்டதே இல்லை, மகனே. அதட்டி இருக்கார்; அடிச்சி இருக்கார் ... 'டாய்'னுதான் கூப்பிடுவார். அதுக்கப்புறம் கழுதை, நாய்னு ஏதாவது சொல்லுவார். அந்த ஒரு 'டாய்'லேயே வயத்திலே எனக்கு என்னமோ நடுங்கும். கிட்டே போய் நிப்பேன். அவர் என்னமோ கேப்பார். நான் என்னமோ சொல்லுவேன். அப்பறம் அடிப்பார். அதுக்கப்பறம் 'நாம்ப ஏன் செத்துப் போயிடக் கூடாது?'ன்னு நான் நினைப்பேன். சில சமயத்திலே 'இப்படி அடிக்கற இந்த அப்பா ஏன் செத்துப் போகக் கூடாது?'ன்னு நெனைப்பேன். அப்பறம் அதுக்காக வருத்தப்படுவேன். அப்போ வெல்லாம் நான் நினைச்சுக்குவேன்: 'நான் சாகாமல் இருந்து பெரிய வனானால், எனக்கு ஒரு மகன் பிறந்தால் அவனை நான் அடிக்கவே மாட்டேன்'னு நெனைச்சுக்குவேன் ...

"கொஞ்ச நாளைக்கு அப்பறம் அவர் என்னை அடிக்கிறதை நிறுத்திட்டார். ஆனால், அவர் ரொம்ப நல்லவர் மகனே. அவர் அடிச்சாலும், அடிக்கலேன்னாலும் அவரைப் பார்த்தாலே எனக்குப் பயமா இருக்கும். அவர் நிறையப் படிச்சிருக்கார். படிப்புன்னா, தமிழ்ப் படிப்புதான். நம்ப வீட்டுக்கே புலவர் வீடுன்னு பேரு. நிறைய ஓலைச் சுவடிகளெல்லாம் படிப்பாரு. அவர்தான் எனக்குக் குரு. நம்ம ஊரிலேயே ஒரே ஒரு ஐயர் இருந்தார். அவர்தான் இங்கிலீஷ் பள்ளிக்கூடத்துக்கு வாத்தியார். நான் அவருகிட்ட படிக்கப் போவேன். அவர் சொல்லுவார்: 'நீ எல்லாம் எதுக்குடா இங்கிலீஷ் படிக்கணும்? அது உத்தியோகப் படிப்புடா. எல்லாருமே உத்தியோகத்துக்குப் போகப் படாதுடா. நீ உங்கப்பன்கிட்டேயே தமிழ் படிச்சுக்கோ'ன்னு சொல்லுவார். அதெல்லாம் எவ்வளவு சரின்னு போகப் போகத் தான் புத்திக்குப் புரியுது. எது ஒண்ணுமே அப்படித்தான் மகனே ... சொல்ல வேண்டிய நேரத்திலே சொல்லிடணும்; புரியும்போது புரியும். அப்படித்தான் மகனே நான் உன்கிட்டே என்னென்னவோ பேசிக்கிட்டிருக்கேன். உனக்குப் புரியுதா மகனே?"

"ஓ. எஸ். புரியுது பப்பா. எதுக்கு உன்னை உங்க பப்பா அடிப்பாரு?"

"தெரியலை மகனே? ஒருவேளை அதுவும் ஒரு ஆசை தானோ" என்று சொல்லி எதையோ நினைத்துச் சிரித்த பிறகு, தான் சொன்னதை உறுதிப்படுத்துவதற்காக மறுபடியும் சொன்னார்: "ஆமாம். அதெல்லாம்கூட ஆசைதான். உன் மேல எனக்கு நிறைய ஆசை உண்டு. ஆனாலும் நான் உன்னை அடிக்க மாட்டேன். ஏன் சொல்லு?"

"நீ அடிச்சால் நான் அழுவேன்."

"நீ அழுதால் நான் என்ன செய்வேன்?"

"நான் அழுதால் நீயும் அழுவே."

ஆனால் எங்க அப்பா அழமாட்டார். அவருக்கு அடிக்கடி கோபம் வரும். கோபம் வந்தவங்களெல்லாம் ஆசை உள்ளவங்களைக் கஷ்டப்படுத்துவாங்க. எனக்குக் கோபமே இல்லை மகனே. உனக்குக் கோபம் வருமா?"

"ஊஹூம்."

"யாராவது உன்னை அடிச்சால்?"

"ஊஹூம்"

"என்னை யாராவது அடிச்சால்?"

"அப்போ வரும்."

பப்பா சிரிக்கிறார்; "அப்போகூட வரக் கூடாது மகனே."

"யாராவது வந்து நம்மை அடிச்சால் வாங்கிக்கணுமா?"

"யாரையும் யாரும் அடிக்கக் கூடாது மகனே."

"அடிச்சால்?"

"நான்தான் யாரையும் யாரும் அடிக்கக் கூடாதுன்னு சொல்றேனே... அது சரி, நீ சாயங்காலம் விளையாடினியா?"

"ஓ!"

"யாரோட விளையாடினே? என்ன விளையாடினே?"

"ஜானி ஒரு பந்து கொண்டுவந்தான். பெரிய பந்து பப்பா. நாங்களெல்லாம் கிரவுண்டிலே அதை ஒதைச்சோம். அப்ப தான் நீ வந்தே. நான் உடனே ஓடியாந்துட்டேனே."

"நீ ஸ்கூலுக்கு எப்போ போகப் போறே?"

"பப்பா, நான் ஸ்கூலுக்கு மட்டும் போகலே, பப்பா. எனக்கு உத்தியோகம் ஒண்ணும் வேணாம்."

பப்பா மறுபடியும் சிரிக்கிறார்: "உனக்குக் கஷ்டமானா போக வேண்டாம் மகனே... உனக்குக் கஷ்டமான காரியம் எதுவானாலும் நீ செய்ய வேணாம். நீ விளையாடு; சந்தோஷமா இரு... நான் உயிரோட இருக்கிறவரைக்கும் ஒரு வேளைச் சாப்பாட்டுக்குக்கூட நீ எதுவும் செய்ய வேணாம்... அதுக்கப் பறம் கூட நீ ஒண்ணும் கஷ்டப்பட வேணாம். எல்லாத்துக்கும் கடவுள் ஒரு வழி காட்டுவான். நம்மை நாமே கஷ்டப்படுத்திக்கற

ஜெயகாந்தன்

காரியத்துக்குத்தான் கடவுள்கூட ஒண்ணும் பண்ண முடியாது. உனக்குப் புரியுதா மகனே?"

"ஓ! கடவுள்னா God தானே? Godனா யாரு பப்பா?"

"மகனே! எனக்குக் கடவுள் நீதாண்டா... எப்பிடி, ஏன்?னு எல்லாம் கேட்டால் பதில் சொல்ல முடியாது..."

"உனக்கு நான் Godனா, எனக்கு God யாரு பப்பா?"

"நான் உன்னைக் கண்ட மாதிரி உனக்கு எப்பவாவது ஏதாவது வரும். அப்போ நீயா தெரிஞ்சுக்குவே மகனே."

அப்போது மம்மி அங்கே வருகிறாள்.

ஹென்றி இருவரையும் பார்த்து மம்மியிடம் ஆங்கிலத்தில் சொல்கிறான். "மம்மி... நாங்க இப்ப கடவுளைப் பத்திப் பேசிக்கிட்டு இருக்கோம். பப்பா சொல்றார் – நான்தான் அவருக்குக் கடவுளாம். உனக்கு யார் மம்மி கடவுள்?"

"என் கடவுள் லார்ட் ஜீஸஸ் கிரைஸ்ட்" என்று சிலுவைக் குறி இட்டுக் கொள்கிறாள் மம்மி.

ஹென்றி மேலுதட்டை மீட்டிக்கொண்டு சுவரில் தொங்கும் கிறிஸ்துவின் படத்தைப் பார்க்கிறான்.

"எனக்கு யார் கடவுள்னு சொல்லட்டுமா?"...

"சொல்லு, Sonny!"

"பப்பா அன் மம்மா..." என்று இருவரையும் இரண்டு கைகளாலும் தொட்டு அணைத்துக்கொண்டு "எனக்குக் கடவுள்" என்று சொன்னதும், மம்மி குனிந்து அவன் நெற்றியில் முத்தமிடுகிறாள்.

பப்பா, மம்மியுடன் தமிழில் பேசும்போது மிகவும் மரியாதை யாகப் பேசுவார். மம்மி பர்மாவில் இருந்தவள். ஹென்றி பேசுகிற தமிழ் அவள் மூலம் கற்றதுதான். மம்மி சொல்லு கிறாள்: "இதெல்லாம் நல்லாதான் இருக்குது. ஸ்கூலுக்கு மட்டும் போக மாட்டேங்கறியே? என்னையும் உங்க பப்பாவை யும் அப்புறம் காப்பாத்தறது யாரு? நீ நல்லாப் படிச்சுப் பெரிய உத்தியோகம் பாத்து, பெரிய மனுஷனா வந்திச்சுதுன்னா தானே நல்லா இருக்கும்?"

பப்பாவும் ஹென்றியும் ஒருவரைப் பார்த்து ஒருவர் லேசாகச் சிரித்துக்கொள்கின்றனர்.

"பள்ளிக்கூடம் போகணும்னு, நல்லாப் படிக்கணும்னு நீங்க அடிக்கடி அவனுக்குச் சொல்லுங்க. ஆனால் அவனை

அழ அழ இழுத்துக்கிட்டுப் போய்ப் பள்ளிக்கூடத்திலே விட வேண்டாம். அழுதும் பயந்தும் படிக்கிற படிப்பு அவனுக்கு வேண்டாம்" என்பார் பப்பா.

"அப்போ பிற்காலத்திலே அவன் என்ன பண்ணுவான்?"

"பிற்காலத்திலே யார் என்ன பண்ணுவாங்கன்னு யாருக்குத் தெரியும்? நான் கையிலே துப்பாக்கி பிடிச்சுச் சண்டை போடுவேன்னு யாராவது நினைச்சிருந்தாங்களா? ஐயோ! இந்தக் கையினாலே எவ்வளவு பேரை நான் சுட்டுத் தள்ளி இருப்பேன்! இப்போ அதே கையாலே ரயில் இன்ஜின்லே கரி வாரிக் கொட்டிக்கிட்டிருக்கேன். என்னுடைய சின்ன வயசு வாழ்க்கைக்கும் இதுக்கும் ஏதாவது சம்பந்தம் உண்டுங்களா? ஒரு செடியைப் பாதுகாக்கறதும் தண்ணி ஊத்தறதும்தான் நம்ம வேலை. அதிலே என்ன காய்க்கணும்ங்கறதும் எப்படி காய்க்கிறதுங்கறதும் நம்ம தீர்மானம் இல்லே."

பப்பா அப்படித்தான் பேசுவார். அதனாலேயே பப்பா பேசறது மம்மாவுக்கு ஸ்கிரிப்சர் மாதிரி இருக்கும். அவர்கள் இருவரும் பேச ஆரம்பித்துவிட்டால் ஹென்றி மௌனமாகி விடுவான். சில சமயங்களில் மம்மா தொடர்ந்து இங்கிலீஷி லேயே பேசுவாள். பப்பா தமிழிலேயே பேசுவார்.

"உங்களுக்கு நிஜமாகவே அவனது எதிர்காலத்தைப் பற்றிக் கவலை இல்லையா, டியர்?"

"இல்லை. அவனைப் பற்றிக் கவலைப்பட எனக்கு நியாயம் இல்லை. அவனே எனக்கு ஒரு வரப்பிரசாதம்."

"*You mean - Boon?*"

"அப்படின்னா?"

"கடவுளுடைய ..."

"ஆமாமாம். கடவுளுடைய அருளைக்கூட நாம்பதான் காப்பாத்தணும்; ஆனால் கவலைப்படறது நியாயமில்லை. ஆனால் உங்களைப் பத்தி எனக்கு ரொம்பக் கவலை இருக்கு. நான் சொன்னால் வருத்தப்படமாட்டீங்களே? எனக்கு முன்னாலே நீங்க செத்துப் போயிடுவீங்கன்னா எனக்கு அந்தக் கவலையுமில்லே. மைக்கேல் மட்டும் இருந்தார்னா ..." – பப்பாவுக்குக் கண்கள் கலங்கி அழுகிறமாதிரி முகத்தில் சருமம் இறுகித் துடிக்கிறது. மம்மா அவர் அருகே வந்து அவர் முதுகைத் தடவி, "கடவுள் நம்மை ஆசீர்வதிப்பார்" என்று சொல்லி அவர் முன்னால் வைத்திருந்த சாராயத்தை எடுத்துக் கையில் கொடுத்துக் குடிக்க வைக்கிறாள்.

பப்பா இப்போது மைக்கேலை நினைத்துக்கொள்கிறார். அவரது கண்ணும் முகமும் சிவந்திருக்கின்றன.

"இருபது மைல் அவரை நான் முதுகிலே தூக்கிக்கிட்டு நடந்தேனே ... அதுக்காகக்கூட இன்னொரு நாள் அவர் உயிர்வாழல்லே. அதனாலே நான் அவரைத் தூக்கிக்கிட்டு வந்தேனே, அது வீணா? அப்படி நான் நினைக்கலாமா? ராணுவ தர்மம் என்ன தெரியுமா? காப்பாத்த முடியும்ங்கற நம்பிக்கை இல்லாதவங்களைக் கஷ்டப்பட்டுத் தூக்கிக்கிட்டுப் போறது வீண்! அவங்க அதிகமாகக் கஷ்டப்பட்டுச் சாகாத படிக்கு ஒரு 'புல்லட்'டைச் செலவு பண்ணலாம். மைக்கேல் கூட, 'ப்ளீஸ் கில் மீ'ன்னுதான் சொன்னாரு. எனக்கோ அவர் பிழைச்சுடுவார்னு நம்பிக்கை இருந்தது. நான் இருபது மைல் என் நம்பிக்கையைச் சுமந்துகிட்டு நடந்தேன் ..." என்று எத்தனையோ வருஷங்களுக்கு முன்னால் செத்துப் போன மைக்கேலை நினைத்துக்கொண்டு அவர் இப்போது அழுவது மம்மிக்கே ஆச்சரியமாக இருக்கிறது.

"மைக்கேல் எதுக்காகச் செத்தார்? எவ்வளவோ பேர் செத்துப் போனாங்களே சண்டையிலே ... அதெல்லாம் எதுக்காக? ... நான், என் கையாலே எவ்வளவோ பேரைச் சுட்டுத் தள்ளினேனே ... அதெல்லாம் எதுக்காக? ... ராணுவத்திலே நான் சேரலேன்னா மைக்கேலைச் சந்திச்சிருக்க முடியாது. மகனே! நீகூட எனக்குக் கிடைச்சிருக்க மாட்டே ..."

– அன்றைக்குத்தான் முதல் தடவையாக ஹென்றி இந்த விஷயத்தைக் கேட்கிறான்.

8

மம்மிக்கு முகம் மாறிப் போயிற்று: "ப்ளீஸ்" என்று அவரைத் தடுக்க முடியாமல் தவித்தாள். ஹென்றி தாங்கள் பெற்ற பிள்ளை இல்லை என்கிற விஷயம் அவனுக்குத் தெரிந்தால் மனமுடைந்து போவானோ என்று அவள் அஞ்சினாள். ஹென்றி என்னவோ புரியாத மாதிரி மேலுதட்டை மீட்டினான். பப்பா ஒன்றும் புரியாமல் மம்மியைப் பார்த்தார். ஹென்றியைப் பக்கத்தில் இழுத்து, மடியில் இருத்தித் தழுவிக்கொண்டார்.

"இதில் மறைக்க ஒண்ணும் இல்லே மகனே, நான் உனக்கு எல்லாம் சொல்லுவேன் ... எனக்குத் தெரிந்தவரைக்கும் உன்கிட்ட நான் மறைக்காமல் சொல்லுவேன். கொஞ்சம்

கொஞ்சமா சொல்லுவேன். எங்க பப்பா கதை யெல்லாம் நான் உனக்குச் சொல்லியாச்சு. இனிமேல் என் கதையைச் சொல்லணும் உனக்கு."

"மம்மி ஐ லைக் ஹிஸ் பப்பா'ஸ் ஸ்டோரி வெரிமச்" என்று மம்மியிடம் சொல்லிவிட்டு பப்பாவிடம் திரும்பிக் கேட்டான் ஹென்றி: "உன்னை அடிக்கிறதை அவர் எப்போ நிறுத்தினார்னு சொல்றேன்னு சொன்னியே, அந்தக் கதை சொல்லு பப்பா."

மம்மா கொஞ்சம் பொய்யான கண்டிப்புடன் ஹென்றியின் கையைப் பிடித்து, "நோ, நாட் நவ்!... கெட் அப்... யுவர் ஸப்பர் இஸ் ரெடி" என்று அழைத்தாள்.

"ப்ளீஸ் மம்மி... ப்ளீஸ்"

"அவனை விட்டுடுங்க... அவனே வருவான். நானும் சாப்பிட வரேன். உனக்குச் சாப்பிடும்போது அதைச் சொல்றேன்" என்று பப்பாவும் எழுந்தார்.

"ஸீ... யு ஹாவ் ஸ்பாயில்ட் பப்பா'ஸ் டிரிங்கிங்."

"ஐயாம் ஸாரி, பப்பா."

"அதெல்லாம் ஒண்ணுமில்லை மகனே."

ஹென்றிக்கு இப்போது பசி வந்துவிட்டது. அப்போது தானே சாப்பிடலாம். சாப்பிட்டால்தானே கதை கேட்கலாம்: "மம்மி, ஐ யாம் டெரிபிளி ஹங்ரி."

மம்மா சிரித்துக்கொண்டே டேபிளைத் தயார் செய்கிறாள்.

"பப்பா, சொல்லு ... ஹவ் யுவர் பப்பா ஸ்டாப்டு பீட்டிங் யு?" (உங்கப்பா எப்படி உன்னை அடிக்கிறதை நிறுத்தினார்?)

"அப்போ எனக்குப் பன்னெண்டு வயசிருக்கும் ..."

"டுவெல்வ் ?"

"ஆமாம், எங்கப்பா அடிக்கிறதுன்னா அவருக்குக் கொஞ்சம்கூட சௌகரியம் கெடாமல் அடிக்கணும். அவர் உட்கார்ந்த இடத்தைவிட்டு நகராமல் கூப்பிடுவார். நான்தான் சொல்லி இருக்கேனே, எப்படிக் கூப்பிடுவார் எங்கப்பா என்னை ?"

"டா ... ய்" – ஹென்றி கழுத்து நரம்புகள் புடைக்கக் கண்களை விழித்து அடித் தொண்டையில் குரலெழுப்பிக் காட்டுகிறான்.

"கூப்பிட்ட உடனே போய்ப் பக்கத்திலே நிக்கணும். அப்போ எனக்கு உடம்பெல்லாம் நடுங்கும்.

" ... 'தோட்டத்திலே போய்ப் பூவரச மரத்திலே ஒரு கழி ஒடிச்சிக்கிட்டு வாடா'ன்னு சொல்லுவார் அப்பா. நான் போய் நல்ல பெரிய தடிக்கொம்பாப் பாத்து ஒடிச்சுக் கொண்டு வந்து மரியாதையா அவர் கையிலே கொடுப்பேன்."

"மை *God!* – நீ ஏன் சின்ன கொம்பாப் பாத்துக் கொண்டு போய்க் குடுக்கக் கூடாது?"

"தெரியலே மகனே, அப்படிச் செய்யலாமேன்னு எனக்குத் தோணினதே இல்லே – அவ்வளவு மண்டு."

"Probably that may be your protest" (ஒருவேளை அதுவே உங்களை அடிக்கிறது அநியாயம்னு நீங்க காட்டறதா இருக்கலாம்) என்று மம்மா 'கதை'யில் தானும் லயித்து, டேபிளின் மீது பிளேட்டுகளை வைத்தவாறே சொன்னாள்.

"என்னமோ தெரியலீங்க ... நான் அவ்வளவு பெரிய தடிக் கம்பைக் கொண்டு கொடுத்த உடனே எங்கப்பாவுக்கு இன்னும் கோபம் வரும். 'இவ்வளவு பெரிசாக் கொம்பு கொண்டுவந்தால் இதாலே நான் அடிக்க மாட்டேன்னு நினைச்சியா?'ன்னு சொல்லி அந்தத் தடிக் கழி முறிஞ்சி போற வரைக்கும் அதாலேயே அடிப்பார்."

"ஓ ... பப்பா!" என்று ஹென்றியின் கண்கள் கலங்குகின்றன.

"யூ வான்ட்டட் தட் ஸ்டோரி? ..." (நீதானே அந்தக் கதை வேணும்னு கேட்டே) என்று மம்மா அவனை ஆதரவாகத் தட்டிக் கொடுக்கிறாள்.

"நோ . . . ஐ வான்ட்டட் தி அதர் ஸ்டோரி . . . வென் ஹி ஸ்டாப்டு பீட்டிங் பப்பா" (இந்தக் கதை இல்லே. பப்பாவை அவங்க பப்பா அடிக்கிறதை நிறுத்தின கதையை இல்லே, நான் கேட்டேன்?)

"அதைத்தானே சொல்லிக்கிட்டு இருக்கேன். அப்போ எனக்குப் பன்னெண்டு வயசிருக்கும். நான் எங்கேயோ போயி விளையாடிட்டு வரேன். எங்கப்பா திண்ணையிலே உட்கார்ந்திருக்கார். என்னைப் பார்த்ததும், 'டேய், இங்கே வாடா'ன்னார். நான் அப்படியே நின்னுட்டேன். அவருக்குக் கண் சிவந்து போச்சு. அவர் கூப்பிட்டு நான் நிக்கலாமா? 'டேய், வாடா இங்கே'ன்னு வீடே இடிஞ்சு போற மாதிரி கத்தினார்.

"நான் மெதுவா சொன்னேன்: 'வரமாட்டேன் . . .'

"என்னவோ ஒரு தைரியத்திலே சொல்லிட்டேன். அப்பிடி சொல்லிட்டு என்னாலே அவர் முன்னே நிக்க முடியலே. இனிமே என்ன செய்யறதுன்னு புரியலே . . . திரும்பி ஓட ஆரம்பிச்சுட்டேன்.

" . . . 'டேய், டேய், ஓடாதே. நில்லு'ன்னு அப்பா என் பின்னாலே வந்து தெருவிலே நின்னு கத்தறார். நான் ஏன் நிக்கறேன் . . ."

"வெரி குட்! தென்?"

"நான் ஓடிப் போயி திரௌபதி அம்மன் கோயில்லே ஒளிஞ்சிக்கிட்டிருந்துட்டு இருட்டினப்பறம் வீட்டுக்கு வந்தேன். அப்பாவை வீட்டிலே காணோம். அம்மா வந்து 'அப்பாவைப் பார்க்கலையாடா நீ?'ன்னு கேட்டாங்க. 'இல்லையே'ன்னேன். 'நீ எங்கேடா போயித் தொலைஞ்சே . . .? அவர் பயந்து போயி ஆறு கொளமெல்லாம் போய்த் தேடறாரே'ன்னாங்க."

"ஸோ . . . ஹி வாஸ் குட், இல்லையா, பப்பா."

"எனக்கும் அப்போதான் தெரிஞ்சிது மகனே, அப்பாவுக்கு எம்மேலே எவ்வளவு ஆசைன்னு. நான் சாப்பிட்டுக்கிட்டு இருக்கும்போது அவர் வர சத்தம் கேட்டது. வந்து அடிக்கப் போறாருன்னு பயந்துக்கிட்டே சாப்பிடறேன் . . . அவர் என்னைப் பார்த்துட்டார்னு எனக்குத் தெரியுது. ஆனா அவர் திண்ணையிலேயே உக்காந்துகிட்டு 'வந்துட்டானா?'ன்னு மட்டும் கேட்டார். நான் பயந்து போய் அம்மா மொகத்தைப் பார்க்கறேன். 'சொல்லேண்டா. கேக்கறாங்களே'ன்னு அம்மா பல்லைக் கடிக்கிறாங்க.

"'ம்' – னேன். அதுக்கு மேலே பேச வரல்லே. அன்னக்கி அப்பறம் எங்கப்பா என்னை அடிச்சதே இல்லே; 'டேய்'னு

கூப்பிட்டதே இல்லை. திட்டினதுகூட இல்லே. அதுவும் எனக்கு ரொம்ப வருத்தமா இருக்கும். என்னை 'டாய்'னு கூப்பிட மாட்டாரா? ஒரே ஒரு தடவை அடிக்க மாட்டாரான்னுகூட இருக்கும். மகனே உனக்குப் புரியுதா? நான் ஏன் அப்பிடி வருத்தப்பட்டேன்னு உனக்குப் புரியுதா மகனே?"

"ஓ – புரியுது... யுவர் பப்பா வாஸ் ஹர்ட், பப்பா."

"கதைதான் நடக்குது... இன்னும் ஸப்பர் ஆரம்பமாகக் கூட இல்லே" என்று சொல்லி மம்மா சாப்பிடுவதற்குமுன் உட்கார்ந்து கண்களை மூடி ஜபம் செய்தாள்: "கர்த்தரே – அன்றன்றைய அப்பங்களை..."

பப்பா, மம்மா இருவருக்கும் நடுவில் ஹென்றி – மூவருமாக ஒரே படுக்கையில் அந்தப் பெரிய கட்டிலில் படுத்திருக்கிறார்கள்.

இவர்களது சம்பாஷணையிலும் விளையாட்டிலும் கதைகளிலும் எப்போதாவது வந்து கலந்துகொண்டுவிட்டுத் தானாகத் தன் காரியங்களின் நிமித்தம் விலகிவிடுவாள் மம்மா. ஆனாலும் திடீரென்று வந்து அவள் இவர்களோடு கலந்து கொள்ளும்போது இவ்வளவு நேரம் இவள் சம்பந்தமற்று இருந்தாள் என்பது தெரியாத மாதிரி மிக இணக்கமாக வந்து இவர்களின் சம்பாஷணையில் சேர்ந்துகொள்வாள். அவள் தூங்கிய பிறகு கூடப் பப்பாவும் ஹென்றியும் கதை சொல்லிக்கொண்டிருப்பார்கள். முன் நேரத்தில் தூங்கிய பிறகு – இன்னும் தூங்காமல் கதை சுவாரஸ்யத்தில் ஹென்றி எப்பொழுதாவது வாய்விட்டுச் சிரிக்க, அந்தச் சத்தத்தில் விழித்துக்கொள்ளுகிற மம்மா விஷயம் தெரியாமல் சிரித்துக் கொண்டே அதைக் கேட்பதில் தானும் கலந்து கொள்வாள்.

ஹென்றிக்குப் பப்பா சொல்கிற பல விஷயங்கள் ஏற்கெனவே அவளுக்குத் தெரிந்தவையென்றாலும், பல முறை பல சந்தர்ப்பங்களில் அவர் சொல்லக் கேட்டிருக்கிறாள் என்றாலும் இப்போது புதிதாக அவர் ஹென்றியிடம் சொல்வதை அவளும் புதிதாகவே ஒவ்வொரு முறையும் கேட்பாள். ஹென்றியுடன் சேர்ந்துகொண்டு – ஒப்புக்காக அல்ல – நிஜமாகவே சிரிப்பாள்; அழுவாள்.

பப்பா அடிக்கடி தன்னுடைய ஊரையும் வீட்டையும் பற்றிப் பேசுவார். அப்பொழுதெல்லாம் அவர் தன்னையும் சூழ்நிலையையும் மறந்துகூடப் போய் விடுவார். அவர் சொல்வதைக் கேட்கிற பொழுது, இந்த ஊரும் ஜனங்களும், இதோ, இந்த வீடும் தெருவும், அதோ, அந்த வயலும் காடும், அந்தக் கோயிலும் குளமுமாகக் கண்ணெதிரே வந்து வந்து போகும். ஆனால் அவற்றை இழந்துவிட்ட வருத்தமோ, அவை

தனக்கு இல்லையே என்ற ஏக்கமோ அவரது குரலில் இருக்காது. ஹென்றிக்குக் கதை சொல்கிற சுவாரசியம் தவிர அநாவசியக் கலக்கங்கள் ஏதும் அதில் கலக்காது.

அவர் அவனுக்கு ராமாயணக் கதைகள், மகாபாரதக் கதைகள், மகாபாரதத்தின் உள்ளாக வரும் கிராமியப் பூச்சுடைய புலந்திரன் மாலை, பொன்னுருவி கதை, அல்லி அரசாணி கதைகளும், சித்திரக்குள்ளன் கதை, பஞ்ச தந்திரக் கதை, விக்கிரமாதித்தன் கதை என்று ஹென்றியின் ரசனைக்கேற்ப வயதுக்கேற்ப கதை சொல்லுவார். அவர் கதை சொல்கிற நேர்த்தியில் மம்மா கூட மயங்கிப் போவாள். அவர் சொல்லுகிற முறை ஓர் அற்புதமான கலை. வேண்டுமென்றே சுவாரசிய மான இடத்தில் கதையை நிறுத்திவிட்டு, “ஸ்... அப்பா, மயக்கமா வருது” என்று கண்ணை மூடிக்கொள்வார். ஹென்றி பொறுமையிழந்து பதறுவான். “ப்ளீஸ், ஒரு நிமிஷம் மகனே” என்பார். அதற்குள் அவன் பயந்து போய், “பப்பா, வாட் இஸ் ராங்?” என்று அவர் தலையில் கை வைத்துப் பார்ப்பான். “ஒண்ணுமில்லை மகனே” என்று மறுபடியும் சொல்ல ஆரம்பிப்பார்.

மம்மாவும்கூட அவர் கதை சொல்ல வேண்டுமென்று ஆசைப்படுவாள். ஏனெனில் இந்தக் கதைகளையெல்லாம் அவள் முன்னால் கேட்டது கிடையாது. ஆனால் பப்பா மாலை நேரங்களில் குடித்துக்கொண்டே தங்களது சொந்த வாழ்க்கை பற்றி அவனோடு துயரமும் கண்ணீரும் கலந்து, நெஞ்சை உருக்குகிற மாதிரி சொல்லும்போது மட்டும் அவளுக்கு மிகவும் கஷ்டமாக இருக்கும். எனினும் அதில் குறுக்கிடவோ, தடுக்கவோ மாட்டாள். வேறு சமயங்களில் அதைப் பற்றி நினைக்கும் பொழுது, அவர் செய்வது சரியே என்றுகூட அவளுக்குத் தோன்றும். என்னதான் அவர் வேதாந்தமாகப் பேசினாலும் இந்தப் பிள்ளையின் எதிர்காலம் என்னவாகப் போகிறதோ? என்ற பயம் அடிக்கடி அவளுக்கு எழும். ஆனால் எல்லா பாரத்தையும் கர்த்தரின் மீது போட்டு விட்டு, எல்லா நம்பிக்கைகளையும் பப்பாவின் மீது சுமத்தி விட்டு அவள் நிம்மதியாகத் தூங்குவாள். ஹென்றிக்கு நினைவு தெரிந்த நாளாக அவர்கள் இருவருக்கும் குறுக்கே அவன் படுத்துக்கொண்டுதான் இருக்கிறான். அவர்கள் இருவருடைய கைகளும் அவன்மீது கிடக்கும். சில சமயங்களில் ஒன்றின் மேல் ஒன்றாகவும் கிடக்கும்.

பப்பா அதிகாலையில் எழுந்து டூட்டிக்குப் போவார். மம்மா அவருக்கு முன்னாலேயே எழுந்து விடுவாள். ஹென்றியும் அவர்களோடு விழித்துக் கொள்வான். பப்பா, ஹென்றியை

முத்தமிட்டுவிட்டு வேலைக்குப் போவார். வாசல் அருகே செல்கிறபோது மம்மா பப்பாவுக்கு முத்தம் கொடுப்பாள். பப்பா போன பிறகு ஹென்றியுடன் மம்மாவும் வந்து படுத்துக் கொள்வாள். ஹென்றியைத் தூங்க வைத்த பிறகு, சற்று விடிந்த பிறகு வீட்டுக் காரியங்களைச் செய்ய மம்மா எழுந்திருப்பாள்.

மம்மா இருக்கிறவரை இப்படியேதான் காலம் கழிந்தது. ஹென்றி வாலிபனாக வளர்ந்த பிறகும்கூட வாழ்க்கையில் பெரிய மாறுதல் ஏதும் இல்லை. அவர்களில் யாருமே வாழ்க்கை யில் எந்த மாறுதலையும் எதிர்பார்க்கவுமில்லை; விரும்பவும் இல்லை. பப்பா வாய்விட்டே சொல்லுவார்: 'கடவுளே! எனக்குப் புதிதாக எதுவுமே வேண்டாம், இருக்கிற தெல்லாம் இப்படியே நீடித்தால் போதும் . . .'

இப்படிச் சொல்லிவிட்டுப் பப்பா சிரிப்பார்: "இதைவிடப் பேராசை கிடையாது, தெரியுமா? அப்புறம் எதுக்கு அது வேணும், இது வேணும்னு கடவுளை வேண்டணும்? எதுவும் ஒரே மாதிரி எல்லாக் காலத்திலேயும் இருக்காது. முன்னெல்லாம் நீ, நான், உங்க மம்மி மூணு பேரும் ஒரே கட்டிலில் படுத்துக்கு வோம். இப்ப முடியுமா? உங்க மம்மிக்கே ஒரு கட்டில் போதாது. நானும் ரொம்ப ஊதிப் போயிட்டேன். மகனே நீயும் வளர்ந்துட்டே . . . ஆனாலும் முன்னே மாதிரியேதான் நாம்ப மூணு பேரும் இப்பவும் ஒண்ணாவே படுத்துக்கறோம், இல்லையா, மகனே! . . . ஆனால் ஒரு வித்தியாசம் . . . இப்ப ஆளுக்கொரு தனிக் கட்டில் போட்டு வரிசையா, அதே மாதிரி நீ நடுவிலே படுத்துக்கறே. இருக்கிறது எதுவும் அப்படியே இருக்காது மகனே! வளரும், மாறும். ஆனால் மகனே, இதெல்லாம் அவ்வளவு முக்கியமில்லே, இல்லியா? நாம்ப மூணு பேரும் ஒண்ணாவே இருக்கோம். – இதைத்தான் மகனே நான் கடவுள்கிட்ட வேண்டினேன். வேண்டறதுன்னா கேக்கறதில்லே மகனே; விரும்பறது – நீ சொல்றயே 'ஐ விஷ்'னு – அதான்."

அவர்கள் மூவரும் மூன்று ஒற்றைக் கட்டில்களை நெருக்க மாகப் போட்டுப் படுத்திருக்கின்றனர்.

மம்மா மிகவும் கிழவியாகிவிட்டாள். தலை முழுக்க நரைத்து கன்னச் சதைகள் தொங்க இப்போதும் குழந்தை மாதிரி சிரிக்கிறாள். அவளுக்கு ரத்த அழுத்த நோய் வேறு. அடிக்கடி தலைச்சுற்றல் வந்துவிடுகிறது. அவளுக்கு உதவியாக எல்லா வேலைகளையும் ஹென்றிதான் செய்கிறான். சில நாட்களில் அவளை உட்கார வைத்துவிட்டு ஹென்றியே சமையல் செய்கிறான். துணி துவைக்கிறான். மம்மாவுக்குச் சாப்பாடு கொடுக்கிறான். இப்போது பப்பா அதிகாலை

டுட்டிக்குப் புறப்பட வேண்டுமென்றால் முன்னால் எழுந்து காரியங்கள் செய்து தயார்ப்படுத்துகிற பொறுப்பு ஹென்றி யுடையதுதான். பப்பா புறப்படுவதற்கு முன்னால் மம்மாவின் படுக்கையருகே வந்து அவள் கையைப் பிடித்து முத்தமிட்டு விட்டுச் செல்கிறார்.

இரண்டு மூன்று நாட்களுக்கொரு முறை மம்மா திடீரென்று உற்சாகத்துடன் எழுந்து எப்போதும் போல் எல்லாக் காரியங் களையும் செய்கிறாள். அப்புறம் ஒரு நாள் மறுபடியும் படுத்து விடுகிறாள். இப்படியே கொஞ்ச காலம் செல்கிறது.

ஒரு நாள் மம்மா பப்பாவிடம் மிகவும் குதூகலமாகச் சொன்னாள்: "உங்கள் ஆசைப்படி – நீங்கள் விரும்பிய மாதிரியே நான் உங்களுக்கு முன்னால் போய்விடுவேன்."

"மம்மா!" – சில சமயங்களில் பப்பாகூட மம்மாவை 'மம்மா' என்று கூப்பிடுவார்.

பப்பா தன் வாழ்க்கையைப் பற்றி எவ்வளவோ விஷயங் களை எல்லாம் ஹென்றிக்குச் சொல்லியிருக்கிறார்: அன்றைக்குப் பப்பாவும் ஹென்றியும் ஊர் சுற்றப் போயிருந்தார்கள். விடுமுறை நாட்களில் மம்மாவுடன் மூவரும் வெளியே கிளம்புவார்கள். மம்மாவுக்குச் சில சமயங்களில் முடியாமல் போய்விடும் . . . மனத்தில் ஆசையிருந்தாலும் உடல் அலுப்பாயிருக்கும். அதைப் புரிந்துகொண்டு பப்பா வெளியில் போகிற நிகழ்ச் சியையே சில சமயம் தள்ளிப் போடுவார். அது அவளுக்கு வருத்தமாக இருக்கும். அதனால் அவளே ஹென்றியோடு பப்பாவை வெளியில் அனுப்பிவிடுவாள். போகும்போது வாசற்படியிலேயே நின்று பார்ப்பாள். ஹென்றி பெரிய பையனாய் வளர்ந்துவிட்டதைப் பார்த்துக் கண்கலங்கி, மகிழ்வாள்.

அப்படி ஒரு நாள் வெளியில் போனபோது பார்க்கில் புல் தரையில் படுத்துக்கொண்டிருந்தபோது பப்பா அவன் எதிரே முழங்கால்களைக் கட்டி உட்கார்ந்துகொண்டு மம்மா வைப் பற்றி ஹென்றியிடம் சொன்னார்:

"மகனே . . ."

– அப்போது எங்கிருந்தோ 'சர்ச் பெல்' முழங்குகிறது. மணியோசையோடு அவர் மைக்கேலைப் புனிதமாக நினைவு கூர்ந்து சொல்லுகிறார்:

"மைக்கேலும் நானும் சிநேகிதமானதுக்கு என்ன காரணம்னா, நாங்க ரெண்டு பேரும் ஒரே ஊர்க்காரங்க என்று மத்தவங்க நெனச்சதுதான். நாம்ப, தூரமா எங்கேயா

வது நம்ம தேசத்தைவிட்டுப் போயிட்டா, நாம்ப ஊர்லே இருக்கிறபோது நமக்குள்ளே இருந்த தூரம் எல்லாம் கொறைஞ்சு போயிடும் மகனே. மைக்கேல் பெங்களூர்க்காரர். எனக்கு ஊரு தமிழ்நாட்டிலே ஒரு குக்கிராமம். மைக்கேலுக்குக் கொஞ்சம் தமிழ் தெரியும். அவ்வளவுதான் எங்களுக்குச் சொந்தம். அவர் சீட்டு வெளையாடுவார். ஆனால் அதிகமாகக் குடிக்கமாட்டார். நான் குடிப்பேன். எப்பவும் குடிப்பேன். என்னை அதுக்காக அவர் கண்டிப்பார். புத்தி சொல்லுவார். நான் ரொம்பக் குடிச்சிடக்கூடாதுன்னு என் கூட வந்து அவரும் குடிப்பார். அவர் சீட்டு விளையாடும் போது என்னை வந்து பக்கத்திலே உக்காந்துக்கச் சொல்லுவார். அவருக்கு அப்பத்தான் அதிர்ஷ்டமாம். அவருக்கு அந்த மாதிரி நம்பிக்கையெல்லாம் அதிகம். கழுத்திலே சிலுவை போட்டிருப்பார். ஞாயிற்றுக் கிழமையிலே சர்ச்சுக்குப் போவார். ஒரு நாள் என்னையும் கூப்பிட்டார். போனேன். அங்கேதான் நான் மம்மாவை முதல்லே பார்த்தேன். அவர் எப்போ முதல்லே பார்த்தாரோ எனக்குத் தெரியாது. மைக்கேல் உங்கம்மாவை அறிமுகம் செய்துவெச்சார். 'மீட் மிஸஸ் மைக்கேல்'னார். எனக்குத் தூக்கிவாரிப் போட்டுச்சி. அப்படி ஒரு விஷயத்தை அவர் எனக்குச் சொல்லவே இல்லை.

"பர்மாவுக்கு நாங்க ரெண்டு பேருமாத்தான் ஒரே ரெஜிமெண்டிலே வந்தோம். வந்து இன்னும் ஒரு வருஷம் ஆகலே. அதுக்குள்ளே என்னென்னமோ நடந்திருக்கு. அன்னிக்கு நானும் அவரோட உங்க மம்மா வீட்டுக்குப் போனேன். உங்க மம்மாவோட பப்பா மட்டும் இருந்தார். மம்மாவுக்கு அம்மா இல்லே. பப்பா ஒரு லாண்டிரி வெச்சிருந் தார். எனக்கு அவரை நல்லாத் தெரியும். கௌரவமான மனுஷர். குண்டு விழுந்தப்ப செத்துப் போயிட்டாராம். நான் பார்க்கலே. அந்த ஒரு நாள் பழக்கம்தான். அன்னிக்கி விருந்தெல்லாம் முடிச்சிட்டு இருட்டின அப்புறம் 'காம்ப்'புக்குத் திரும்பி வரபோது மைக்கேல் எல்லாம் சொன்னார்: எப்படிச் சந்திச்சாங்க – எப்படிப் பழகினாங்க – அவங்க பப்பாவைப் பார்த்தது; பேசினது – சர்ச்சிலே போய்க் கல்யாணம் பண்ணிக்கிட்டது எல்லாம் சொன்னாரு மைக்கேல்.

"ஏன் இந்த விஷயத்தை நீங்க 'காம்ப்'லே சொல்லலே?'ன்னு நான் கேட்டேன். அவுரு என்னாவோ காரணமெல்லாம் சொன்னார். எனக்கு அதெல்லாம் சரியாப் படலே. நான் போயி எல்லார்கிட்டேயும் விஷயத்தை உடைச்சி விட்டுட்டேன். அப்புறம் என்ன! ராத்திரியெல்லாம் ஒரே கொண்டாட்டம் தான்; ஆட்டம்தான்!

9

“அதுக்கப்பறம் ரெண்டு மூணு தடவை மைக்கேலோட நான் உங்க மம்மாவைப் பார்க்கப் போனேன். அப்பல்லாம் மம்மா மட்டும் தனியாதான் இருந்தாங்க. அவுங்க வீட்டிலே நாங்க இருந்தப்பதான் சங்கு ஊத ஆரம்பிச்சது. உடனே ‘காம்ப்’புக்கு ஓடி வந்தோம். குண்டு விழுந்து ஊரே சிதறி ஓடிச்சி. ஜப்பான்காரங்க ரங்கூனைப் பிடிச்சாச்சு . . . ஓ! கடவுளே . . . அதுக்குள்ளே எவ்வளவு நாசம் . . .!

“எல்லாரும் இந்தியாவுக்கு ஓடி வந்தோம். மைக்கேலுக்கு நல்ல காயம். அவரை நான் முதுகிலே தூக்கிக்கிட்டேன். மம்மாவும் தலையிலே ஒரு பெரிய மூட்டையைத் தூக்கிக் கிட்டாங்க. எங்களை மாதிரி எவ்வளவோ பேர் . . . ரயில், கூட்ஸ், வண்டி, நடை எப்படியெப்படியோ . . . உயிர் பொழைச்சால் போதும்னு மனுஷங்க ஓடறப்போ அவன் எவ்வளவு நல்லவனா, அடக்கமானவனா, நெறைஞ்ச அன்பு உள்ளவனா இருக்கான் தெரியுமா? . . .

“வர்ற போது மகனே . . . ரயில்வே ஸ்டேஷன்லே நான், மம்மா, மைக்கேல் மூணு பேரும் காத்துக்கிட்டிருந்தோம் . . . எத்தனையோ நாள் ரயில்வே ஸ்டெஷன்லேதான் இருந்தோம். அப்பறம் ஒரு நாள் ரயில் வந்தது. ‘அப்பாடா’ன்னு மூச்சு விட்டோம் . . . அவ்வளவுதான் . . . மறுபடியும் குண்டு விழுந்தது . . . எல்லாரும் ரயிலே விட்டு இறங்கி வயக்காட்டிலேயும், குழியிலேயும் விழுந்து ஓடிக்கிட்டு இருக்காங்க. தேன் கூட்டைக் கலைச்சா பறக்குமே அந்த மாதிரி . . . அப்பதான் மகனே . . .

“ஒரு ரயில் காரேஜிலே துணியிலே சுத்தி நீ கிடந்தே . . . ஓ! தெய்வமே . . . இந்தக் குண்டுங்களும், சண்டையும், வெற்றியும் தோல்வியும் உனக்குச் சம்பந்தமில்லாம, கடவுளின் மடியிலே இருக்கிற சுகத்தோட, அழுவாமல் அந்தக் குண்டுச் சத்தத்திலே, மசானக்கொல்லையிலே, நாலு பக்கமும் பொணம் கெடக்குது – அதுக்கு மத்தியிலே நீ இருந்தே மகனே. நான்தான் முதுகிலே மைக்கேலைத் தூக்கிக்கினு இருக்கேனே . . . ஆனா நான்தான் உன்னைப் பாத்து உனக்கு உயிர் இருக்கறதைத் தெரிஞ்சி உங்கம்மாகிட்டே சொன்னேன். உங்க மம்மா தலையிலேருந்த மூட்டையைப் போட்டுட்டு ஓடி வந்து உன்னைத் தூக்கினாங்க மகனே . . . மகனே . . . அப்பகூட உன்னை நாங்களே எடுத்துக் கணும்னு எனக்கோ, உங்க மம்மாவுக்கோ எண்ணம் வரலே மகனே. ஆனா நாங்க குழந்தை ‘யாருது யாருது யாருது’ன்னு எவ்வளவோ தேடினோம் . . . நீ யாரோட குழந்தையும் இல்லே . . .

நாங்க அப்பறம் யாரையும் தேடலை மகனே... நான் உன்னை அப்பவே 'மகனே'ன்னு கூப்பிட்டேன் மகனே!"

ஹென்றி புல் தரையில் நிமிர்ந்து உட்கார்ந்துகொண்டான். கதை அவனுக்கு மிகவும் சுவாரஸ்யமாக இருந்தது. யாரைப் பற்றியோ பப்பா சொல்வது போலத்தான் அவனுக்கு எல்லாமே இருந்தது.

"பப்பா – எனக்கு இதெல்லாம் கொஞ்சம் கொஞ்சம் தெரியும். இப்பதான் இவ்வளவு தெளிவா சொல்றீங்க, இட் இஸ் கொய்ட் திரில்லிங்" – என்றான் ஹென்றி. இப்போது கொஞ்ச காலமாகப் பப்பாவை 'நீங்கள்' என்று கூப்பிட ஆரம்பித்திருக்கிறான் ஹென்றி.

"உனக்குப் பிறந்த நாள் கொண்டாடறமே, அது அந்தத் தேதிதான் மகனே. நீ என்னைக்கிப் பிறந்தேன்னு யாருக்கும் தெரியாது" என்று சொல்லிவிட்டு அந்த அநாதைச் சிசு இன்று இவ்வளவு பெரிய பையனாய், தன் மகனாய் வளர்ந்திருக்கிற ஆச்சரியத்தோடு அவனைப் பார்க்கிறார் பப்பா.

"என்னா பப்பா?"

"ஒண்ணுமில்லே மகனே... மைக்கேல் அந்த நிலையிலே கூட உன்னைக் கொஞ்சினாரு... நாங்க இந்தியாவுக்கு வந்து நீ, நான், மம்மா, மைக்கேல் நாலு பேருமா ஒரு குடும்பமா வாழறதுன்னுதான் வந்தோம். ஆனால் மைக்கேல் வழியிலேயே செத்துப்போயிட்டார். நல்ல மழை... எந்த ஊர்னுகூடத் தெரியாத இடம். நம்ப மாதிரி ரொம்ப பேர் அங்கே ஒரு பாழடைஞ்ச வீட்டிலே தங்கியிருந்தாங்க... நாங்களும் போயி அங்கே

ஒதுங்கினோம். பாஷை, ஜாதி, தேசம்ங்கறது எல்லாம் எவ்வளவு அற்பமானதுன்னு தெரிஞ்சிது ... அன்புதான் மகனே முக்கியம் ... அங்கே இருந்த எல்லாரும் உன் மேலே எவ்வளவு அன்பா இருந்தாங்க! அப்பதான் மைக்கேல் செத்துப் போனாரு. 'தெரஸாவைப் பார்த்துக்கொள். அவளுக்கு உதவி செய். அவளும் விரும்பினா நீங்க ரெண்டு பேரும் ஒண்ணா சேந்து வாழறதுக்குக் கடவுள் ஆசீர்வதிப்பார்'னு ... எங்க ரெண்டு பேரையும் கையைச் சேத்து வெச்சார். மகனே நான் கதறி அழுதிட்டேன், அவர் செத்துப் போறதுக்காக நான் அழறேன்னுதான் மம்மாகூட நெனைச்சிட்டாங்க ... இல்லே, மகனே! உங்கம்மாவும் நானும் சேர்ந்து வாழணும்னு அவரு ஆசைப்பட்டது என் மனசை என்னவோ செஞ்சிது மகனே ... இதிலே அழறதுக்கு என்ன இருக்குதுன்னு இப்ப எனக்கும் தோணுது. ஆனா மகனே ... எனக்கொரு கதை இருக்கே ... அது தெரிஞ்சாத்தான், நான் அழுதது ஏன்?னு தெரியும் ... உங்க மம்மாவுக்குக்கூட அதெல்லாம் தெரியாது. நான் சொல்லலே.

"மைக்கேல் செத்தவுடனே நான் தனியாப் போயி உக்காந்து யோசிச்சேன்; ஒரு நாள் பூராவும் தனியா உக்காந்திருந்தேன், உன்னைக்கூடப் பார்க்கலே ... உங்க மம்மா மடியிலே குழந்தை யையும் வெச்சிக்கிட்டு வந்து என் பக்கத்திலே உக்காந்துக் கிட்டாங்க ... என் மேலே ஒரு போர்வையைக் கொண்ணாந்து போத்திவிட்டாங்க ... நான் அவங்களைப் பார்த்தேன். உங்க மம்மா அழவே மாட்டாங்க ... அவங்க மனசு ஒரு நிலைக்கு வந்தாச்சு அப்பவே. அவங்க ஒரு பெரிய துறவி மாதிரி. நான் எப்பவும் சும்மா ஏதாவது பேசிக்கிட்டிருக்கேன். என்னை இப்படி நெறையப் பேச வைக்கறதுக்காக அவுங்க பேசறாங்க, அவங்களுக்கு எல்லாம் தெரியும். அதனாலே பேசமாட்டாங்க. ஒரு தாய் மாதிரி என்னைப் பாத்துக் கையை நீட்டினாங்க. நான் அவங்க கையைப் பிடிச்சுக்கிட்டு குழந்தை மாதிரி அழ ஆரம்பிச்சேன் ... அவங்க கையிலே முகத்தைப் புதைச்சிக் கிட்டு அழுதேன் ... மம்மா உன்னைத் தட்டிக் குடுப்பாங்களே அதே போல என்னைத் தட்டிக் குடுத்தாங்க ..."

"ஒய் டிட் யூ கிரை பப்பா?" என்று கேட்டுக்கொண்டே எழுந்த ஹென்றி, மேலே ஒட்டிக்கொண்டிருந்த புல்லைத் தட்டிவிட்டுக்கொண்டான். பப்பா தன் பழைய நினைவு களிலேயே எழுந்தார். கண்கள் மட்டும் இப்போதைய சூழ்நிலை களைப் பார்த்துக்கொண்டிருந்தன. அவரது மனம் மிகவும் ஆழந்து ஏதோ நினைவில் தோய்ந்திருந்தது. அடிக்கடி – தன்னுள், அவர் குழந்தைகளின் விளையாட்டை ரசிக்கிறவர் மாதிரி – தன் மீதே கொண்ட அன்புடன் மெல்லச் சிரித்துக்கொண்டார்.

இருவரும் எழுந்து நடந்தனர்: "உனக்கு நிறைய நான் சொல்லணும் மகனே..." என்று எப்படி இவனிடம் சொல்லுவது என்று தயங்கினார். பாஷை தெரியாமல் தவித்தார். அவனைப் பார்த்து அவர் கொஞ்சம் அசட்டுத்தனமாகச் சிரித்தார்.

பப்பா வழக்கமாகப் போகும் சாராயக் கடையினுள் நுழைந்தார். அங்கே அவருக்கென்று ஒரு தனியறையும், தனி மரியாதையும் கிடைக்கும். பப்பாவுக்கு எல்லா இடத்திலும் ஒரு தனி இடம் – தனி மரியாதை தானாகவே கிடைக்கும். ஹென்றியை எதிரில் உட்கார வைத்துக்கொண்டு பேசியவாறே அவர் குடிப்பார். ஹென்றி டேபிளின் மீது முழங்கையை ஊன்றி அவர் குடிப்பதை வேடிக்கை பார்த்துக்கொண்டே அவர் சொல்வதைக் கேட்பான். அவர் கண் கலங்கிச் சில சமயங்களில் அழ ஆரம்பிப்பார். அப்போதெல்லாம் தனது இடத்திலிருந்து எழுந்து வந்து அவர் பக்கத்தில் நின்றோ, உட்கார்ந்தோ அவர் முதுகைத் தடவி, "பப்பா! டோண்ட் கிரை பப்பா" என்று ஆறுதல் சொல்வான் ஹென்றி. மம்மி அவ்விதம் அவரைச் சமாதானம் செய்வதை அவன் பலமுறை பார்த்து இருக்கிறான்.

"கொஞ்சம் குடிக்கிறியா, மகனே?"

"நோ. தாங்க்ஸ் பப்பா..."

"சியர்ஸ்..."

"சியர்ஸ்... பப்பா!"

பப்பா குடிக்க ஆரம்பித்தார். ஹென்றி அவர் முன்னால் பிளேட்டிலிருந்த வறு கடலையையோ, சிப்ஸையோ எடுத்துக் கொறித்தான்.

"இன்னம் கொஞ்சம் எடுத்துக்கோ மகனே..."

"தாங்க்ஸ்..."

"மகனே..."

"எஸ். பப்பா!..."

"நீ இப்ப பெரிய பையனா ஆயிட்டே... நான் நெனச்சதை விட நீ நல்லவனாகவும் உயர்ந்தவனாவும் இருக்கே..."

"பப்பா... தாங்க் யூ!"

"நீ ஸ்கூலுக்குப் போகலே... படிக்கலே... உத்தியோகத்துக்குப் போகலேன்னு எல்லாம் எனக்கு நெனைப்பே கெடையாது மகனே. நினைப்பு இருந்தால்தானே வருத்தம் இருக்கும்!

ஆனால் உனக்குச் சில விஷயங்கள் சொல்லணும். அது விஷயமா நான் ஒரு வக்கீலைக்கூடப் போயிப் பார்க்கணும். நீ என் மகன்கிறதெ சட்டப்பூர்வமாக்கணும். அதுக்கு ஏதாவது முறைகள் இருக்கோ என்னமோ, தெரியலே ... இருந்தால் அப்படியே செய்யவேணும். முப்பது வருஷத்துக்கு முந்தி நம்ப வீட்டைப் பூட்டிட்டு வந்தவன்தான் நான் ... அது என்ன ஆச்சுன்னு நான் கவலைப்படலே ... உனக்குக் கதை சொல்லணுமேன்னு சொல்றேன். ஏதோ கொஞ்சம் நெலம், ஒரு தென்னந்தோப்பு, கடைத்தெருவிலே ஒரு கடையும் வீடும் ... இப்ப எல்லாம் சேத்தா ஒரு லட்சத்துக்கு மேலே தேறும் ... அந்த ரெக்கார்டை எல்லாம் என் கிட்ட பத்திரமா வெச்சிருக்கேன் மகனே ...” என்று சொல்லிவிட்டுச் சிரிக்கிறார் பப்பா:

“நம்பூதிரி ஒருத்தன் பணப் பெட்டியைக் கரையிலே வச்சிட்டுக் குளிக்கப் போனானாம். திருடன் ஒருத்தன் வந்து பணப் பெட்டியைத் தூக்கிக்கினு ஓடினானாம் ... நம்பூதிரி, ‘போடா மடையா ... சாவி எங்கிட்டதானே இருக்கு’ன்னு சொல்லிட்டுக் குளிச்சிக்கிட்டே இருந்தானாம். அந்த மாதிரி இருக்கு இல்லே, நான் சொல்றது ...?” என்று வேடிக்கையாகச் சொன்னவர், சிறிதே சிரிப்படங்கி ஸீரியஸாக யோசித்தார். கதையைக் கேட்டு ஹென்றியும் சிரித்தான்.

“அதுக்கும் ஒரு அர்த்தம் இருக்கு மகனே. சாவிதான் பொட்டி யாரோடதுங்கறதுக்கு அடையாளம், பணம் ஒரு அடையாளம் இல்லை, மகனே ... அடையாளம் எதுக்கு? அது வேற விஷயம், அடையாளம் வேணும்னா சாவிதான் அடையாளம். இல்லியா மகனே? ...”

“எஸ். யூ ஆர் ரைட் பப்பா.”

“ஒருநாளைக்கு எல்லா ரெக்கார்டையும் உன்கிட்ட தர்றேன். சும்மா வெச்சிக்கோ. அது உனக்குத்தான் சொந்தம்; அதனாலே உன்கிட்ட தர்றேன் ... அதெல்லாம் நானே சம்பாதிச்ச சொத்து மகனே. எங்க அப்பா எனக்கு ஒண்ணும் வெக்கலே. நெறைய கடன்தான் வெச்சிருந்தார். நான்தான் கடனை எல்லாம் தீத்தேன். சொத்தையெல்லாம் வாங்கினேன். தேங்காய் வியாபாரம் பண்ணி நெறைய சம்பாதிச்சேன். என் தம்பி ஒருத்தன் இருந்தான். இப்பவும் இருப்பான், இருக்கணும் ... துரைக்கண்ணுன்னு பேரு. படிக்கவும் இல்லை. முரட்டுத்தனமா சுத்திக்கிட்டு இருந்தான். கொமராவரத்திலே தாத்தா வீட்டிலேயே இருந்தான் ...”

“பப்பா ... நீங்க ஏன் பப்பா அங்கேயெல்லாம் போகறதே இல்லே?”

“அங்கே திரும்பப் போகக் கூடாதுன்னு தீர்மானம் பண்ணிக்கிட்டுத்தான் மகனே நான் புறப்பட்டேன் . . . நான் போகவே மாட்டேன் . . .” என்று சொல்லும்போது அவர் கண்கள் கலங்க ஆரம்பித்தன. ஆனாலும் அவர் சிரித்தார்.

“பப்பா, எனக்கு ஆச்சரியமா இருக்கு . . . உங்களாலே இவ்வளவு பிடிவாதமாகவும் இருக்க முடியுமா? . . .”

“இது பிடிவாதம் இல்லே மகனே . . . எனக்கு யாரு மேலேயும் வெறுப்போ, கோபமோ, வருத்தமோ கெடையாது . . . ஆனா அதுக்காக நான் யாரையும், எதையும் நெனைச்சி நெனைச்சி உருகவோ ஏங்கவோ இல்லே, மகனே . . . என் மனசு எப்படி இருக்குன்னு நீ புரிஞ்சுக்குவேன்னு நினைக்கிறேன்.”

“எஸ். ஐ டூ பப்பா.”

“மகனே . . .”

“எஸ், பப்பா.”

“எங்க அப்பாவுக்கு ஊர்லே ரொம்பக் கெட்ட பேர்னு சொல்லியிருக்கேன். அவர் மகா முன்கோபி . . . ஊதாரி . . . சண்டைக்காரர் . . . எனக்கோ ஊர்லே – அவர் இருக்கற போதே – ரொம்ப மரியாதை. திரௌபதி அம்மன் கோயில்லே பெரிய திருவிழா நடக்கும். பத்து நாள்கூட நடக்கும். பக்கத்தூர்லேருந்து எல்லாம் ஜனங்கள் வருவாங்க. நெருப்பு மிதிப்பாங்க . . . கூத்து நடத்துவாங்க . . . கரகம் எடுப்பாங்க. அதெல்லாம் நெனச்சா இப்பக்கூட எனக்கு அந்தச் சத்தம் காதிலே கேக்குது மகனே . . . இப்பவும்கூட நடக்கும்னுதான் நெனைக்கிறேன் . . . எனக்குக் கல்யாணம் ஆகறதுக்கு முன்னாலேயே அப்பா செத்துப் போயிட்டார்.”

“வாட்? . . . மார்யேஜ்! . . . யுவர் மாரேஜ்? . . .”

“ஆமாம் மகனே, எனக்கும் ஒரு கல்யாணம் நடந்திச்சு. அந்த வூர்லயே அவ்வளவு பெரிய கல்யாணம் அதுக்கு முன்னாலே நடந்தது இல்லேன்னு சொல்லுவாங்க. நாலு நாள் கல்யாணம் . . . எனக்கு அப்போ பத்தொன்பது வயசு . . .” – ஹென்றி பப்பாவைப் பத்தொன்பது இளைஞனாய், மணக் கோலத்தில் கற்பிதம் கொண்டு ரசிக்கிறான். அவர் பக்கத்தில் ஒருத்தி அந்தக் காலத்துப் பெண் என்று அவன் கற்பனை செய்கிற விதமாய் நிற்கிறாள். அவள் முகம் தெரியவில்லை. பெயர் தெரியவில்லை. எதுவும் தெரியவில்லை.

“அப்ப உங்களுக்கு வயசு – நைன்ட்டீனா . . .?”

“ஆமா . . . அடுத்த வருஷம் எங்க அம்மா போய்ட் டாங்க . . .”

"யூ லைக் யுவர் மம்மி?..."

"ஆமாம்... மகனே. அவங்க எல்லாம் கொழந்தைகள் மாதிரி வாழ்ந்து கொழந்தையாகவே வயசாகிக் கிழவங்களாகவும் ஆயிப் போயிட்டாங்க. அவங்களுக்கு உலகம் தெரியாது; நாகரிகம் தெரியாது...பேசக்கூடத் தெரியாது மகனே... பறவைங்க, மிருகங்க எல்லாம் எவ்வளவு அன்பா, சந்தோஷமா இருக்கு – அந்த மாதிரி வாழ்ந்தவங்க... பொது அறிவு, சிந்தனை – இதெல்லாம் கெடையாது. அவங்க வாழ்க்கை ரொம்ப அமைதியா அழகா இருந்ததுன்னா – அதுகூட ஒரு பழக்கத் தினாலேதான் மகனே... எங்க அம்மா என்னை 'ராசா'ன்னு கூப்பிடும். தம்பியைத் 'தொரை'ன்னு கூப்பிடும்...ரொம்ப நல்ல அம்மா..."

"யூ லவ் ஹெர்?"

"எஸ்... மகனே!"

"பப்பா!"...

"மகனே..."

"ஐ லவ் யூ பப்பா" – அவர் கையில் முத்தமிடுகிறான் ஹென்றி. "ம்...அப்பறம்? கல்யாணம் நடந்தது..." என்று கதையைத் தொடங்க அடி எடுத்துக் கொடுத்தான் ஹென்றி.

பப்பா பெருமூச்சு விட்டார். ஹென்றியின் கண்களை உற்றுப் பார்த்தார். அதில் ஒரு தோழமை தெரிந்தது.

"அவளும் நானும் பத்து வருஷம் வாழ்ந்தோம். நான் ரொம்ப சந்தோஷமா வாழ்ந்தேன். எங்களுக்குக் குழந்தை இல்லைன்னு ஊரே வருத்தப்பட்டது. பத்து வருஷத்துக்கப்புறம் நாங்க திரௌபதி அம்மனை வேண்டிக்கிட்டு கொடை நடத்தினோம்."

"கொடைன்னா?..."

"கொடைன்னா...செலவெல்லாம் நாம்ப ஏத்துக்கிட்டுத் திருவிழா நடத்தறது...கஞ்சி ஊத்தறது...தெருக்கூத்து, கரகம் ஆட்டக்காரங்களை வரவழைச்சி நம்ம பொறுப்பிலேயே எல்லாக் கைங்கரியமும் நடத்தறது..."

"புரியுது...பப்பா..."

"அந்த ஊரிலே பழனி பழனின்னு ஒரு பரியாறி இருந்தான். சின்ன வயசிலேருந்து எனக்கு அவனைத் தெரியும். நல்லாப் பாட்டுப் பாடுவான். நாயனம் வாசிப்பான். தெருக்கூத்திலே வேஷம் போடுவான். பொம்பளை வேஷக்காரன். துரோபதி

வேஷம், பிரகலாதன் கதையிலே அம்மா வேஷமெல்லாம் அவந்தான் போடுவான். காலையிலே பெட்டியெடுத்துக்கிட்டு எல்லார் வூட்டுக்கும் வந்து திண்ணையிலே குந்தி க்ஷவரம் செய்துட்டுப் போவான். அவன் போனப்பறம் திண்ணை யெல்லாம் தண்ணி ஊத்திக் கழுவி விடுவாங்க – அவன் தீட்டாம் . . . அப்ப எல்லாம் காசு பணம் குடுக்கிற பேச்சே கெடையாது. எல்லார் வீட்டிலேயும் மாசம் இவ்வளவு நெல்லுன்னு அவனுக்குக் குடுப்பாங்க. நம் வீட்டிலேருந்து காசும் குடுப்போம். என்னைப் பாத்தா மேல் துண்டை இடுப்பிலே கட்டிக்குவான். வாய் மேலே நாலு விரலையும் பதிச்சிக் கிட்டுத்தான் பேசுவான். எனக்கே அவனைப் பார்த்தா ரொம்பப் பாவமா இருக்கும். அந்தக் காலத்திலே எவ்வளவு மோசமா அவங்களை நடத்தி யிருக்காங்கன்னு இப்பத்தான் புரியுது . . . க்ஷவரம்னா தலை, முகம்னு மட்டும் இல்லே . . . சர்வாங்க க்ஷவரம் பண்ணிக்குவாங்க.

“அந்தப் பழனி மேலே எனக்கு ரொம்பப் பிரியம் ரொம்பப் பரிதாபம். நம்ப வீட்டிலே அவனுக்குச் சாப்பாடு, செலவுக்குக் காசு எல்லாம் உண்டு. திண்ணையோரமா வந்து படுத்துக்கினு இருப்பான் . . .

“மகனே . . . ஒரு நாள் புலவர் வீட்டு மருமகளும் அவனுமா ஓடிப் போயிட்டாங்க . . .”

“யுவர் வய்ப் அன் தட் பரியாறி?”

“எஸ் . . . மகனே . . .”

“ஸோ, தே வேர் இன் லவ்?”

“அதுக்கு அப்படித்தான் மகனே பேர் . . .”

10

“பப்பா, நீங்க அதுக்காக வருத்தப்பட்டீங்களா?”

“ஆமாம் மகனே, ரொம்ப வருத்தப்பட்டேன். அவ போயிட்டாளேன்னு வருத்தமில்லே. நான் ஏமாந்து போயிட்டேனேன்னு வருத்தம். தெருவிலே நடந்து போறப்போ திடீர்னு ஒருத்தன் முகத்தைச் சுளிச்சுக்கிட்டு நம்மைப் பார்த்துக் காறித்துப்பின மாதிரி – நியாயம் இல்லாத, அவமானமான வருத்தம்.

“இனிமே எனக்கு யாரும் இல்லையே, இனிமேலும் எனக்கு யார் வேணும் . . .? எல்லாரும் நம்மைப் பத்தி என்னென்ன

சொல்லுவாங்க? ஆ ஆ!... அவள் எவ்வளவு அன்பா இருந்தாள்! அவள் எப்படி இதைச் செஞ்சா? நான் என்ன தப்புப் பண்ணினேன்?

"மகனே! நான் எப்போதாவது கோயில்லே போய்க் கதை சொல்லுவேன்; எங்க அப்பாகூடக் கதை சொல்லுவார். இது புலவர் வீட்டு வழக்கம். சீதையைப் பத்தியும் அருந்ததியைப் பத்தியும் நான் ரொம்பக் கைச்சரக்கெல்லாம் சேர்த்துச் சொல்லுவேன். அவளும் வந்து உட்கார்ந்திருப்பாள். அப்போல்லாம் நான் அடிக்கடி அவளைப் பார்ப்பேன். என் மனசுக்குள்ளே நானும் அவளும் அந்த மாதிரி இருக்கறதா நினைச்சுக்குவேன்."

பப்பா கண்களை மூடிக்கொள்கிறார். உட்கார்ந்த நிலையிலேயே முன்னும் பின்னுமாய் ஏதோ யோசனையில் லேசாக ஆடுகிறார். தலை சற்று அண்ணாந்திருக்கிறது. அவரது கிளாஸ் காலியாக இருப்பதைப் பார்த்து ஹென்றி அவரிடம் மெல்லிய குரலில் கேட்கிறான்:

"பப்பா."

"எஸ் மகனே" என்று கண்களைத் திறக்காமலே, உட்கார்ந்த நிலையில் ஆடுகிற ஆட்டத்தை நிறுத்தாமலே, பதிலிறுத்தார். ஹென்றி மிகவும் மரியாதையோடு அந்தக் கிளாசைக் கையில் எடுத்துக்கொண்டு கேட்டான்: "மே ஐ கெட் யூ அனதர் கிளாஸ் பப்பா?"

"ப்ளீஸ், மகனே!" – அவரது மூடிய இமைகளினூடே எப்பொழுதோ மறந்து போன அவலத்தை எண்ணிய சோகத்தால் கண்ணீர் மின்னுகிறது. ஹென்றி கையில் கிளாசுடன் உள்ளே வரும்பொழுதுகூட, அவர் அதே நிலையில்தான் உட்கார்ந்து ஆடிக்கொண்டிருக்கிறார். அவன் வருவதுகூட அவருக்குத் தெரியவில்லை. அவர் முன்னால் கிளாசை வைத்துவிட்டு அவர் எதிரில் நாற்காலியில் உட்கார்ந்தான். மேஜையின் மீது ஊன்றியிருக்கும் அவரது வலக் கரத்தைத் தொட்டு மறுபடியும் ஹென்றி அவரை அழைத்தான். அவர் கண்களைத் திறந்து அவனைப் பார்த்தவாறே கண்ணாடியைக் கழற்றித் துடைத்துக்கொண்டார், பிறகுதான் அவருக்குத் தெரிந்தது, தனது கண்கள் கலங்கியிருக்கின்றன என்று. தன் அசட்டுத்தனத்தை எண்ணிப் பரிகசித்துக்கொள்வதுபோலச் சிரித்தவாறே கண்களைத் துடைத்துக் கொண்டார். அப்பொழுதுதான் குடிக்க ஆரம்பிக்கிறவர் போல் 'சியர்ஸ்' என்று சொல்லிவிட்டுக் கொஞ்சம் குடித்தார்.

"மகனே! ஒரு தடவை கோயில்லே கதை சொல்லிட்டு வரும்பொழுது, அடுத்த வீட்டு ஆள் ஒருத்தன், கனகசபைன்னு

பேரு – இப்பவும் இருப்பான். என்னைவிடக் கொஞ்சம் சின்னவன் – இவளும்தான் கூட வரா –அவனும் அவன் பொஞ்சாதியுமா பேசிக்கினே வரும்போது கேட்டான்: 'நீங்க சொல்றப்ப இந்தக் கதையெல்லாம் நல்லாதான் இருக்குது. ஆனால், நம்ப முடியலியே'ன்னான். 'எதை'ன்னு கேட்டேன். 'அந்தப் புராணத்திலே வர பத்தினி'ங்களைன்னான். 'அவங்களை

நம்பாட்டி போவுது ... உன் கூட வர பொண்டாட்டியை யாவது நம்பு'ன்னேன்; நான் சொன்னதைக் கேட்டு எல்லாருமே சிரிச்சாங்க. நாளைக்கு அவன் – அந்தக் கனகசபை என்னைப் பார்த்துச் சிரிப்பானேன்னு நினைச்சேன். எங்க அம்மா செத்துப் போனப்ப அழுத மாதிரி அவள் போனபோது அழுதேன். நினைச்சால் இப்போ சிரிப்பு வருது மகனே ...

"அதெல்லாம் எப்படி நடந்ததுன்னு இப்பவும் எனக்குத் தெரியலே மகனே. நான் நினைச்சிருந்தால் ஒருவேளை அதைத் தடுத்திருக்கலாமோ என்னமோ?

"கோழி கூவறத்துக்கு முன்னே நெல்லு வேவிக்கிறத்துக்காக அவள் எழுந்திரிக்கிறப்பவெல்லாம் எனக்கும் முழிப்பு வரும். ஆனால், நான் படுத்தே இருப்பேன். சில சமயத்திலே மறுபடி யும் தூங்கிடுவேன். ஆனால் அன்னக்கித் தூங்கலே. அதிசயமா தோட்டத்துக் கதவைத் திறக்கிற சத்தம் கேட்டிச்சு. தோட்டத்துக் கதவுன்னா வீட்டுக்குப் பின்னாலே ரொம்ப தூரத்திலே இருக்கு. விடிஞ்சப்பறம் பால்காரன் குரல் கேட்டுத்தான் அதைத் திறக்கிறது வழக்கம். தாழ்ப்பாளைத் திறக்கற சத்தமே ரொம்ப மெதுவா கொஞ்சம் கொஞ்சமா கேட்டுச்சி. நான் கண்ணைத்

திறந்து பார்க்கறேன். பின்கட்டுப் பூரா இருளோன்னு கெடக்குது. எனக்கு மனசுக்குள்ளே என்னமோ ஒரு பயம். எழுந்து வந்தேன். தோட்டத்து வாசல் கதவுக்கும் கிணத்தங்கரைக்கும் நடுவாலே நின்னுகிட்டு அவுங்க பேசிக்கிட்டு இருக்காங்க. எனக்கு அவளைத் தெரியுது; அவனைத் தெரியலே. தாவாரத்திலே ஒரு பொட்டி, ஒரு மூட்டை இதெல்லாம் தயாரா இருக்குது. அவன் பொட்டி யையும் மூட்டையையும் எடுக்கவரான். நான் கதவுக்குப் பின்னாலே ஒளிஞ்சிக்கிறேன். அப்பதான் அவனை எனக்குத் தெரிஞ்சுது. அடேய்... அடேய், பழனி!

"அந்த வருஷம்தான் நாங்க கொடை நடத்தினோம். மூணுராத்திரி தெருக்கூத்து நடந்துச்சி. பழனிதான் திரௌபதி வேஷம் கட்டினான். நானும் அவளும் போய் விடிய விடிய கூத்துப் பார்த்தோம். சரி! 'இனிமே இதுக்கு நான் என்ன செய்யணும்'னு யோசிச்சேன். இதுக்கு – இப்போது அவளும் இவனும் ஒருத்தர் கையை ஒருத்தர் பிடிச்சுக்கிட்டு ஓடறாங் களே இதுக்கு – நான் ஒண்ணும் செய்ய முடியாது. இது நடந்துபோன காரியம், இந்த ரெண்டு பேரையும் இப்போது நான் என்ன செய்தாலும் இது நடந்துபோன காரியம். இதுக்கு நான் ஒண்ணும் செய்ய முடியாது. இதை நான் ஏத்துக்கணும். எப்படி? நான் என்கிறது யாரு? இங்கே பரமாத்தா ஜீவாத்மா கதையெல்லாம் பலிக்காது. இங்கே 'நான்' என்கிறது இந்தப் புலவர் குடும்பத்துலே, வீரசோழியம் பிள்ளையுடைய மகனான சொக்கநாதம் பிள்ளையோட மகனான சங்கிலியாண்டிப பிள்ளையோட மகனான சபாபதிப் பிள்ளைன்னு அர்த்தம். அந்த வம்சத்தோட மானத்தைப் பாதுகாக்க வேண்டியவன் நான். எனக்கு வர்ற அவமானம் அவங்க பெருமையை யெல்லாம் அழிச்சிடும். அந்த உலகத்திலே அப்படித்தான் மகனே. பத்து வருஷமா ஒரு குழந்தை இல்லேன்னு நான் ஏங்கினேன். அந்தக் குறைக்காக அப்போ தான் நான் சந்தோஷப்பட்டேன். சரி! இனிமே நான் என்னா பண்றது? அதோ, அந்த ரெண்டு பேரும் போறாங்க. தோட்டத்துக் கதவை இன்னும் தாண்டலே. அதோ மூலையிலே ஒரு கொடு வாக்கத்தி கிடக்குது. அதாலே ரெண்டு பேரையும் நான் வெட்டிச் சாய்க்கலாம். அதனாலே என்ன லாபம்? ஒரு குரல் கொடுத்தா ஊர் திரண்டு வரும். ரெண்டு பேரையும் பிடிச்சு மரத்தோட மரம் கட்டி வைக்கலாம். அதனாலே என்ன லாபம்? 'என் பெண்டாட்டி பரியாறியோட ஓடறாள்'னு ஊர் கூட்டறதா? 'அடே சபாபதி! அப்புறம் நீ என்ன ஆண் பிள்ளை? அதனாலே உங்க புலவர் வீட்டுப் பெருமை கொடி கட்டிப் பறக்குமோ? சீச்சீ! வேற வழியைப் பாருடா'ன்னு சொல்லுது ஒரு பக்கம்.

“வேற என்னா செய்யலாம்? எனக்கென்னா போச்சுன்னு பேசாமல் இருந்துடலாமா? நான் இருக்கலாம்; ஊர் இருக்குமா? புலவர் வீட்டு மருமகளைக் காணோம்ங்கிற விஷயம் முதல்லே ஊருக்குத் தெரியும். அதுக்கப்பறம் இந்தப் பரியாறிப் பயலையும் காணோம்னு தெரியும். அவ்வளவு போதாதா? ஒண்ணுமே புரியலே. இனிமே அந்த ஊரிலே நான் எப்படி வாழறது? தற்கொலை பண்ணிக்கலாமான்னு ஓர் ஆசை – ஒரு கற்பனை வந்திச்சே தவிர அது ஒரு யோசனை இல்லே மகனே. மானம் தான் மகனே பெரிசு! அது போனப்பறம் உசிர் இருந்தா என்னா, போனால் என்னா? தற்கொலை பண்ணிக்கிறதுங்கறது நான் தப்பிச்சுக்க உதவும். இப்போ நான் அதுக்காகவா கவலைப் படறேன்?”

பப்பாவின் கண்களில் இப்போது கண்ணீர் வழிகிறது. கிளாசிலிருந்து இரண்டு மூன்று மிடறு மடமடவென்று குடிக் கிறார். ஹென்றி பாக்கெட்டிலிருந்து கர்சீப்பை எடுத்து அவரிடம் நீட்டுகிறான்.

“நான் அழலே மகனே. அப்போ நான் எப்படி அழுதேன்னு சொல்றேன்” என்று சொல்லி முகத்தை அழுந்தக் கர்சீப்பால் துடைத்துக்கொள்கிறார். தெளிந்த முகத்தோடு அவனைப் பார்த்துச் சிரிக்கிறார்.

“விடியறத்துக்கு முன்னாலேயே எனக்கு எல்லாம் வெளிச்சமாயிடுச்சி. மகனே, அந்த நேரத்திலே எனக்கு அப்படி ஒரு யோசனையைக் குடுத்த கடவுளுக்கு நன்றி சொல்லணும். நடந்ததும் நடக்கறதும் நடக்கப் போறதும் எல்லாமே கடவுளு டைய சித்தம், மகனே! அந்த நிமிஷம் வரைக்கும் இதைப் புரிஞ்சிக்காத மண்டுவா நான் இருந்திருக்கிறேன். அப்படி ஒரு யோசனை எனக்கு வந்த உடனே மனசும் உடம்பும் வெள்ளையா, லேசா, காத்திலே பறக்கிற ஒரு நூல் மாதிரி ஆயிடுச்சி. மகனே, நான் ஒண்ணும் சாமியாராப் போகலே. அந்த நேரத்திலே எனக்கு எது எது வேணும்னு நான் நினைச் சேனோ – பணம், நகை, துணிமணி எல்லாத்தையும் மூட்டை கட்டிக்கினு நானும் புறப்–பட்டுட்–டேன், ம–க–னே” என்று குதூகலமாகக் குழந்தைத்தனமாகப் பாடியவாறு சொன்னார் பப்பா.

ஹென்றி மேலுதட்டை மீட்டியவாறு இவருடைய குதூகலத்தின் காரணம் புரியாமல் விழித்தான்.

“தாவாரம் பூரா நெல்லு மூட்டை அடுக்கி வச்சிருக்குது. அதையெல்லாம் வித்துப் பணமாக்கிக்க எனக்கு நேரமில்லை. அதெல்லாம் இனிமே என்னோடதில்லை. தோட்டத்துக்

கொட்டாயிலே மாடுகள் கட்டி இருக்கு. இன்னும் கொஞ்ச நேரத்தில கோனார் வருவான். தோட்டத்துக் கதவுப் பக்கம் நின்னு 'அம்மா, அம்மா'ன்னு குரல் கொடுப்பான். அதுக்கப் பறம்தான் அம்மா போய்க் கதவைத் திறக்கணும். இன்னிக்கிக் கதவு திறந்திருக்கே! அம்மாவைக் காணோமே? . . .

"நான் போய்த் தோட்டத்துக் கதவைச் சாத்தி மறுபடியும் நல்லாத் தாப்பாள் போட்டேன், கிணத்தங்கரைக்குப் போயி நாலு வாளி தண்ணியை மொண்டு தலையிலே ஊத்திக்கினேன். விடியறதுக்கு இன்னும் நேரமிருக்கு. ராந்தல் விளக்கை ஏத்திக் கையிலே எடுத்துக்கினு வீடு பூரா ஒரு தடவை சுத்திப் பார்த்தேன். அடுப்பங்கரைக்குள்ளே உறியிலே இருந்த பாத்திரத்தை ஏனோ திறந்து பார்த்தேன். பொரைக் குத்தின பால் தொவஞ்சி இருந்தது. சொத்து சம்பந்தமான பத்திரமெல்லாம் எடுத்து மொதல்லே வெச்சுக்கிட்டேன். எரிஞ்சிக்கிட்டிருக்கிற ராந்தல் விளக்கைக்கூட நான் அணைக்கலை. எண்ணெயிருக்கிற வரைக்கும் அதுவும் எரியட்டுமே. தெருக்கதவை இழுத்துப் பூட்டிக்கிட்டு சாவியை எடுத்துக்கிட்டேன். தூணோரமா மறைஞ்சி நின்னு தெருவைப் பாத்தேன் . . . யாருமில்லே . . . யார் கண்ணிலேயும் படாமல் நானும் ஓடிட்டேன்,"

"வாட் இஸ் தி ஐடியா பப்பா?"

பப்பா தலையை அண்ணாந்துகொண்டு உரக்கச் சிரிக்கிறார். "உனக்குப் புரியலியா மகனே! மொதல்லே கொஞ்ச நாளைக்கு, யாருக்குமே இதைப் பத்தி எதுவுமே தெரியாமல் இருக்கும். இது ரொம்ப முக்கியம். அதுக்கு அப்பறமா 'புருஷனும் பொஞ் சாதியும் சேர்ந்து எங்கேயோ போய்ட்டாங்க'ன்னு நினைப் பாங்க. அந்த வருஷம்தானே கொடை நடத்தி இருக்கேன் – அதனாலே புள்ள இல்லாத கவலையிலே தேசாந்திரம் போயிருப்போம்னு நினைச்சிக்குவாங்க. அப்புறமும் வரலை யேன்னு கொஞ்ச காலத்துக்கப்பறம், 'போன எடத்துலே என்ன ஆச்சோ . . . ஏது ஆச்சோ'ன்னு நினைப்பாங்க . . . எனக்கு வேண்டியது அவ்வளவுதானே, மகனே! மத்ததெல்லாம் எக்கேடு கெட்டால் எனக்கென்ன? வீடு . . . கடை . . . தோப்பு . . . நெலம் . . . நெல்லு மூட்டை . . . எரிஞ்சுக்கிட்டிருந்த ராந்தல் . . . பொரைக் குத்தின பாலு . . . ஹா . . . ஹா . . . ஹா . . ."

"தட் பரியாறி, பப்பா?" என்று ஹென்றி அவருடைய சிரிப்பிடையே குறுக்கிட்டான்.

'இது சரியான கேள்வி' என்கிற மாதிரி சிரிப்படங்கிய பப்பா ஹென்றியைப் பார்த்துத் தலையாட்டிக்கொண்டார்:

"ஆமாம். பரியாறியையும் காணோம்னு ஊரிலே தெரியும். ஒருவேளை இதுக்கெல்லாம் முன்னாலேயேகூடத் தெரியலாம்.

ஆனால், அவனை எங்களோட யாரும் சம்பந்தப்படுத்த மாட்டாங்க. நான் ஊரிலே இருந்தால் தானே அது சாத்தியம்? அதுக்காகத்தானே நானும் இல்லாமப் போறேன். இப்போ பரியாறியோட புலவர் வீட்டு மருமகள் போய்ட்டாள்னு யாரும் நினைக்கமாட்டாங்க. அப்போ பரியாறி எங்கே போயிருப்பான்? ... அவன் எங்கேயாவது சவரம் பண்ணப் போயிருப்பான்னு நினைச்சுக்குவாங்க மகனே."

அப்போதே ஹென்றி நினைத்தான்: 'ஒரு வேளை அந்தப் பரியாறியும் அவளும் பக்கத்துக் கிராமத்தில் எங்காவது வாழ்ந்துகொண்டிருந்து, அந்த விஷயம் எல்லாருக்கும் தெரிந் திருந்தால்? ... புலவர் வீட்டுப் பெருமை இருக்கட்டும் – பப்பா வின் இந்தப் பிளான் எல்லாம் எவ்வளவு பெரிய தோல்வி!'

ஹென்றி நினைத்தானே தவிரப் பப்பாவிடம் அப்படிக் கேட்கவில்லை. அப்படிக் கேட்பது அவரைத் துன்பப்படுத்தும் என்று அவன் பயந்தான்.

–'பப்பா ... அந்தப் பரியாறி மறுபடியும் இங்கே வந்துட் டானாம், பப்பா' என்று மனசில் சொல்லியவாறு தேவராஜன் வீட்டு மாடியில் நிலா வெளிச்சத்தில் நின்று ஊரே அடங்கிப் போன நிசி நேரத்தில் எதிர்வீட்டைப் பார்த்துக்கொண்டி ருந்தான் ஹென்றி.

பழனி இங்கே வந்த பிறகு பப்பா மறைத்து வைத்த ரகசியங்களெல்லாம் எல்லாருக்கும் தெரிந்திருக்குமோ? என்று எண்ணினான் ஹென்றி. அப்படித் தெரிந்திருக்கும் பட்சத்தில் 'ஐயோ, பப்பா!' என்று அவருக்காக அவன் பரிதாபப்பட்டான்.

அறைக்குள்ளிருந்து தேவராஜன் குறட்டை விடுகிற சத்தம் கேட்டது. டேபிள் ஃபேன் சுழல்கிற சத்தம் கேட்கிறது. மணி எவ்வளவு இருக்கும் என நிச்சயமாகத் தெரியவில்லை. தெருக் கூத்து ஒத்திகைச் சத்தம் மட்டும் இன்னமும் கேட்கிறது. ஹென்றிக்குத் தூக்கமும் வரவில்லை; களைப்பாகவும் இல்லை; எனினும் அவன் படுத்துக்கொள்வது என்று தீர்மானித்தான்.

அறைக்குள்ளே அவனுக்காகத் தேவராஜன் விரித்திருந்த படுக்கையை வெளியே இழுத்து நிலா வெளிச்சத்தில் போட்டுக்கொண்டான். படுக்கையில் மல்லாந்து படுத்து நிலாவின் அழகை ரசித்தான். கழுத்துக்கடியில் பிடரியில் நிறைய முடி வளர்ந்துவிட்டது என்று நினைத்துக்கொண்டான். அவன் பார்பர் ஷாப்புக்குப் போய் கிராப் செய்துகொண்டதே இல்லை. மம்மாதான் அவனுக்கு கிராப் வெட்டி விடுவாள். மம்மா போன பிறகு ஹென்றி தானே கிராப் வெட்டிக் கொள்வான்; பப்பாவுக்கும் ஹென்றிதான் வெட்டி விடுவான்.

'என்னைச் சபாபதிப் பிள்ளையின் மகன் என்றோ, வளர்ப்பு மகன் என்றோ இந்த ஊர் அறிந்துகொள்ளப் போகிறது. பப்பாவின் மனைவியைப் பற்றி எனக்குத் தெரியும் என்று இவர்கள் நினைக்கலாம். எனக்குத் தெரியாது என்று நான் சொல்ல வேண்டியது அவசியமில்லை. உண்மை இவர்களுக்குத் தெரியாத பட்சத்தில் இவர்களுக்கு ஏதும் நஷ்டமில்லை என்பதால் அது நல்லதே. தெரிந்திருக்கும் பட்சத்தில் அதை மறுப்பதோ, அதற்காக வருத்தப்படுவதோ என் வேலையல்ல. பப்பாவுக்கு ஒரு 'பாவம், பப்பா' சொல்லிவிட வேண்டியது தான். பப்பாவுக்கு இப்படியெல்லாம் நடந்திருக்க வேண்டாம்...'

மூன்று

11

தேவராஜன் கண் விழித்தபோது ஹென்றி படுக்கையில் எழுந்து முழங்கால்களைக் கட்டிக்கொண்டு உட்கார்ந்திருந்தான். அவன் பார்வை ஜன்னலுக்கு வெளியே தெரியும் தென்னை மரத்தின் மேல் ஒரு கீற்றில் ஓலைக்கு ஒன்றாய் வரிசையாக உட்கார்ந்திருந்த பச்சைக் கிளிகள் திடீரென்று பந்தயத்துக்குப் பறக்கிற மாதிரி ஒரே சமயத்தில் எழுந்து பறந்த காட்சியைப் பார்த்து ரசித்துக்கொண்டிருந்தது.

இப்போது மறுபடியும் ஒரு கிளி வந்து உட்காரு கிறது. அதைத் தொடர்ந்து இன்னொன்று. தென்னை மரத்தைச் சுற்றி வட்டம் போட்டது மாதிரி தோரண மாய்ப் பறந்து வந்து ஒன்றன்பின் ஒன்றாய் அவை மறுபடியும் முன்பு மாதிரியே உட்கார்ந்துகொண்டன. அந்தக் கிளிகளின் இந்த விளையாட்டில் ஹென்றியும் கலந்துகொண்டான். முன்பு மாதிரி எல்லாம் வந்து உட்கார்ந்து கொண்டதும் அதே மாதிரி அவை மறுபடியும் பறக்கப் போகின்றன என்று இவனுக்குத் தெரிந்தது. ஓட்டப் பந்தயத்துக்கு முன்னால் 'டைமிங்' கொடுப்பது மாதிரி அவன் மனத்தில் சொல்லிக்கொண்டான்: 'ஒன்...டூ...த்ரீ...' அவன் 'த்ரீ' சொன்னபோது அவை மறுபடியும் கணக்காகப் பறந்தன. அவன் ரொம்பவும் சந்தோஷமாகச் சத்தமில்லாமல் கை தட்டிக்கொண்டான்.

"குட்மார்னிங்!" – ஹென்றி எப்போது படுத்தான் என்றுகூடத் தனக்கு தெரியாது என்கிற விஷயத்தைச் சொல்ல நினைத்த தேவராஜன், தான் ஹென்றிக்காக விரித்த படுக்கை இடம்தள்ளி இருப்பதைக் கேட்க

வேண்டுமென்று நினைத்து, 'இரவு நன்றாகத் தூங்கினீர்களா?' என்று கேட்க வந்த வார்த்தைகளை நிறுத்திக்கொண்டு இவனது குதூகலத்துக்குக் காரணமான அந்தக் கிளிகளைக் கவனித்தான்: "இங்கேயேல்லாம் இருக்கறதைவிட ஒரு மைல் தள்ளி ஆத்தங் கரைப் பக்கம் போனா நெறைய கிளிகளும், பறவைகளும் இருக்கு... ரொம்ப அழகான காடு. மலையடிவாரம்... பேர் தெரியாத பறவைங்க விதவிதமா இருக்கு..." என்று பறவை களைப் பற்றியும் இயற்கை அழகு பற்றியும் பேசினான் தேவராஜன்.

அப்போது மண்ணாங்கட்டி, இவர்கள் எழுந்துவிட்டார் களா என்று பார்க்க மாடிக்கு வந்தான். மண்ணாங்கட்டியைப் பார்த்ததும் தேவராஜன் அவனிடம் –

"ஒரு வாளியிலே தண்ணியும் ஜோடுதாளையும் கொண்ணாந்து மேலேயே வெய்யி. கொஞ்ச நாழி கழிச்சுக் காபி கொண்டா" என்று சொல்லிக்கொண்டே எழுந்து போர்வையை மடித்தான்.

கிளிகள் பறந்து போய்விட்டன. ஒன்றுகூடக் காணோம். இனி, 'இப்போது வராது' என்று தோன்றுகிற அளவுக்கு அவை போய் நேரமாகிவிட்டது. தென்னை மரத்து உச்சியின் மேல்பாதியில் ஒரு கீற்றின் முனை மட்டும் கொண்டையில் வைத்த பீலி மாதிரி வெய்யில் பட்டுப் பளபளத்தது; லேசான காற்றில் விசிறி விசிறியாய்ப் பிரிந்து கம்பீரமாக ஆடிற்று.

"குட் மார்னிங்" என்று புன்சிரிப்புடன் தேவராஜனின் பக்கம் பார்வையைத் திருப்பினான் ஹென்றி.

"மன்னிக்கணும். ராத்திரி நீங்க எப்போ படுத்தீங்கன்னு கூடக் கவனிக்காமல் நான் தூங்கிட்டேன்" என்று தன் மயக்கத்தை நினைவுகூர்ந்த வெட்கத்துடன் சிரித்தான் தேவராஜன்.

ஹென்றி தனது படுக்கையைச் சுருட்டி வைத்தான். தேவராஜனுக்குச் சமாதானம் சொல்கிற தோரணையில் இணக்கமான புன்னகையுடன் சொன்னான் ஹென்றி: "யூ வேர் ஆல்ரைட். நான் எப்பவும் நாழி கழிச்சுத்தான் தூங்கு வேன். ஆனால் எவ்வளவு நாழி கழிச்சுத் தூங்கினாலும் சீக்கிரமா எழுந்துக்குவேன். ராத்திரி 'மூன் லைட்' ரொம்ப நல்லா இருந்திச்சுது. நான் அங்கே போய் நின்னுக்கிட்டு ரொம்ப நாழி எல்லாத்தையும் வேடிக்கை பாத்துக்கினு இருந்தேன். மணியக்காரர் வீட்டாண்ட ரொம்ப நாழி ஆளுங்க கூட்டம் இருந்திச்சுது... அந்த கவுடர் ரொம்ப லேட்டா வந்தார்போல் இருக்குது" என்று ஹென்றி தமிழிலேயே தேவராஜனிடம் பேசினான்.

“அவுரு கவுடர் இல்லே; கவுண்டர்” என்று தேவராஜன் திருத்தம் செய்தான்.

“பெங்களூர் பக்கம் எல்லாம் ‘கவுடர்’னு சொல்றாங்களே?”

“அவுங்க வேறே. இவங்களுக்கு வேளாளக் கவுண்டர்னு பேரு. சில ஊரிலே பிள்ளை, சில இடத்திலே முதலியார். இன்னும் சில இடத்திலே செட்டியார்னு கூட இவங்களுக்குப் பட்டம் உண்டு ...” என்று தேவராஜன் விளக்கினான்: “நீங்க காலையில் டீ குடிப்பீங்களா, காபி குடிப்பீங்களா?”

“டீயும் குடிப்பேன், காபியும் குடிப்பேன்; சும்மாவும் இருப்பேன் ...” என்று சொல்லி ஹென்றி சிரித்தான்.

மண்ணாங்கட்டி ஒரு பெரிய வாளி நிறையத் தண்ணீரைத் தூக்க முடியாமல் ஒவ்வொரு படியிலும் வைத்து வைத்துச் சத்தமெழ எடுத்துக்கொண்டு வந்தான்.

“டேய் ... டேய் ... பாத்து ... பாத்து” என்று சொல்லிக் கொண்டே ஓடி வந்து, தேவராஜன் வாளியைப் பிடித்தான்: “ஏண்டா, மூஞ்சி கழுவத் தண்ணி கொண்டாரச் சொன்னேனா, குளிக்கத் தண்ணி கொண்டாரச் சொன்னேனா? எப்பவுமே கொண்டாருவியே அந்தச் சின்ன வாளியிலே கொண்டாரது தானே?”

“நீங்க வுடுங்க. நானே எடுத்தாரேன் ... ரெண்டு பேரா இருக்கீங்களேன்னுதான் பெரிசுலே கொண்டாரேன்” என்று தானே இரண்டு கையாலும் மூச்சு பிடிக்கிற மாதிரி தூக்கிக் கொண்டு தடதடவென நகர்ந்து மாடியின் திறந்தவெளி முற்றத்து மூலையில் தண்ணீரை வைத்துவிட்டு ஒரு பெரு மிதத்துடன் திரும்பி வந்த மண்ணாங்கட்டி, மாடிப் படியில் இருந்து குரல் கொடுத்தான். “காபி கொண்டாரட்டுங்களா?”

“பேப்பர் வந்தாச்சா?” என்று தேவராஜன் கேட்டான்.

“இனிமேதாங்க போகணும். இதோ காபியைக் கொண்ணாந்து குடுத்துட்டுப் போறேன்” என்று கூவிக் கொண்டே படியிறங்கிக் கீழே போனான் மண்ணாங்கட்டி. விருந்தாளியாக வந்திருக்கும் புதிய மனிதரிடம் நல்ல பேர் வாங்க வேண்டுமென்கிற துடிப்பு அவன் அறியாமலேயே மண்ணாங்கட்டியிடம் மிகுந்திருப்பதைத் தேவராஜன் உணர்ந்தான். அவன் எப்பொழுதுமே இங்கு வேலை செய்கிறவன்; ஆனால் இப்போது அதே வேலையை ஒரு குதூலகத்துடன் அவன் செய்வது தேவராஜனுக்குப் புரிந்தது.

தேவராஜன் வெளி முற்றத்துக்கு வந்து ஹென்றியை அழைத்து முகம் கழுவக் குவளையில் தண்ணீர் எடுத்துக்

கொடுத்தான். ஹென்றி தனது 'கிட்'டைப் பிரித்து அதிலிருந்து பேஸ்டும், பிரஷூம் எடுத்துக்கொண்டு வந்தான்: "ராத்திரிகூட நான் பல் விளக்கல்லே."

"நீங்க ராத்திரியிலேயும் பல் விளக்குவீங்களா?"

"ஆமாம். ராத்திரி படுக்கப் போறதுக்கு முன்னே நீங்கள்ளாம் பல் விளக்கறதில்லையா?" என்று அவன் தேவராஜனிடம் கேட்டது, கீழ் முற்றத்தில் சூரிய தரிசனம் காண்பதற்காக வந்து நின்ற அக்கம்மாவின் காதுகளிலும் விழுந்தது.

அக்கம்மாள் நெற்றியில் திருச்சூரணமும் புருவங்களுக் கிடையே வெள்ளைக் கோடுமாய்த் தலையில் ஈரமும் வெயிலில் பளபளக்கத் தனக்குத் தெரிந்த பிரபந்தப் பாடல்களையெல்லாம் தன் காதுகளுக்கு மட்டும் விழக்கூடிய ஸ்தாயியில் முணு முணுத்துக்கொண்டு சூரிய நமஸ்காரம் செய்தபின் உள்ளே போனாள். அவள் எப்போதும் அதிகாலையில் குளித்து மூழ்கி நெற்றியில் திருமண் அணிவாள். சற்று நேரத்தில் வேலையின் போது வேர்வையில் கலைந்து அது அழிந்து போகும். பிறகு அடுத்த நாள் காலையில்தான். அதுவரை நெற்றி வெறிச்சென்றே கிடக்கும். இப்போது உள்ளே போகும் பொழுது ஹென்றியின் பேச்சைக் கேட்டு அவளுக்குச் சிரிப்பு வந்துவிட்டது. எதிரில் வந்த மண்ணாங்கட்டியை நிறுத்தி அவனிடம் சொன்னாள்:

"உனக்குத் தெரியுமாடா? ராத்திரியிலே பல் விளக்கு வாங்களாமே! அப்பறம் நடுராத்திரியிலே இன்னொரு தடவை சோறு திம்பாங்களா?"

“பல் எப்போ விளக்கினால் என்னவாம்? நான் சாங் காலத்திலேகூடப் பல் விளக்குவேன். எனக்குப் பிரஷ் போட்டுப் பல் விளக்கணும்னு ஆசை. நீங்க விளக்கி இருக்கீங்களா?”

“ஆ . . . எனக்கு அதுதான் குறைச்சல்! கரிப்பொடிதான்பா நமக்கு. ரொம்பநாளு சாம்பல்தான் போட்டு வெளக்கிக்கினு இருந்தேன். தம்பிதான் அது கெடுதலுனு கரிப்பொடி போட்டு வெளக்குன்னான். வேப்பங்குச்சி போட்டா பல்லு வெள்ளையாத்தான் இருக்கும், எம்மாந்நேரம் தொலக்கிறது? . . . உனக்கு ஏண்டா பிரஷுூம் இதுவும் . . . தினம் வேப்பங்குச்சி போட்டு வெளக்கு. பல்லு எப்படிப் பளபளன்னு இருக்குது பாரு.”

“நானு அதாங்க போட்டு வெளக்கறேன். பாருங்க . . . ஈ . . . ஈ . . . ஆனாலும் கருவேலங்குச்சி அதைவிட நல்லதுங்க! ஆலம் விழுது . . .” – அவன் ஏதோ சுவராசியமாகச் சொல்லிக் கொண்டிருக்கையில் அக்கம்மாள் குறுக்கிட்டுக்கத்தினாள்:

“உங்கிட்டே பேசக் கூடாதே. ஏதாவது ஒண்ணு சொன்னா நீ ஒண்ணு ஒண்ணா ஓம்போது சொல்லிக்கினு இருப்பியே. மேலே அவங்களுக்குக் காபியைக் கொண்டு கொடுத்திட்டு, பேப்பர் வாங்கிக் கொண்ணாந்து குடு, முண்டம்” என்று உள்ளே போய் ஒரு வெண்கலச் செம்பில் காபியும் இரண்டு தம்ளர்களும் கொடுத்து அனுப்பினாள்.

தேவராஜனும் ஹென்றியும் பல் விளக்கி முடிந்தபின் மாடியில் திறந்த வெளியிலேயே நின்றிருந்தனர். ஹென்றிக்கு அந்தத் தெருவில் இருக்கிற ஒவ்வொரு வீட்டையும் பற்றிச் சொல்லி, அந்த வீட்டு மனிதர்களைப் பற்றியும் விளக்கிக் கொண்டிருந்தான் தேவராஜன். எதிர்ச் சாரியில் இடது கோடியில் உள்ள மணியக்காரர் வீட்டிலிருந்து ஆரம்பித்து, தேவராஜன் வரிசையாகச் சொல்லிக்கொண்டு வந்தான்:

“நம்மூர் மணியக்காரர்; பேரு ராமசாமி கவுண்டர் ரெண்டு மூணு தலைமுறையாவே நம்ம ஊருக்கு அவங்கதான் மணியம். ரொம்ப யோக்கியர். பரம்பரையா இருக்கிற சொத்தைத் தவிரப் புதுசா அவர் ஒண்ணும் சேர்க்கல்ல. பெரும் சொத்து ஒண்ணும் கிடையாது. பசங்க யாரும் கிடையாது. ஒரே பொண்ணுதான். குறிஞ்சிக்குப்பத்திலே குடுத்திருக்குது. அவரு பொண் சாதிதான் நேத்து சாயங்காலம் நாம்ப வரும்போது பார்த்தமே அந்த நாகம்மா. அதுக்குப் பக்கத்து வீடு வேலு கிராமணி வீடு. கள்ளுக்கடைக்காரர் வூடுன்னு பேரு. இப்ப அவர் மட்டும்தான் இருக்காரு. குடும்பச் சொத்து எல்லாம் கொஞ்சம் கொஞ்சமா அழிஞ்சு பூடிச்சு. குடும்பமும் அழிஞ்சி பூட்டுது. அந்த வீட்டைப் பாருங்களேன், நாலு பக்கமும்

இடிஞ்சு போயி நிக்குது. கூரை மாத்தறத்துக்குக் கூட வழியில்லே. யாரோ அவர் பொண்டாட்டி வழி சொந்தக்காரங்க அந்த வூட்டிலே வந்து பொங்கித் தின்னுக்கினு இவரையும் பாத்துக் கறாங்க. ரெண்டு வருஷத்துக்கு முன்னாலே அவரு பொண் டாட்டியும் செத்துப் போச்சு. பையன் ஒருத்தன் ரொம்ப நாளு சீக்காளியாகவே இருந்து பத்து வருஷத்துக்கு முன்னாலே செத்துட்டான். அந்தக் காலத்திலே கள்ளுக்கடை வெச்சிருந் தாரு. ரொம்ப நல்லா வாழ்ந்த குடும்பம்... அதுக்குப் பக்கத்து வீடுதான் தர்மகர்த்தா வீடு. கனகசபை முதலியார், வசதியா இருக்கிறாரு. அந்த வூட்டு அம்மா லட்சுமி மாதிரி இருப்பாங்க. குணமும் அப்படித்தான். அந்த மனுஷன் சரியான பனாதி. யாரையாவது பார்த்தா ஏதாவது கை நீட்டி வாங்கணும் அவங்ககிட்டே. ஆனால் கெட்டவர் இல்லே. அது ஒரு கொணம் – ஓடம்போட பொறந்தது. இதோ வண்டி நிக்குதே, டவாலிக்காரு வூடுன்னு பேரு. யாரோ எந்தக் காலத்துலேயோ கொமராவரம் தாலுகா ஆபீசிலே டவாலி சேவகனா வேலை பார்த்தாங்களாம் – அந்த வூட்டைச் சேர்ந்தவங்க... அவரும் கவுண்டர்தான். அரிசி மண்டி வெச்சிருக்காரு. நாலஞ்சு பசங்க உண்டு. படிக்கிறானுவ. ஒருத்தன் திருச்சியிலேயோ மதுரையிலேயோ வேலையா இருக்கான். அதுக்கு அடுத்ததும் இன்னொரு கவுண்டர் வீடு. எல்லாம் அந்த மாதிரிதான். எதித்தாப்பிலே இருக்கிற இந்த வீடுதான் – புலவர் வீடு. அதெப் பத்தித்தான் நேத்திக்குப் பேசியாச்சு. அப்புறம் நம்ப வீடு.; நம்ப வூட்டுக்கு அடுத்த வீடு படையாச்சி வீடு. எல்லாம் நம்பகிட்டே வேலை செய்யறவங்க. குத்தவைக்காரங்க. அதுக்கப்புறம் ஒரு சாரி பூரா வீடே கிடையாது. அந்தக் கடைசிலே இருக்கிறது அய்யர் வீடு. போஸ்ட் ஆபீசும் அதுதான். நம்ப பள்ளிக்கூடத்துக்கு அவங்க அப்பா, தாத்தா எல்லாம் வரிசையா வாத்தியாரா இருந்திருக்காங்க... இந்த ஐயிருதான் தபால் உத்தியோகத்துக்குப் போயிட்டாரு" என்று அந்தத் தெருவையே ஒரு சின்ன 'சர்வே' செய்து முடித்தான், தேவராஜன்.

ஹென்றி எதிர்வீட்டைப் பகல் வெளிச்சத்தில் இப்போது நன்றாகப் பார்த்தான். தேவராஜன் கூறுகிற ஒவ்வொரு விஷயத்தையும் மிகவும் கவனமாகக் கேட்டான். அவன் சுட்டிக்காட்டுகிற ஒவ்வொரு வீட்டையும் நன்கு கூர்ந்து கவனித்தான். தனக்கு மிகவும் நெருக்கமானவர்களைப் பற்றித் தெரிந்துகொள்கிற ஓர் அந்நியோந்நிய உணர்ச்சியே அவன் மனத்தில் ஏற்பட்டது.

அந்தத் தெருவிலே உள்ள வீடுகளிலேயே ஒன்றுக்கொன்று உள்ள முரண்பாடுகளும் ஏற்றத் தாழ்வுகளும் இன்னும்

அவனுக்குச் சொல்லப்படவில்லை. எனினும் ஹென்றியின் உள்ளுணர்வுக்கு அது புரிந்தது. அந்தத் தெரு ஒரு முன்கூட்டிய திட்டத்துடன் அமைக்கப்பட்டதல்ல என்று அதன் தோற்றத்தில் தெரிந்தது. தத்தம் மனப்போக்கில் சுதந்திரமாகக் கட்டிக் கொள்ளப்பட்ட தங்களது இருப்பிடங்களுக்குச் செல்லும் வழியையே அவரவர்கள் தெருவென்று அழைத்து வந்திருந்தனர். எனவேதான் ஒரு வீடு – மிகவும் உள்ளடங்கி, முன்புறத்தில் மாட்டுக் கொட்டகையும் வண்டிகள் நிறுத்தும் இடமுமாக இருக்கிறது. இன்னொன்று அதிகமாக முந்திக்கொண்டு வந்து அநாவசியமாக நடுத்தெருவில் நிற்கிறது. அப்புறம் இரண்டு வீடுகளுக்கிடையே ஒரு திடலில் ஒரே காடாய் மண்டிக்கிடக்கிறது. அப்புறம் ஆடாதொடைச் செடி அடர்ந்த வேலிக்குப் பின்னால் சிறிய நீர்க்குட்டை இருக்கிறது. அதை அடுத்து இன்னொரு வீடு. அந்த வீடு சின்னாபின்னமாய்ச் சிதைந்து கிடக்கிறது. இந்தப் பக்கம் – தேவராஜனின் வீட்டுப் பக்கத்தில் நிரந்தர மாகவே அமைந்திருக்கிற இரண்டொரு குடிசைகள். அதன் பிறகு கொஞ்சம் வயல்வெளி. கடைசியில் அந்த ஐயர் வீடு. தெரு அகலமாய், மிருதுவாய், வண்டிகள் போனதால் ஏற்பட்ட சுவடுகளுடன் குளிர்ந்து இருக்கிறது.

இவ்வளவையும் ஹென்றி கூர்ந்து உன்னிப்பாகக் கவனித் தான். கடைசியில் அவன் பார்வை எதிர்வீட்டிலே வந்து நின்றது. இப்போது அந்த வீட்டின் உட்புறமும் பின்புறமும் இந்த உயரத்திலே இருந்து பார்க்கையில் நன்றாகத் தெரிந்தது. அந்தத் தோட்டத்துக் காம்பவுண்டுச் சுவர்கள் முற்றாகத் தகர்ந்து போயிருந்தன. அந்தத் தோட்டத்துக் கதவு எங்கே இருந்திருக்கக்கூடுமென்று கூட அவனால் அனுமானிக்க முடியவில்லை. செடி கொடிகளும் புதர்களும் மண்டிக் கிடக்க அவற்றின் நடுவே பெரிய கிணறு தெரிந்தது. அதோ தெரிகிற குட்டிச்சுவர் அந்த வீட்டின் சமையலறையாக இருந்திருக்கலாம் என்று தோன்றிற்று. பல சுவர்களில் பதிக்கப்பட்ட ஜன்னல்கள் தெரிந்தன. செல் பிடித்து மக்கி உதிர்ந்த மரச் சட்டங்கள்... இந்தப் பக்கம் கொஞ்சம் கூரை சிதைபடாமல் இன்னமும் இருந்தது. ஆனால் அந்த வீட்டின் முன்புறம் மட்டும் மிகவும் பாதுகாப்பாகப் பூட்டப்பட்டிருந்தது ஹென்றியின் மனத்தில் எதையோ மிகவும் 'ஸிம்பாலிக்'காக உணர்த்தியது.

ஹென்றி திடீரெனத் திரும்பித் தேவராஜனைக் கண் களுக்குள் கூர்ந்து பார்த்தான். 'இந்த வீட்டுக்கு இப்போது நான் உரியவன்' என்று சொல்லிவிட வேண்டும் போல் இருந்தது. ஆனால் ஹென்றி சற்று நிதானித்தான்...

"இவ்வளவு தூரம் உங்களோடு பழகிய பிறகு, உங்களிடம் இவ்வளவு உரிமைகள் எடுத்துக்கொண்ட பிறகு நான் என்னைப்

பற்றியும், இங்கு எதற்காக வந்திருக்கிறேன் என்பதையும் மனம் விட்டுப் பேசாமல் இருப்பது நியாயமல்ல” என்று ஆங்கிலத்தில் தேவராஜனிடம் சொன்னான் ஹென்றி.

“நோ ... நோ ... நான் பழகிய எந்த நண்பரும் என்னிடம் இவ்வளவு மனம் திறந்து நடந்துகெண்டதே இல்லை. உங்களுடைய ‘ஃபிராங்க்னஸ்’ எனக்கு ரொம்பப் பிடித்திருக்கிறது. உங்களைப் பற்றித் தெரிந்துகொள்வதில் எனக்கு ஒன்றும் அவசரமில்லை ...” என்று தேவராஜன் சொன்னான். தான் அவ்விதம் சொன்னதற்காக மனசுக்குள் அவன் சந்தோஷப் பட்டுக் கொண்டான்.

மண்ணாங்கட்டி காபி கொண்டுவர இருவரும் அங்கேயே நின்று காபி குடித்தனர்.

12

மண்ணாங்கட்டி பேப்பர் வாங்கிக்கொண்டு வருவதற் காகப் புறப்பட்டான். இவர்கள் காபி குடித்த பிறகு அந்தப் பாத்திரங்களை எடுத்துக் கொண்டு போய்க் கீழே கொடுத்து விட்டுப் போக உத்தேசித்து நின்றிருந்தான். ஏனோ இன்னும் கூட அவன் ஹென்றியை நேருக்குநேர் பார்க்கக் கூச்சப் பட்டான்.

காபி குடித்துக்கொண்டே தேவராஜன் ஹென்றியிடம் சொன்னான்: “நாம்ப குளிச்சிட்டு, காபி பலகாரம் சாப்பிட்டுட்டு முன்சீப் வீட்டுக்குப் போகலாம்.”

எங்கோ வேடிக்கை பார்த்துக்கொண்டிருந்த மண்ணாங் கட்டி சட்டென்று தேவராஜன் பக்கம் திரும்பிச் சொன்னான்: “ஐயையே ... கவுண்டரு காத்தாலேயே வண்டி கட்டிக்கினு எங்கேயோ போய்ட்டாரே ... கொமராவரத்துக்கோ, குறிஞ்சிக்குப் பத்துக்கோ ... உங்களுக்குத் தெரியாதா, கிளியாம்பா பொண்ணு குளிகுளிச்சிருக்குதே ?”

மண்ணாங்கட்டியின் குதூகலமும் சந்தோஷமும் தேவராஜனுக்கு வேடிக்கையாக இருந்தது: “நீ ஏண்டா குதிக்கிறே? கிளியாம்பா பொண்ணு குளிகுளிச்சுதுன்னா உனக்கு என்னா வந்திச்சு?” என்றதும் தனது மகிழ்ச்சிக்காக வெட்கப்பட்ட மாதிரி மண்ணாங்கட்டி தலை குனிந்தான். ஹென்றி புன்முறு வலுடன் மண்ணாங்கட்டியை ஆதரித்துச் சொன்னான்: “சந்தோஷப்பட வேண்டிய விஷயத்துக்கு எல்லாருமே

சந்தோஷப்பட வேண்டியது நியாயந்தானே?... நீ அந்தக் குழந்தையைப் பார்த்தியா?" என்று மண்ணாங்கட்டியிடம் கேட்டான் ஹென்றி.

"இல்லீங்க, இப்பல்லாம் பார்க்கக்கூடாதாம். தீட்டாம்" என்று முகம் நிமிராமலே பதில் சொன்னான் மண்ணாங்கட்டி.

"வாட்... தீட்டு?" – தேவராஜனைப் பார்த்தான் ஹென்றி. தேவராஜன் அவமானத்துடன் நெற்றியில் அடித்துக்கொண்டு சொன்னான்: "நான்சென்ஸ். நம்ம ஜனங்களோட மூடத் தனத்துக்கு எல்லை உண்டா, அர்த்தம் உண்டான்னு அவங் களுக்கே தெரியாது" என்று ஆங்கிலத்தில் சொன்னான். ஹென்றி, தேவராஜனைப் பார்த்துச் சிரித்தான்.

"ஏதாவது அர்த்தம் இருக்கும். அவங்களுக்கு அது தெரியாமல் நம்பறாங்க. நீங்களும் அதைத் தெரியாமல் அது மூடத்தனம்னு நெனைக்கிறீங்க. ஆனால் ஏதாவது அர்த்தம் இருக்கும்" என்று தனக்குத் தானே சொல்லிக்கொள்கிற மாதிரி கூறினான் ஹென்றி.

தேவராஜன் மிகவும் மெத்தனமாய் வாய்க்குள் சிரித்துக் கொண்டான். இது மாதிரியான மிதவாத மனப்போக்குகள் தனக்குப் புரியும் என்கிற மாதிரி இருந்தது அந்தச் சிரிப்பு.

‘எல்லாவற்றுக்கும் முட்டுக் கொடுப்பது; எதிலும் ஒரு பழம் பெருமை பார்ப்பது; எல்லாவற்றையுமே எங்கள் சிறப்பு என்று கொண்டாடிக்கொள்வது, என்ற ஒரு நினைப்பும், அதைத் தொடர்ந்து ‘ரிவைவலிஸம்’ என்கிற ஒரு வார்த்தையும் அவன் நினைவுக்கு வந்தன.

காபி பாத்திரங்களை எடுத்துக்கொண்டு மண்ணாங்கட்டி கீழே போனான்.

“இப்போ நாம்ப என்ன செய்யலாம்?” என்று கேட்டான் தேவராஜன்.

“உங்களுக்கு ஏதாவது வேலையிருந்தால் எனக்காக அதை நீங்க தள்ளிப் போட வேண்டாம். நீங்க உங்க வேலையெல்லாம் பார்க்கலாம். கவுண்டரை இன்னக்கிப் பார்க்க முடியும்னு எனக்குத் தோணலே ... ஹி வில் பி வெரி பிஸி ... அதனாலே நாம்பளே அதை நாளைக்கி வச்சிக்கலாம். நான் இப்படி ஒரு ரவுண்டு போயி இந்த ஊரை, கடைத்தெருவை, கோயிலை, மனுஷாளுங்களை எல்லாம் பார்த்துட்டு வருவேன்” என்று சொல்லிக் கொண்டே ஹென்றி அங்கிருந்தபடி கண்ணுக்குத் தெரிந்தவரை அந்த ஊரின் மீது பார்வை செலுத்தினான்.

“அப்படீன்னா நானும் உங்ககூட வரது உங்களுக்கு உதவியா இருக்குமே!”

“வித் பிளஷர். என்னாலே உங்க வேலை ஏதாவது கெடுமோன்னுதான் நான் பயந்தேன்.”

“எனக்கு ஒரு வேலையுமில்லை; ஒரு சிநேகிதனுமில்லை. பொதுவா லீவு நாளிலே வீட்டிலேயே படிச்சிக்கிட்டிருப்பேன். இதோ இப்போ மண்ணாங்கட்டிப் பையன் ஒரு கட்டு புஸ்தகமும் பேப்பரும் கொண்டாருவான், பாருங்க; அதெல்லாம் பொரட்டுவேன்; அதுக்கப்பறம் தூங்குவேன், ரேடியோ கேப்பேன். வரவர எல்லாமே போர் அடிக்குது. உங்களுக்கு ஆட்சேபணை இல்லைன்னா இந்த ஊர்லே நீங்க போகணுன்னு நினைக்கிற இடத்துக்கெல்லாம் நான் உங்களை அழைச்சிக்கிட்டுப் போறேன். என்னைக் கேட்டீங்கன்னா, நத்திங் இஸ் இன்ட்டரஸ்டிங் இன் திஸ் பிளேஸ், ஒரே ஒரு இடத்தைத் தவிர ... நான் சொன்னேனே ... அந்த ஆத்துப்பக்கம் போனால் ஸீனரி நல்லா இருக்கும். ஜனங்களும் இருக்கமாட்டாங்க ... ஜனங்க இல்லாத இடமே ஒரு அழகாத்தான் இருக்குது. ரெண்டு மைல் நடக்கிறது உங்களுக்குக் கஷ்டமில்லேன்னா நாம்ப குளிக்கிறதுக்கே அங்கே போகலாம்.”

“இஸ் இட் எ பிக் ரிவர்?” என்று கற்பனையில் ஒரு நதி தீரத்தைக் கண்ட குதூகலத்துடன் கேட்டான் ஹென்றி.

“ரொம்பப் பெரிசு இல்லே; ரொம்ப அழகான ஆறு. மலையடிவாரம். நிறைய பாறைகளா இருக்கும். நாம்ப இன்னக்கி அங்கே போலாமே!” என்று தேவராஜனும் அந்தக் குதூலகத்தைப் பகிர்ந்துகொண்டான்.

“ஷ்யூர் . . . ஷ்யூர்” என்று ஏதோ யோசனையுடன் தலை யாட்டினான் ஹென்றி! ‘ஜனங்க இல்லாத இடமே ஒரு அழகாத்தான் இருக்குது’ என்று தேவராஜன் சொன்னதைப் பற்றி – ‘இவர் ஏன் அப்படிச் சொல்லுகிறார்?’ என்று யோசித்துக் கொண்டிருந்தான் அப்போது.

அவர்கள் நின்றிருந்த இடத்தில் வெயில் ஏறி வந்தது. கீழே வேலைக்காரர்கள் நடமாட்டமும் பேச்சுக் குரலும் கேட்டது. அக்கம்மா முன்தாழ்வாரத்தில் படுத்திருந்த கிழவருக்குக் கஞ்சி ஆற்றிக்கொடுத்துக்கொண்டே தெலுங்கில் உரத்தகுரலில் சம்பாஷித்துக்கொண்டிருந்தாள். கீழே வேறு சில பெண்களின் குரலும் கேட்டது. அவர்கள் பேசுகிற வேகத்தினாலும் முறை யினாலும் ஹென்றிக்கு ஒன்றும் புரியவில்லை.

தெருவில் திடீரென்று நூற்றுக்கணக்கான மாடுகள் பெருகி அடைத்துக் கொண்டு நடந்தன. தெருக்கோடியில் நான்கு கோவணாண்டிச் சிறுவர்களும் ஒரு சிவப்புத் தலைப்பாகைக் கிழவனும் குளத்தங்கரையை ஒட்டிய சிறிய சந்தில் இருந்து அந்த மாடுகளை மடக்கி, இந்தத் தெருவில் விரட்டிக் கொண்டிருந்தார்கள். ஊரையே விரட்டுகிற மாதிரி அவர்கள் குரல் கொடுத்துக் கொண்டு ஓடி வந்தார்கள். அந்தச் சிவப்புத் தலைப்பாகைக் கிழவன் ஒரு பழுப்பு நிற மாட்டின் மீது ஏதோ தனிப்பட்ட முறையில் கோபம் கொண்டவன் போல் அந்த மாட்டின் தாய்வழி வம்சத்தைக் கெட்ட வார்த்தை சொல்லி வைதுகொண்டு கம்பை ஓங்கிய நிலையில் ஆவேசமாக ஓடி வந்தான். அடி, மேலே விழாமல் அந்த மாடு தப்பித்து ஓடியதும் கோபம் தாங்கமாட்டாமல் கையிலிருந்த கம்பைச் சுழற்றி அதை நோக்கி வீசி எறிந்தான். அந்தப் பழுப்பு மாடு அதிலும் தப்பித்துக்கொண்டு ஓடி மந்தையின் நடுவே புகுந்துகொண்டது. ஹென்றி அவ்வளவு மாடுகளைப் பார்த்ததே இல்லை. வெயிலையும் பொருட் படுத்தாமல் அவன் நின்று இந்த மாட்டு மந்தையை ரசிப்பதைக் கண்ட தேவராஜன் வாய்க்குள் சிரித்துக்கொண்டான்.

அந்த மாடுகள் எல்லாமே ஒரு பெரிய ஆட்டைவிடக் கொஞ்சம் பெரியவையாக, சின்ன ஜாதியாக இருந்தன.

ரொம்பச் சாதுவாகவும் கண்ணிலே மை தடவியது மாதிரிப் பெண்மைச் சாயலுடன் அவை தலையை ஒய்யாரமாக ஆட்டி ஆட்டி நடந்தன. தெரு முழுதும் புழுதிப் படலம் கவிந்தது. அவற்றின் கழுத்து மணிச்சத்தம் சிறிது நேரத்துக்குப் பிறகு ஒரு முறையான சங்கீதம் மாதிரி இனிமையாக ஒலித்தது. ஹென்றி கண்களை மூடிக்கொண்டு அந்த மணிச் சத்தத்தை மட்டும் தனியாகப் பிரித்து அதில் லயித்த பொழுது ஒரு மேன்மையான பெண்மணி, பிரபுக்களின் அரண்மனை யிலுள்ள 'கான்ஸர்ட்ஹா'லில் பியானோ வாசிக்கிற மாதிரி ஒரு சித்திரத்தை மானசீகமாகக் கண்டான்.

'மம்மாகூடப் பியானோ வாசிப்பாள்.' – "எங்க மம்மா பியானோ வாசிக்கிறது எனக்கு இப்போ ஞாபகம் வருது" என்று தேவராஜனிடம் கண்களை மூடிக்கொண்டு சொன்னான்.

இவன் சொன்னதைக் கேட்டபிறகு தேவராஜனுக்குக்கூட அந்தச் சத்தம் ஒரு சங்கீதம் மாதிரி இனிமையாக இருப்பது புரிந்தது.

அந்த மாடுகளெல்லாம் தெருவைக் கடந்து போகிற வரைக்கும் ஹென்றி அங்கேயே நின்றிருந்தான். அவனுக்காக வெயிலையும் பொருட்படுத்தாமல் தேவராஜனும் நின்றிருந்தான்.

மாடுகளுக்குப் பின்னால் வந்த மாட்டுக்காரச் சிறுவர் களில் ஒருவன் ஹென்றியைப் பார்த்துச் சலாம் வைத்தான். ஹென்றி பதிலுக்கு இரு கைகளையும் கூப்பி வணக்கம் செய்தான். அதன் பிறகு அந்த மாட்டுக்காரச் சிறுவனும் அதே மாதிரி இவனை வணங்கினான்.

'இவர் உண்மையிலேயே ரொம்பப் பெரிய மனுஷர்' என்று தேவராஜன் ஹென்றியைப் பற்றி மரியாதையாக நினைத்துக்கொண்டான்: "அப்போ நாம்ப ஒண்ணு செய்வோம். காபி, பலகாரமெல்லாம் சாப்பிட்டுட்டு ஆத்தங்கரைக்குப் போகலாம். அப்போதான் மத்தியானம்வரைக்கும் டயம் இருக்கும்" என்று சொல்லிவிட்டு மண்ணாங்கட்டியைத் தேடினான்.

"பேப்பர் வாங்கப் போயிருக்கானே" என்று நினைவூட்டினான் ஹென்றி.

"வெயில்லே நிக்கிறீங்களே" என்று ஹென்றியை உள்ளே அழைத்துக் கொண்டு வந்தான் தேவராஜன். ஹென்றி அறைக்குள் வந்து ஈஸிசேரில் உட்கார்ந்தான். தேவராஜன் ஜன்னலருகே நின்று தூரத்தில் போகிற அந்த மந்தைகளைப் பார்த்து, மெதுவாக ஒலிக்கிற அந்த மணிச்சத்தத்தைக் கேட்டு ஹென்றியை

நோக்கிச் சிலாகித்துத் தலையை ஆட்டியவாறு சொன்னான்: "நீங்க சொன்னது ரொம்ப கரெக்ட். அப்படியே பியானோ வாசிக்கிற மாதிரியே கேக்குது."

"இல்லே... கொய்ட் ஃபென்ட்டாஸ்டிக்!"

"எப்படி உங்களுக்கு அப்படித் தோணிச்சு?" என்று தேவராஜன் ஆச்சரியப்பட்டான்.

"இதிலே ஆச்சரியம் என்னா? அது அப்படித்தானே இருந்திச்சுது" என்று ஹென்றி சிரித்தான்.

இந்த மணிச்சத்தத்தில் ஹென்றிக்குப் பியானோ இசையும் அதைத் தொடர்ந்து மம்மாவின் நினைவும் வந்தது. மம்மா, எவ்வளவு அமைதியாக, சந்தோஷமாக! ஒரு பள்ளிக்கூடச் சிறுமி மாதிரி பியானோ வாசிப்பாள், அதைப் பற்றி அவளே சொல்லி இருக்கிறாள். பள்ளிக்கூடச் சிறுமியாக இருந்த பொழுது கற்றுக்கொண்ட சில 'மெலடி'களைத்தான் அவள் திரும்பத் திரும்ப வாசித்துக்கொண்டிருப்பாள். சின்ன வயதில் மம்மாவின் வீட்டில் பழங்காலக் குடும்பச் சொத்தான பியானோ ஒன்று இருந்ததாம். அதற்கு அப்புறம் ஒரு பியானோவை வைத்துக்கொள்வதற்குக்கூட இடமில்லாத வீடும், அதையும் விற்றுச் சாப்பிட வேண்டிய வறுமையும் வந்துவிட்டதை யெல்லாம் அவள் தனது இளமைக் கால நினைவுகள் மாதிரி வருத்தமில்லாமல் சொல்லுவாள். மம்மாவும் பப்பாவும் சேர்ந்து வாழ்க்கையைத் தொடங்கியவுடன் இந்த பியானோவை 'செகன்ட் ஹாண்'டில் பப்பா வாங்கிப் பரிசாகத் தந்தாராம். அதனால் ஹென்றிக்கு நினைவு தெரிந்த நாளாய் அவர்கள் வீட்டில் பியானோ இருந்தது. மம்மா பியானோ வாசிக்கும் பொழுது பப்பா குடித்துக் கொண்டிருப்பார். ஹென்றி, பப்பாவின் அருகில் உட்கார்ந்துகொண்டு மம்மாவையே பார்த்துக் கொண்டிருப்பான். அவள் கண்களை மூடிக்கொண்டு முகத்தில் ஒரு புன்னகையுடன் வாசிப்பாள். ஹென்றிக்கு அவள், பியானோ கற்றுத் தர எவ்வளவோ முயற்சி செய்தாள். இவனுக்கு அதெல்லாம் வரவில்லை. எப்போதாவது அதன் அருகே போய் நின்று ஏதாவது ஒரு கட்டையைத் தட்டி மகிழ்வான்.

மம்மா, டான்ஸ் ஆடுவாள். அந்த விருந்துகளின் போது பப்பா ஒரு பக்கம் தனியாக உட்கார்ந்து பார்த்துக்கொண்டி ருப்பார். ஹென்றியும் அவருடன் உட்கார்ந்து பார்த்துக் கொண்டிருப்பான். எல்லோரும் கை தட்டும் பொழுது பப்பாவும் ஹென்றியும் கூடச் சேர்ந்து கொண்டு கை தட்டுவார்கள். ஹென்றி வாலிபனான பிறகும்கூட டான்ஸ் பயில மறுத்து

விட்டான். மம்மாவுக்கு அதில் கொஞ்சம் வருத்தம்கூட. பப்பா கூடத் தனது இயல்புக்கு விரோதமாக அவனிடம் சொல்லி இருக்கிறார்: "மகனே, நீ என்னை மாதிரியே ஆயிடக் கூடாது. ஒரு வாலிபப் பிள்ளைக்கு நான் ஒரு நல்ல முன்மாதிரி இல்லை. எனக்காக உன்னுடைய சந்தோஷங்களை நீ விட்டுடறது எனக்குச் சந்தோஷம் தராது. நீயும் எல்லார் மாதிரி எந்தப் பெண்ணையாவது நேசிக்கறதும் அவளோடு உலாத்தறதும் டான்ஸ் ஆடறதும் மத்தவங்களோடு கலந்து பழகறதும் என்னாலே கெடக் கூடாது"ன்னு எல்லாம் பப்பா சொல்லி இருக்கிறார். அதைக் கேட்டு ஹென்றி சிரிப்பான்.

மாட்டு மந்தை தெருவைத் தாண்டிப் போகப் போக மணிச்சத்தம் குறைந்து அடங்கியது. மண்ணாங்கட்டி பத்திரிகை களைக் கொண்டுவந்து தேவராஜனிடம் கொடுத்தான். ஒரு இங்கிலீஷ் தினசரி, ஒரு தமிழ் தினசரி, இரண்டு மூன்று தமிழ் வாரப் பத்திரிகைகள்...

தேவராஜன் அந்த இங்கிலீஷ் பத்திரிகையை ஹென்றி யிடம் கொடுத்து விட்டுத் தமிழ்ப் பத்திரிகையைப் பிரித்துக் கொண்டே மண்ணாங்கட்டியிடம், "பலகாரம் ரெடியாயிடிச்சின்னா அக்கம்மாகிட்டே கேட்டு மெத்தைக்கே கொண்டா" என்றான். ஹென்றி பரபரவென்று ஒவ்வொரு தாளாக ஒரு நிமிஷத்துக்குள் பத்திரிகையின் எல்லாப் பக்கங்களையும் புரட்டிப் பார்த்து அதைக் கீழே வைத்துவிட்டு ஒரு தமிழ் வாரப் பத்திரிகையை எடுத்துப் படம் பார்த்தான். பத்திரிகைகள் படிக்கும் பழக்கம் இவனுக்கு இல்லை என்று தேவராஜனுக்குப் புரிந்தது. ஹென்றி இந்தப் பத்திரிகையையும்கூட ஒரு வேடிக்கையாகப் பார்த்துக்கொண்டிருக்கிற மாதிரித் தோன்றிற்று.

"உங்களுக்குக் கதை படிக்கிறதிலே இன்ட்ரஸ்ட் உண்டா?" என்று கேட்டான் தேவராஜன்.

"உண்டு. கதை கேக்கறதுதான் ரொம்ப எனக்குப் பிடிக்கும்" என்று குழந்தைத்தனமாகச் சிரித்துக்கொண்டே சொன்னான் ஹென்றி.

மண்ணாங்கட்டி ஒரு தட்டில் பலகாரம் கொண்டுவந்தான். தேவராஜன் ஒரு ஸ்டூலை இழுத்து ஹென்றியின் முன்னால் வைத்து அருகில் இருந்த நாற்காலியில் தானும் உட்கார்ந்து கொண்டான். இரண்டு வாழை இலைத் துண்டுகளை அந்த ஸ்டூலில் போட்டுத் தண்ணீர் தெளித்துத் துடைத்தபின் இட்டிலி யையும் இரவு வைத்த கோழிக்கறியையும் பரிமாறினான் மண்ணாங்கட்டி.

ஜெயகாந்தன்

சாப்பிட்டுக்கொண்டிருக்கும்போது தேவராஜனுக்கு ஒரு யோசனை தோன்றியது.

“இங்கேருந்து ரெண்டு மைல் நடக்கணும். சைக்கிளிலே போனா என்ன? மண்ணாங்கட்டி! ... நீ போயி நம்ப பக்கிரி கடையிலேருந்து ரெண்டு சைக்கிள் கொண்டா. நீ விடுவே இல்லே, கொரங்குப் பெடல்? கடைப் பையன்கிட்டே இன்னொண்ணை எடுத்தாரச் சொல்லு” என்று சொல்லிக் கொண்டிருக்கையில் ஹென்றி சிரித்துக்கொண்டே இடை மறித்துச் சொன்னான்: “ஐ ஆம் ஸாரி, எனக்கு சைக்கிள் விடத் தெரியாதே ... பப்பா விடுவாரு. நான் பின்னாலே உட்கார்ந்துக்கிட்டுப் போவேன் ...”

மண்ணாங்கட்டி ஆச்சரியத்தில் சிரித்தான். இவ்வளவு பெரிய ஆளுக்கு சைக்கிள் விடத் தெரியாமல் இருக்கிறதே என்பதை அவனால் நம்பக்கூட முடியவில்லை.

“அதனாலே என்னா? அப்போ ஒரு சைக்கிள் போதும்; டபிள்ஸா போறது” என்றான் தேவராஜன்.

“வேணாமே. உங்களுக்குக் கஷ்டமா இருக்கும். நடந்தே போகலாம்.”

“கஷ்டமா இருக்கற எடத்திலே நடந்தே போறது.”

மண்ணாங்கட்டி செம்பில் காபி கொண்டுவந்தான். அந்தச் செம்பின் வடிவம் ஹென்றிக்குப் புதுமையாயிருந்தது: “இதுக்குப் பேர் என்ன?”

“லோட்டா” என்று மண்ணாங்கட்டி சொன்னான்.

“போடா இடியட் – லோட்டா வேறே. இதுக்கு வாழைப் பூச் செம்புன்னு பேரு” என்று விளக்கினான் தேவராஜன்: “சரி, சரி. நீ போய் சைக்கிள் எடுத்துக்கிட்டு வா – அப்பறமா வந்து நீ பலகாரம் சாப்பிடலாம். ஓடு.”

13

சைச்கிள் கொண்டுவருவதற்காக – அந்தக் கொஞ்ச நேர சைக்கிள் சவாரி வாய்ப்புக்காகக் – குதூகலமாய்ப் படியிறங்கி – ஓடிய மண்ணாங்கட்டியைக் கூப்பிட்டான் தேவராஜன்.

சற்றுமுன் ஹென்றி, “நான் இப்படி ஒரு ரவுண்டு போயி இந்த ஊரை, கடைத் தெருவை, கோயிலை, மனுஷாளுங்களை

எல்லாம் பார்த்துட்டு வருவேன்" என்று சொன்னதையும், அதற்கு உதவியாகத் தானும் கூடவருவதாக அவனிடம் கேட்டு, இப்போது அவன் விருப்பத்துக்கு மாறாய், வேறு திசையில் இருக்கும் ஆற்றங்கரைக்கு மனித நடமாட்டம் இல்லாத இடத்துக்கு இயற்கை அழகுக்காக என்று தான் அழைத்துக்கொண்டு போகத் திட்டமிட்டு கடைத் தெருப் பக்கம்கூடப் போக வழியில்லாமல் மண்ணாங்கட்டியை அனுப்பி சைக்கிள் கொண்டுவரச் சொன்ன தன் செய்கையை யும் எண்ணினான் தேவராஜன். அதை மறுத்துத் தன் விருப்பத்தை வலியுறுத்தாமல் இருக்கிற ஹென்றியைப் பார்த்து அவனிடம் அதுபற்றிப் பேச நினைத்து அதற்குள் மண்ணாங் கட்டி போய்விடக் கூடாதே என்ற அவசரத்துடன் அவனைக் கூப்பிட்டு நிறுத்தினான் தேவராஜன்.

மண்ணாங்கட்டி மறுபடியும் மாடி அறை வாசலருகே வந்து நின்றான்.

"நீ இதெல்லாம் எடுத்துக்கினு கீழே போயி உன் வேலையெப் பாரு. நாங்களே கடைத் தெருவுப் பக்கமாய் போயி சைக்கிள் எடுத்துக்கறோம்" என்று பலகாரங்கள் கொண்டுவந்த பாத்திரங்களைக் காட்டினான் தேவராஜன். மண்ணாங் கட்டிக்குக் கொஞ்சம் முகம் மாறிற்று. அதை ஹென்றி கவனித் தான். ஹென்றி அதைக் கவனித்ததால் தேவராஜனும் அதைப் புரிந்துகொண்டு கேட்டான்: "ஏண்டா, சைக்கிள் விடற சான்ஸ் ஒண்ணு போயிட்டுதேன்னு நெனைக்கிறியா?"

“ஐயையே! அதெல்லாம் ஒண்ணுமில்லீங்க” என்று பெரிய மனுஷத் தோரணையில் அந்த உணர்ச்சியை மறைத்தான் மண்ணாங்கட்டி. அந்தத் தோரணையிலேயே சற்றுமுன் அவனுக்கு ஏற்பட்ட அந்தச் சிறுபிள்ளைத்தனமான ஏமாற்றம் பொய்யாயிற்று.

தேவராஜன் மண்ணாங்கட்டியைச் சமாதானப்படுத்துகிற மாதிரி – அந்த மாதிரியான நோக்கமேதும் இல்லாமலே – சொன்னான்: “நாமளே போனா ஊரைப் பார்த்த மாதிரியும் இருக்கும்; அப்படியே சைக்கிளும் எடுத்துக்கலாம். . . . ஒனக்குக் காசி தர்றேன். நீ சாயங்காலமா சைக்கிள் எடுத்துக்கினு ஒரு ரவுண்டு அடிக்கலாம்” என்று மண்ணாங்கட்டியைக் குஷிப்படுத்தினான்.

மண்ணாங்கட்டி பாத்திரங்களை எடுத்துக்கொண்டு கீழே போனான்.

ஹென்றியும் தேவராஜனும் ஆற்றங்கரைக்குப் போவதற்குத் தயார் செய்து கொண்டார்கள். ஹென்றி ‘கிட்’டைப் பிரித்து அதிலிருந்து துவைத்து மடித்து வைத்திருந்த துணிகளையும், மாட்டுத் தொழுவத்தில் ஏசுநாதர் பிறவியைச் சித்தரிக்கிற வண்ணப்படம் பதித்த ஒரு பழைய மிட்டாய் டின் பெட்டியையும் எடுத்துக்கொண்டான். தேவராஜன் அறை மூலையில் போய் நின்று ஜட்டி அணிந்துகொண்டான். தேவராஜன் கொடியில் கிடந்த துண்டை மட்டும் எடுத்துத் தோளில் போட்டுக்கொண்டு கையில் சோப்புப் பெட்டியுடன் முன்னால் வர, இருவரும் படி இறங்கிக் கீழே வந்தனர்.

கீழே முற்றத்தில் வந்து நின்றதும் நேற்று மாலை பார்த்த அந்த வீட்டையும் மனிதர்களையும் வெளிச்சத்தில் பார்த்தான் ஹென்றி. தேவராஜன் மண்ணாங்கட்டியைக் கூப்பிட்டு, மாடியறையைப் பூட்டிச் சாவியை அக்கம்மாளிடம் கொடுக்கச் சொன்னான். மண்ணாங்கட்டி அப்பொழுது இட்டிலி தின்று கொண்டிருந்தான்போலும். இவன் கூப்பிட்ட குரலுக்கு உடனே ஓடி வந்திருக்கிறான். விரல் நுனிகளில் குழம்புப் பசையும் வாய்க்குள் இட்டிலியும் இருந்ததால் அவன் ‘சரி சரி’ என்று தலையை மட்டும் ஆட்டினான்.

அடுப்பங்கரை ஜன்னல் வழியாகத் தலை உயர்த்திப் பார்த்த அக்கம்மாள், தேவராஜனையும் ஹென்றியையும் பார்த்து, தேவராஜனிடம் கேட்டாள்: “ஆத்துக்கா குளிக்கப் போறீங்க? . . . புதுத் தண்ணி. எல்லாருக்கும் உடம்புக்கு ஒத்துக்குமா?”

“எனக்கு ஒண்ணும் பண்ணாதுங்க” என்று ஹென்றி அக்கம்மாளிடம் நேருக்குநேர் பார்த்துப் பதில் சொன்னான்.

“நேத்து ராத்திரி நீங்க பம்பு செட்டுக்குக் குளிக்கப் போனப்பவே சொல்லலாம்னு நெனச்சேன் ... சுடு தண்ணி போட்றேன்னு” என்றாள் அக்கம்மாள்.

“நான் எப்பவுமே பச்சைத் தண்ணியிலேதான் குளிப்பேன். ஆனா ஆத்திலே கொளத்திலே குளிச்சுப் பழக்கமில்லே ...” என்றான் ஹென்றி.

“அப்புறம் எப்படி நீச்சல் மட்டும் அடிக்கிறீங்க?” என்று தேவராஜன் கேட்டான்.

“நானும் பப்பாவும் மாசத்துக்கு ஒரு தடவை ஸ்விம்மிங் போவோம். அது மாதிரி நிறையப் போயிருக்கேன். நீங்க சொல்ற மாதிரி ஓடற தண்ணியிலே விழுந்து நீஞ்சிக் குளிச்சதில்லே.”

“அதனாலேதான் சொன்னேன். அவங்களுக்கெல்லாம் பழக்கம் இருக்காது; புதுத் தண்ணி ... வெள்ளம் போகுதோ, என்னமோ? ஜாக்கிரதையாப் போயிட்டு வாங்க” என்று தனது அக்கறை மிகுதியினால் அவர்களுக்குச் சிறு குழந்தை களுக்குக் கூறுவது போல் புத்தி கூறினாள் அக்கம்மாள்.

தேவராஜனும் ஹென்றியும் புறப்பட்டு வெளியில் வருகிற போது, ஹென்றி, கிழவரைப் பார்த்தான். அவர் குளித்து நெற்றியில் திருமண்ணுடன் இடுப்பில் – துவைத்த, அவரைப் போலவே பழசாகி நைந்த ஆடை கட்டி சுத்தமாய் உட்கார்ந்திருந் தார். இதையெல்லாம் அவராகச் செய்துகொள்ளவில்லை என்று பார்க்கும்போதே தெரிந்தது. அவர் கண்களை மூடிக் கொண்டு உட்கார்ந்திருந்தார். முகத்தில் ஓர் உணர்ச்சியு மில்லை. ஹென்றி அவருக்குக் ‘குட் மார்னிங்’ சொல்ல நினைத்தான், ஆனால் அவரது அமைதியைக் கலைக்க விரும்பாமல் அதை மனசுக்குள்ளேயே சொல்லிக்கொண்டான். தேவராஜன் அவரையும் கவனிக்கவில்லை; ஹென்றி அவரைக் கவனித்ததையும் கவனிக்கவில்லை. இருவரும் தெருவில் இறங்கி நின்றனர். தேவராஜன், வீட்டிற்கு வலது புறத் திசை யைக் காட்டி, “நாம்ப ஆத்துக்குப் போறதுன்னா இதுதான் வழி. கடைத் தெருவுப் பக்கம் போயி சைக்கிள் எடுத்துக் கிட்டா, இதே மாதிரி அந்தப் பக்கம் இருக்கிற வழியிலே போகலாம். கொஞ்சம் சுத்து ... அதனாலென்ன? சுத்தலாமே ...” என்று சொன்னான்.

இருவரும் தெருவில் நடந்தனர். அநேகமாய் எல்லா வீடுகளில் இருந்தும் பெண்களோ, சிறுவர்களோ யாரேனும் ஒருவர் இவர்களைப் பார்த்து, ஹென்றியைப் பற்றி என்னவோ தங்களுக்குள் பேசிக்கொண்டார்கள். நேற்று மாலை ஹென்றி

இந்தத் தெருவுக்குள் வரும்பொழுது அவன் எதிரே வந்து சலாம் வைத்து, அவன் கையிலிருந்த லெதர் ஸூட்கேஸைத் தான் கொண்டு வருவதாகக் கேட்ட அந்தச் சிறுவன் ஒரு வீட்டின் திண்ணையில், இடுப்பில் தன் தங்கச்சிக் குழந்தையை வைத்துக்கொண்டு, மேல்சட்டை இல்லாமல் அரை நிக்கருடன் நின்றுகொண்டிருந்தான். ஹென்றியைப் பார்த்து வாயெல்லாம் பல் தெரிய, 'குட்மார்னிங் ஸார்' என்று ஓடிவந்தான். ஹென்றி இரண்டு கரங்களையும் கூப்பி அவனை வணங்கினான். அந்த நேரத்துக்குள்ளாக அந்தச் சிறுவன் இடுப்புக் குழந்தையுடன் அவன் எதிரே வந்து நின்று, "இதுதான் ஸார் எங்க வீடு. எங்க வீட்டுக்கு வாங்க ஸார்" என்று கெஞ்சினான்.

"ரொம்ப தாங்க்ஸ். இன்னொரு சமயம் வரேன். உன் பேர் என்னா? என் பேர் ஹென்றி" என்று சொல்லிக்கொண்டே அவன் இடுப்பில் இருந்த குழந்தையைப் பார்த்துச் சிரித்து அந்தக் குழந்தையின் கன்னத்தை விரலால் ஸ்பரிசித்துப் பார்த்தான் ஹென்றி. அந்தக் குழந்தை திடீரென்று ஏனோ அழ ஆரம்பித்தது.

"குழந்தை அழுவுது. உள்ளே தூக்கிக்கிட்டுப் போ. இவரு இங்கேதான் இருக்கப் போறாரு" என்று சொல்லி தேவராஜன் அவனை அனுப்பும்போது, "என் பேர் குமார் ஸார்" என்று போகிற அவசரத்தில் தன்னை அறிமுகப்படுத்திக்கொண்டு வீட்டுக்குப் போனான் அவன். குழந்தை அழுகிற சத்தம் கேட்டு, பளீரென்று கண்ணைப் பறிக்கிற நீலப் புடவை உடுத்திய ஒரு பெண் – குமாரின் தாய் – வீட்டினுள்ளிருந்து வெளியே வந்தவள் இவர்களையும் பார்த்தாள்.

"இந்த வீடுதானே தர்மகர்த்தா வீடு?" என்று சற்றுமுன் தேவராஜன் கூறிய விவரங்களைச் சரியாய் நினைவு வைத்துக் கொண்டு கேட்டான் ஹென்றி. "அப்படின்னா இந்தக் குமார், கனகசபை முதலியாரோட பேரன். ப்ளூ ஸாரி கட்டிக்கிட்டு வந்தாங்களே அந்த அம்மா அவரோட டாட்டரா இருக்கணும்; இல்லாட்டி டாட்டர் – இன் – லாவா இருக்கணும். ஆம் ஐ ரைட்?"

"ரொம்ப கரெக்ட். தர்மகர்த்தா முதலியாரோட பேரன் தான் அவன். அந்த அம்மாள் மருமகள்தான்" என்று சொல்லிக் கொண்டிருக்கையில் போஸ்ட் ஆபீசும் போஸ்ட் மாஸ்டர் வீடுமான அந்தக் கடைசி வீட்டு வாசலில், இவர்கள் இருவரும் வீட்டிலிருந்து புறப்படும்போதே பார்த்துவிட்டு இவர்களுக்காகவே காத்து – நின்ற அய்யர்: "குட்மார்னிங், தேவராஜன் ஸார்" என்று கூப்பிட்டார். சாதாரணமாக அவர்களுக்கிடையே இந்த மாதிரிப் பழக்கங்கள் கிடையாது.

ஏதாவது காரியம் என்றால் ஒரு ‘வாங்க, உட்காருங்க’ – ‘பரவாயில்லை இருக்கட்டுங்க ...’ அதன் பிறகு காரியங்கள் – காரியம் முடிந்ததும், ‘நான் வரேங்க’ – ‘நல்லதுங்க’ என்பது தான் அங்கே நிலவுகிற மரபு. மற்ற சமயங்களில் அவரவர் போக்கில் போவார்கள். ஆனாலும் ஒருவரை ஒருவர் கவனித்துக் கொள்ளுவார்கள். கவனித்துக்கொண்டதைக் காட்டுவதற்காக ஏதாவது சம்பந்தமில்லாத விஷயத்தை நினைவுபடுத்தி நிறுத்தி வைத்துக்கொண்டு பேசுவார்கள்; விடைபெற்றுக் கொள்ளு வார்கள் ... இப்போது தேவராஜனுடன் ஓர் அந்நியன் வந்ததனால், அந்த அந்நியனை அறிந்துகொள்ளும் பொருட்டு தேவராஜனை அவர் அழைத்ததனால் இந்த ‘குட்மார்னிங்’கே ஓர் அந்நியத் தன்மை கொண்டது போலிருந்தது தேவராஜனுக்கு.

“குட் மார்னிங்” – தேவராஜனும் அதை எதிரொலித்தான். போஸ்டாபீஸ் அய்யர் இவர்களை வரவேற்று வீட்டுத் திண்ணை யில் அமர்த்திக்கொள்ளத் தயாரானவராய் இரண்டு பேரையும் “வாங்க, வாங்க” என்று அழைத்தார். தேவராஜன் கொஞ்சம் கறாராக நடந்துகொண்டான்.

“கொஞ்சம் வேலையா போயிக்கிட்டிருக்கோம்” என்று அவன் சொன்னது அங்கு சற்று நிற்பதைக்கூடத் தவிர்ப்பதற்குத் தான். அய்யர் தம் வீட்டுக்குப் பக்கத்திலிருக்கிற அந்தக் குளத்திற்குத்தான் அவர்கள் குளிக்கப் போகிறார்கள் என்று நினைத்துக்கொண்டார்: “குளத்திலே ஜலம் ஒண்ணும் அவ்வளவு நன்னா இல்லை போல் இருக்கே.”

அவர் அப்படி நினைத்துக்கொண்டது தங்களை அவ மதிப்பது போலிருந்தது தேவராஜனுக்கு. “அந்தக் குளத்திலே மனுஷன் குளிப்பானா?” என்று கொஞ்சம் எரிச்சலாகச் சொன்னான்.

கையில் சோப்புப் பெட்டியும் டவலுமாக இருக்கிறதைப் பார்த்ததும் ‘இவர்கள் ஆற்றுக்குப் போகிறார்கள்’ என்ற நினைப்பே அய்யருக்குத் தோன்றவில்லை. ஏனெனில் ஆறு இருக்கும் திசையே வேறு. தேவராஜனுக்கும் தாங்கள் ஆற்றுக்குப் போகிறோம் என்ற விஷயத்தை அவரிடம் சொல்லப் பயமாக இருந்தது. இன்று லீவு நாளாகவும் இருக்கிறது; அய்யரிடம் ஒரு சைக்கிளும் இருக்கிறது. ‘நானும் வருகிறேன்’ என்று அவரும் கூடப் புறப்படுவதையோ, அல்லது தானாகவே இவர்களுக்கு முன்னால் அங்கே, ஆற்றங்கரையில் அவர் போய் நிற்பதையோ அவனால் தடுக்க முடியாதல்லவா?

தேவராஜனின் கூட இருக்கிற மனிதனோடு ஏதாவது பேசி, என்னவாவது தெரிந்துகொள்ள வேண்டும் என்கிற

ஆவலாதி அய்யரின் முகமெல்லாம் மொய்ப்பது தெரிந்தது. இதுமாதிரிச் சமயங்களில்தான் தேவராஜன் இந்த ஊர் மனிதர்களையே வெறுக்கிறான். அவன் முகம் கடுகடுப்பாயிற்று.

அறிமுகமில்லாமல் இவர்களின் சம்பாஷணையில் தான் கலந்து கொள்ளலாகாது என்ற நாகரித்தால் ஹென்றி ஒன்றும் பேசாமல் நின்றிருந்தான். பப்பாவோடு கூட எங்கேயாவது போகும்போது அவன் அப்படித்தான் நிற்பான், "என் மகன், ஹென்றி" என்று அவர் சொன்ன பிறகுதான் இவன் அவர் களைப் பார்த்துப் புன்முறுவல் செய்வான். பப்பாவோடு அப்படிப் போன அனுபவங்களுக்குப் பிறகு அப்படி ஓர் அனுபவம் இப்போது தேவராஜனோடு போகையில் அவனுக்கு ஏற்படுவது போலிருந்தது. ஆனால் எந்த அறிமுகமும் ஏற்படு வதற்கு முன்னால் அதனை அவன் விரும்பியதுகூட இல்லை. எனவே இப்போது தேவராஜனுக்குப் பின்னால் அவன் நின்றிருப்பது ஒரு காத்திருப்பு அல்ல; ஆனால் அவன் ஓர் அறிமுகத்துக்குத் தயாராகவும் இருந்தான். அந்தப் பொறுப்பைத் தேவராஜனிடம் விட்டுவிட்டு எல்லாவற்றையும் போலவே இவர்கள் பேசுவதையும் அவன் வேடிக்கை பார்த்துக்கொண்டி ருந்தான்.

"போய்ட்டு, அப்பறமா வந்து சந்திக்கிறேன் ஸார்" என்று புறப்பட்ட தேவராஜன் சற்றுத் தயங்கி, "இவரு மிஸ்டர் ஹென்றி. பெங்களூர்லேருந்து வந்திருக்கார். எனக்குச் சிநேகிதர்" என்று சுருக்கமாய் அறிமுகம் செய்துவிட்டு மேலே நடக்க ஆரம்பித் தான். போஸ்ட் ஆபீஸ் அய்யர் தன்னை 'நடராஜன்' என்று அறிமுகம் செய்துகொண்டார். இப்போது கொஞ்ச காலமாக அவர் தன் பெயரோடு 'அய்ய'ரைச் சேர்த்துக்கொள்வதில்லை. அவனோடு கைகுலுக்க நினைத்தவர், ஹென்றி கரங்கூப்பி வணங்கியதைப் பார்த்ததுமே வணக்கம் செய்தார்: "அவசர மாப் போறீங்க போல இருக்கு. அப்புறம் பார்க்கலாம். சந்தோஷம்."

அவர்களிருவரும் அந்தத் தெருவைக் கடந்து குளத்தங் கரை ஓரமாக நடந்து திரௌபதி அம்மன் கோயிலருகே வந்தபோது லாரி நின்றிருந்தது.

லாரியில் ஆட்கள் 'லோடு' ஏற்றிக்கொண்டிருந்தார்கள். காபிக் கடையிலிருந்து ரேடியோ பாட்டு அலறிக்கொண்டி ருந்தது. கடைத் தெருவில் கூறு கட்டி வைத்தது மாதிரி மனிதர்கள் நின்று பல ஸ்தாயிகளிலும் பாவங்களிலும் பேசிக்கொண்டி ருந்தார்கள். இப்போதும் திரௌபதி அம்மன் கோயில் திடலில் சில பேர் மேல் வேட்டியால் உடம்பைப் போர்த்திக்கொண்டு, பக்க வாட்டில் திரும்பி எச்சில் துப்பிக்கொண்டு காலால் மண்ணைத் தள்ளிக் கொண்டிருந்தார்கள்.

"குட் மார்னிங் தொரை" – என்ற குரல் மிகவும் அந்நியோந்நியமாக எங்கிருந்தோ உரத்து ஒலித்தது! ஹென்றி திரும்பிப் பார்த்தான். காபிக் கடையில் உள்ள பெஞ்சின் மீது விரலிடுக்கில் புகையும் பீடியும், கையில் ஏந்திய காபித் தம்ளருமாய் அவனைக் கும்பிட்டு வரவேற்றான் துரைக் கண்ணு. வெளியில் நிழலுக்காக விதானமிட்டிருந்த தட்டியின் தூண்களில் ஒன்றாய் நிறுத்தியிருந்த மூங்கில் கழியைப் பிடித்தவாறு நின்று டீ குடித்துக்கொண்டிருந்த பாண்டுப் பையன் ஹென்றியைப் பார்த்துச் சலாம் போட்டான். ஹென்றி அவர்களுக்கு வணக்கம் செய்துகொண்டே காபிக் கடைக் குள்ளிருந்த பெஞ்சை நோக்கி நடந்தான்.

14

ஹென்றி காபிக் கடைக்குள் நேரே சென்று ரொம்ப நாள் பழகியவன் போல் அங்கிருந்த பெஞ்சின் மீது துரைக் கண்ணுவின் பக்கத்தில் உட்கார்ந்து கொண்டான். தேவராஜ னுக்கு இது கொஞ்சம் சங்கடமாக இருந்தது. அவன் வெளி யிலேயே நின்றான்.

"ப்ளீஸ் கம் இன். ஸிட் டௌன்" என்று ஹென்றி மனசில் எந்த விகல்பமுமில்லாமல் அவனை அழைக்கும் போது தேவராஜனால் அதை மறுக்க முடியவில்லை, அவனும் வந்து காபிக் கடையின் அழுக்கும் பிசுக்கும் பிடித்த பெஞ்சில் உட்கார்ந்துகொண்டான். அந்த ஊரிலேயே பிறந்து வளர்ந்த தேவராஜனுக்கு இப்படி இந்தக் காபிக் கடையில் வந்து உட்காருவது இதுவே முதல் அனுபவம்.

பொதுவாகவே கிருஷ்ணராஜபுரத்தைச் சேர்ந்தவர்கள் அதுவும் தேவராஜன் இருக்கிற அந்த முக்கியத் தெருவைச் சேர்ந்தவர்கள் இங்கேயெல்லாம் வருவதில்லை. அதற்கு அவசியமும் இல்லை. பஸ் பிரயாணிகளும் லாரிக்காரர்களும் வியாபாரிகளும் கமிஷன் ஏஜெண்டுகளும்தான் இந்தக் கடைகளில் காபி, பலகாரம் சாப்பிட வருவார்கள். கையில் காசு இருக்கிறபோது இதை ஓர் உல்லாசமாகக் கருதி உள்ளூர் கோவணாண்டிகளும் வந்து இந்தப் பெஞ்சுகளில் எல்லா ருக்கும் சமதையாக உட்கார்ந்துகொள்ள வருவார்கள். ஆனால் இன்னமும்கூட ஹரிஜனங்களுக்கு என்று தனிக் கிளாஸ்கள் அதோ ஒரு மூலையில் மஞ்சள் பிடித்து ஒதுக்கி வைக்கப்பட்டி

ருக்கின்றன. ஹென்றி இதைக் கவனித்தான். இதை அவன் இந்த இரண்டு நாளிலேயே வேறு பல இடங்களிலும் கவனித்திருந்தான்.

தேவராஜன் அந்தக் கடையில் வந்து உட்கார்ந்திருப்பது எல்லாருக்கும் உள்ளூரக் கொஞ்சம் அதிசயம் தந்தது. துரைக்கண்ணுவுக்குத்தான் உள்ளூர எதுவும் தங்காதே...

"அசலூர் தொரைங்க வந்தாத்தான் உள்ளூர்த் தொரைங்க இங்கே வராங்க" என்று தேவராஜனைக் கிண்டல் செய்தான் துரைக்கண்ணு. அது ஓர் உண்மையாக இருந்ததால் அந்தக் கிண்டல் தேவராஜனுக்குத் தர்மசங்கடமாக இருந்தது. ஆனால் அவன் சிரித்துக்கொண்டே பதிலுக்குத் தமாஷ் பண்ணினான்:

"நீங்கதான் நம்ம ஊருக்கு உள்ளூர் தொரையாவும், அசலூர் தொரையாவும் இருக்கீங்களே" என்று அவன் சொன்னதும், அதை அவன் சொன்னதால் பெரிய ஹாஸ்யமாக நினைத்துக் கடையிலிருந்த எல்லாருமே சிரித்தார்கள்.

"கிளாசை நல்லா வெந்நீர் ஊத்திக் கழுவி ரெண்டு காபி போடுடா" என்று அங்கிருந்த சிறுவனிடம் அதிகாரமாகச் சொன்னான் துரைக்கண்ணு.

"இப்பத்தான் வீட்டிலே காபி குடிச்சோம்" என்று தேவராஜன் சொல்லவும், ஹென்றியும் அவனுடன் சேர்ந்து கொண்டான்: "இப்பத்தான்... ஜஸ்ட் நவ்."

"அப்போ காபி வேண்டாம். டீ குடிங்க. டேய்! ரெண்டு டீ போடுடா" என்று இவர்கள் பதிலுக்குக் காத்திராமல் ஆர்டர் பண்ணினான் துரைக்கண்ணு. துரைக்கண்ணு செய்கிற உபசாரத்தில் இருக்கிற மிடுக்கையும் அழகான முரட்டுத் தனத்தையும் அவனது அன்பையும் ஹென்றி புரிந்துகொண்டு சிரித்தான்.

அந்தக் காபிக் கடை சுத்தமாக இருந்தது. மேலே கொட்டகை வேய்ந்தும், உட்புறம் ஸீலிங் போட்டது மாதிரி தட்டி கட்டி, ஓலைக் கூரை தெரியாமல் அந்தத் தட்டி நிறையத் தினசரிப் பத்திரிகைத் தாளும் சினிமாப் போஸ்டர்களும் ஒட்டப்பட்டிருந்தது. ஒட்டும் போதே அலங்காரம் என்று கருதி முழுப்பக்க சினிமா விளம்பரத்தாள்களே தேர்ந்தெடுத்து ஒட்டப்பட்டிருப்பது தெரிந்தது. அந்தச் சதுரமான இடத்தில் இருபுறமும் சுவரோரமாக ஓர் அடி உயரத்துக்கு ஒரு பெஞ்சும், அதற்கு முன்னால் டேபிள் மாதிரி உபயோகப்படுவதற்காக இரண்டடி உயரத்தில் ஒரு பெஞ்சும் எதிர் எதிரே போடப்பட்டிருந்தன.

வாசலுக்கு நேரே உள்ளடங்கி இருந்த சுவர் ஓரமாய் ஒரு மேஜையின் மீது ஒரு சிறு கண்ணாடி அலமாரி நிறுத்தப்பட்டிருந்தது. அதனுள் பலகார வகைகள் கொஞ்சமும், மந்தார இலைக்கட்டும், ஃபிளவர்வேஸ் மாதிரி பளபளப்பாய் விளக்கி வைக்கப்பட்ட ஒரு பித்தளைக் கிண்ணத்தில் நூல் கண்டும் கிடந்தன. அந்தப் பீரோவின் உச்சியில் ஒரு சிறு ரேடியோ பெட்டி இருந்தது. கடைக்குள் நுழைகிற போது இடது புற ஓரமாய் மேஜையும் நாற்காலியுமிட்டு உட்கார்ந்திருந்த கடை முதலாளியின் பக்கத்தில் சுவர் ஓரமாய்ச் சாத்தி வைக்கப்பட்டிருந்த இரண்டு ஊன்று கட்டைகள் 'இந்தக் காபிக் கடையின் சொந்தக்காரன் ஒரு நொண்டி மனிதன்' என்று சொல்லிற்று.

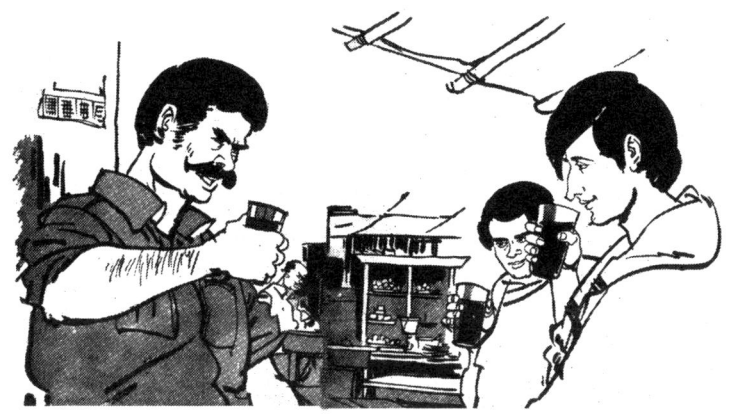

ஹென்றி கடைக்காரனை மிகுந்த அனுதாபத்தோடு பார்த்தான். சிரித்துக் கொண்டே கடைக்காரன் ஹென்றியைக் கேட்டான்: "நமக்கு எந்த ஊருங்க? – நேத்து சாயங்காலம் நீங்க லாரியிலேருந்து வர்றப்பவே பார்த்தேன்" என்று சொல்லி அதற்கு மேல் என்ன சொல்வது என்று தெரியாமல் இளித்துக் கொண்டே இருந்தான்.

"பெங்களூர்" என்று சுருக்கமாய்ப் பதில் சொன்னான் ஹென்றி.

"பாத்தியா, தேசிகரே! உன் கடையைத் தேடிக்கினு பெங்களூர்லேருந்தெல்லாம் கஸ்டமர்ஸ் வராங்க, பாத்தியா?" என்று துரைக்கண்ணு சொன்னதும், தேசிகர் மிகவும் அடக்கமாகச் சொன்னார்: "என்னாங்க பண்றது? . . . எல்லா ஊர்லேயும் வசதியான ஹோட்டலுங்க கிடைக்குமா? இந்த

ஊருக்கு இதுதான் வசதி. ஏங்க, தொரைப்புள்ளே! நீங்க இப்போ பெங்களூருக்கெல்லாம் போறதில்லையா?" என்று கேட்கவும் – ஹென்றி, தேசிகர் தன்னைத்தான் கேட்கிறார் போலிருக்கிறது என்று நினைத்து, என்ன சொல்வது? என்று திகைத்தான். அவன் திகைப்பைப் புரிந்துகொண்ட துரைக் கண்ணு: "அவுரு என்னைக் கேக்கறாருங்க. இந்த ஊருக்கு நான்தான் தொரை. தொரைங்கறது சும்மா ஒரு பேருங்க . . . என் பேர் துரைக்கண்ணு."

ஹென்றிக்குச் சட்டென்று என்னென்னவோ புரிந்தது. நேற்று மாலை ஹென்றியின் மூட்டையைத் தூக்க வந்த தேவராஜன் வீட்டு வேலையாள் சின்னான் சம்பந்தமில்லாமல் இந்த லாரி டிரைவரைப் பற்றி அனாவசியமாகப் பேசியதாகத் தேவராஜன் நினைத்த அந்த விஷயம் . . .

– ஹென்றி லாரியிலிருந்து இறங்கி துரைக்கண்ணுவிடம் விடை பெற்றுக் கொள்வதற்காக அவனைத் தேடிக் காணாமல் பாண்டுவிடம்: "டிரைவர்கிட்டே சொல்லிடு" என்று கூறிவிட்டுத் திரும்புகையில் சின்னான் சொன்னானே: "நம்ப ஊர்தான். இப்போ கொமராவரத்துக்கு மாமியார் வூட்டோட போய்ட் டான். நிலமெல்லாம் இங்கேதான் இருக்குது" என்று சொன்னதும் . . .

– இப்போது அவனே தன் பெயரைக் துரைக்கண்ணு என்று சொல்லிக் கொண்டதும், தேசிகர் இப்போது இவனைத் 'தொரை' என்று அழைத்ததும் . . .

"என் தம்பி ஒருத்தன் இருந்தான். இப்பவும் இருப்பான்; இருக்கணும். துரைக்கண்ணுன்னு பேரு. படிக்கவும் இல்லே; முரட்டுத்தனமா சுத்திக்கிட்டு இருந்தான்; கொமராவரத்திலே தாத்தா வீட்டிலேயே இருந்தான். எங்க அம்மா அவனைத் தொரைன்னு கூப்பிடும்" என்று பப்பா அவனிடம் சொன்னதும் வரிசையாய் ஒவ்வொன்றாக ஹென்றியின் நினைவுக்கு வந்து, அவனுக்குச் சட்டென்று அந்த விஷயம் விளங்கியது.

தனக்குத் தெளிவாய்த் தெரிந்துவிட்ட ஒரு விஷயத்தை அவன் யாரையும் கேட்டு ஒரு முறை இப்போது தெரிந்து கொள்ள முயலவில்லை. ஒரு சிறுவன் தேவராஜனுக்கும் ஹென்றிக்கும் மரியாதையுடன் டீ கொண்டுவந்து கொடுத்தான். எதிர் பெஞ்சில் இரண்டு பேர் உட்கார்ந்து தட்டில் வைத்த இலையில் பலகாரம் சாப்பிட்டுக்கொண்டிருந்தார்கள். அதில் ஒருவன் காதில் பளபளக்கும் கடுக்கன் போட்டிருந்தான். அசல் வைரமோ என்னமோ! ஹென்றிக்கு அதைப் பார்க்கப் பார்க்க அழகாக இருந்தது. இன்னொருவன் காக்கிச் சட்டை போட்டு சட்டைப் பையில் நோட்டுப் புத்தகமும் காகிதமுமாக

மார்பு புடைக்கிற மாதிரி நிரப்பிக்கொண்டிருந்தான். அதில் நிக்கல் மூடியிட்ட கிளிப்புப் பென்சில் செருகி இருந்தான். அவன் 'மஃப்ட்டி'யில் இருந்ததும்கூட அவனைப் பார்த்த மாத்திரத்தில் அவன் ஒரு போலீஸ்காரன் என்று ஹென்றி புரிந்துகொண்டான்.

அந்தக் கடையின் பின்பகுதியில் தேசிகரின் குடும்பம் இருக்கிறது என்பது வெளியிலும் உள்ளுமாக ஓடிக்கொண்டிருந்த சிறுவர்களாலும், இவர்கள் வந்து உட்கார்ந்த கொஞ்ச நேரத்துக்கெல்லாம் இடுப்பில் ஒரு பெரிய தவலைத் தண்ணீருடன் கட்டி இருக்கிற பச்சைச்சேலை தண்ணீரில் நனைந்து கறுப்பு நிறம் காட்ட, வந்திருக்கும் அந்நியர்களின் முன்னால் இந்தக் கோலத்தில் வர நேர்ந்துவிட்ட சங்கடத்தோடு, விலகி நடந்து விரைவாக உள்ளே சென்ற ஒரு நடுத்தர வயதுப் பெண்ணி னாலும் ஹென்றிக்குத் தெரிந்தது.

"மணியக்காரரைப் பார்க்கணும்னு சொன்னியே, பாத்தியா தொரை?" என்று டீ குடித்துக்கொண்டிருந்த ஹென்றியிடம் விசாரித்தான் துரைக்கண்ணு. "இல்லீங்க. நாளைக்குத்தான் பாக்க முடியும் போல இருக்கு. அவரோட பொண்ணு, குழந்தை பெத்திருக்குதாம். அவரு பிஸியா இருக்காரு போல இருக்கு. எனக்கு ஒண்ணும் அவசரமில்லே. மிஸ்டர் தேவராஜன் வீட்டிலே தான் இப்போ தங்கியிருக்கேன்" என்று விவரமாக விளக்கினான் ஹென்றி.

இவனது விளக்கங்களைப் பூராவாகக் கிரஹிக்க முடியாமல் பீடிப் புகையில் லயிக்க ஆரம்பித்த துரைக்கண்ணு தனக்குள்ளே ஆழ்ந்து ஏதோ பாடலை முணுமுணுக்கலானான்.

லாரி நிறைய 'லோடு' ஏற்றிவிட்டு, துரைக்கண்ணுவுக்காக அந்த வியாபாரிகளும் கமிஷன் ஏஜெண்டுகளும் காத்திருந் தார்கள். பாண்டுப் பையன் கடை வாசலின் எதிரே வந்து துரைக்கண்ணுவை அழைத்தான்; "ஏங்க . . . புறப்படலாம். எல்லா ரெடி . . ." என்றதும் அவன் புத்தியில்லாத்தனத்தை எண்ணி நெற்றியில் அடித்துக்கொண்டு, "இங்கே வாடா, அறிவு கெட்டவனே" என்று அழைத்தான் துரைக்கண்ணு.

"நான் என்னாங்க பண்ணேன்?" என்று சிணுங்கிக் கொண்டே வந்து நின்றான் பாண்டு.

"என்னா பண்ணியா?" என்று நாக்கைத் துருத்திக் கொண்டு அவனை அடிப்பதற்காகக் கை ஓங்கினான் துரைக் கண்ணு. நின்ற இடத்திலேயே கொஞ்சம் இறுகி, பல்லைக் கடித்துக்கொண்டு அடியை வாங்கிக்கொள்ளக் குனிந்தான் பாண்டு. ஆனால் துரைக்கண்ணு அவனை அடிக்காமல் ஏமாற்றிவிட்டுப் பல்லைக் கடித்துக்கொண்டு சொன்னான்:

"எத்தனை தடவைடா நான் உனக்குச் சொல்லி இருக்கேன். நாலுபேரோட பேசிக்கினு இருக்கும் போது வந்து ஒரு பக்கமா நிக்கணும்; வந்து கூப்பிடக் கூடாதுன்னு. நீ என்னா பண்றே தெரியுமா? இதுதாண்டா சமயம்னு தம் அடிக்கறத்துக்கு எங்கேயாவது ஒதுங்கிடறே ... அதுக்கப்புறம் நீ இல்லாத நேரத்திலே நான் கூப்பிட்டேனோன்னு பயந்துக்கினு நீ என்னை வந்து கூப்பிடறே ..." என்று சொல்லிக்கொண்டிருக்கையில் பாண்டு குறுக்கே புகுந்து கத்தினான்:

"ஐயையோ ... சத்தியமாக் கெடையாதுங்க. நான் இப்ப இங்கதானேங்க இருந்தேன் ... திரௌபதி அம்மன் சாச்சியா சொல்றேன்; உட்டேன்னு சொல்லுங்க."

துரைக்கண்ணுவும் உடனே "உட்டேன்" என்றான். தொடர்ந்து பாண்டு சொன்னான்: "இம்மா நேரம் நான் லாரி மேலே ஏறி நின்னுக்கினு, வாழைத் தாறெல்லாம் வழியுதுன்னு கயிறு போட்டுக் கட்டிக்கினு இருந்தேன். தம் அடிக்கப்போனேன்னு சொல்றீங்களே?"

"இப்போ போனேனாடா சொல்றேன்? இங்கேதானே நின்னு டீ குடிச்சிக்கிட்டிருந்தே. தொரையும் வாத்தியார் சாரும் – தெருவிலே போய்க்கினு இருந்தாங்க. அவங்களை நான்தானே கூப்பிட்டேன். பாத்தே இல்லே? எதுக்குக் கூப்பிட்டேன்? என் கையாலே ஒரு காப்பியோ டீயோ வாங்கிக் குடுக்கணும்னு ஒரு பிரியத்திலேதானே கூப்பிட்டேன். அவங்களைக் கடையிலேயே உட்டுட்டு நாம்பாட்டுக்கு எழுந்திரிச்சு வரதுதான் மரியாதையா? ஏண்டா? போடா, அறிவு கெட்டவனே ... எனக்கு வரத் தெரியும்."

அவன் சொல்வதிலிருந்த நியாயம் பாண்டுவுக்குப் புரிந்ததால் தலையைக் குனிந்து, பிடரியைத் தடவி சிரித்துக்கொண்டே போனான்.

இவ்வளவு 'அக்ரெஸிவா'க இருந்தும், மிக சாத்வீகமான பப்பாவைப் போல இவனிடமும் சில பண்புகள் இருப்பதை ஹென்றி புரிந்துகொண்டான். துரைக்கண்ணு எழுந்து வந்து கல்லாவின் அருகே நின்றான். தேசிகர் அகலம் குறைவான, ஒரு அடி நீளமுள்ள ஒரு நோட்டுப் புத்தகத்தை எடுத்து மேசை மீது வைத்தார்.

"கணக்கு எவ்வளவுன்னு சொல்லிவிட்டு நோட்டுலே எழுதிக்கியேன், ஐயா! எந்தக் காலத்திலே நான் எழுதினேன்? இப்ப எழுதறத்துக்கு?" என்று கேட்டுவிட்டு ஹென்றியும் தேவராஜனும் உட்கார்ந்திருந்த பக்கம் திரும்பிச் சிரித்துக் கொண்டே சொன்னான் துரைக்கண்ணு: "நமக்கு எழுதப் படிக்கவெல்லாம் தெரியாதுங்க. ஆனா கையெழுத்துப் போடு

வேன். இங்கிலீஷ்லேயே போடுவேன்" என்று சொல்லிவிட்டுத் தேசிகரிடம் இவர்கள் யாரும் கவனிக்காத முறையில், "இவர்களுக்குக் கொடுத்த டீக்கும் சேர்த்துக் கணக்கு எழுதிக்கொண்டாயா?" என்று கேட்டுத் தெரிந்துகொண்டான்.

ஹென்றியும் தேவராஜனும் டீ குடித்துவிட்டு எழுந்து நின்றனர். துரைக்கண்ணு ஹென்றியிடம் விடைபெற்றுக் கொள்கிற மாதிரி சொன்னான்:

"அப்போ நான் வரேன் தொரை. வாத்தியார் வூட்டிலே தானே இருக்கறே? நமக்கும் வூடு அங்கேதான். நாலஞ்சி தலைமுறையாவே இந்த ஊருதான். எனக்குத்தான் இந்த ஊரும் அந்த வூடும் ஒத்து வரலே, போயிட்டேன். இவுங்க வூட்டுக்கு எதிர்த்த வூடு – எங்க அண்ணாரு வூடுதான். நாங்க பொறந்தது வளர்ந்தது எல்லாம் இங்கேதான்" என்று சொல்கையில், தேவராஜன் விழிப்பதைப் பார்த்து துரைக்கண்ணு சிரித்துக்கொண்டே சொன்னான்:

"வாத்தியாரே, உங்களுக்கு அதெல்லாம் தெரியாது. நீங்க அப்போ பொறந்து கூட இருக்கமாட்டீங்க தொரை! இந்த ஊர்லே என்னா ஆகணும்னாலும் என்கிட்டே சொல்லு என்னாலே முடிஞ்சதை நான் செய்யறேன்" என்று கூறி ஒரு புதிய நட்பு ஏற்படுத்திக்கொண்ட பெருமித உணர்வோடு லாரியை நோக்கி நடந்து போனான் துரைக்கண்ணு.

தேவராஜன் ஒன்றும் புரியாமல், ஹென்றியைப் பார்த்தான். "எனக்கு எப்பொழுதோ எல்லாம் தெரியும்" என்கிற மாதிரி ஹென்றி சிரித்தான். இவர்களது பார்வையும் சிரிப்பும் புரியாத தேசிகர், துரைக்கண்ணுவைப் பற்றி இவர்கள் ஏதும் தவறாக நினைத்துக்கொள்ளக் கூடாதே என்று சொன்னார்: "ரொம்ப நல்ல மனுஷருங்க. எப்பவும் தமாஷாதான் பேசுவாரு. சில சமயத்திலே மொரட்டுத்தனமாக்கூடப் பேசிடுவாரு, ஆனால் மனசு ரொம்ப வெள்ளைங்க."

அதை அப்படியே அங்கீகரிக்கிறவனாக ஹென்றி கண்களை மூடி முகத்தில் ஒரு புன்சிரிப்புடன் லேசாகத் தலை தாழ்த்தினான்.

15

துரைக்கண்ணு போன பிறகு ஹென்றியும் தேவராஜனும் காபிக் கடையின் முன்னால் மூங்கில் தட்டி நிழலில் நின்று கொண்டிருந்தனர். கடைத் தெரு ஜனக் கூட்டம் நிறைந்து காணப்பட்டது. கிருஷ்ணராஜபுரத்தில் இன்று சந்தை நாள்.

திரெளபதி அம்மன் கோயில் திடலிலேதான் சந்தை கூடும். காபிக் கடையின் முன்னாலிருந்து பார்க்கும்போது திருவிழாக் கூட்டம் மாதிரி இருந்தது.

காபிக் கடைக்குப் பக்கத்திலேயே நாலடி உயரத்திற்கு கோபுரம் மாதிரி ஈர மண் ஒட்டிக்கொண்டிருக்கும் மரவள்ளிக் கிழங்கைக் குவித்து வைத்துக் கொண்டு ஒருத்தி பாட்டுப் பாடுவது மாதிரி விலை கூறி வியாபாரம் செய்து கொண்டிருப்பதை மனம் பறிகொடுத்துப் பார்த்தான் ஹென்றி. அவள் இவனைப் பார்த்ததும் வெட்கம் மிகுந்து வெள்ளையாய்ச் சிரித்தாள். வேறுபுறம் முகம் திருப்பிக்கொண்டு அவன் தன்னைப் பார்க்கிறான் என்ற நினைப்புத் தவிர வேறொன்றையும் மனசில் கொள்ளாமல் இன்னும் கொஞ்சம் உரத்த குரலில் பாடினாள்: “ஓடியா . . . ஓடியா கலுக்கண்டு மாதிரிக் கெழங்கு . . .” என்று கூவியவாறே சற்றுப் பொறுத்து, ‘அந்த ஆள் இன்னும் நின்று பார்க்கிறானா’ என்று தெரிந்துகொள்ள மறுபடியும் இந்தப் பக்கம் திரும்பினாள்.

ஹென்றி வேடிக்கை பார்த்துக்கொண்டிருப்பதைக் கலைக்காமல் இருக்க எண்ணிய தேவராஜன், “இங்கேயே நில்லுங்கள் நான் போயி சைக்கிள் எடுத்துக்கிட்டு வரேன்” என்று சொல்லிக் கடைத் தெருவின் குறுக்காக நடந்து எதிர்ச் சாரிக்குப் போனான்.

கிழங்கு விற்றுக்கொண்டிருந்தவள் ஹென்றியைப் பார்த்து இப்போது சிரித்துக்கொண்டே கேட்டாள்: “கிழங்கு வாங்கிக்கினு போங்களேன்.”

ஹென்றி சிரித்துக்கொண்டே சட்டைப் பையில் கையை விட்டுப் பர்ஸைத் தேடினான். குளிக்கத்தானே போகிறோம் என்ற நினைப்பில் தான் பர்ஸ் கொண்டுவரவில்லை என்று அவனுக்குப் புரிந்தது.

அதற்குள்ளாக அவள் முற்றிய கிழங்காக ஒன்றை முழு நீளத்தில் பொறுக்கி எடுத்து, மண்ணைத் துடைத்து, மடக்கென்று இரண்டாக முறித்து அவன் முன்னால் நீட்டி, "கெழங்கைப் பாருங்க. இன்னும் கொஞ்ச நாழி கழிச்சு வந்தீங்கன்னா கெடைக்காதுங்க" என்று கிழங்கு விற்கிற அக்கறையைக் காட்டிலும், இவன் இந்தக் கிழங்கை வாங்கியே ஆகவேண்டும் என்று ஆசைப்படுகிறவள் மாதிரி சொன்னாள்.

அவள் உடைத்துக் காட்டிய கிழங்கின் உட்புறம் வெள்ளை வெளேரென்று அவள் சிரிப்பது மாதிரியே இருந்தது.

ஹென்றி பள்ளிக்கூடப் பையன் மாதிரி சிரித்துக்கொண்டே சொன்னான்: "நான் பைசா கொண்டு வரலே, அம்மா. நாங்க ஆத்துக்குக் குளிக்கப் போயிக்கிட்டு இருக்கோம்."

கிழங்குக்காரிக்கு இவனோடு இன்னும் கொஞ்சம் பேச வேண்டும்போல இருந்தது: "நீங்க வாங்காட்டிப் போவுது. கெழங்கு எப்படின்னு பாருங்க" என்று சற்றுமுன் உடைத்த துண்டுகளில் ஒன்றை அவன் கையில் கொடுத்தாள்; "வூட்டுக்கு எடுத்துக்கினு போங்க. காசி குடுத்து அனுப்புவாங்க... வாங்கிக்கினு வரச் சொல்லி" என்று அவள் சொல்லும்போது ஹென்றிக்குச் சிரிப்பு வந்தது.

அவன் அந்தக் கிழங்கைக் கையில் வைத்துத் திருப்பித் திருப்பிப் பார்த்தான். அவன் அதற்கு முன் அந்தக் கிழங்கைப் பார்த்ததுமில்லை; சாப்பிட்டதுமில்லை. இதை எப்படி உரிப்பது என்றுகூட அவனுக்குத் தெரியவில்லை. மேலே கோகோ கலரில் இருந்த மெல்லிய தோலை உரிப்பது சிரமமாய் இருந்தது. இவன் அதை உரிக்கக்கூடத் தெரியாமல் தடுமாறுவதைக் கண்டு இவன் ஓர் அந்நியன் என்று அவள் புரிந்துகொண்டாள். சற்று முன் அவன் அவளுடன் ஒரு வார்த்தை பேசியது நினைவுக்கு வர, இவனுக்குப் பாஷை தெரியாதோ என்கிற சந்தேகம் அவளுக்கு எழாமல் இருந்தது.

"இப்படி உரிக்கணுங்க" என்று உள்ளிருந்த வெள்ளைத் தோலையும் சேர்த்து நகத்தால் பெயர்த்துக் காட்டினாள்: "அவிச்சுத் தின்னால் நல்லா இருக்கும்; சுட்டும் தின்னலாம்."

அவள் கற்றுத்தந்த மாதிரியே ஹென்றி கிழங்கை உரித்தான். இப்படி உரிப்பது சுலபமாய் இருந்தது. உரித்த தோலைப்

ஜெயகாந்தன்

போடுவதற்கு முன்னால் அந்த வெள்ளைப் பகுதியை முன் பல்லால் கடித்து ருசித்துப் பார்த்தான். 'திஸ் இஸ் ஆல்லோ நைஸ்' என்று சொல்லிக்கொண்டே ஒரு பெரிய தோலைத் தின்றான். "ஐயிய்யே. அதைத் தின்றதில்லீங்க" என்று அவள் ஹென்றியை நோக்கிக் கைநீட்டிச் சிரித்தாள்.

அப்போது சைக்கிளைத் தள்ளிக்கொண்டு தேவராஜன் வந்தான். இவன் கையில் கிழங்கை வைத்து உரித்துக்கொண்டிருப்பதைப் பார்த்து, சற்றுமுன் இவன் தோலைத் தின்றபோது கிழங்குக்காரி சொன்னவிதமாகவே, "ஐய்யே, வாட் இஸ் திஸ்?" என்று தன்னை அறியாமல் கேட்ட தேவராஜன் உடனே நிதானித்துக் கொண்டு, "யூ லைக் திஸ்? நம்ப வீட்டிலே நிறையக் கிடக்குதுங்க" என்று சொல்லிக்கொண்டே கிழங்குக்காரியிடம் திரும்பி விலை கேட்டான். அவள் ஒரு தூக்கு கிழங்குக்கு விலை சொன்னாள்.

"இப்போ அவர் கையிலே குடுத்திருக்கியே அதுக்கு எம்மாங் காசி கேக்கறே?" என்றான் தேவராஜன். அவள் கொஞ்சம் அலட்சியமாக அவனைப் பார்த்தாள்.

"நான் ஒண்ணும் அவுருக்கு வெலைக்கி விக்கிலே" என்று வெடுக்கென்று சொல்லிவிட்டு மறுபடியும் வேறுபுறம் திரும்பி, "ஓடியா, ஓடியா . . . கலுகண்டு மாதிரி கெழங்கு . . ." என்று பாட ஆரம்பித்தாள்.

காபிக் கடையிலே இருந்து கல்லில் தோசை வார்க்கிற சத்தம் கேட்டது. ஹென்றி திரும்பிப் பார்த்தபோது ஆறெழு பேர் – கிராமத்து மனிதர்கள் அங்கு பெஞ்சுகளில் உட்கார்ந்திருந்தனர். சற்றுமுன் தண்ணீர் எடுத்துக்கொண்டு போன அம்மாள் நின்றவாறு ஒரு சிறிய மேசை போலிருக்கும் தோசைக் கல்லில் ஆறு தோசைகளை வார்த்துக்கொண்டிருந்தாள். ஒரே சமயத்தில் இப்படி ஆறு தோசைகளை வார்த்து அவன் பார்த்ததே இல்லை.

ஒரு மேடையின் மீது அடுப்பு கட்டி நீளச் சதுர வடிவில் தோசைக்கல்லை வைத்து இரண்டு வரிசையாக வெள்ளை வெள்ளையாய் மாவை மொண்டு, காம்பஸ் வைத்து வட்டம் போட்டது மாதிரி ஒரே அளவில் சரியான வட்டங்களாய் அவள் மாவைத் தீட்டுகிற அழகை ஹென்றி பார்த்துக்கொண்டே நின்றான். அந்த மாவின் மீது சில விநாடிகளில் புள்ளி புள்ளியாய் ஓட்டைகள் ஏற்படுவது அவனுக்கு ரொம்ப ரசமாகவும் பார்க்க அழகாகவும் இருந்தது. தேவராஜனுக்குக் கொஞ்சம் போரடித்தது. இந்தப் போக்கில் போனால் கடைத் தெருவைத் தாண்டுவதற்குள் சாயங்காலம் ஆகிவிடுமே என்று நினைத்தான்.

“புறப்படலாமா?” என்று மெதுவாகக் கேட்டான்.

“ஓ, எஸ்” என்று சொல்லி உடனே திரும்பி அவனுக்கு முன்னால் நடந்தான் ஹென்றி.

போகிற வழியில் இவர்களுக்குக் குறுக்காய் ஒரு வண்டி வந்து பாதையை மறித்தது. அந்த வண்டி நிறைய சாம்பல் பூசணிக்காய் பெரிசு பெரிசாய் நிறைத்து அடுக்கப்பட்டிருந்தது. கடைத் தெருவிலிருந்து கொஞ்சம் தாழ்ந்த அந்தச் சந்தைத் திடலுக்குப் பாரம் மிகுந்த அந்த வண்டியைப் பக்குவமாக இறக்கிக் கொண்டிருந்தான் அந்த வண்டிக்காரன். கழுத்தில் நுகத்தடிப் பாரம் அழுந்த அந்தச் சின்ன மாடுகள் மிக ஜாக்கிரதையாய்ச் சரிவில் காலூன்றி வண்டியைத் தாங்கித் தாங்கி நகர்ந்தன. சந்தைத் திடலின் சமதளத்திற்கு வண்டி இறங்கி நிற்கிறவரை ஹென்றி அதைப் பார்த்தவாறு நின்றிருந்தான்.

தேவராஜன் சற்றுமுன் இவனிடம் ‘நத்திங் இஸ் இன்ட்டரஸ்டிங் இன் திஸ் பிளேஸ்’ என்று தான் சொன்னதை எண்ணி, அது எவ்வளவு யோசனையில்லாத பேச்சு என்று நினைத்துக்கொண்டான். மனிதர்களின் பேச்சும் குரலும், விலை கூவுகிற ராகங்களும், யார் யாரையோ யார் யாரோ கூப்பிடுகிற அழைப்பும், இந்தச் சந்தடியின் நடுவே சில பேர் இட்டுக்கொள்கிற வாய்ச் சண்டைகளும், அவசரங்களும் நிதானங்களும், கோபங்களும் விளையாட்டுக்களும் . . .

சைக்கிளைத் தள்ளிக்கொண்டு நடந்த தேவராஜன் திடீரென்று மூக்கைப் பிடித்துக்கொண்டான். ‘குப்’பென்று கருவாட்டு நாற்றம் அடித்தது.

கடைத் தெரு முடிந்து குடியானவர் வாழ்கிற தெருக்களில் நுழைகிறவரை கூட்டமும் நெரிசலுமாயிருந்தது. தேவராஜன் சைக்கிளில் ஏறி உட்கார்ந்து ஹென்றியின் நடை வேகத்துக்கு ஏற்ப அவன் கூடவே வளைந்து வளைந்து வந்துகொண்டிருந்தான்.

“நீங்களும் பின்னால் ஏறிக்கலாம்” என்று ஹென்றியின் ஓரமாக வந்தான். ஹென்றிக்கும் ஆசையாக இருந்தது. சைக்கிள் நகர்ந்துகொண்டிருந்ததால் சைக்கிளைப் பிடித்து ஓட்டி ஓட்டி வந்தும் எம்பி உட்கார்ந்துகொள்ள முடியாமல் தவித்தான் ஹென்றி. தன்னுடைய இயலாமைக்காக அவன் சிரித்தான். இதற்குள் சாணி பொறுக்கிக்கொண்டிருந்த சில சிறுமிகளும் சில கோவணாண்டிச் சிறுவர்களும் இதை வேடிக்கை பார்க்க ஓடி வந்தார்கள். தேவராஜனுக்கு அவர்களை விரட்ட வேண்டும் போலிருந்தது. அதைவிடவும் புத்திசாலித் தனம் இவனை ஏற்றிக்கொண்டு இங்கிருந்து வேகமாகப்

போய் விடுவது என்று நினைத்து, வேலி ஓரமாக இருந்த காணிக்கல்லில் இடது பாதத்தை ஊன்றிச் சைக்கிளை நிறுத்தினான்.

"கமான். இப்போ ஏறிக்குங்க" என்று அழைத்ததும் பின்னால் வந்து கொண்டிருந்த ஹென்றி கொஞ்சம் ஓடி, சைக்கிளைப் பிடித்துப் பின்னால் ஏறி உட்கார்ந்துகொண்டான்.

"உட்கார்ந்தாச்சா?"

"ஓ. எஸ்."

"நல்லா பிடிச்சுக்கிட்டீங்களா? போகலாமா?"

"எஸ். ரெடி."

தேவராஜன் அந்த மண் சாலையில் சைக்கிள் டயர்கள் சரசரவென ஓசை எழ வேகமாய் மிதித்தான். ஹென்றிக்கு ஆனந்தமாக இருந்தது. போகப் போக ரோடு மோசமாகவும் இருந்தது; சில இடங்களில் தூக்கித் தூக்கிப் போட்டது. ஓரிடத்தில் சாலை மேடாக உயர்ந்துகொண்டு போகையில் தேவராஜன் சைக்கிளை நிறுத்தி, ஹென்றியையும் இறங்கிக் கொள்ளும்படி சொன்னான். மேட்டைக் கடக்கிறவரை பேசிக்கொண்டே நடக்கலாயினர். சாலையின் இரண்டு பக்கங் களிலும் காட்டுச் செடிகள் புதராய் மண்டி வளர்ந்திருந்தன.

"இங்கே நிறைய காடை கிடைக்கும்" என்றான் தேவராஜன்.

"காடைன்னா?"

"அது ஒரு பறவை. முயல்கூடக் கிடைக்கும். யூ நோ – முயல்?" என்றதும் இருவரும் சிரித்தனர், தேவராஜன் சைக்கிளை நிறுத்தி ஹென்றியை அதைப் பிடிக்கச் சொல்லிக் கொடுத்தான்:

"விழாமல் பிடிச்சுக்குவீங்களா?"

"ஐ வில் டிரை."

ஹென்றி சைக்கிளைப் பிடித்துக்கொண்டு நிற்கிற விதத் திலேயே இவனுக்கும் இதற்கும் சம்பந்தமே இல்லை என்று தோன்றியது. தேவராஜன் வேட்டியை மடித்துக் கட்டிக் கொண்டு அந்த முட்செடிகளின் பக்கம் போய் எக்கி நின்று ஒரு மரத்திலிருந்து சிறுசிறு மணிகள் மாதிரியான பழங்களைப் பறித்தான். ஹென்றி சைக்கிளைப் பிடித்தபடியே கையிலிருந்த கிழங்கைப் பாதியாக ஒடித்து தேவராஜனுக்கு ஒரு பங்கை வைத்துவிட்டுத் தன் பங்கைக் கடித்துத் தின்ன ஆரம்பித்தான்.

அந்தப் பழங்கள் வெளிறிய பழுப்பு நிறமாய் இருந்தன. திராட்சைப் பழங்கள் போல் சரம்சரமாய்க் கொத்துக் கொத்தாய்

இருந்தன. அவற்றில் இரண்டு கொத்துக்களைப் பறித்துக் கொண்டு வந்து ஹென்றியிடம் தேவராஜன் நீட்டினான்.

"இது என்ன பழம்?" என்று அவற்றைக் கையில் வாங்கிப் பார்த்துக் கேட்டான் ஹென்றி. அந்தப் பழங்களின் பெயரை நினைத்துக்கொண்ட தேவராஜன் சிரித்தான்: "எனக்கும் நிஜமாலும் பேர் என்னன்னு தெரியாது சின்ன வயசிலே நிறைய பறிச்சுத் தின்னிருக்கேன். இருபத்தஞ்சி வருஷத்துக்கப் புறம் இன்னிக்கித்தான் பாக்கிறேன்...சின்னப்பிள்ளைங்க இதுக்கு 'மூக்குச்சளிப் பழம்'னு சொல்லும்" என்று சொல்லி மறுபடியும் சிரித்தான்.

பழம், பெயருக்கு ஏற்றபடிதான் இருந்தது. நாக்கும் உதடுகளும் கொழ கொழத்துப் போயின. அந்தக் கொழ கொழப்பில் லேசான அசட்டுத்தனமான இனிப்பும் இருந்தது. அதன் ருசியே சிறுபிள்ளைத்தனமாய் இருந்தது. ஹென்றி அதைத் திராட்சைப் பழம் மாதிரி ஒவ்வொன்றாய் வாயிலிட்டுச் சுவைத்துத் துப்பினான். தேவராஜனுக்கும் கொடுத்தான். கொஞ்சம் பழத்தைத் தின்றுவிட்டு மீதியை இருவரும் தூர எறிந்தார்கள். ஹென்றி கொடுத்த கிழங்குத் துண்டை வாங்கிக் கடித்த தேவராஜன் "நல்ல கிழங்குதான்" என்று சொல்லும் போது கிழங்குக்காரியை நினைத்துக்கொண்டான்.

மறுபடியும் அவர்கள் தொடர்ந்து நடக்கும்போது திடீ ரென்று ஹென்றி கேட்டான்: "மிஸ்டர் துரைக்கண்ணு யார்னு உங்களுக்குத் தெரியுமா?"

தன்னிடம் பதிலை எதிர்பார்த்து ஹென்றி இதைக் கேட்கவில்லை என்று தேவராஜனுக்குத் தெரிந்தது.

"எங்க பப்பாவோட தம்பி, பப்பாகூட சொல்லி இருக்கார்... எங்க பப்பாதான் அந்தப் பாழடைஞ்ச வீட்டைப் பூட்டிக் கிட்டுப் போன மனிதர். இதோ அந்த வீட்டுச் சாவி" என்று பையிலிருந்த ஒரு பழைய சாவிக் கொத்தை எடுத்துக் காட்டி னான் ஹென்றி.

'இவன்தான் அந்த வீட்டுக்குச் சொந்தக்காரன் என்று நிரூபிக்க இது மட்டும் எப்படிப் போதும்?' என்று யோசித்தான் தேவராஜன். அவன் யோசனைக்குப் பதில் சொல்கிற மாதிரி ஹென்றி சொன்னான்: "பப்பாவோட சொத்துக்கு ரெகார்ட்ஸ், என்னை 'அடாப்ட்' பண்ணிக்கிட்டதுக்கான சர்ட்டிபிகேட், எனக்கு அவர் எழுதி வச்சிருக்கிற உயில் – எல்லாம் கொண்டு வந்திருக்கேன்."

குழந்தைத்தனமாகவும் குதூகலமாகவும் அவன் சொன்னதைக் கேட்ட தேவராஜன் சிறிதே கலவரமுற்றான்.

ஜெயகாந்தன்

ஏனெனில் சட்டபூர்வமாகவும் நியாயமாகவும் அவையெல்லாம் இவனுடைய பப்பாவின் தம்பியான துரைக்கண்ணு விடம்தான் இப்போது இருக்க வேண்டும். இத்தனை ஆண்டுக் காலமாக அவற்றை யெல்லாம் சுதந்திரமாக அனுபவித்துக் கொண்டிருக்கிறவன் யாராக இருந்தாலும் எப்படி அவற்றை யெல்லாம் சுலபத்தில் விட்டுக் கொடுத்து விடுவான்? அதுசரி, அதற்காக உரிமை உடையவன் விட்டு விட்டுப் போய்விட முடியுமா, என்ன? என்று எண்ணிய தேவராஜன், ஹென்றி தன்னை இன்னான் என்று அடையாளம் காட்டிக்கொள்ளத் தயங்குகின்றதற்கான காரணம் சரியே என்று தன் போக்கில் நினைத்துக்கொண்டான்.

16

கொஞ்சதூரம் சென்றதும் மறுபடியும் இருவரும் சைக்கிளில் ஏறிக்கொண்டனர். வெயில் தெரியாமல் வானத்தில் மேகம் கவிந்து மலைக்காற்று சில்லென்று வீசியது. பக்கத்துக் காட்டுப் புதர்களின் மேல் சின்னச் சின்னதாய்க் கறுப்பும் மஞ்சளுமான குருவிகள் பறந்தன. ஏதேதோ விசித்திரமான சப்தங்கள் – சீட்டியடித்துப் பேசிக்கொள்வது மாதிரி பறவைகளின் உல்லாசக் குரல்கள் – காதுக்கு இனிமையாயிருந்தன.

சற்று நேரத்துக்கு முன் மாடு ஓட்டிச்சென்ற சிறுவர்களும், சிவப்புத் தலைப்பாகைக் கிழவனும் கண்ணில் தென்பட்டார்கள். தூரத்தில் நாலு திசையும் கலைந்த மந்தை மாடுகள் மேய்ந்து கொண்டிருந்ததைப் பார்த்த தேவராஜன், பியானோ இசையைக் கற்பனை செய்தான். இப்போதும் அது அப்படித்தான் கேட்டது. சைக்கிளை மிதித்துக்கொண்டிருந்த தேவராஜன், மந்தகாசமாகச் சிரித்துக்கொண்டான்.

“சற்று முன்னால் நான் உங்களிடம் சொன்னதைத் திரும்பப் பெற்றுக் கொள்கிறேன்” என்று ஆங்கிலத்தில் கூறினான் தேவராஜன்.

இவன் எதைக் குறித்துச் சொல்கிறான்? என்று ஒரு விநாடி யோசித்த ஹென்றி, நுனிநாக்கால் மேலுதட்டை மீட்டினான்; அதைச் சரியாகப் புரிந்து கொண்டு லேசாகச் சிரித்துக்கொண்டான்.

“இங்கே ஒன்றும் சுவாரஸ்யமில்லை என்றேனே . . . அது எவ்வளவு மேலெழுந்தவாரியான அபிப்பிராயம்!” என்று ஆங்கிலத்தில் சொன்ன தேவராஜன், தொடர்ந்து தமிழில் சொன்னான்:

"எப்பவும் சந்தோஷமாக இருக்கணும்னா நாம்ப மனசாலே சின்னக் குழந்தையாயிருக்கணும்னு தெரியுது. சின்னப் பசங்களா இருந்தப்போ ஒவ்வொரு சின்னச் சின்ன விஷயமும் எவ்வளவு ஆச்சரியமா இருந்திச்சு? இப்ப உங்களோட நான் அப்படித்தான் இருக்கேன். நீங்க எப்பவுமே அப்படித் தான் குழந்தை மாதிரி இருக்கீங்க போலிருக்கு" என்று சொல்லி, சைக்கிளை மிதித்துக் கொண்டிருந்தவன், அப்படியே கழுத்தை மட்டும் திருப்பி ஒருமுறை ஹென்றியைப் பார்த்துச் சிரித்தான். அப்போது ஹென்றி வேறெங்கோ பார்த்துக் கொண்டிருந்தான்.

“குழந்தைகள் மட்டும்தானா? இந்தப் பறவைகள், மிருகங்கள், வண்ணாத்திப் பூச்சிகள், தேனீக்கள், மலர்கள், செடி கொடிகள் எல்லாமே சந்தோஷமாக மட்டும்தான் இருக்கின்றன” – என்று ஆங்கிலத்தில் ஒரு கவிதையைச் சொல்வதுபோலக் கூறினான் ஹென்றி. அதைக் கேட்கையில் தேவராஜனுக்கு ஒருவகை பரவசம் நேர்ந்தது. ஆனாலும் அதைப் பற்றி யோசிக்கும்போது அந்தக் கருத்தே நடைமுறைச் சம்பந்தமற்ற ஒரு ‘ரொமாண்டிசிஸ’மாகத் தோன்றியது அவனுக்கு. அந்தச் சிந்தனையால் அவன் மௌனமானான்.

‘மிருகங்களுக்கும் மற்றவற்றுக்கும் சமூக வளர்ச்சி, வாழ்க்கைப் பிரச்னைகள், தார்மீகப் பொறுப்புக்கள் ஒன்றும் கிடையாது. மனிதன் அப்படி ஆகக் கூடுமா என்ன? அப்படி ஆனால் அது சரியும் ஆகாதே. பிரச்னைகள் இல்லாத வாழ்க்கையில் வளர்ச்சி ஏது?’ என்றெல்லாம் புத்தகம் படிக்கிற மாதிரி யோசித்தான் தேவராஜன்.

ஹென்றிக்கு எதிரே மலை தெரிந்தது. ஆற்றங்கரைக்கு வந்துவிட்டோம் போலிருக்கிறது என்று நினைத்த ஹென்றி, தலையை எக்கி, ஆறு தெரிகிறதா வென்று தேவராஜனின் தோளுக்கு மேல் பார்த்தான். மலைமீது ஒரு பாறை முகட்டில் கரிய நிற ஆடு ஒன்று முன்னங்கால்களிரண்டையும் தூக்கிக் கொண்டு மலை உச்சியில் நின்று மற்றொரு செங்குத்தான சரிவினருகே வளர்ந்த செடியை எக்கி எக்கிக் கடித்துக் கொண்டிருந்ததை வியப்பும் பதைப்புமாகப் பார்த்தான் ஹென்றி. அதன் சிறிய குளம்புகளுக்கடியில் உள்ள கல்லொன்று பெயர்ந்தால்? – நிச்சயமாக அப்படியெல்லாம் நடப்பதே இல்லை . . .

“மனுஷாளுக்குத்தான் ஆக்ஸிடெண்டு நெறைய நடக்குது இல்லே?” என்று தேவராஜனிடம் கேட்டான் ஹென்றி.

“எதுக்கு அப்படிக் கேட்டீங்க?” – சற்று நேரம் மௌனமாய் யோசித்த பின்னர் கேட்டான் தேவராஜன்.

“அதோ பாருங்க” – மலை முகட்டைக் காட்டினான் ஹென்றி.

“மலையிலே மேயற வெள்ளாட்டைச் சொல்றீங்களா?” என்று தேவராஜனும் அந்த ஆபத்தான இடத்தில் எக்கி நிற்கும் ஆட்டை, அது மேய்வதைக் கூர்ந்து பார்த்தான். அவனுக்கும் அது ஆச்சரியமாகத்தான் இருந்தது. இதுபோன்ற காட்சிகளை அவன் பல முறை பார்த்திருக்கிறான். ஆயினும் இந்த ஆச்சரியம் அவனுக்குப் புதுமையான அறிவு போல் இருந்தது.

"வெள்ளாடா?" – கறுப்பு ஆட்டைப் போய் வெள்ளாடு என்கிறாரே? என்ற நினைப்புடன் கேட்டான் ஹென்றி.

தேவராஜன் சிரித்தான்: "அது அப்படித்தான். கறுப்பா இருக்கிற பொம்பளைக்கு வெள்ளையம்மான்னு பேர் இருக்கிற தில்லே? அதுமாதிரி . . . இங்கிலீஷிலே 'கோட்'னு சொல்ற மில்லே – அதுக்குத் தமிழ்லே வெள்ளாடுன்னு பேரு. வெள்ளாடு கறுப்பாகவும் இருக்கும். பிரவுனாகவும் இருக்கும்."

தேவராஜன் சைக்கிளின் வேகத்தைக் குறைத்தான். ஆற்றுப் படுகை சற்றுத் தொலைவில் தெரிந்தது. திடீரென்று, வந்து கொண்டிருந்த பாதை கீழ்நோக்கிச் சரிவாக இறங்கியது. சைக்கிளில் வேகமாகச் சரிவில் இறங்குகையில் இருபுறமும் தெரிந்த மரங்களும் புதர்களும் சரசரவென மேல் நோக்கி உயர்ந்துகொண்டு போவது போலிருந்தது. சற்று தூரத்தில் சாலையின் குறுக்காக நதி அகண்டு மணல்வெளி பரந்து, பாறைகளும் பருக்கைக்கற்களும் ஆங்காங்கே குவிந்து, பூமியே உள்வாங்கிக் குவிந்தது போலிருந்தது அந்த இடம். தேவராஜனும் ஹென்றியும் ஓர் இடத்தில் சைக்கிளிலிருந்து இறங்கினர்.

ஹென்றி இடுப்பில் கையூன்றி அண்ணாந்து நின்று பார்த்தான். வானம் வழக்கமாகத் தெரிவதைவிடவும் தூரத்தில் தெரிந்தது. வான் உச்சியில் ஒற்றையாக ஒரு பருந்து ராகமிழுத்துப் பாடியவாறு வட்டமடித்தது. மரங்களடர்ந்திருந்ததால் கீழே இருட்டாகவும் மரங்களின் தலைக்கு மேலே வெளிச்சமாகவும் தெரிந்தது. கால் செருப்பைக் கழற்றிவிட்டு மண்ணில் நின்ற போது தரை சில்லென்றிருந்தது. மரங்களிடையே இருந்து சில்வண்டோசை கேட்டது. நதியில் தண்ணீர் ஓடும் சத்தம் லயத்தோடு, அதேசமயம் மனசின் குமுறல் மாதிரி இடை விடாது தொடர்ந்து ஜபித்துக்கொண்டிருந்தது.

தேவராஜனைக் காணோம். அவனது ஜட்டி, சைக்கிள் ஹாண்ட் – பாரின் மேல் கிடந்தது.

எதிரே தெரியும் மலை முகட்டில் இன்னமும் அந்தக் கறுப்பு ஆடு மேய்ந்து கொண்டிருந்தது. இப்போது அந்த ஆடு வேறு ஒரு முகட்டில் நின்றிருந்தது.

'ஹோ . . . ஓ!' என்று பெருங் குரலில் தனது சக்தி முழுவதையும் சேர்த்து, அண்ணாந்து வாய் பிளந்து கால் பரப்பி நின்று கூவினான் ஹென்றி.

'ஹோ! . . . ஹோ . . . ஹோ!' என்று அவன் குரல் மலையில் மோதி எதிரொலித்தது. அந்த எதிரொலியைக் கேட்டு அவன் கைதட்டிச் சிரித்தான்: "மிஸ்டர் தேவராஜன் 'எக்கோ' எப்பிடிக் கேக்குது! நீங்களும் சத்தம் போடுங்க, உங்க குரலைக் கேட்கலாம்."

தேவராஜன் ஒரு புதர் நடுவே இருந்து சிகரெட் புகை சூழ எழுந்து நின்றான்.

"ஓ! ஹோ... ஹோ...!" என்று மூச்சுப் பிடித்துக் கூவினான்; சிரித்தான். அவன் குரலும் சிரிப்பும் எதிரொலியாக ஸ்பஷ்டமாக அவனது குரல் போலவே கேட்டது.

"உங்களுக்கு விஸிலிங் தெரியுமா?" என்று கேட்டான் ஹென்றி. தேவராஜன் அதற்கு உடனே பதில் சொல்லாமல் திரும்பி நடந்து தண்ணீர் அருகே சென்று உட்கார்ந்து கால் அலம்பிக்கொண்டு வந்தான்.

அதற்குள் ஹென்றி மறுபடியும் எதிரொலிச் சத்தத்தைக் கேட்க விரும்பி மலையைப் பார்த்து இரண்டு கைகளையும் விரித்துக்கொண்டு கூவினான்: "பப்பா... ஆ!"

'பப்பா... பப்பா ஆ... ஆ!" என்று எதிரொலி கேட்டது.

தேவராஜனுக்கு ஹென்றியின் அந்தக் குரல் வயிற்றைக் கலக்கிக் கண்களில் கண்ணீர் முட்டச் செய்துவிட்டது. மூன்று நாளைக்கு முன்னர்தான் அவனது பப்பா இறந்திருக்கிறார் என்ற எண்ணம் சோகமாய் நெஞ்சில் ஒரு கனத்துடன் தேவராஜனுக்கு நினைவு வந்தது. இவனால் எப்படி, இந்த மாதிரி வருத்தமில்லாமல், துக்கம் அனுஷ்டிக்காமல் இவ்வளவு குதூகலமாக இருக்க முடிகிறது! என்ற ஆச்சரியமும், அந்த ஆச்சரியத்துக்கு விளக்கம் போல் ஹென்றி கூவிய 'பப்பா'வில் ஒரு சோகமும் இவனுக்குத் தோன்ற, தேவராஜனுக்குக் கண்கள் கலங்கிவிட்டன.

அந்த எதிரொலிச் சத்தம் 'பப்பா' என்று கேட்பதற்குப் பதிலாக, இவன் 'பப்பா' என்றழைத்ததும் 'மகனே' என்று கேட்கக் கூடாதா! என்ற ஏக்கத்துடன் மலைமுகட்டைப் பார்த்தான் தேவராஜன்.

ஆனால் ஹென்றி எப்போதும்போல் சிரித்தவாறு நின்றிருந்தான். தேவராஜன் அவனருகே வந்து நின்று சற்று தூரத்தில் ஆற்றின் கரையோரமாய் ஒரு பெரிய மரமும் அதனருகில் விரிந்த நிழலும், அதனடியில் நீர் நடுவே உயர்ந்த பாறையும் தெரியும் இடத்தைச் சுட்டிக் காட்டிச் சொன்னான்: "நாம அங்கே போகலாம். துணியெல்லாம் பாறை மேலே வெச்சுக்கலாம். குளிக்கணும்னா அங்கேயே குளிக்கலாம். சும்மாவும் உட்கார்ந்திருக்கலாம், நெழலாவும் இருக்குதே"...

"ஓ எஸ்." என்று அவனது யோசனைக்கு இணங்கிய ஹென்றி, சைக்கிளைத் தானே தள்ளிக்கொண்டு நடந்தான். தேவராஜன், ஹென்றியிடம், "நீங்கள் சைக்கிள் விடக் கத்துக்

குங்களேன் ... நான் கத்துத் தர்றேன்” என்றான்: “உங்களுக்கு ஈஸியாக வரும்.”

“ஓ எஸ். உங்களுக்கு விஸிலிங் தெரியும்னு சொன்னீங்க போல இருக்கு ...” என்று நினைவுபடுத்தினான் ஹென்றி.

“நான் ரொம்ப நல்லா விஸிலிங்கிலேயே பாடுவேன். இந்த வருஷம் ஸ்கூல் அனிவர்ஸரி ஃபங்ஷன்லே இதை ஒரு நிகழ்ச்சியாகவே வெச்சோம். ஆனா எனக்குப் பாடத் தெரியாது. விஸிலிங்லே மட்டும்தான் பாட முடியும்” என்று அவன் சொல்வதை ஆர்வமாய்க் கேட்டான் ஹென்றி.

இருவரும் அந்தப் பாறையருகே வந்து சைக்கிளை மணலில் படுக்கப் போட்டனர். பாறையின் மீது ஏறி நின்று ஹென்றி தண்ணீரைப் பார்த்தான். தண்ணீர் ஸ்படிகமாய்த் தெளிந்திருந்தது. ஆனால் வேகமும் இருந்தது; அடி ஆழத்தில் கற்களும் வெள்ளிய மீன்களும் தெளிவாய்த் தெரிந்தன.

“ஆழம் இருக்குமா?” என்றான் ஹென்றி.

“அவ்வளவு ஆழம் இருக்காது. வடக்கே ‘டாம் கட்டிட்டாங்க. அதனாலே முன்னே மாதிரி வெள்ளம் வர்றதில்லே. அக்கம்மாவுக்கு அந்த சமாசாரமெல்லாம் தெரியாது.” – புறப்படும்போது ‘ஆத்திலே வெள்ளம் போவுதோ, என்னமோ’ என்று அக்கம்மாள் சொன்னதை நினைத்துக்கொண்டு இப்போது இவனுக்கு விளக்கம் செய்தான் தேவராஜன்.

ஹென்றி கையில் கொண்டுவந்த ஏசுநாதர் பிறப்பைச் சித்தரிக்கும் படம் போட்டிருந்த மிட்டாய் டின்னைத் திறந்து வைத்துக்கொண்டு பாறையின் சரிவுப் பகுதியில் உட்கார்ந்தான்.

அதனுள் பெரிய ரேஸரும் சின்னக் கண்ணாடியும் கத்தியைத் தீட்டுவதற்கான கல்லும் ஒரு சின்ன பாட்டிலில் எண்ணெயுமிருந்தன. கல்லில் ரேஸரைத் தீட்டினான் ஹென்றி.

தேவராஜன் விஸில் இசைக்கலானான். சமீபத்தில் பிரபலமாகியிருந்த இந்தி சினிமாப் பாடலொன்றை அவன் விஸில் பண்ணினான். ஏதோ ஒரு இசைக்கருவியை வாசித்துக் கேட்பது போல் அவன் விஸில் நாதம் மிக இனிமையாகவும், கம்பீரமாகவும், அடர்த்தியாகவும் இருந்தது. அவனது குவிந்த உதடுகளின் சிறு துவாரம் வழியே காற்று அடங்கியும் சீறியும் வருவதை ஆச்சரியத்துடன் பார்த்தான் ஹென்றி. இவனது ஆச்சரியத்தைப் பார்த்துக் கண்களால் சிரித்தவாறே விஸிலில் தொடர்ந்து தன்னை மறந்து தானும் ரசித்துப் பாடினான் தேவராஜன். அவன் விஸில் பண்ணுகிறபோது ஒரு தரம்கூட இடையில் நிறுத்தவோ, நாதம் தடைப்படவோ இல்லை.

மூச்சிழுக்காமலேயே அவனுள்ளிருந்து சங்கீதம் வெளிப்படுகிற மாதிரி இருந்தது அந்தச் சீழ்க்கையொலி. ஹென்றி அதைக் கூர்ந்து கவனித்துப் பார்த்தான். அந்த ரகசியத்தைக் கண்டு பிடித்து, அதற்காகவும் அவனைப் பாராட்டுகிற மாதிரி தலையை ஆட்டி அண்ணாந்து சிரித்து ரசித்தான் ஹென்றி.

தேவராஜன் விசில் பண்ணுகிற போது காற்றை வெளியே விடுகிறபோது மட்டுமில்லாமல், உள்ளே இழுக்கிற போதும் சுருதி மாறாமல் இரண்டுக்கும் வித்தியாசமில்லாதபடி இசை உண்டாக்கினான். அவனது சுவாசமே சங்கீதமாயிருந்தது. மிக அற்புதமாக அவன் பாடினான்; தொடர்ந்து பாடிக் கொண்டிருந்தான்.

ஹென்றி ரேசரை நன்கு தீட்டிக்கொண்டான். பிடரியில் கனத்துத் தொங்கிய சிகையை இரண்டுபுறமும் வகிந்து பிரித்துத் தோள் வழியாகப் பிடித்துக்கொண்டு மூன்று அங்குலத்துக்குக் கரகரவென்று அரிந்து தண்ணீரில் எறிந்தான். பிறகு கண்ணாடிக்குள் குனிந்து முகம் பார்த்து முன்மயிரை யும் அதே மாதிரி வெட்டிவிட்டுக்கொண்டான்.

‘எவ்வளவு சுலபமாக, சீக்கிரமாக, அழகாக இவன் கிராப்பு செய்து கொண்டுவிட்டான்’ என்ற ஆச்சரியத்துடன் தேவராஜன் இவனைப் பார்த்துக்கொண்டே விசிலில் பாடிக்கொண்டி ருந்தான்.

ஹென்றி முக க்ஷவரம் செய்துகொள்ள ஆரம்பித்தான். தேவராஜன் பாடி முடித்ததும் ஹென்றி, ரேசரைக் கீழே வைத்துவிட்டுக் கைகொட்டிப் பாராட்டினான்: “இது உண்மையிலேயே ஓர் அற்புதமான கலை” என்று ஆங்கிலத்தில் கூறினான் ஹென்றி. தேவராஜனுக்குச் சந்தோஷமாக இருந்தது. அவன் சிகரெட் ஒன்றைப் பற்ற வைத்துக்கொள்வதற்காக இவனிடமும் நீட்டினான்.

“நோ . . . தாங்க்ஸ்” என்று வழக்கம்போல் மறுத்த ஹென்றி, “நீங்க பத்தவெச்சு எனக்கும் ஒரு ‘பஃப்’ குடுங்க – எதுக்கு வேஸ்ட் பண்ணணும்?” என்று தேவராஜனின் சிகரெட்டுக் காகக் கை நீட்டினான்.

தேவராஜன் அதே போல் ஒரு சிகரெட்டைப் பற்ற வைத்து இரண்டு முறை புகைத்து ஊதிய பிறகு ஹென்றியிடம் நீட்டினான். ஹென்றி அதை வாங்கி இரண்டு ‘பஃப்’ எடுத்து நன்றாக ‘இன்ஹேல்’ செய்து ஊதினான். இவனுக்கும் புகை பிடிக்கத் தெரிகிறதே என்று ஆச்சரியமாய் நினைத்துக் கொண்டான் தேவராஜன்.

17

ஹென்றியும் தேவராஜனும் குளித்துக் கரையேறி சைக்கிள் பிரயாணம் செய்து வீட்டை அடையும்போது மணி இரண்டாகி இருந்தது. ஆற்றில் நீந்திக் குளித்த அனுபவம் உடலுக்கும் மனசுக்கும் இதமாயிருந்தது. அந்தச் சில மணி நேரங்களில் தேவராஜனும் ஹென்றியும் எவ்வளவோ விஷயங்களைப் பற்றிப் பேசிக்கொண்டார்கள்.

தேவராஜன் தனது சொந்தப் பிரச்னைகளையெல்லாம் மறந்து மனிதனின் அந்தரங்கமான பிரச்னைகளைப் பற்றி, வேதாதந்தம் போன்று இல்லாமல் வாழ்வின் நடப்பியல்பு களைப் பற்றி, அவற்றையே ஒரு சொந்தப் பிரச்னை போல் கருதிப் பேசிக்கொண்டிருந்ததையெல்லாம் ஒவ்வொன்றாக எண்ணி அசை போட்டவாறே வரும் வழியெல்லாம் மௌன மாக வந்தான்.

ஊரும் தெருவும் மனிதர்களும் வீடும் வரவர அது சம்பந்தப் பட்ட பொதுக் காரியங்களும், பொதுவான நினைப்புகளும் அவன் சிந்தனையில் எதிர்ப்படுகையில் மனிதனின் உண்மை யான சொந்தமான பிரச்னைகள் எவ்வளவு தூரமாய் நிற்கின்றன என்று அவனுக்குப் புரிந்தது.

கடைத் தெரு வழியாக வரும் பொழுது, பக்கிரி கடையில் சைக்கிளை விட்டுவிட்டு நடந்தே வீட்டுக்குப் போகலாமா என்று நடக்கிற சிரமத்தை எண்ணியும், காலையிலேயே மண்ணாங்கட்டி சைக்கிள் விடுகிற ஒரு சான்ஸைத் தான் பறித்துக்கொண்டதை நினைத்தும் சாயங்காலம் அவனுக்குக் காசு தருவதாகத் தான் கூறியதையுங்கூட நினைவில்கொண்டு, இப்போது வீட்டிற்குப் போய் சைக்கிளை அவனிடம் கொடுத்து அனுப்புவதன் மூலம் அந்த வாக்குறுதியைச் செலவில்லாமல் நிறைவேற்ற உத்தேசித்தும் சைச்கிளுடன் வீட்டுக்கே வந்தான்.

ஆற்றுக்குப் போகும்போது இருந்ததைவிடவும் இப்போது திரும்பிவந்து இந்தத் தெருவில் நுழைகிறபோது ஹென்றிக்கும் இந்தத் தெருவுக்கும் இருக்கிற உறவு தேவராஜனுக்குப் புதிதாக வும் தெளிவாகவும் விளங்கிற்று. எதிர்வீட்டை ஒரு புதிய சொந்தத்துடன் தேவராஜன் பார்த்தான்.

தேவராஜன் வீட்டுக்கு முன்னால் சைக்கிளை நிறுத்தி இறங்கியபொழுது வழக்கமாகச் சாத்தியிருக்கும் வீட்டின் முன்கதவு லேசாகத் திறந்திருந்தது. எங்கோ புறப்படுகிறவர் போல, கையில் கம்பூன்றிக் கிழவர் வந்து நின்றிருந்தார்.

"நாயனம்மா நான் கொமராவரம் வரைக்கும் போய்ட்டு வரேன்" என்று எந்தக் காலத்திலோ இறந்துபோய்விட்ட தன் மருமகளிடம் சொல்லிக் கொண்டிருந்தார் கிழவர். அவர் பின்னால், மண்ணாங்கட்டி ஏதோ பெரிய ஹாஸ்ய நிகழ்ச்சியை ரசிக்கிறவன் மாதிரிச் சிரித்துக்கொண்டு, "அக்கம்மா, அக்கம்மா, தாத்தா கிளம்பிட்டாரு" என்று கூவியவாறு உள்ளே ஓடினான்.

அக்கம்மாள் கையிலுள்ள பாத்திரத்தோடு அவனை அடிக்கிற மாதிரி கையை ஓங்கிக்கொண்டு, "அப்படியே போடட்டுமா தலையிலே. கலப்பை... உழுவாக் கலப்பை... அவரைப் புடிச்சி உக்கார வையேன். சிரிப்பென்ன சிரிப்பு... ரொம்பத் துளுத்துப் பூட்டே நீ... உன்னை... இரு வரேன்" என்று சொல்லிவிட்டுக் கிழவரை நோக்கி வந்தாள். ஆனால் தெருவில் தேவராஜன் வருவதைப் பார்த்துவிட்டு, 'அவர்கள் பார்த்துக்கொள்வார்கள்' என்று அப்படியே போட்டுவிட்டு வந்த கைவேலையைக் கவனிக்க உள்ளே போனாள்.

"என்ன தாத்தா, புறப்பட்டுட்டீங்களா?' என்று பரிகாசமாகக் கேட்டான் தேவராஜன். அவன் கேட்ட தோரணையில் இது அடிக்கடி நடக்கிற ஒரு நாடகம் என்று ஹென்றிக்குப் புரிந்தது. கிழவர் ரொம்பவும் காரியார்த்தமாகப் பேசினார்: "ஆமாம்பா, வண்டி வந்து நிக்கிதே..."

"போயிட்டு எப்போ வருவீங்க?"

"கல்யாண வூட்டுக்காரங்க உடனே வுட்டுடுவாங்களா?... என் அங்கவஸ்திரத்தைக் கொண்டாயேன்" என்று சொல்லி

மேலே போட்டிருந்த கிழிந்த வஸ்திரத்தை எடுத்து அவனிடம் நீட்டினார்.

"அடடா, இந்த அங்கவஸ்திரமே பிரமாதமா இருக்குது. போட்டுக்குங்க தாத்தா" என்று அதையே அவர் கழுத்தில் சுற்றிப்போட்டு கையைப் பிடித்துக் கொண்டு மெல்ல அழைத்து வந்து பெஞ்சில் உட்கார வைத்தான் தேவராஜன்.

"வண்டி நிக்கிதுப்பா" என்று மறுபடியும் சிணுங்கினார் கிழவர்.

"ஏந் தாத்தா, கல்யாணத்துக்கு நான் வர வேணாமா?"

"நீயும் வரியா, தம்புடு . . . அங்கே வந்து அழுவக் கூடாது; நாயனம்மா! தம்புடுவுக்குச் சட்டை போட்டு அனுப்பு சீக்கிரம். நாழியாச்சே" என்று தேவராஜனுக்கு நினைவில்கூட முகம் தெரியாத அவன் தாயை அழைத்துப் பேசிக்கொண்டிருந்தார் கிழவர்.

முற்றத்தில் நின்றிருந்த பண்ணையாட்களும் இந்த நாடகத்தைப் பார்த்து ரசித்தனர். தேவராஜனும் – ஹென்றியும் மாடிக்குப் போனார்கள். மாடிப்படியில் நின்று தேவராஜன் மண்ணாங்கட்டியைக் கூப்பிட்டு சைக்கிளைக் கொண்டு போய்ப் பக்கிரி கடையில் கொடுக்கச் சொன்னான்.

கிழவர் அந்தச் சில விநாடிகளில் குனிந்த தலையோடு உட்கார்ந்திருந்த நிலையிலேயே உறங்கிவிட்டார். அடிக்கடி அவருக்கு இந்த மாதிரி வண்டி வரும். அடுத்த வண்டி எப்போது வருமோ? . . .

மாடிப்படி ஏறிக்கொண்டிருந்த பொழுது ஹென்றி வீட்டின் பின்புறம் பார்த்தான். அங்கே பச்சையும் சிகப்புமாய் அழுத்தமான கலர்களில் சேலை உடுத்திய, மேலே ரவிக்கை இல்லாத, விவசாயக் கூலிப் பெண்கள் நின்றும் உட்கார்ந்தும் பேசிக்கொண்டிருந்தனர். ஒருத்தி அவள் புருஷனின் தலையில் பேன் பார்த்துக்கொண்டிருந்தாள். மாட்டுக் கொட்டகை ஓரமாய் மூன்று கற்களை வைத்த அடுப்பின் மீது ஒரு பெரிய பானையில் கூழ் கொதித்துக் கொண்டிருந்தது. மரத் துடுப்புக் கொண்டு, இந்த வீட்டைச் சேர்ந்தவன் என்று சொல்லுகிற மாதிரித் தோற்றமுள்ள ஒரு வேலைக்காரன் அதைக் காய்ச்சிக் கொண்டிருந்தான். பக்கத்தில் சிலர் வரிசையாக உட்கார்ந்து கூழைக் குடித்துக்கொண்டும் இருந்தனர். இது ஹென்றிக்கு ஆச்சரியமாக இருந்தது.

பின்புற வாசல் வழியாக வந்த அக்கம்மாள், சற்றுமுன் மண்ணாங்கட்டியை அடிக்க உயர்த்திய அதே பாத்திரத்தில்

பளபளவென்று உரித்த வெங்காயமும், பச்சைமிளகாயும் கொண்டுவந்து அவர்களுக்கு வினியோகம் செய்தாள். குத்துக் காலிட்டு உட்கார்ந்து கூழ் குடிக்கிறவர்கள் 'நறுக் நறுக்' என்று அவற்றைக் கடிப்பது ஹென்றிக்கு உடம்பெல்லாம் என்னவோ செய்தது. பக்கத்தில் நின்றிருந்த தேவராஜனிடம் ஹென்றி ஆங்கிலத்தில் கேட்டான்:

"அங்கே தயாராகிக்கொண்டிருப்பதும் இவர்கள் சாப்பிட்டுக் கொண்டிருப்பதும் வேறு, வேறா?" தேவராஜன் அவனுக்கு விளக்கிச் சொன்னான்:

"யூ நோ ராகி?"

"எஸ் . . ."

"இங்கெல்லாம் 'கெவுரு'ன்னு சொல்லுவோம். அதை அறைச்சி, தே மேக் ஸம் ஸார்ட் ஆஃப் பாரிட்ஜ் . . . அது கூழுன்னு சொல்லுவாங்க. இப்போ காச்சறாங்களே இதைக் களியாக்கித் தண்ணி ஊத்தி வச்சிடுவாங்க. இரண்டு நாளைக்கி ஒரு தடவைதான் காச்சுவாங்க. அப்பறம் அதிலே மோர் ஊத்திக் கரைச்சுக் குடுப்பாங்க. இப்போ அவங்க சாப்பிடறது முந்தாநாளு காச்சினது."

"அது ருசியா இருக்குமா?"

" . . . ம் . . . இருக்கும். நான் குடிச்சு ரொம்ப நாளாச்சு."

"கேன் ஐ ஹாவ் ஸம்?" என்று குழந்தைத்தனமாகக் கேட்டான் ஹென்றி. அப்பொழுது தேவராஜனுக்கு அவன்மீது ஒரு புதிய அன்பு சுரந்தது:

"கொண்டுவரச் சொல்லுகிறேன். வாங்க, மேலே போகலாம்" என்று சொன்னவன் மாடி அறை பூட்டியிருப்பதைப் பார்த்து, நின்ற இடத்திலிருந்தே அக்கம்மாளிடம், "அக்கம்மோய் . . . யார் கிட்டயாவது சாவி குடுத்து அனுப்பு" என்று கூவினான். யாரோ ஒருவன் சாவி கொண்டுவந்தான். ரொம்ப மரியாதை யாக மாடிப்படிக் கைப்பிடிச் சுவரின் மீது சாவியை வைத்து விட்டு அவன் போனான்.

தேவராஜனும் ஹென்றியும் மாடிக்குப் போய் உடை மாற்றிக் கொண்டார்கள். சைக்கிள் கடைக்குப் போயிருந்த மண்ணாங்கட்டி திரும்பி வந்திருந்தான்; கீழே குரல் கேட்டது. தேவராஜன் மண்ணாங்கட்டியைக் கூப்பிட்டான்.

மண்ணாங்கட்டி மாடிக்கு வந்தபோது தேவராஜனும் ஹென்றியும் எதையோ நினைத்து விழுந்து விழுந்து சிரித்துக் கொண்டிருந்தார்கள். அதைப் பார்க்க மண்ணாங்கட்டிக்குச்

சிரிப்பு வந்தது. என்ன விஷயம் என்று தெரிந்து கொள்ளாம லேயே அவன் சிரிப்பதைப் பார்த்து இவர்களுக்கு இன்னும் கொஞ்சம் சிரிப்பு வந்தது. தேவராஜன் சிரிப்புக்கிடையே ஹென்றியிடம் ஆங்கிலத்தில் கூறினான்: "அந்த டான்ஸைக் கொஞ்சம் ஆடிக் காண்பிங்க. அவனும் பார்க்கட்டும்."

சற்றும் தயக்கமில்லாமல் ஹென்றி எழுந்து நின்று மண்ணாங்கட்டியை, "கமான், லிஸன்" என்று அருகில் அழைத்து, நாட்டியம் சொல்லிக் கொடுக்கிற பாவனையில் ... ஒரு கையை முன்னாலும் இன்னொரு கையைப் பின்னாலும் வைத்து உள்ளங் கைகளைப் பூ விரிக்கிற மாதிரி விரித்து – 'ஒன் ... டூ, ஒன் ... டூ' என்கிற தாளலயத்தோடு, "சோப்பெங்கப்பா, சோப்பெங்கப்பா" என்று முன்னும் பின்னுமாய் வளைந்தும் நிமிர்ந்தும் குதிக்க ஆரம்பித்தான்.

"சோப்பெங்கப்பா, சோப்பெங்கப்பா, சோப்பெங்கப்பா" என்று சொல்லிக்கொண்டே அதே தாளத்தில் தட்டாமாலை சுற்றினான். ஒரு சுற்றுச் சுற்றிப் பழைய பொஸிஷனுக்கு வந்து மண்ணாங்கட்டிக்கெதிரில் நின்று மண்ணாங்கட்டியின் முகத்துக்கெதிரே 'பா–பா–பா' என்று ஆவர்த்தனம் முடிப்பது மாதிரி முடித்துத் தானே கைதட்டிச் சிரித்துக்கொண்டான்.

இதற்கிடையில் தேவராஜன் சிரித்துச் சிரித்து மூர்ச்சை யாகிறவன் மாதிரிக் கட்டிலில் விழுந்து வயிற்றைப் பிடித்துக் கொண்டு புரண்டான். மண்ணாங்கட்டிக்குப் பைத்தியம் பிடித்த மாதிரி ஆகிவிட்டது. அவனும் கூடச் சேர்ந்து சிரித்தான். ஹென்றி சிரித்துக்கொண்டே தேவராஜனை எழுப்பினான்: "கெட் – அப் நவ் இட் இஸ் யுவர் டர்ன்."

"ஐயையோ ..."

"நோ. இட் இஸ் நாட் Fair..." தேவராஜன் எழுந்து ஆடப்போவதை எதிர்பார்த்த மண்ணாங்கட்டி பெரிதாகச் சிரிப்பதற்குத் தன்னைத் தயார்ப்படுத்திக்கொண்டான். ஹென்றி தனது நியாயத்திற்கு அனுசரணையாக மண்ணாங் கட்டியையும் கூடச் சேர்த்துக்கொண்டான்:

"நீ சொல்லுப்பா ... அவர் சொன்ன உடனே நான் ஆடிச்சுதே ... இப்போ அவர் ஆடணுமில்லே!" – இவன் பேசிய பாஷைக்காகவும் மண்ணாங்கட்டி சிரிக்க ஆரம்பித்தான்.

தேவராஜன் எழுந்து இடுப்பு வேட்டியை இறுக்கிக் கட்டிக் கொண்டு ஹென்றி ஆடிய மாதிரியே ஆடினான்.

"ஓ மார்வலஸ்" என்று ஹென்றி அந்தக் காட்சியை ரசித்தான். மண்ணாங்கட்டிக்கு 'இதை எல்லாரும் வந்து

பார்க்க வேண்டுமே' என்றிருந்தது. தேவராஜன் ஆடி முடித்ததும், "அவுருதான் நல்லா ஆடினாரு" என்று ஹென்றியைக் காட்டினான் மண்ணாங்கட்டி.

"அது சரிங்க. இப்போ நீங்க ஆடணும்" என்று மண்ணாங்கட்டியிடம் சொன்னான் தேவராஜன். மண்ணாங்கட்டி ஓட ஆரம்பித்தான். ஹென்றி அவனைத் தாவிப் பிடித்தான்.

"வுடுங்க... ஐயே... வுடுங்க" – திமிறினான் மண்ணாங்கட்டி.

தேவராஜன் கதவைச் சாத்தினான். வேறு வழியில்லாமல் போகவே, இவர்களே ஆடும்போது தானும் ஆடலாமே! என்கிற ஆசையும் கொஞ்சம் மனசில் வர, வெட்கத்தால் சிறிது தயங்கினான் மண்ணாங்கட்டி. கையை எப்படி வைத்துக் கொள்ள வேண்டும் என்று தேவராஜன் அவனுக்குச் சொல்லிக் கொடுத்தான்.

"சீ, அப்படி இல்லேடா, இப்படி" என்று கொஞ்சம் வாத்தியார்த்தனத்தோடு மிரட்டியே சொல்லித் தந்தான் தேவராஜன். சொல்லிக் கொடுக்கிற சாக்கில் தேவராஜன் ஆட, அதை ரசிக்கிற சாக்கில் ஹென்றி ஆட மூவரும் 'சோப் பெங்கப்பா சோப்பெங்கப்பா' என்று சற்று நேரம் சிரிப்பும் களேபரமுமாய் ஆடினர். ஆடி முடிந்ததும் தேவராஜன் மண்ணாங்கட்டியிடம் அக்கம்மாவைக் கேட்டுத் தயிர் போட்டுக் கூழ் கரைத்துக் கொண்டுவரச் சொன்னான்.

"தட் ஆனியன் டூ" என்று மண்ணாங்கட்டியிடம் சொல்லி அனுப்பினான் ஹென்றி.

மண்ணாங்கட்டி போனபின் இந்த 'சோப்பெங்கப்பா' ஆட்டம் பிறந்த கதையைத் தேவராஜன் மனசுக்குள் எண்ணி லயித்தான்:

ஆற்றில் குளித்துக்கொண்டிருக்கும்போது கையிலிருந்த சோப்பு நழுவித் தண்ணீரில் விழ, வேகத்தில் அடித்துச் செல்கிற சோப்பைப் பிடிக்கிற அவசரத்தில் தேவராஜன் 'அப்பா அப்பா' என்று பதறி ஓடினான். அந்த முயற்சி தோற்று சோப்பு தண்ணீ ரோடு போக தேவராஜன் 'அப்பா'வை மட்டும் பிடித்துக் கொண்டு 'அப்பா அப்பா' என்று கையை விரித்து ஆட்டி னான். அதைப் பார்த்துக்கொண்டே இருந்த ஹென்றி சோப்பை விட்டுவிட்டதற்காக அவனைப் பரிகாசம் செய்கிற மாதிரி, "சோப்பெங்கப்பா, சோப்பெங்கப்பா" என்று ஆட ஆரம்பித்து, இருவரும் வெகு நேரம் ஆடிக்கொண்டே இருந்தனர். அன்றைய உல்லாசத்தில் எந்தவித நோக்கமும் இல்லாமல் அர்த்தமு மில்லாமல் சிரிப்பும் களிப்புமாய் இருந்த விளையாட்டுக்களில் உச்சமாயிருந்தது இந்த 'சோப்பெங்கப்பா' பாட்டும் ஆட்டமும்.

மண்ணாங்கட்டி கூழ் கரைத்துக்கொண்டு வந்தான்.

"ஏண்டா, இம்மாங் கூழ் கொண்டுவந்திருக்கே? இப்போ சாப்பிடணுமே" என்று தேவராஜன் மண்ணாங்கட்டியைக் கேட்கவும், ஹென்றி அதற்குப் பதில் சொன்னான்; "என்னுடைய மதிய உணவை இதிலேயே முடித்துக்கொள்ளலாம் என்று பார்க்கிறேன்."

"பிளீஸ்! நீங்க ருசி மட்டும் பாருங்க, அக்கம்மா நமக்காகச் சமையல் பண்ணி வச்சிருக்கும்."

"ஓ" என்று யோசித்த ஹென்றி, தேவராஜன் சொன்னதற்கு உடன்பட்டு ஒரு தம்ளர் கூழ் ஊற்றிக் குடித்துப் பார்த்தான்.

"இட் இஸ் டிலீஷியஸ்" என்று நாக்கைச் சப்புக் கொட்டிச் சுவைத்தான் ஹென்றி: "இதில் சோறுகூட இருக்குது" என்று கூழில் இருந்த சில சோற்றுப் பருக்கைகளைக் காட்டினான்.

"ஆமாம். அரிசிகூட போடுவாங்களே" என்றான் தேவராஜன்.

"நொய்தான் போடுவாங்க" என்று திருத்தினான் மண்ணாங்கட்டி.

"யூ மீன் ... Ghee...?" என்று மண்ணாங்கட்டியிடம் திருப்பிக் கேட்டான் ஹென்றி.

"நோ நோ..." என்று அதை மறுத்து, நொய் என்றால் என்னவென்று ஹென்றிக்கு விளக்கினான் தேவராஜன். ஹென்றி, தேவராஜனையும் கூழ் சாப்பிடச் சொல்லி உபசரித்தான். இதெல்லாம் மண்ணாங்கட்டிக்கு வேடிக்கையாக இருந்தது.

நான்கு

18

மணியக்காரர் வீட்டுத் திண்ணையில் பஞ்சாயத்து கூடியிருந்தது: பெரிய பிரப்பம்பாய் விரித்திருந்தது. அதில் மணியக்காரர் சுவரோரமாய்ச் சாய்ந்து, கால்மீது கால் போட்டு மடித்து உட்கார்ந்து, இடது முழங்காலின் மேல் இரண்டு கைகளையும் கோர்த்துக்கொண்டு கண்களை மூடித் தலை நிமிர்ந்து யோசித்துக் கொண்டிருந்தார். மூச்சு விடும்பொழுது, அவரது கொத்து மீசை காற்றில் விலகி விலகி அசைந்தது.

அவருக்குப் பக்கத்தில் வேலுக்கிராமணி மணப் பெண் மாதிரி உட்கார்ந்திருந்தார். இங்கே நடக்கிற விஷயங்களோடு சம்பந்தமில்லாமல், ஒரு மரியாதைக்கு வந்து உட்கார்ந்த மாதிரி தனது சோகமான நினைவு களில் அவர் அமிழ்ந்திருந்தார்.

அவருக்குக் கொஞ்சம் தள்ளிப் பெரிய ஆகிருதி யோடு சிவப் பழமாக இருந்த கோயில் தர்மகர்த்தா கனகசபை முதலியார் தம் முன்னால் இருந்த வெற்றிலைத் தட்டிலிருந்து ஒரு கட்டு வெற்றிலையைத் தன் பங்காக எடுத்துக்கொண்டு, ஒவ்வொன்றாய்த் தொடைமீது துடைத்து, சுண்ணாம்பு தடவி யந்திரம் மாதிரி மென்று கொண்டிருந்தார்.

எதிர் வீட்டு போஸ்ட் ஆபீஸ் ஐயர், திண்ணையின் மீது உட்கார்ந்து காலைக் கீழே தொங்கவிட்டுக் கொண்டிருந்தார். அவரது வலது பாதம் இடைவிடாது ஆடிக்கொண்டிருந்தது.

ஹென்றி முழங்காலைக் கட்டிக்கொண்டு தூண் ஓரமாக உட்கார்ந்திருந்தான். அவனது அருகில் உட்கார்ந்து இருந்த தேவராஜன் தன் முன்னால் கிடந்த ஏதேதோ பத்திரங்களைப் புரட்டிக்கொண்டிருந்தான்.

வீட்டின் முன்னால் திண்ணை ஓரமாய் அகலமாய் இருந்த குறட்டில் வேஷ்டியை மடித்துக் கட்டிக்கொண்டு, குனிந்த தலையோடு மீசையை முறுக்கியவாறு மேலும் கீழும் நடந்துகொண்டிருந்தான் துரைக்கண்ணு. அவன் உலாத்துகிற போக்கிற்கு ஏற்பத் தனது பார்வையை அவன்மீது பதித்து ஓட்டியவாறு ஒரு மூலையில் நின்றிருந்தான் பாண்டு.

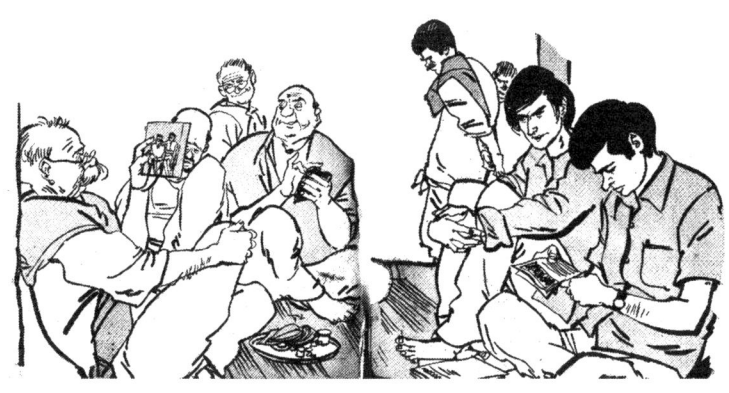

சபாபதிப் பிள்ளையின் சொத்துக்களுக்கு ஹென்றிதான் வாரிசு என்பதனைச் சட்டபூர்வமாக இரண்டு மூன்று நாட்களாய்க் குமாரபுரம் ரிஜிஸ்திரார் ஆபீசுக்குப் போய் வந்து நிரூபணம் செய்த பிறகு இவர்கள் இங்கே பஞ்சாயத்துக் கூடியிருக்கிறார்கள்.

தேவராஜன் பள்ளிக்கூடத்துக்கு லீவு போட்டுவிட்டு ஹென்றியோடு அலைந்தான்.

மணியக்காரர் எடுத்த எடுப்பில் ஹென்றிக்கு அநுசரணை யாக இல்லை. துரைக்கண்ணு, பிள்ளைகுட்டிக்காரன்; அந்தச் சொத்துக்களை இவ்வளவு நாட்கள் பராமரித்து வந்தவன்; அவற்றையெல்லாம் திடீரென்று ஒரே நாளில் பறித்து இந்த ஊர் பேர் தெரியாத, ஜாதிகெட்ட, பார்ப்பதற்குப் பைத்தியம் மாதிரி இருக்கிற ஓர் அசலூரானுக்குத் தாரை வார்த்துத் தருகிற ஒரு காரியத்துக்கு ஆதரவாக உயிலும், பத்திரங்களும், சட்டமும், வேறு ஆதாரங்கள் பலவும் இருந்தபோதிலும் இதற்கு

உடன்படுவது ஓர் அநியாயம் என்று அவருக்குத் தோன்றியது. ஆனாலும் இவ்வளவுக்கும் மேல், தான் இதிலே செய்யக் கூடியது எதுவும் இல்லை என்று அவர் உணர்ந்திருந்தார்.

தேவராஜன் இதே விஷயத்தை வேறு மாதிரிப் பார்த்தான். சட்டப்படியும், நியாயப்படியும் அந்தச் சொத்துக்கள் எல்லாம் ஹென்றியைத்தான் சேரவேண்டும் என்று அவன் நம்பினான். ஆனாலும் ஹென்றியைப் பற்றித் தெரிந்து வைத்திருந்ததனால் இந்தச் சொத்துக்களை எல்லாம் அவ்வளவு பேராசையுடன் துரைக்கண்ணுவிடம் இருந்து ஹென்றி பறித்துக் கொள்ளமாட்டான் என்று அவன் நம்பினான். அதில் ஒரு பகுதியையேனும் ஹென்றியே துரைக்கண்ணுவுக்குத் தந்து பெருந்தன்மையாக நடந்துகொள்வான் என்றும் எதிர்பார்த்தான். ஆயினும் அப்படி ஒரு யோசனையைத் தான் ஹென்றிக்குத் தெரிவிப்பது அத்துமீறிய காரியம் என்று எண்ணித் தனது விருப்பத்தைத் தன்னுள்ளே அடக்கிக்கொண்டான். அந்த விருப்பம் சரிதானா என்று தெரிந்துகொள்ளவே அவன் காத்திருந்தான்.

துரைக்கண்ணு மீது எல்லோருக்குமே அனுதாபம் இருந்தது. கனகசபை முதலியார் இது பற்றிப் பேசுவதிலேயே துரைக்கண்ணுவோடு இரண்டு நாள் கழித்தார். அவனோடு லாரியில் பிரயாணம் பண்ணினார். அவன் செலவிலேயே இந்த இரண்டு நாளும் வெற்றிலைசீவல், காபிப் பலகாரம், சாப்பாடு என்ற அவரது வாழ்க்கையின் மகத்தான பிரச்னைகள் எல்லாம் தீர்வுகண்டு கொண்டிருந்தபடியால், இப்போது இந்தப் பஞ்சாயத்தில் துரைக்கண்ணுவுக்கு ஆதரவாக ஒரு முடிவு செய்து விட வேண்டியது தனது கடமை என்று மும்முரமாக இருந்தார்.

மணியக்காரர் இவ்வளவு நேரமாய் – இப்போது எதற்காகக் கூடியிருக்கிறோம் என்கிற விஷயத்தை எல்லாம் கடந்து, இவ்வளவுக்கும் காரணமான தனது பால்யகால நண்பர் சபாபதிப் பிள்ளையைப்பற்றி நினைத்துக்கொண்டிருந்தார்.

முப்பது வருஷங்களுக்கு முன்னால், கணவனும் மனைவியுமாக, சொத்து சுகங்களைத் துறந்துவிட்டு, சபாபதிப் பிள்ளை தேசாந்திரம் போன செய்தியைத் தான் உறுதி செய்தபோது என்ன மனோநிலையில் இருந்தாரோ அதே மாதிரி ஒரு மனோநிலையில் இப்போது இருந்தார் அவர். அடிக்கடி அந்த நினைவிலே அவர் பெருமூச்செறிந்தார்.

"ஏம்பா, புலவர் புள்ளையோட போட்டோ படம் ஏதாச்சி யும் வெச்சிருக்கியா? பஞ்சாயத்துக் கூட்டத்துக்காக நான் கேக்கலே, இருந்தா பாக்கலாமேன்னு ஒரு ஆசை; அவரும்

நானும் சின்ன வயசிலேருந்து சிநேகிதம் ...” என்றதும் ஹென்றி சற்று யோசித்தான்: அவனது ‘லெதர் பேக்’கில் ‘பப்பா’வின் படம் ஒன்று இருக்கிறது ... ஆனால் அதிலே ‘பப்பா’வோடு கூட ‘மம்மா’வும் இருக்கிறாள். இவர்களுக்குப் பப்பாவின் மனைவி மம்மா அல்ல என்று தெரியும் என்கிற நினைப்பில் சற்று நிதானித்து, ‘சரி, இதனுடைய விளைவுகளையும் வேடிக் கை பார்க்கலாமே’ என்ற குறுஞ் சிரிப்புடன், ‘லெதர் பேக்’கைத் திறந்து, பிரேமுடன் இருந்த ஒரு போட்டோவை எடுத்து நீட்டினான் ஹென்றி.

மணியக்காரர் சட்டைப்பையில் இருந்து கண்ணாடிக் கூட்டை எடுத்துத் திறந்து, மூக்குக் கண்ணாடியை அணிந்து கொண்டார்.

நாற்காலியில் கால்மீது கால் போட்டு அமர்ந்திருக்கின்ற சபாபதிப் பிள்ளையை – இவர் அதற்கு முன்னால் பார்த்தே இராத உடையலங்காரத்திலும் – அடையாளம் கண்டு கொண்டார். அதற்கு முன்பாகவே சபாபதிப் பிள்ளையின் பக்கத்தில் – அவர் அமர்ந்திருந்த நாற்காலியின் மீது ஒயிலாகக் கைவைத்து – நின்றிருந்த சட்டைக்காரியைப் பார்த்து அவர் மனம் சுருக்கம் கண்டிருந்தது. இந்தப் படத்தைத் தான் பார்த்ததோடு நிறுத்திக்கொண்டு, மற்றவர்கள் பார்க்காத வண்ணம் ஹென்றியிடம் திருப்பிக் கொடுத்து, பையிலே வைத்துக்கொள்ளச் சொல்லிவிட வேண்டும் என்று அவர் நினைக்கும்போதே, கனகசபை முதலியார் வேலுக் கிராமணி யின் மீது விழுந்து, தலையை நீட்டிப் பார்த்துவிட்டார். அவரது செய்கை மணியக்காரருக்குக் கொஞ்சம் எரிச்சலாயிற்று.

போட்டோவில் பார்த்த பிள்ளையின் முகம் பழைய நினைவுகள் பலவற்றை மணியக்காரர் மனத்தில் முகிழ்க்கச் செய்தது.

அந்தக் காலத்தில் சபாபதிப் பிள்ளை வள்ளலார் பக்தர். மிக இனிமையாகத் திருவருட்பா பாடுவார். கோயிலுக்கு வந்து இராமலிங்க சுவாமிகள் சரிதத்தைக் காலட்சேபம் செய்வார். தைப்பூசத்துக்கு ஊரில் பலரையும் திரட்டிக் கொண்டு வடலூர் சென்று வருவார். மிக ஆசாரமான சைவர். தனக்குச் சமவயதினர் என்றாலும் மணியக்காரர் அவரை மரியாதையாகவே பாவிப்பார். இருவரும் ஒருவரையொருவர், ‘அடேய்’ என்று அழைத்துக்கொண்ட விளையாட்டுப் பருவமும் உண்டு. சிறு பிராய விளையாட்டுக்களின் போது தன்னோடு சேர்ந்திருந்த சபாபதி, வாலிபப்பருவ விளை யாட்டுக்களில் கலந்துகொள்ளாமல் விலகியதும், ஊர்ப் பெரிய வர்களுக்குப் பயந்து ஒளிகிற மாதிரியே ஒத்த வயது நண்பனான

சபாபதிப் பிள்ளைக்கும் மரியாதை காட்டி அவரிடமிருந்து மறைந்து ஒதுங்கினார் ராமசாமி.

தங்கள் இருவரில் யாருக்கு முதலில் கல்யாணம் ஆயிற்று என்கிற விஷயம் மணியக்காரருக்குத் தெளிவாய் நினைவில்லை. அதைப் பற்றிச் சற்று யோசித்துப் 'பிள்ளைக்குத்தான் முதலில் கல்யாணமாயிற்று' என்று நினைவுகூர்ந்தார். பிள்ளைக்கு மனைவியாக வந்த பெண், மானகிரியைச் சேர்ந்தவள் என்பதும், பிள்ளைக்கு ஏற்கனவே உறவு என்பதும், அவள், பிள்ளையை விடச் சிவப்பாக இருந்தாள் என்பதும், அவள் நல்ல அழகி என்பதும் ஒவ்வொன்றாய் நினைவுக்கு வந்ததே தவிர அவள் பெயர் என்னவென்று தெரியவில்லை.

'பிள்ளையும், அவரது மனைவியும் அவர் சொல்லுகிற கதைகளில் வருகிற புருஷன் பெஞ்சாதி போல எவ்வளவு அந்நியோன்யமாக வாழ்ந்தார்கள்! என்ன இருந்து என்ன பயன்? பிள்ளையில்லாத குறையை நினைந்து அவர்கள் எப்படி மனமுடைந்து போனார்கள்... சரி, அதற்காக?... புருஷன் தான் ஞானமார்க்கத்தில் போய்ச் சாமியார் ஆனான் என்றால் ஊரையும், மனுஷாளையும், சொத்து சுகங்களையும் விட்டு, அவனோடு தானும் சந்நியாசம் போகச் சம்மதிக்கிற பெண்டாட்டி யாருக்குக் கிடைப்பாள்?... அப்படிப் போன அவர்களுக்கு என்ன நடந்தது?... அப்புறம் இதெல்லாம் என்ன இழவு?... ஒரு சட்டைக்காரியின் பக்கத்தில் கால் சராயும், கோட்டும் போட்டுக்கொண்டு அவர் உட்கார்ந்து இருக்கும் படத்தை இந்தச் சாதிகெட்டவன் கொண்டுவந்து தருகிறானே! இது என்ன அநியாயம்? இது எப்படி நடந்தது? அவர் பெண்டாட்டி என்னவானள்? ஒருவேளை காலமாகி விட்டாளா? அதற்கப்புறம் இந்தச் சட்டைக்காரியை அவர் சேர்த்துக்கொண்டாரோ?... சேசே... பிள்ளை அப்படிப் பட்ட மனுஷன் இல்லையே... அந்தச் சட்டைக்காரி ஏதாவது வசிய மருந்து வைத்து அவரை வளைத்துக்கொண்டாளோ?... ம்... இந்தக் காலத்தில் எப்பேர்ப்பட்டவனுக்கும் என்ன வேணுமானாலும் நடக்கும்' என்று மனத்துக்குள் நொந்து கொண்டார் கவுண்டர்.

இதற்கிடையில் அவர் கையில் இருந்த போட்டோ கனகசபை முதலியாரின் கைக்கு மாறியிருந்தது. அதைப் பார்த்த மாத்திரத்தில் அவர் 'ஐயையே' என்று முகம் சுளித்தார்: "என்னாங்க இது?"

மணியக்காரர் மௌனமாக வருத்தத்துடன் கனகசபை முதலியாரையும், ஹென்றியையும் மாறி மாறிப் பார்த்தார். கனகசபை முதலியார் ஹென்றியிடம் திரும்பி, "இது உங்க

தாயாருங்களா?" என்று கேட்டார். ஹென்றி 'ஆமாம்' என்று தலையை ஆட்டினான்.

இரண்டு மூன்று நாட்களில் தெரிந்த சமாசாரங்களின் மூலம் 'இந்தச் சொத்துக்கு உரிமை கொண்டாடிக்கொண்டு வந்திருக்கிற இவன் சபாபதிப் பிள்ளைக்குப் பிறந்தவன் அல்ல' என்கிற விஷயம் எல்லாருக்குமே தெளிவாகத் தெரிந்திருந்தது. அதற்கான சான்று பிள்ளை எழுதி வைத்திருக்கிற உயிலே ஆகும். அதில் அவர் ஹென்றியைக் குறிப்பிடும்போதெல்லாம் 'எனது ஸ்வீகாரப் புத்திரன்' என்றே எழுதியிருக்கிறார். 'சொந்தப் பிள்ளையை எவன் போய் ஸ்வீகாரம் எடுப்பான்? ஏற்கெனவே வேறு ஒருவனோடு வாழ்ந்து, ஒரு குழந்தையும் பெற்றவளை அந்த மனுஷன் சேர்த்துக்கொண்டிருக்கிறார். அதனால்தான் கௌரவமாகத் தான் வாழ்ந்த ஊரில் வந்து நிற்க முகமில்லாமல் எங்கேயோ வாழ்ந்து, தன் கதையை முடித்துக்கொண்டிருக்கிறார். ஆனாலும் சொத்து ஆசை எவனை விட்டது? எவனுக்கோ பிறந்த, தன் வைப்பாட்டியின் பிள்ளைக்கு உயில் எழுதிக் கொடுத்து உரிமை கொண்டாட அனுப்பி விட்டார்' என்றெல்லாம் எண்ணி அசிங்கப்பட்ட மனத்துடன் ஹென்றியைக் கேட்டார் தர்ம கர்த்தா:

"நான் இப்ப கேக்கறதைப்பத்தித் தப்பா நெனைச்சுக்கக் கூடாது. பஞ்சாயத்திலே இதெல்லாம் நாங்க கேட்கணுங்கறது ஒரு மொறைமைன்னு நெனைக்கறேன்... என்னா கவுண்டரே" – என்று தனது அத்துமீறலுக்கான ஓர் அனுமதியைத் தானாகவே கேட்டுப் பெற்றுக்கொண்டு ஹென்றியைத் தொடர்ந்து விசாரித்தார்; படத்தில் இருந்த மம்மாவின் உருவத்தை ஹென்றிக்குக் காட்டி, "இந்த அம்மாவுக்கு இவரு மூலமா நீங்க பொறக்கலே – அப்படித்தானே?"

தேவராஜனுக்குக் கோபம் வந்து தலையை உயர்த்தினான். நடராஜ ஐயர் கொஞ்சம் அசட்டுத்தனமாகச் சிரித்து நிலைமையைச் சமாளித்தார். வந்திருப்பவன் கோபக்காரனாக இருப்பானோ? என்று மணியக்காரருக்குச் 'சுருக்' கென்றது. ஹென்றி இணக்கமாகச் சிரித்து நிதானமாகச் சொன்னான்: "ஆமாங்க, நீங்க சொன்ன மாதிரிதாங்க..."

ஆனால் ஹென்றி கூறிய வார்த்தைகள் யார் காதிலும் விழாத அளவுக்கு – உலாத்திக்கொண்டிருந்த துரைக்கண்ணு இவர்கள் பக்கம் திரும்பி – கோபத்தால் இரைந்து கேட்ட குரல் எல்லாரையும் அதிர வைத்தது: "எவன் எவனுக்குப் பொறந்தான்னு எவனுக்குங்க தெரியும்? மத்தவங்க சொல்றதை வெச்சுத்தானே எல்லாரும் நம்பறோம்!... அதுதான் எங்க

ஜெயகாந்தன்

அண்ணாரே எழுதிக் குடுத்து அனுப்பச்சிருக்காரே...
அதுக்குமேலே என்னா ஆராய்ச்சி?... மேலே ஆக வேண்டி
யதைப் பாப்பீங்களா..." என்று உறுமிவிட்டு மறுபடியும் உலாத்த
ஆரம்பித்தான்.

19

கனகசபை முதலியாருக்கு ஒரு விநாடி ஒன்றும் புரியவில்லை. துரைக்கண்ணு தன்னைக் கோபிக்கிறானா, அல்லது ஹென்றி யின் மீது ஆத்திரம் கொள்கிறானா? என்று விளங்காமல் அவனை அவர் வெறித்துப் பார்த்தார். அவர் கையில் இருந்த போட்டோவை நடராஜ ஐயர் வாங்கிப் பார்த்துக்கொண்டி ருந்தார். வேலுக்கிராமணியிடம் அந்தப் படத்தை நடராஜ ஐயர் நீட்டியபோது, 'இருக்கட்டும், இருக்கட்டும்' என்று அதைக் கையில் வாங்கியும் கண்ணால் பார்க்காமலேயே ஹென்றி யிடம் திருப்பித் தந்தார் அவர்.

ஹென்றி சற்று நேரம் பப்பாவையும், மம்மாவையும் பார்த்தான். தேவராஜனும் பார்த்தான். அவனுக்கு அந்த இருவரையும் பிடித்திருந்தது. ஆனாலும் அதுபற்றி அவன் ஒரு வார்த்தையும் பேசாமல் தொடர்ந்து பத்திரங்களைப் படிக்கலானான்.

மணியக்காரர் வீட்டுக்குள்ளிருந்து குழந்தை அழுகிற சத்தம் 'வீல்வீல்' என்று கேட்டது. ஹென்றியைத் தேவராஜன் பார்த்தான். ஹென்றி தலையைத் திருப்பிப் பின்னாலிருந்த ஜன்னல் வழியாக வீட்டைப் பார்த்தான்.

மணியக்காரர் உட்பட எல்லோருடைய பேச்சையும் குழந்தையின் அழுகுரல் இடைஞ்சல் செய்தது. குழந்தை விடாமல் வீறிட்டுக்கொண்டிருக்கவே மணியக்காரர் உட்புறம் திருப்பி,

"கொழந்தை அழுவுதே... யாருமில்லையா, அங்கே..." என்று அதிகாரமாகக் கேட்டார்.

குழந்தையைக் கொஞ்சி, அழுகையை அடக்குகிற கிளியாம் பாளின் குரல் அதற்குப் பதில் சொல்லுகிற மாதிரி உரத்துக் கேட்டது.

குழந்தை பிறந்த செய்தியைச் சொல்லி அனுப்பியும் கிளியாம்பாளின் புருஷன் வந்துகூடப் பார்க்கவில்லை. மணியக்காரர் அதைப் பற்றி இப்போது நினைத்து மனம் வருந்தலானார்.

உள்ளேயிருந்து குழம்பு தாளிக்கிற மணம் வந்தது. கனகசபை முதலியார் நாசி விரிய அந்த மணத்தை எல்லாவற்றையும் மறந்து அநுபவித்தார்.

குழந்தை அழுகிற சத்தம் அடங்கியது. 'போஸ்ட் ஐய'ருக்குத் தன் மனைவிக்கு இது மாதம் என்ற நினைப்பும் துணைக்கு வரப்போகும் மாமியார் வீட்டு மனுஷாளைப் பற்றிய எண்ணமும் வந்தது. கட்டு எடுக்கப் போன ஆள் இன்னும் வரவில்லையே? என்று தன் வீட்டைத் திரும்பிப் பார்த்தார். பஞ்சாட்சரம் சைக்கிளில் வந்துகொண்டிருந்தான்.

வேலுக்கிராமணி விதியே என்று முழங்காலின் மீது மோவாயை ஊன்றி உட்கார்ந்திருந்தார்.

கனகசபை முதலியார் தொண்டையைக் கனைத்துக் கொண்டு தேவராஜனிடம் சொன்னார்: "பத்திரம், உயில் எல்லாம் சரிதான்; பன்னெண்டு வருஷம் தொரைக்கண்ணுப் பிள்ளை ஸ்வாதீனத்துலே இந்தச் சொத்தெல்லாம் இருந்திருக்குதே . . . அப்பவே அனுபோக பாத்தியதை வந்துடுது . . . இவ்வளவு காலம் அதைப் பராமரிச்சிருக்காரே . . . அதைப் பத்தியும் நாம யோசிக்கணும். கோர்ட்டுக்குப் போனாக்கூட . . ."

ஹென்றி, கனகசபை முதலியாரைப் பார்த்துப் புன்முறுவல் செய்தான். அந்தச் சிரிப்பின் பொருள் புரியாத திகைப்பில் கனகசபை முதலியார் மேலே பேசாமல் நிறுத்திக்கொண்டார். துரைக்கண்ணு அதைக் காதில் வாங்கிக் கொள்ளவே இல்லை.

மணியக்காரர், முதலியாரிடம் கேட்டார்: "சரிங்க அதுக்கு நாம என்ன செய்யறது? துரைக்கண்ணுதானே எதுனா செய்ய வேணும்?"

உலாத்திக்கொண்டிருந்த துரைக்கண்ணு திண்ணை அருகே வந்து நின்றான். அந்த போட்டோவைப் பார்க்க வேண்டுமென்று அவனுக்கும் ஆசையாக இருந்தது. அதற்குத் தான் அவன் நின்றான். எனினும் இப்போது அது அவ்வளவு முக்கியமில்லை என்று அவன் நினைத்தான். இரண்டு மூன்று நாட்களாகவே அவன் தனது இயல்புக்கு மாறாக மௌனமாய் இருந்தான். அந்த மௌனம் பாண்டுவுக்குக்கூடப் பயமாக இருந்தது.

துரைக்கண்ணு சின்ன வயதிலேயே சொத்தில் தனது பங்கைப் பிரித்துக் கொண்டு போய் அழித்துவிட்டவன். யாருக்கும் அடங்காமல் வீட்டைவிட்டு ஓடிப் போனவன். ஆலம்பட்டிக் கூட்டு ரோட்டில் லாரிக்காரர்களுக்கு உதவியாக இருந்து, கிளீனர் வேலை செய்துகொண்டிருந்தான். சபாபதிப் பிள்ளை ஊரோடு இருந்த காலத்தில் எப்போதாவது வந்து அந்த வீட்டுத் திண்ணையில் உட்கார்ந்திருப்பான். அண்ணி இவனிடம் மிகவும் அன்பு காட்டுவாள்; புத்திமதி சொல்லுவாள். வீட்டோடு ஒழுங்காக இருக்கும்படி வேண்டுவாள். அப்போதெல்லாம் துரைக்கண்ணு மௌளமாகத் தலைகுனிந்து உட்கார்ந்து இருப்பான். அதே மாதிரியே அண்ணனின் முன்னால் தலை குனிந்து நிற்பான். அவர் இவனுக்குப் புத்திமதிகள் எதுவும் சொல்வது இல்லை; சொல்வதில் பயன் எதுவும் இல்லை என்று அவர் புரிந்து வைத்திருந்தார். எனினும் தன் மீது அவருக்கு ஒரு நல்ல தகப்பனுக்கு ஒரு மகன்மீது இருக்க வேண்டிய பாசமும், அன்பும் இருந்தது என்று துரைக்கண்ணு அப்போதே அறிந்திருந்தான். என்ன காரணத்தினாலோ அத்தகைய அன்புக்குத் தான் தகுதியில்லாதவன் என்று அவன் ஒதுங்கி ஒதுங்கி ஓடிப்போனான்.

வீட்டில் நடக்கின்ற விசேஷங்களுக்கும் பண்டிகை நாட்களுக்கும் துரைக்கண்ணு வீட்டிற்கு வந்து குடும்பத்தோடு கலந்துகொள்ள வேண்டும் என்று அவனது அண்ணி, சபாபதிப் பிள்ளையிடம் பத்து நாட்களுக்கு முன்னாலிருந்தே சொல்ல ஆரம்பித்துவிடுவாள். சபாபதிப் பிள்ளை தன் ஆசையை வெளியில் காட்டிக்கொள்ளாமல், ‘அவனாகத் தன் கண்ணில் தென்படமாட்டானா! அப்போது ஒருவார்த்தை சொல்லி விடலாம்’ என்று காத்திருப்பார். கடைசியில் ஒரு நாள் சபாபதிப் பிள்ளையே அவனைத் தேடிக்கொண்டு ஆலம்பட்டிக் கூட்டு ரோட்டில் குடையும் கையுமாக வந்து நிற்பார். அப்போது அங்கு ஒரே ஒரு லாரிக் கம்பெனிதான் இருந்தது. லாரிக்குப் பின்னால் உள்ள பாய்லரில் கரி போட்டு மாவு அரைப்பது மாதிரி துரைக்கண்ணு அந்தப் பாய்லரின் கைப்பிடியைச்

சுற்றிக்கொண்டிருப்பான். சபாபதிப் பிள்ளையைப் பார்த்ததும், அந்த வேலையை வேறு யாரிடமாவது ஒப்படைத்துவிட்டு, அவரெதிரே ஓடிவந்து தலை குனிந்து நிற்பான். அவர் எப்போதும் அவனை அப்படித்தான் – தலை குனிந்து நிற்கும் நிலையில் தான் பார்த்திருக்கிறார்.

கரியும், எண்ணெயும் படிந்த தலையோடு, கிழிந்த அரை நிஜாரும் பனியனும் அணிந்து நிற்கிற இந்தக் கோலத்தில் அவனைப் பார்க்கிறபோது அவருக்கு மனசு கஷ்டமாக இருக்கும். ஆனால் அது குறித்து அவனிடம் ஒரு வார்த்தை பேசமாட்டார்; பெருமூச்செறிவார்.

பிறகு, வேறு எங்காவது பார்வையைப் பதித்துக்கொண்டு, தான் வந்த காரியத்தை – அவன் அண்ணி சொல்லி அனுப்பிய தாகச் சொல்லிவிட்டுப் போவார். அவர் பேசி முடிக்கும் ஒவ்வொரு வார்த்தைக்கும், 'சரிங்க அண்ணே, சரிங்க அண்ணே' என்று சொல்லுவது தவிர, வேறு ஒரு வார்த்தையும் பேச மாட்டான் துரைக்கண்ணு.

ஒருமுறை துரைக்கண்ணுவிடம் அவன் அண்ணி சொல்லி யிருக்கிறாள்; 'நீ ஒழுங்கா வீட்டோடு இருந்தியின்னா உங்க அண்ணனுக்குத் தனக்கு ஒரு குழந்தை வேணுங்கற கவலை கூட இருக்காது; உனக்கு ஏன் தலையெழுத்து? எதுக்கு இப்படி நீ அநாதையா அலையணும்? உன் மனசிலே நீ என்ன நினைச்சிருக்கியோ?' என்று சொன்னபோது துரைக்கண்ணு, 'அண்ணனுக்கு ஒரு குழந்தை பிறக்க வேண்டும்' என்று மனசாரக் கடவுளை வேண்டிக்கொண்டிருக்கிறான்.

அப்படி இருந்தவன்தான் கொஞ்ச நாட்களில் குமார புரத்தில் தன்னிச்சையாகக் கல்யாணம் செய்துகொள்ள உத்தேசித் திருந்தான். அதை அறிந்த மாத்திரத்தில் சபாபதிப் பிள்ளை தானே அவனைக் கூப்பிட்டு அனுப்பி, சொத்தில் அவனது பங்கினைத் தாராளமாகப் பிரித்துக்கொடுத்தார். ஆனால் துரைக்கண்ணு, பெண் வீட்டாரோடு ஏதோ தகராறு செய்து கொள்ள, அந்தக் கல்யாணம் அப்போது தடைப்பட்டுப் போயிற்று. அதன் பிறகு அவனைப் பற்றிப் பல விரும்பத்தகாத செய்தி களைச் சபாபதிப் பிள்ளை கேள்விப்படலானார்.

இந்த நிலையில்தான் அவர் ஊரை விட்டு எங்கோ போய் விட்ட செய்தியும் துரைக்கண்ணுவிற்கு எட்டியது. அவன் அவரை எங்கெங்கோ தேடினான்; யார் யாரிடமோ சொல்லி அனுப்பினான். அவனுக்குத் தன் பெற்றோர்மீதுகூட அவ்வளவு பாசம் இருந்ததில்லை என்று பின்னால்தான் அவனுக்கே தெரிந்தது.

ஜெயகாந்தன்

வேறு வழியின்றி மிகுந்த சோகத்துடன் ஆறு மாதங்களுக்குப் பிறகு, அண்ணனின் உடைமைகளுக்கான பாத்தியதையை இவன் மேற்கொள்ள நேர்ந்தது.

அப்போதும் இதே போல இந்தத் திண்ணையின் மீது ஒரு பஞ்சாயத்துக் கூடியிருந்தது. அதில் தேவராஜனின் தகப்பனாரும், வாத்தியார் ஐயரும் இருந்தார்கள். அன்று துரைக்கண்ணு ஏனோ பஞ்சாயத்தார் முன்னிலையில் அழுது விட்டான். அவன் மணியக்காரரிடம் அப்போது சொன்ன வார்த்தைகள் இப்போது, இந்த விநாடி சொல்லுவது மாதிரி அவன் மனத்தில் நினைவுக்கு வந்தது:

"புள்ளையில்லாதவங்க சொத்துக்கு நான் பொறந்திருக்கேனேன்னு நெனைச்சா அவமானமாயிருக்கு ... அதுக்குப் பயந்துக்கிட்டுத்தான் நானு எங்க அண்ணாரை விட்டுட்டு ஓடிக்கிட்டிருந்தேன், விதி அந்த மாதிரியே ஆக்கிடுச்சே ... எங்க அண்ணார் நெனைவா அந்த வூடு மட்டும் அப்படியே இருக்கட்டுங்க ... பூட்டிக்கிட்டுப் போனவரு, நிச்சயமா ஒருநாளு திறக்கிறதுக்கு வருவாரு ... அவுரு வந்ததும் நான் எல்லாத்தையும் அவரு கிட்டே ஒப்படைச்சுடுவேன். அந்த வீட்டை இப்பவும்கூட நான் எடுத்துக்கமாட்டேன் ... அது பரம்பரையா எங்க அப்பா, தாத்தா, அதுக்கும் முன்னாடி இருந்தவங்க பொறந்த வூடு ... நானு அதுக்கு எல்லாம் தகுதி இல்லாதவன். அதுவுமில்லாம அண்ணாரு 'போனாப்போதும்'னு காத்துக்கினு இருந்தமாதிரி நான் அதிலே போயி பூந்துக்கறது நல்லா இருக்காதுங்க. அது அப்படியே இருக்கட்டும் ... பாவம், மாடு வைக்கோல் தண்ணியில்லாம சாவக்கூடாதுன்னுதான் தோட்டத்துக் கதவைத் திறந்தோம் ... ஆனாலும் அந்த வூட்டுக்குள்ளே நுழையறதுக்கு நமக்கு அதிகாரம் கிடையாது. அப்படியே பாழடைஞ்சு போனாலும் போவட்டும். நாம தெறக்கக் கூடாது ... அவரே பூட்டாரு" என்றெல்லாம் சொல்லி அழுதான் துரைக்கண்ணு.

அவன் விருப்பத்துக்கு மாறாக, பூட்டை உடைத்து அந்த வீட்டைத் திறக்க வேண்டும் என்று கூறப் பஞ்சாயத்தார் யாருக்கும் தைரியமில்லை. ஆனால், இந்த முப்பது ஆண்டுகளில் அந்த வீட்டின் பூட்டைத் திறக்காமலேயே இயற்கையும், மனுஷ வாழக்கையின் இயல்புகளும் அந்த வீட்டைச் சூறையாடிவிட்டன.

முதலில் ஒரு சமயம் பெய்த மழையில் தோட்டத்துச் சுவர் விழுந்தது. சிறுவர்கள் கண்ணாமூச்சி விளையாடும் பொழுது அதன் வழியே அந்த வீட்டிற்குள் புகுந்து ஒளிந்து கொள்ள ஆரம்பித்தார்கள். தோட்டத்துப் புறச்சுவர் கொஞ்சங்

கொஞ்சமாக முற்றிலும் கரைய ஆரம்பித்தது. வீணாய்ப் போகிற செங்கற்களை வேண்டியவர்கள் எடுத்துக்கொண்டார்கள். அதே மாதிரியான விதியின் பிரகாரம் உத்திரங்களும், கூரை ஓடுகளும்கூட இடம்மாறின. உள் முற்றத்திலும் அறையிலும் எருக்கஞ் செடிகள் முளைத்தன. கறையான் புற்றுகள் உயர்ந்தன. ஆனாலும் அந்தப் பூட்டை இன்னும் யாரும் திறக்கவில்லை. அதற்கு யாருக்கும் அதிகாரம் இல்லையாம்.

–துரைக்கண்ணு ஏதோ சபதம் செய்த மாதிரி அண்ணன் இல்லாத அந்த வீட்டைப் பார்ப்பதுகூட இல்லை என்று இருந்தான்.

இவ்வளவு காலத்திற்குப் பிறகு, அந்த வீட்டைத் திறக்க ஒருவன் சாவியுடன் வந்திருக்கிறான். பூட்டியவனே வந்திருந்தால் இவ்வளவு காலம் தான் நோற்றதற்குப் பலன் கிடைத்ததே போன்று மகிழ்ந்திருப்பான் துரைக்கண்ணு. வந்திருப்பவன் அண்ணனோடு ரத்தபந்தம் கொண்ட சொந்த மகனாக இருந்தால்கூட இப்போது ஏற்பட்டிருக்கும் குழப்பம் துரைக்கண்ணுவுக்கு ஏற்பட்டிருக்காது. ஆனால் எல்லா விதத்திலும் முழுக்க முழுக்க அந்நியனாய்த் தோற்றமளிக்கும் ஒருவன், தன் அண்ணனின் வாரிசு என்று சட்டபூர்வமாகத் தன் பொறுப்பில் இருக்கும் சகல நம்பிக்கைகளுக்கும் உரிமை கொண்டாடி வந்து நிற்பதைக் காணத் தான் சந்தோஷப்படுவதா, வருத்தப்படுவதா என்று புரியாமல் குழம்பினான் துரைக்கண்ணு.

இவ்வளவு காலம் பெங்களூரில் உயிரோடு இருந்த அந்த அண்ணன் தன்னைப் பற்றி நினைக்கக்கூட இல்லை என்ற எண்ணம் வந்தபோது இந்த விநாடிகூட அவன் நெஞ்சில் துக்கம் அடைத்தது. இந்தச் சொத்துக்களை யெல்லாம் இப்போது இவனிடம் ஒப்படைப்பதில் அவனுக்குத் துளிக்கூட வருத்தம் இல்லை. ஆனால், கூடப்பிறந்த தன்னை உயிரோடு இருக்கும்போதே செத்துப்போய்விட்டவன் மாதிரி, அந்த உறவுக்கே அண்ணன் ஏன் தாரை வார்த்துத் தலை முழுகினார்? என்மீது என்ன அவ்வளவு வஞ்சம்? நான் செய்த துரோகம் என்ன? என்று எண்ணுகையில் தன் பிறவியே நிராதரவானது போல் துரைக்கண்ணுவுக்குத் தோன்றியது.

–இந்த நினைவுகளிலும், இதனால் விளைந்த சோகத்திலும் தான் வாய்திறந்து பேசாமல் இருப்பதை இவர்கள் எல்லாம் தவறாக எண்ணிக்கொண்டு மிகவும் அற்பத்தனமாகப் பேசிக்கொண்டிருக்கிறார்களே என்று அவன் வாய்க்குள் சிரித்துக் கொண்டே திண்ணையருகே, பஞ்சாயத்தாரின் முன்னால் வந்து நின்றான்.

இப்போதும்கூட இவ்வளவு நாழி உலாத்திக்கொண்டிருந்துவிட்டு, திண்ணையருகே பஞ்சாயத்தாரின் அருகே வந்து நிற்கையில், அவன் பேச முடியாமல் தவித்தான். எப்படியோ மிகவும் சிரமப்பட்டு அவன் அவர்களோடு பேசினான்: "அன்னக்கி இதே பஞ்சாயத்திலே நான் சொன்னதைத்தாங்க இப்பவும் சொல்லப் போறேன் . . . உங்களுக்கு ஞாபகம் இருக்கா?" என்று மணியக்காரரைப் பார்த்துக் கேட்டான். அவருக்கு நிஜமாகவே ஞாபகம் இல்லை.

"இந்த ஐயரும், இந்தத் தம்பியும்தாங்க அப்ப இல்லை; மத்தவங்கள்ளாமே இருந்தீங்களே . . . உங்களுக்கு ஞாபகம் இல்லே? . . . இருக்காது . . . ஏன்னா, சும்மா ஒரு இதுக்கு சொல்றேன்னு நீங்க நினைச்சிருப்பீங்க . . . ஒரு பேச்சிக்கி . . . பெருமைக்கிச் சொன்னேன்னு நெனச்சிருப்பீங்க. இப்ப . . . நான் பஞ்சாயத்தைக் கூட்டச் சொன்னத்துக்கே என்ன காரணம் தெரியுங்களா? நான் அன்னக்கிச் சொன்னது சும்மா சவடால் இல்லேன்னு காட்டறத்துக்குத்தானுங்க . . . நான் ஒண்ணும் புள்ளையில்லாதவன் சொத்துக்குப் பொறந்தவன் இல்லீங்க . . . மூணு நாளா நம்ப தர்கர்த்தா . . . அவுரு ரொம்பப் பெரியவரு; என்மேலே பிரியம் உள்ளவரு . . . அதனாலே, 'தம்பி, நீ புள்ளைகுட்டிக்காரன், புள்ளைகுட்டிக்காரன்'னு சொல்லிட்டிருக்காரு . . . புள்ளைகுட்டிக்காரன்னா என்னாங்க? . . . நான் யாருசொத்தையும் நம்பிப் பிள்ளை பெத்து வைச்சுக்கலீங்க . . . இந்த அளவுக்குச் சொத்து என் பங்குக்கு எனக்கும் வந்தது . . . இல்லீங்களா? . . . ரெண்டு வருஷத்திலே எல்லாத்தையும் அழிச்சேனே . . . ஆனா, அதுக்கு அப்பறம் எனக்கு எவ்வளவோ கஷ்டம் வந்திச்சே . . . ஒரு துண்டு நிலத்தைக்கூட வித்தது உண்டுங்களா? . . . அதிலிருந்து வந்த வருமானத்தை நாங்க சாப்பிட்டோம் . . . இல்லேங்கலே . . ." என்று சொல்லும்போது, மான உணர்ச்சி மிகுந்து அவன் அழுதுவிட்டான். அவன் அழுவதைப் பார்த்துப் பாண்டுவுக்கும் அழுகைவந்தது.

"அது என்னாப்பா அப்படிச் சொல்றே . . . வருமானம் சும்மா வந்துடுமா? பாடுபட்டே . . . நிர்வாகம் பண்ணே. குத்தவைக்காரன் கூடத்தான் சாப்பிடுவான்" என்று மணியக்காரர் அவனுக்குச் சமாதானம் சொன்னார்.

ஹென்றி ஒன்றும் புரியாத மாதிரியும், எல்லாம் புரிந்தவன் மாதிரியும் தேவராஜனைப் பார்த்தான்.

தான் அருவருக்கிற இந்தக் கிராம வாழ்க்கையில் இப்படிப்பட்ட மனிதர்களும், இத்தகைய பண்புகளும் இருப்பதை

நேரடியாக அனுபவிக்கிறபோது, அறிவு கடந்த ஒரு 'மனுஷப் பெருமிதம்' தேவராஜனின் நெஞ்சில் நிறைந்தது.

துரைக்கண்ணு புறங்கையை நெற்றியின் குறுக்காக வைத்து ஒரிழுப்பில் இரண்டு கண்களையும் துடைத்து விட்டுக் கொண்டபின் மீசையை முறுக்கியவாறே சொன்னான்:

"இந்தாங்க. தர்மகர்த்தா ஐயா ... நீங்களே உங்க கையாலெ எழுதுங்க; எனக்கு இந்த சொத்திலே எதுவும் வேணாங்க ... ம் ... எழுதுங்க ..."

20

"எழுதுவோம்ப்பா ... என்ன அவசரம் ... ? பேசி முடிவு பண்ணிக்கிட்டுத்தானே எழுதணும்" என்று தர்மகர்த்தா தயங்கினார்.

"என்னாத்தெப் பேசப் போறோம்! பேச்செல்லாம் ஒண்ணும் சரியா இல்லீங்க ... ம் ... நான் ஒரு முடிவுக்கு வந்தாச்சி ... அதைச் சொல்றேன் ... எழுதுங்க" என்று தெளிந்த முகத்துடன் எல்லாரையும் ஒருமுறை தீர்க்கமாகப் பார்த்தான் துரைக் கண்ணு.

ஏதோ கோபத்தில் துரைக்கண்ணு நிதானமிழந்து, புதிதாக வந்திருப்பவனின் முகத்தில், அவன் பாத்தியதை கொண்டாடுகிற சொத்துக்களை வீசி எறிந்து விட முயலு கிறான் என்றே தர்மகர்த்தா நினைத்தார். துரைக்கண்ணுவைக் கொஞ்சம் தனியாக அழைத்துக் கொண்டுபோய்ப் பேசலாமா, என்று எண்ணினார். ஆனால் பஞ்சாயத்து நடந்துகொண்டி ருக்கும்பொழுது தான் அவனை அப்படித் தனியே அழைத்துச் சென்று பேசுவது நன்றாக இருக்காது என்றும் நினைத்துக் கொண்டார்.

அப்போது தேவராஜனின் பள்ளிக்கூடத்திலிருந்து மத்தி யானச் சாப்பாட்டுக்காக மணி அடித்தது. பையன்கள் 'ஹோ' வென்ற இரைச்சலுடன் தெருவெல்லாம் புழுதிப் படலாம் படர ஓடி வந்தார்கள். சற்று நேரத்தில் அந்தத் தெருவில் சாரிசாரியாகப் புத்தகமும் கையுமாய்ப் போய்க்கொண்டிருந்த கூட்டத்தில் காக்கி நிஜாரும் வெள்ளைச் சட்டையும் அணிந்து போகிற மண்ணாங்கட்டியைப் பார்த்துப் புன்னகை செய்தான் ஹென்றி.

ஜெயகாந்தன்

திடீரென்று தர்மகர்த்தாவுக்குப் பசி வந்துவிட்டது.

'அப்பப்பா' என்று வயிற்றைப் பிடித்துக்கொண்டார்: "என்னமோ தெரியலீங்க... இப்போல்லாம் பசி வந்தா, கூடவே ஒரு வலியும் வந்திடுது... வைத்தியர்கிட்டேக்கூடச் சொன்னேன். அவரு என்னடான்னா 'பசியே வரவுடக்கூடாது' ன்றாரு. அது எப்படிங்க முடியும்? வயல்லெ வரப்பிலே போறோம். வந்து சாப்பிட்டுக்கலாம்னு போறோம். கையிலேயே மூட்டை கட்டி எடுத்துக்கினா போக முடியும்? அந்த மாதிரி சமயத்துலேதான் – ஆபத்துக்குப் பாவமில்லேன்னு எவன் தோட்டமாயிருந்தாலும் பூந்துடறது. மாங்காயோ தேங்காயோ, நார்த்தங்காயோ எதையாவது ரெண்டைப் பறிச்சித் திங்கறது" என்று அவர் சொல்லிக்கொண்டிருக்கும்போது தேவராஜன் சிரித்தான்:

"அப்படின்னா இந்த வலி உங்களுக்குச் சின்ன வயசிலே ருந்தே இருக்குன்னு சொல்லுங்க" என்று அந்த வார்த்தைகளில் அவன் வைத்த 'பொடி'யை அவர் கவனிக்கவில்லை: "இல்லேப்பா, இப்பத்தான் கொஞ்ச நாளா" என்று வயிற்றைப் பிசைந்து கொண்டார் தர்மகர்த்தா.

"அப்போ என்ன, சாப்பாட்டுக்குக் கலையலாம்ன்றீங்களா? மத்தியானத்துக்கு மேலே உக்காரலாமாங்க?" என்று கேட்டு மற்றவர்களின் அபிப்பிராயத்துக்காகக் காத்திருந்தார் மணியக் காரர்.

துரைக்கண்ணு குறுக்கிட்டுச் சொன்னான்: "கலையற தென்னா, கூடறது என்னாங்க? விஷயந்தான் முடிஞ்சு போச்சே ... அதை எழுதிக்குவோம். எவ்வளவு நாழிங்க ஆயிடப் போவுது? கொஞ்சம் இருங்க."

"நீ எப்பவுமே ஒரு அவசரக்காரம்ப்பா" என்று தர்மகர்த்தா தரையிலே கையூன்றி, பசி பொறுக்க முடியாதவராய்ச் சுவரில் சாய்ந்து வயிற்றைப் பிசைந்து கொண்டார்.

"நீங்க வேணா போய்ச் சாப்பிட்டுட்டு வாங்க ஐயா; தம்பீ, நீங்க எழுதுங்க" என்று தர்மகர்த்தாவை ஒதுக்கிவிட்டு தேவராஜனிடம் திரும்பினான் துரைக்கண்ணு.

'நல்லா போனாரே தர்மகர்த்தா ... அவர் வீட்டுக்குச் சாப்பிட ... மணியக்காரர் வீட்டிலே இன்னிக்குச் சாப்பிட லேன்னா அவருக்கு மண்டை வெடிச்சுப் போகாதா?' என்று தேவராஜன் மனசுக்குள் நினைத்துக் கொண்டான். அப்போது தர்மகர்த்தா சொன்னார்:

"நல்லா இருக்குதுப்பா உன் நாயம். என்னை அனுப்பிச் சுட்டா அப்புறம் எப்படி இது பஞ்சாயத்து ஆவும்? எவ்வளவு நாழி ஆகப்போவுது ... சாப்பிட்டுவிட்டே வந்துடுவோம்" என்று அடித்துச் சொன்னார்.

"முதலியாருக்குச் சாப்பாட்டு ஞாபகம் வந்திருச்சின்னா அதுக்கு அப்புறம் வேறே ஒண்ணும் ஓடாது" என்று மணியக் காரர் சிரித்துக்கொண்டே எல்லோரையும் பார்த்துச் சொன்னார்: "எல்லாரும் நம்ப வீட்டிலே சாப்பிட்டுடலாம். ஐயிரே! உங்களைச் சொல்லலே ... இன்னிக்கிக் கிருத்திகை மரக்கறிதான் இருக்கும். நீங்ககூட சாப்பிடலாம்" என்று சொல்லிக்கொண்டே எழுந்தார் மணியக்காரர்.

"உங்க வீட்டுச் சாப்பாட்டை பேஷா சாப்பிடலாமே; ஆனால் நான் கார்த்தாலேயே சாப்பிட்டுட்டேன்" என்று சொல்லிக்கொண்டே வெற்றிலைத் தட்டை எடுத்து வைத்துக் கொண்டு வெற்றிலை போடலானார் ஐயர்.

"அப்போ நாங்க வீட்டுக்குப் போயிட்டுவரோம். அக்கம்மா எங்களுக்காக எல்லாம் தயார் பண்ணி வச்சிருக்கும்" என்று மணியக்காரரிடம் விநயமாகச் சொல்லிக்கொண்டான் தேவராஜன்.

வேலுக்கிராமணி ஒரு பெருமூச்சு விட்டுவிட்டு யாரிடமும் எதுவும் சொல்லிக்கொள்ளாமல் கோபத்தில் புறப்படுகிறவர் மாதிரி ஏதோ யோசனையுடன் எழுந்தார்.

"நீங்க எங்கே போறீங்க?" என்று மணியக்காரர் அவரைத் தடுத்தார்.

"வெயில் நேரம் தலையைச் சுத்துது. கொஞ்சம் போயிப் படுக்கறேன்" என்று முனகிக்கொண்டே போனார் கிராமணி. அவர் யார் வீட்டிலும் சாப்பிட மாட்டார். யாரோடும் அதிகம் பேசக்கூட மாட்டார். அவரை யாராவது எதற்காகவது வற்புறுத்தினால் அவருக்குக் கோபம் வந்துவிடும். மணியக்காரர் உட்பட எல்லாருக்கும் அவரிடம் பேசுகிறபோது கொஞ்சம் பயம்தான். எந்த வழக்கிலும் அவர் ஒரு மௌனமான சாட்சியாக மட்டும் இருப்பார். தன்னைக் கௌரவிப்பதற்காக இதைச் செய்கிறார்கள் என்பதனால் அவர் தமது வாழ்க்கை யையே ஒரு 'கௌரவ வாழ்க்கை'யாக வாழ்ந்துகொண்டி ருக்கிறார். வெற்றுடம்பில் மேல்துண்டை உதறிப் போட்டுக் கொண்டு கைத்தடியைத் தரையில் சத்தமெழ ஊன்றி, அவர் படிகளில் இறங்கினார். ஹென்றி அவரையே பார்த்துக் கொண்டிருந்தான். அவரது பற்றற்ற உறவு மிகவும் கம்பீரமாக இருந்தது. தன்னை அவர் இதுவரை ஒருமுறைகூடப் பார்க்க வில்லையோ என்றுகூட அவனுக்குத் தோன்றியது. 'எதற்காக இங்கு வந்தோம், எதற்காக இவ்வளவு நாழி உட்கார்ந்திருந் தோம், எதற்காக மறுபடியும் வரப்போகிறோம்', என்கிற விஷயங்களைப் பற்றி அவருக்கு லட்சியமே இல்லை என்று புரிந்துகொண்ட ஹென்றிக்குத் தனக்கும் அவருக்கும் ஏதோ ஓர் ஒற்றுமை இருப்பதுபோல் தோன்றியது.

கட்டு எடுத்துக்கொண்டு வந்த பஞ்சாட்சரம் அவற்றைப் பட்டுவாடா செய்வதற்குப் புறப்பட்டு முதலில் மணியக்காரர் வீட்டு வாசலில் வந்து, திண்ணையில் உட்கார்ந்திருந்த தேவராஜனிடம் அவன் பெயருக்கு வந்திருந்த ஒரு கடிதத்தைத் தந்தான். ஐயர், பஞ்சாட்சரத்திடம் ஏதோ தபாலாபீஸ் விவகாரங்கள் குறித்து விசாரித்துக்கொண்டிருந்தார்.

கடிதத்தின் மேலிருந்த கையெழுத்தைப் பார்த்தே அது தன் மனைவியிடமிருந்து வந்திருக்கிறது என்று தேவராஜன் புரிந்துகொண்டான். அங்கேயே பிரித்துப் படிப்பதைவிட வீட்டுக்குப் போய்ப் படித்துக்கொள்ளலாம் என்று எண்ணிப் பைக்குள் வைத்துக்கொண்டான்.

ஐயர் வீட்டு ஓரமாகப் பள்ளிக்கூடப் பையன்கள் பம்பரம் விளையாடிக் கொண்டிருந்தார்கள்.

"நானும் கடைத்தெரு வரைக்கும் போய்ட்டு வந்துடரேன்" என்றான் துரைக்கண்ணு.

“இருப்பா. சாப்பிட்டுட்டுப் போகலாம்” என்றார் மணியக்காரர்.

“இருக்கட்டுங்க . . . ஒரு அவசரமான வேலை இருக்குது. நானும் அதைப் பார்த்துட்டு வந்துடறேன். டேய், பாண்டு வாடா” என்று அவனை அழைத்துக்கொண்டு குறட்டிலிருந்து இறங்கி நடந்தான் துரைக்கண்ணு.

ஹென்றி சிறுவர்கள் பம்பரம் விடுவதை வேடிக்கை பார்த்துக் கொண்டிருந்தான். துரைக்கண்ணுவுக்கு ஹென்றியிடம் பேச வேண்டுமென்றும் ஆசையாக இருந்தது. பம்பரம் விளை யாடுவதைப் பார்க்கிற சாக்கில் அவனும் வந்து ஹென்றியின் பக்கத்தில் நின்றுகொண்டான். பெரியவர்கள் வந்து வேடிக்கை பார்ப்பதனால் சிறுவர்களுக்கு உற்சாகம் அதிகமாயிற்று. ஹென்றியும் துரைக்கண்ணுவும் ஒருவரைப் பார்த்து ஒருவர் சிரித்துக்கொண்டார்கள்.

‘இவன் தனக்கு எவ்வளவு சொந்தமாகிவிட்டான்!’ என்று எண்ணிய துரைக்கண்ணு, சில தினங்களுக்கு முன்னால் அந்த மலைப்பாதையில் முதன்முதலாக அவனைச் சந்தித்த காட்சியை நினைத்துக்கொண்டான். தனது அண்ணனின் மகனாக இவன் வளர்ந்திருக்கிறான் என்று எண்ணுகையில் அவனுக்கு இவன்மேல் ஒரு பாசம் பிறந்தது.

ஒரு பையனின் கையிலிருந்து பம்பரத்தை வாங்கித் தானும் அந்த விளையாட்டில் கலந்துகொண்டான் துரைக்கண்ணு.

தரையில் ஒரு வட்டம் போட்டுக் கூறு கட்டி வைத்திருந்த பம்பரங்கள் துரைக்கண்ணு விட்ட ‘குத்’தில் சிதறி நாலா பக்கமும் ஓடின. ஹென்றி கைதட்டிப் பாராட்டினான். சிறுவர்கள் சிதறிய பம்பரங்களை எடுக்க நாலுபுறமும் ஓடினார்கள். அவசர அவசரமாக அவற்றை எடுத்துப் பம்பரக் கயிற்றினால் இரண்டு மூன்று சுற்றுக்களே சுற்றி அந்தந்த இடத்திலேயே தரையிலே ஒரு ‘இழுப்பு’ இழுத்துச் சுழலவிட்ட பம்பரத்தை ‘அபீட்’ எடுத்தார்கள். பையன்கள் ஒவ்வொருவரும் ஒருவர் பின் ஒருவராக ‘அபீட் அபீட்’ என்று கத்தினார்கள். துரைக் கண்ணுவுக்குப் பழக்கம் விட்டுப்போனதால் ‘அபீட்’ எடுக்க முடியவில்லை. இரண்டு மூன்று தடவை முயன்றும் தரையில் சுழல்கிற பம்பரத்தைக் கயிற்றால் எடுத்து மேலே எறிந்து பிடிக்க முடியவில்லை, எனவே, அவன் மாட்டிக்கொண்டான். துரைக்கண்ணுவிடமிருந்த பம்பரத்தை வாங்கி வட்டத்தின் நடுவில் வைத்து எல்லோரும் அதன்மீது ‘குத்து’ விட ஆரம் பித்தார்கள். பம்பரத்தின் சொந்தக்காரனை மற்றச் சிறுவர்கள் பரிகாசம் செய்தார்கள்:

"இன்னிக்கி இந்தப் பம்பரத்தைத் தொலைச்சோம்" என்றான் ஒருவன்.

"ஐயோ! போச்சா, இருக்கா?" என்று ஒருவன் குத்தியதும் இன்னொருவன் பம்பரத்தின்சொந்தக்காரனைப் பரிகாசம் செய்தான்.

"போடா... போனாப்போவுது" என்று பம்பரத்துக்குரியவன் அவனைப் பிடித்துத் தள்ளினான்.

"டேய்... போனாப் போவுதாம்... இன்னொரு குத்து வைடா" என்று ஒருவன் இன்னொருவனைத் தூண்டிவிட்டான்.

"சரிதான். வெளையாட்டிலே அதெல்லாம் பாக்கலாமா? நான் எத்தினி பம்பரத்தைக் குத்தி ஒடைச்சிருக்கேன்!... ஏண்டா, நேத்து உன் பம்பரம் என்னா ஆச்சு... தூள்தூளாப் போச்சே... அப்போ" என்று பம்பரத்தின் சொந்தக்காரன், துரைக்கண்ணுவினால் தான் மாட்டிக்கொண்டதில் வருத்த மில்லை என்பது போல் அலட்சியமாகச் சிரித்தான். துரைக் கண்ணு சட்டைப் பையிலிருந்து பர்ஸை எடுத்து – ஒருவேளை ஆட்டத்தில் தோற்றதற்காக இந்தப் பம்பரத்தை மற்றப் பையன்கள் உடைத்துவிட்டால் அவன் வேறு பம்பரம் வாங்கிக் கொள்வதற்காக – அந்தப் பையனுக்கு நாலணா கொடுத்தான். அந்தச் சிறுவன் முதலில் மறுத்துவிட்டுப் பிறகு வாங்கிக் கொண்டான்.

"நீங்க விடறீங்களா, ஸார்?" என்று தர்மகர்த்தாவின் பேரன் குமார், மற்றவர்களைவிடத் தான் இவனுக்குச் சொந்தம் என்கிற மாதிரி காட்டிக்கொண்டு ஹென்றியிடம் கேட்டான்.

"நோ – தாங்ஸ். எனக்குத் தெரியாதே" என்று சிரித்தான் ஹென்றி.

"விட்டுப் பாருங்க... ஸார். வரும்" – தனக்கு விடத் தெரியாது என்று அவன் சொல்லுவதை நம்பாமல் வற்புறுத்திச் சொன்னான் குமார்.

ஹென்றி பம்பரத்தை வாங்கிக் கயிற்றைச் சுற்றினான். எல்லாரும் எப்படி விடுகிறார்கள் என்று கூர்ந்து உற்றுப் பார்த்தான்.

"ஸார்... ஸார்... முதல்லே இழுப்பு விடக் கத்துக்குங்க அப்புறம்தான் குத்தணும்" என்று ஒரு பையன் அவனுக்குக் கற்றுத்தர முன்வந்தான்.

"போடா. எல்லாம் அவருக்குத் தெரியும்" என்று அவனை வார்த்தையாலேயே பிடித்துத் தள்ளினான் குமார்.

ஹென்றி பம்பரம் விட்டான். அது சுற்றுவது அவனுக்கு மகிழ்ச்சியாயிருந்தது. சுழல்கின்ற பம்பரத்தைக் கயிற்றைச் சுற்றி மேலே போட்டு 'அபீட்'டும் எடுத்தான்.

"நான் போயிட்டுச் சீக்கிரம் வந்துடறேன்" என்று சொல்லு விட்டுத் துரைக்கண்ணு கடைத்தெருவை நோக்கிப் போனான். பாண்டு அவனைத் தொடர்ந்து நடந்தான்.

"வாங்க. கை அலம்பிக்குங்க" என்று திண்ணையில் உட்கார்ந்திருந்த தர்மகர்த்தாவை மணியக்காரர் உள்ளே அழைத்துக்கொண்டு போனார். ஐயரும் புறப்பட்டார்.

கூடத்து அறையிலிருந்து குழந்தை சிணுங்குகிற சத்தம் கேட்டது. கூடத்தில் இரண்டு பேருக்கும் மணை போட்டு இலை போட்டிருந்தது.

"மாப்பிள்ளை வரவே இல்லீங்களா?" என்று கேட்டுக் கொண்டே மணையில் உட்கார்ந்தார் தர்மகர்த்தா. மணியக் காரர் பதில் சொல்லாமல் மௌனமாயிருந்தார். நாகம்மாள் சொன்னாள்: "அவுரு ஊரிலே இல்லியாம். கொல்லையிலே பம்புசெட்டு போடுறாங்களாம். அதுக்காக சாமான் வாங்கப் பட்டணம் போயிருக்கிறாராம்..." என்று ஒன்றன்பின் ஒன்றாய்ப் பல காரணங்களைச் சொல்லிக்கொண்டிருந்தாள் நாகம்மாள். இதெல்லாம் வெறும் சமாதானம் என்று தர்மகர்த்தாவுக்குத் தெரிந்திருந்தது.

'இன்னிக்கு எத்தினியாவது நாளு? அஞ்சாவது நாளா? 'புண்ணியாவசன'த்துக்கு வருவாரு' என்று தானும் சமாதானம் கூறினார் தர்மகர்த்தா.

தர்மகர்த்தா இப்படிச் சொன்னதும், இவ்வளவு நேரம் மாப்பிள்ளை வராததற்குச் சமாதானம் சொல்லிக்கொண் டிருந்த நாகம்மாள், "அதான் நாயமா? நீயும் மூணாவது மனுஷன் மாதிரி புண்ணியாவசனத்துக்கு வந்துதான் பெத்த புள்ளையெப் பாக்கறதா? எத்தினி வருஷம் தவமிருந்து பெத்திருக்கிறா" என்று ஆரம்பித்தாள்.

வெளியே பம்பரம் விளையாடுவதை வேடிக்கை பார்த்துக்கொண்டிருந்த ஹென்றியை ஜன்னல் வழியாகப் பார்த்துக்கொண்டிருந்த கிளியாம்பாள் அவர்கள் நகர்ந்த பிறகு உள்ளே திரும்பி இவர்கள் சம்பாஷணையைக் கேட்டு மனம் கசந்து சிரித்தாள். இவ்வளவு நேரமாக அவள் உள்ளே இருந்தவாறு எல்லாவற்றையும் வேடிக்கை பார்த்துக்கொண் டிருந்தாள். அந்த அறை இருட்டாக இருந்ததால் அவளை வெளியிலிருந்த யாருக்கும் தெரியவில்லை.

21

கிளியாம்பாள் இந்த ஐந்து நாட்களாய் மிகவும் வருத்தப் பட்டுக் கொண்டிருந்தாள். அந்த அறையின் தனிமையும் இருட்டும் அப்படியே நிரந்தரமாகிவிடலாகாதா என்றிருந்தது அவளுக்கு. குழந்தையைப் பக்கத்தில் கிடத்திக்கொண்டு தானும் ரகசியமாக அழுதவாறே கிடந்தாள் அவள். தான் அழுவது நாகம்மாளுக்குத் தெரிந்துவிடக் கூடாது என்று பயந்தாள். தெரிந்தால் நாகம்மாள் ஊர் முழுதும் கேட்கிற மாதிரி, கிளியாம்பாளை அவள் புருஷன் கைவிட்டுவிட்ட செய்தியைத் தமுக்கடித்துச் சொல்வது மாதிரி அவனைத் திட்டித் தீர்ப்பாள். என்னதான் இருந்தாலும் தன் புருஷனை எல்லோரும் சேர்ந்து திட்டுவது கிளியாம்பாளுக்கு அவமான மாக இருந்தது. அவனுக்கு நல்ல சகவாசமில்லை. அவனுக்கு வீட்டைவிடவும் வெளி வாழ்க்கையில் ருசி இருந்தது. அவன் வீட்டுக்கு வரும்போதும் தன்னோடு இருக்கும்போதும் எவ்வளவு நல்லவனாகவும் சந்தோஷமானவனாகவும் இருந்தா னென்பது கிளியாம்பாளின் மனசுக்கு மட்டுமே தெரியும். ஆனால் அவனைத் திட்டுகிறவர்களிடம் இதை எப்படி அவள் நிரூபித்துச் சமாதானம் செய்ய முடியும்? தன்னை அவன் புறக்கணித்துவிடவில்லை என்று கிளியாம்பாள் மனப் பூர்வமாக நம்பியிருந்தாள். தனக்கு ஒரு குழந்தை பிறந்தால் அவனுக்கு வீட்டில் ஒரு பிடிப்பு வரும் என்று எண்ணி, அவள் கர்ப்பமாயிருந்த காலமெல்லாம் மகிழ்ச்சியாயிருந் தாள். தனக்குக் குழந்தை பிறக்கிற நாளை அவள் குதூகலமாய் எதிர்பார்த் திருந்தாள்.

இந்த நம்பிக்கைகளை அக்கம்மாள் இவளோடு பேசிக் கொண்டிருக்கிற நேரத்தில் ஒவ்வொரு சந்தர்ப்பத்திலும் உறுதி செய்து, சஞ்சலப்படுகிற கிளியாம்பாளைச் சமாதானம் செய்துகொண்டிருந்தாள். அக்கம்மாளைவிடக் கிளியாம்பாள் எத்தனையோ வயது இளையவள். தேவராஜனுக்கும் அவளுக்கும் சில மாதங்களே வித்தியாசம். சின்ன வயதிலிருந்தே ஊர்ப் பிள்ளைகளில் ஒருத்தியாக வந்து அக்கம்மாள் வீட்டில் கிளியாம்பாள் விளையாடி இருக்கிறாள்.

'ஒரே ஜாதியா இருந்தா இந்தக் கிளியாம்பாப் பொண்ணைத் தம்பிக்கே பிடிச்சுக் கட்டிக்கலாம்' என்று பல முறை நினைத்தும் சொல்லியும்கூட இருக்கிறாள் அக்கம்மாள். அந்த எண்ணத்தில் கிளியாம்பாளும்கூடத் தேவராஜனைக் கண்டு வெட்கப்பட்டி ருக்கிறாள். அவன் பள்ளிக்கூடத்துக்குப் போகும்போதும் வரும்போதும் ஜன்னல் வழியாக அவனறியாமல் அவனை

அவள் பார்த்திருக்கிறாள். அது தவிர அவன்மீது அவளுக்கு எந்தவித நாட்டமும் நம்பிக்கையும் இருந்ததில்லை.

கல்யாணம் பண்ணிக்கொண்டு இந்த ஊரைவிட்டுப் போகிறபோது அக்கம்மாளிடம் சொல்லிக்கொள்ள வந்தவள், அவளைக் கட்டிப் பிடித்துக்கொண்டு அழுதாள். அப்போது தேவராஜனுக்குக் கலியாணமாகியிருக்கவில்லை.

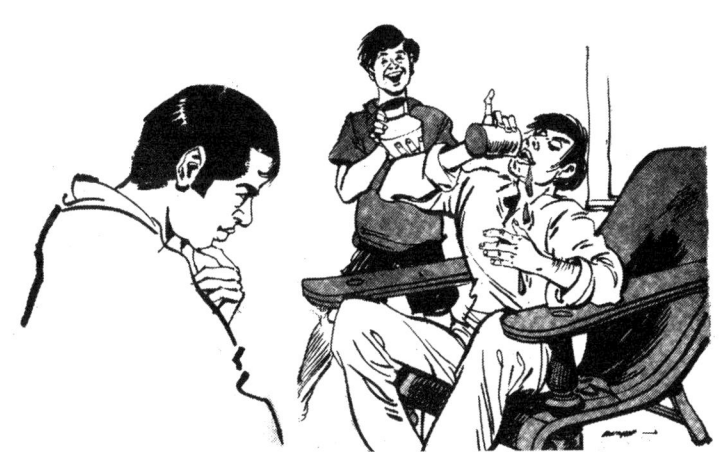

அவன் மாடிப் படியில் நின்று அவளையும் அவளோடு தொடர்ந்து வந்த சிறுவர் கூட்டத்தையும் பார்த்துக்கொண் டிருந்தான். தேவராஜனைக் கூப்பிடுமாறு அக்கம்மாள்காதில் ரகசியமாய்ச் சொன்னாள் அவள். அக்கம்மாளும் எதற்கு என்று புரியாமலேயே அழைத்தாள். அவன் முற்றத்தில் வந்து நின்றதும் கிளியாம்பாள் குனிந்து அவன் கால்களில் நமஸ்கரித் தாள். தேவராஜன் ஒன்றும் புரியாமல் பதைத்தபொழுது அக்கம்மாள் சிரித்துக்கொண்டே சொன்னாள்: "பெரியவன் தானே, நீ?... ஆசீர்வாதம் பண்ணு..."

தேவராஜன், "நல்லபடியா இருக்கணும்" என்று சொல்லிப் பர்ஸிலிருந்து ஐந்து ரூபாய் பணமும் எடுத்துக் கொடுத்தான். அப்போதும் அவள் அழுதாள். பார்த்தவர்கள் அவளுக்கு உடன் பிறந்த அண்ணனில்லாத குறை என்று சொல்லிக் கொண்டார்கள்.

அதன் பிறகு இந்தப் பத்து வருஷ காலத்தில் பெரும் பகுதியைக் கிளியாம்பாள் தாய்வீட்டில்தான் கழித்திருக்கிறாள். அதிலும் பெரும் பகுதியை அவள் அக்கம்மாளுடன் கழித்

திருக்கிறாள். தேவராஜன் பள்ளிக்கூடம் போவதைப் பார்ப் பதற்காக அவள் வாசற்படியிலும் ஜன்னலருகேயும் வந்து நிற்பாள். அவன் போன பிறகே அவள் அக்கம்மாள் வீட்டிற்குப் போவாள். பள்ளிக்கூடத்தில் மணி அடிக்கிற சத்தம் அக்கம்மாள் வீட்டிலும் கேட்கும். உடனே இவள் புறப்பட்டு விடுவாள். சில சமயங்களில் தெருவில் தேவராஜன் எதிர்ப்படுவான். அப்போதெல்லாம் அவள் அவனை ஏதாவது பரிகாசம் செய்வாள். அவனும் பதிலுக்கு ஏதாவது சொல்லுவான். எனினும் இருவரும் நின்று நேருக்கு நேர் பார்த்து ஒரு விநாடி கூடப் பேசமாட்டார்கள். பேசிக்கொண்டே நடந்துவிடு வார்கள். இந்த சம்பாஷணையைச் சமயத்தில் தெருவில் போகிற மற்றவர்களும் ரசிப்பார்கள். அவர்களும் இவர்களை அண்ணன் தங்கையாகப் பாவித்து இந்தப் பரிகாசத்தில் கலந்துகொள்வார்கள்.

அவனைப் பார்ப்பதும் அவனோடு ஏதாவது ஒரு வார்த்தை பேசுவதும் நிகழ்கிற நாளில் அவளுக்கு எல்லாக் கவலைகளும் மறந்து போகும். அதே மாதிரி அக்கம்மாளை ஒரு நாளைக்குப் பார்க்காவிட்டாலும் அவளுக்கு வாழ்க்கையே அவலமாக இருக்கும். இந்த உணர்ச்சிகளெல்லாம் இவளுக்குத் தன் புருஷனை விட்டு, இந்த ஊருக்கு வந்து தாய்வீட்டில் கழிக்கிற தனிமையின்போதுதான் ஏற்படும். கிளியாம்பாளுக்குத் தன் புருஷனின் மீது அளவற்ற காதல் உண்டு. அவனுக்கும் அதே போலத் தன் மேல் உண்டு என்று நான்கு நாட்களுக்கு முன்பு வரை அவள் நம்பிக்கொண்டுதான் இருந்தாள்...

அன்றைக்கு விடியற்காலையில் வண்டி கட்டிக்கொண்டு அவனை அழைத்துவர மணியக்காரர் தானே போய், பத்து மணிக்கெல்லாம் திரும்பி வந்து 'அவன் மத்தியானத்துக்கு மேலே வரானாம்' என்று ஒருமையில் சொன்னபோதே 'அவுரு வரப்போறதில்லே' என்று புரிந்தது கிளியாம்பாளுக்கு. அன்று தொடங்கிய அழுகை பிறர் முன்னிலையிலும் ஏதாவது பராக்குகளின் போதும் அடங்கித் தனிமையிலும் இரவிலும் அவளுக்குப் பொங்கிக் கொண்டிருந்தது.

காலையில் திண்ணையில் பஞ்சாயத்துக் கூடியதிலிருந்து கட்டிலில் படுத்தவாறே அவள் எல்லாரையும் எல்லாவற்றை யும் கவனித்துக்கொண்டு இருந்தாள். ஜன்னலுக்குக் கம்பி வலையிட்டிருந்ததால் திண்ணையிலிருப்பவர்கள் தன்னைக் காண முடியாது என்று அவளுக்குத் தெரியும். தேவராஜனும் ஹென்றியும் பழகிக்கொண்ட முறையிலிருந்து தேவராஜனுக்கு இந்தப் புதிய ஆள் ரொம்ப வேண்டிய ஆள் என்பதும், அக்கம்மா வீட்டுக்கு எதிரிலுள்ள பாழடைந்த வீட்டுக்கும், அந்தத்

துரைக்கண்ணுவின் சொத்துக்களுக்கும் இவன் பாத்தியதை கொண்டாட வந்திருக்கிறான் என்றும், அதற்காகத்தான் இந்தப் பஞ்சாயத்து என்றும் அவள் இவ்வளவு நேரக் கவனிப்பில் அறிந்தாள். துரைக்கண்ணுவை அவளுக்குத் தெரியாது. மத்தியானம் மறுபடியும் கூடப் போகிற பஞ்சாயத்து நிகழ்ச்சிகளை அவளும் எதிர்பார்த்தாள்.

இங்கு நடந்த விஷயங்களைப் பற்றியெல்லாம் போய் அக்கம்மாளிடம் சொல்லிப் பேசி மகிழ வேண்டுமென்று அவளுக்கு மனசு கிடந்து துடித்தது.

தெருவில் போய்ப் பையன்களோடு சரிசமமாகப் பம்பரம் விளையாடிய இந்தப் பெரியவர்களின் செய்கை அவளுக்குத் தமாஷாக இருந்தது.

இதைப் பற்றியும் அக்கம்மாளிடம் சொல்ல வேண்டும் என்று சிரிப்பினிடையே நினைத்துக்கொண்டாள். அவள் தனது மனப்புழுக்கங்களையெல்லாம் மறந்து சிரித்துக்கொண்டிருந்த போது தர்மகர்த்தா, கிளியாம்பாளின் புருஷனைப் பற்றிய நினைவுகளைக் கிளற, அவள் மீண்டும் தனது துயரத்தில் முகம் வாடினாள். கூடத்தில் சாப்பிட்டுக் கொண்டிருக்கிற தகப்பனாரையும் தர்மகர்த்தாவையும் பார்த்தவாறு கட்டிலிலிருந்து இறங்கி அறைக்குள்ளே நிலைப்படியருகே உட்கார்ந்தாள்.

"என்னாம்மா சொல்றான் உன் பையன்?" என்று சாப்பிட்டுக்கொண்டே விசாரித்தார் தர்மகர்த்தா. கிளியாம்பாள் மரியாதைக்கு மௌனமாகச் சிரித்தாள். 'தீட்டுக் கழியுமுன் இவர் எப்படி இங்கே சாப்பிட ஒப்பினார்' என்கிற எண்ணம் அவளுள் ஓடிக்கொண்டிருந்தது. தான் அதை ஞாபகப்படுத்தக் கூடாது என்று எண்ணிய போது தர்மகர்த்தா சொன்னார்: "நான் முதல்லே நெனைச்சேன்... குளிகுளிச்சிருக்கே பொண்ணு... நம்ப வூட்டுக்கே போயி சாப்பிட்டுட்டு வரலாமான்னு... ஆனா, இது நம்பவூட்டுப் பொண்ணு இல்லியே... குறிஞ்சிக்குப் பத்துப் பொண்ணுதானே? தீட்டு அங்கேதான் – இங்கே இல்லே. என்னா மணியக்காரரே..." என்று சிரித்தார்.

"ஆமாம்... ஆமாம்..." என்றார் மணியக்காரர்.

"இவன் என்னாங்க, சுத்த மடையனா இருக்கான்? 'எனக்கு ஒண்ணும் வாணாம்'னு எழுதிக் குடுக்கறேன்றானே... இந்தத் தொரைக்கண்ணுப் புள்ளை? அ...!"

"வேற என்னாங்க பண்றது?" என்றார் மணியக்காரர்.

"வேற என்னா பண்றதுன்னா கேக்கறீங்க? – 'கோர்ட்டுக்குப் போயிட்டு வாடா'ன்னு விடவேண்டியதுதானே? சிவில்

ஜெயகாந்தன்

கேஸ் முடியறதுக்கு எவ்வளவு நாளாகும்? எனக்கு என்னமோ தொரைக்கண்ணு சொந்தப் புத்தியிலே பேசறதா தெரியலீங்க ...” என்று தர்மகர்த்தா சொன்னதும் ‘தண்ணியிலே வந்தானோ?’ என்கிற சந்தேகத்தோடு பார்த்தார் மணியக்காரர்.

தர்மகர்த்தா குரலைத் தாழ்த்திக்கொண்டு சொன்னார்: “நான் ரெண்டு நாளா அவனோடதானே இருந்தேன் ... அவனுக்குச் ‘சிவன் சொத்தி’லே இருக்கிற நாட்டம் வேற எதிலேயும் இல்லீங்க ... பீடியிலே வெச்சி சுத்திச் சுத்தி அதெ அடிச்சிக்கிட்டு டீ குடிச்சிக்கறான் ... சாப்பாடுகூட வேளா வேளைக்கி சாப்டறதில்லே ... ரெண்டு நாளு நான் போயி மாட்டிக்கிட்டுக் கஷ்டப்பட்டுட்டேங்க ... சும்மா சொல்லக் கூடாது ... எனக்கு நேரா நேரத்துக்கு எல்லாம் வாங்கிக் குடுத்து உபசாரமெல்லாம் பண்ணான் – அதிலே என்னாங்க பிரயோஜனம்? இப்ப நீங்களும் கூட உக்காந்து சாப்படறீங்க – இதுக்குத்தானே நான் இங்கே சாப்பிடறேன் – இல்லாட்டி சாப்பாடா பெரிய விஷயம்! ... ஒரு வேளைகூட என்கூடக் குந்தி சாப்பிடலீங்க அவன் – அப்பறந்தான் தெரிஞ்சிது விஷயம் அப்பிடின்னு ...”

“என்னா அது, கஞ்சாவா?” என்றார் மணியக்காரர். தர்மகர்த்தா தலையசைக்கவும் மணியக்காரர் சிரித்தார்: “அது என்னாங்க பண்ணப் போவுது – சோம்பேறி போதையில்லே, அது...” என்று அலட்சியமாகக் கூறி இலையை மடித்துவிட்டு, தர்மகர்த்தாவுக்காக உட்கார்ந்திருந்தார்.

“நீங்க எழுந்து கையலம்புங்க” என்றார் தர்மகர்த்தா.

வீட்டுக்கு வந்ததும் தேவராஜன் சட்டையைக் கழற்றுமுன், மாடிக்குச் சென்று அந்தக் கடிதத்தைப் படித்தான். அவனுக்கு மிகவும் மகிழ்ச்சியாக இருந்தது. அவனது குதூகலம் முகத்தில் தெரிந்தது. எனினும் அதை அவன் அடக்கிக் கொண்டான். கடிதத்தை முடிக்குமுன் அவனுக்கு நெற்றியில் சிறு சுருக்கம் கண்டது. கடிதத்தை மடித்துப் பையில் வைத்துச் சட்டையைக் கழட்டியபின் ஹென்றியைச் சாப்பிட அழைத்தான் தேவராஜன்.

“எனக்குக் கூழ் வேணுங்க ...” என்றான் ஹென்றி.

“ஓ ... எஸ்... கூழும் சாப்பிடுங்க – சாப்பாடும் சாப்பிடுங்க ... இங்கேயே கொண்டுவரச் சொல்லலாமா? ... மண்ணாங்கட்டிப் பையன் கீழேதான் இருக்கான் ... இன்னும் நாழி இருக்கு, அவனுக்கு ஸ்கூலுக்குப் போக” என்று கைக்கடிகாரத்தைப் பார்த்தவாறே அதையும் அவிழ்த்தான் தேவராஜன்:

“அக்கம்மா . . . மண்ணாங்கட்டிக்கிட்ட குடுத்து சாப்பாட்டை மெத்தைக்கே அனுப்பிடு . . . அப்பிடியே கொஞ்சம் கூழும் குடுத்தனுப்பு . . .” என்று ஜன்னல் வழியாகக் கீழே பார்த்து கிழவருக்குச் சோறூட்டிக்கொண்டிருந்த அக்கம்மாளிடம் கூறினான் தேவராஜன். ஹென்றிக்குக் கூழின் மீது ஏற்பட்டிருக்கிற ஆசை அக்கம்மாளுக்கு ஆச்சரியமாக இருந்தது.

ஹென்றி சட்டையைக் கழட்டாமல் அப்படியே ஈஸிச் சேரில் சாய்ந்து உட்கார்ந்திருந்தான். அவன் எதைப் பற்றியோ ஆழ்ந்து யோசிக்கிறான் என்று நினைத்த தேவராஜனின் நினைப்பைப் பொய்யாக்குகிற மாதிரி அவன் ஆங்கிலத்தில் சொன்னான்: “அந்தப் புதிதாய்ப் பிறந்திருக்கிற குழந்தையின் சத்தம் என் காதில் கேட்டுக்கொண்டேயிருக்கிறது. ஹவ் ஸ்வீட்!” என்று கூறியபின் . . . ‘அபீட்’ன்னா என்னா அர்த்தம் தெரியுமா? அது ஒரு இங்கிலீஷ் வேர்ட் . . . ‘அப்–ஹிட்’தான் ‘அபீட் . . .’ என்று விளக்கினான் ஹென்றி.

அவனது விளக்கம் சரியாகவே இருந்தது தேவராஜனுக்கு.

சாப்பாடு கொண்டுவருவதற்கு முன் மண்ணாங்கட்டி அந்த வாழைப்பூ செம்பில் கூழ் கொண்டுவந்தான். ஹென்றிக்குத் தம்ளரில் ஊற்றிக் கொடுத்தான். இங்குள்ளவர்கள் தண்ணீரோ கூழோ, எது குடித்தாலும் தலையை அண்ணாந்து தூக்கிக் குடிப்பதைக் கவனித்திருந்த ஹென்றி, தானும் அம்மாதிரியாகக் குடிக்கிற முயற்சியில் சட்டையின் மீது கூழை வழியவிட்டுக் கொண்டான்.

“ஐயையே! என்னாங்க இது? நீங்க சும்மா கடிச்சிக்கினு குடிங்க . . .” என்றான் மண்ணாங்கட்டி.

“சும்மா ‘ட்ரை’ பண்ணிப் பார்த்தேன்” என்று சொல்லிக் கூழ் பட்டுவிட்ட சட்டையைக் கழட்டிவிட்டு வெற்றுடம்புடன் உட்கார்ந்து தம்ளரில் வாய்வைத்துக் கூழைக் குடித்தான் ஹென்றி.

தேவராஜன் சற்றுமுன் படித்த, தன் மனைவி எழுதியிருந்த கடிதத்தில் ஆழ்ந்து போயிருந்தான். ‘அதைப் பற்றி அக்காம்மாளிடம் சொல்ல வேண்டும் . . . ஹென்றியிடம் சொல்ல வேண்டும் – இப்போது வேண்டாம் – பஞ்சாயத்து சமாசாரம் முடியட்டும்’ என்று நினைத்துக்கொண்டான்.

துரைக்கண்ணுவும் பாண்டுவும் கடைத்தெருவில் தேசிகர் காபிக்கடையில் உட்கார்ந்திருந்தனர். பாண்டுவுக்குத் துரைக்கண்ணு பட்டை சாதமும் மசால் வடையும் வாங்கிக்

கொடுத்தான். அதை அவன் சாப்பிட்டுக்கொண்டிருக்கையில் துரைக்கண்ணு மசால் வடையும் டீயும் மட்டும் சாப்பிட்டான். அவன் இன்னும் எல்லாரிடமும் பேச ஆரம்பிக்கவில்லை.

பிறகு தேசிகரும் துரைக்கண்ணுவும் பலகார அலமாரிக்குப் பின் நாற்காலிகள் இரண்டைப் போட்டு உட்கார்ந்து கொண்டிருந்தனர்.

தேசிகர் கஞ்சாப் புகை குடிப்பதற்காகக் குழாயைச் சுத்தம் செய்து தயார் பண்ணினார். துரைக்கண்ணு அதற்குள் ஒரு பீடியைப் புகைத்துக்கொண்டே சொன்னான்:

"பஞ்சாயத்திலே நியாயம் பேசுவாங்கன்னு பாத்தா எவன் சொத்தையோ புடுங்கி எவனுக்கோ குடுக்கத் திட்டம் போடறாங்க – நம்மூர்ப் பெரியவங்க."

"என்னா நடந்திச்சி?" என்று ஆர்வமாக விசாரித்தார் தேசிகர்.

"போயிட்டு வந்து சொல்றேன்..." என்று தேசிகரிடமிருந்து சிலும்பியை வாங்கிப் புகையுறிஞ்சினான் துரைக்கண்ணு.

22

சாப்பாடு முடிந்து கனகசபை முதலியாரும் மணியக்காரரும் திண்ணையில் வந்து உட்கார்ந்துகொண்டார்கள். நாகம்மாள் வெற்றிலைத் தட்டை ஒரு சீப்பு வாழைப்பழத்துடன் கொண்டு வந்து இவர்கள்முன் வைத்தாள். மணியக்காரர் வெற்றிலை போட்டுக்கொண்டார். கனகசபை முதலியார் இரண்டு பழங்களைச் சாப்பிட்டார். இன்னும் நிறையப் பழங்கள் இருந்தன. அவருக்குச் சாப்பிட முடியவில்லை. மீதிப் பழங்களைப் பற்றிப் பேச ஆரம்பித்தார்:

"நம்ப வீட்டுக்குப் பின்னாலே இருக்கே அந்த மரத்துப் பழந்தானுங்களே, இது? என்னதான் சொல்லுங்க, பேயன் பழம் ருசியே தனி... நீங்க சாப்பிடுங்க..." என்று மணியக்காரரை உபசரித்தார். மணியக்காரர் தனக்கு வேண்டா மென்று வார்த்தையால் மறுக்காமல் தட்டைத் தள்ளிவைத்தார். அப்போது தெரு முனையில் துரைக்கண்ணு வருவதைத் தர்மகர்த்தா பார்த்தார். அவனைக் கண்ட மாத்திரத்தில் முதலியாரின் கண்கள் மறுபுறம் திரும்பி தேவராஜனும் ஹென்றியும் வருகிறார்களா என்று பார்த்து அவர்கள் வராததால் மகிழ்ச்சியுற்றுப் பிரகாசித்தன.

"மணியக்காரரே, தொரைக்கண்ணுப் பிள்ளை வரான்: நீங்களும் சொல்லுங்க ..." என்று குரலைத் தாழ்த்தி ரகசியம் பேசினார் கனகசபை.

துரைக்கண்ணு வந்து இவர்கள் உட்கார்ந்திருந்த திண்ணைக்கு எதிரே உள்ள சிறு திண்ணையில், மேல்துண்டால் தரையைத் தூசி தட்டிவிட்டு உட்கார்ந்து, வியர்வையைத் துடைத்துக்கொண்டான்.

தேவராஜனும் ஹென்றியும் வருவதற்கு முன்னால் இந்தக் கடைசி சந்தர்ப்பத்தைப் பயன்படுத்திக்கொண்டு, இவனோடு பேசி இவன் மனசை மாற்றிவிட வேண்டுமென்ற அவசரமும் ஆத்திரமும்கொண்டு சொன்னார் கனகசபை: "தொரைக் கண்ணுப் பிள்ளே, நீ உன் சுயபுத்தியிலே பேசறதா எனக்குத் தோணலே அப்பா. நாங்க என்ன, உன்னை யார் சொத்தை யாவது மோசம் பண்ணச் சொல்றோமோ? ... உன் குடும்பச் சொத்துதானேப்பா! சட்டப்படி என்ன ஆவுதுன்னுதான் பார்ப்போமே! நீ அப்படி கொஞ்சம் பிகு பண்ணினாத்தான் நாங்க மத்தியஸ்தம் பண்றதுக்கு எடம் இருக்கும் ... ஏதோ 'நீ கொஞ்சம்; அவன் கொஞ்சம்'னு பேசித் தீக்கலாம் ... அவனைப் பார்த்தா அப்பிடி ஒண்ணும் பிடிவாதக்காரனாவும் தெரியலே ... ஆனா, மொசு மொசுன்னு இருக்கிறவனை நம்ப முடியாதுதான் ... அவன் கேக்கறதுக்கு முன்னாலே நீயே குடுக்கறேன்றியே? ... இது என்னா, வெறும் கெப்புருதானே! என்னாங்க மணியக்காரரே ... பேசாம இருக்கீங்களே; நீங்களும் சொல்லுங்களேன் ...!"

மணியக்காரர் கனகசபை முதலியாரின் பேச்சால் மறுபடி யும் கொஞ்சம் குழம்பினார். ஆரம்பத்தில் கனகசபை முதலியாரைப் போலவே, எவனோ ஓர் அசலூரான் வந்து துரைக்கண்ணுவிடமிருக்கும் சொத்தெல்லாம் பறித்துக் கொள்ளப் போகிறானே என்கிற அங்கலாய்ப்பு மணியக்காரர் மனசிலும் இருந்தது உண்மை. தேவராஜனின் உதவியோடு சொத்துக்களின்மேல் ஹென்றிக்கு இருக்கிற உரிமைகள் ஸ்திரமாக நிரூபிக்கப்பட்டபின், இதில் தானொன்றும் செய்வதற்கில்லை என்ற பின்வாங்கலில், ஹென்றிக்கே இந்தச் சொத்துக்கள் சேரவேண்டியது நியாயம் என்றுகூட அவருக்குத் தோன்ற ஆரம்பித்திருந்தது. ஆனால் இப்போது கனகசபை முதலியார் சொல்லுவதைப் பார்த்தால், ஒப்புக்கேனும் வியாஜம் ஒன்று பண்ணி, துரைக்கண்ணுவுக்குக் கொஞ்சம் சாதகம் செய்வது ஒரு தர்மமான காரியமோ? என்று அவருக்கும் தோன்ற ஆரம்பித்தது. 'வந்திருக்கிறவனுக்குப் பெண்டாட்டி, பிள்ளைகுட்டி என்கிற சொந்தமெல்லாம் இல்லை. அவன்

கொஞ்சம் விட்டுக்கொடுக்கலாம். பார்த்தால் ரொம்ப நல்லவன் மாதிரிதான் இருக்கிறான்' என்றெல்லாம் யோசித்தவாறு கிள்ளிப்போட்ட வெற்றிலைக் காம்பைப் பிரப்பம்பாயில் இரண்டு பிரம்புகளுக்கு நடுவே நகத்தால் நுழைப்பதில் முயன்று கொண்டிருந்தார் மணியக்காரர். இறுக்கமாகப் பின்னப்பட்டிருந்ததால் அந்த இடைவெளியில் நுழைய முடியாமல் வெற்றிலைக் காம்பு நசுங்கி நசுங்கி நாராயிற்று. அதை எடுத்து எறிந்துவிட்டுப் பாயில் ஒட்டிய வெற்றிலைச் சாற்றை விரலால் நன்கு துடைத்தார். ஆனால் மறுபடியும் இன்னொரு வெற்றிலைக் காம்பை எடுத்து அதே மாதிரிச் செய்யலானார் மணியக்காரர்.

"என்னாங்க மணியக்காரரே . . . நீங்கதான் சொல்லுங்க" என்று மௌனமாயிருந்த மணியக்காரரை உசுப்பினார் தர்மகர்த்தா.

"என்னை என்னாங்க சொல்லச் சொல்றீங்க? அவங்களுக்குள்ளே ஏதாவது வெபகாரம் வந்தால் நாம்ப தீத்து வெக்கலாம் . . . நாம்ப போய் வெபகாரம் பண்ண முடியுமா, என்னா? தொரைக்கண்ணு பிள்ளைதான் சொல்றாரே: பஞ்சாயத்து கூட்டினதே எல்லாருக்கும் முன்னாடி எழுதி அவனுக்குக் குடுக்கறத்துக்குத்தான்னு . . . அத்தோட விட வேண்டியதுதான். அது கெப்புருத்தனம்னா, அவங்க குடும்பமே கெப்புருத்தனம் புடிச்ச குடும்பம்தான். இல்லாட்டி அவங்க அண்ணாரு எல்லாத்தையும் வுட்டுட்டு ஓடுவாரா? கூடப் பொறந்த தம்பி ஒருத்தன் ஊரோட இருக்கான்னு தெரிஞ்சும் இவ்வளவு காலம் 'என்னா ஏது'ன்னு பாக்காம இருந்திருப்பாரா? இவ்வளவும் ஆனத்துக்கு அப்புறம் இப்படி ஒருத்தன்கிட்ட எழுதிக் குடுத்து அனுப்புவாரா? ம் . . . அந்தக்

காலமெல்லாம் மலையேறிப் பூடிச்சுங்க. 'அசலூருக்காரன் ஒருத்தன் வந்து நம்ப ஊர்லே சொத்து வாங்கிக்கினு நமக்கு சரிசமதையா இருக்கிறதா'ன்னு நினைக்கிறதெல்லாம் மாறிப் போயிடிச்சுங்க. அப்படியே பாத்தாலும் வந்திருக்கிறவன் தொரைக்கண்ணுகிட்டே கிரயம் பேசறதுக்கா வந்திருக்கிறான்? 'குடு, குடுக்காதே'ன்னு யோசனை சொல்றதுக்கு ... எனக் கென்னமோ தொரைக்கண்ணுபிள்ளை பண்றது ரொம்பப் பெருந்தன்மையான காரியம்னு தோணுது. அதைப் போயி நாம்ப கெடுக்கக் கூடாதுங்க ..." என்று பேசிப் பேசித் தன் குழப்பத்திலிருந்து தெளிவுபெற்றார் மணியக்காரர்.

துரைக்கண்ணு இவர்கள் பேசுகிற விஷயத்தைத் தனக்குச் சம்பந்தமில்லாத கதை மாதிரி கவனித்துக்கொண்டிருந்தான். இன்னும் சற்று நேரத்தில் இது சம்பந்தமான ஒரு தீர்வைக் காண்கிற உறுதியுடன், தன்னைப் பொறுத்தவரை ஏற்கனவே தீர்மானமாகிவிட்ட ஒரு விஷயத்தை எல்லாருக்கும் அறிவிக்கிற உத்தேசத்துடன் அவன் உறுதியாகக் காத்திருந்தான்.

இவர்கள் மூவரும் திண்ணையில் உட்கார்ந்திருப்பதைத் தனது போஸ்டாபீஸ் வேலைகளுக்கிடையே ஜன்னல் வழியாகப் பார்த்த ஐயர், பஞ்சாயத்து கூடுவதற்கு முன்னாலே நடக்கிற 'அதிகாரபூர்வமற்ற இந்த ஆலோசனைக் கூட்ட'த்தில் என்னவோ நடக்கிற விஷயத்தை அறிந்துகொள்கிற ஆர்வத்தில் அவசரமாக டிராயரைப் பூட்டிச் சாவியை இடுப்பில் செருகிக் கொண்டு எதிர்வீட்டுத் திண்ணையை நோக்கி வந்தார். அவர் மனைவி ஊஞ்சல் பலகையிலும் குழந்தைகள் கூடத்துத் தரையிலும் படுத்துத் தூங்கிக்கொண்டிருந்தார்கள்.

ஐயர் வந்து திண்ணையில் ஏறிச் சுவரோரமாகப் போய்ச் சம்மணமிட்டு உட்கார்ந்துகொண்டார். காலையில் அந்த இடத்தில்தான் கனகசபை முதலியார் உட்கார்ந்திருந்தார். ஐயருக்கு உட்கார்ந்த பிறகே அந்த நினைவு வந்தது. ஏதோ தான் செய்ததைத் தப்பிதம் மாதிரி உணர்ந்து, வெற்றிலைத் தட்டை எடுக்கிற சாக்கில் நகர்ந்து, காலையில் தான் உட்கார்ந்த இடத்திலேயே வந்து உட்கார்ந்து திண்ணைக்குக் கீழே காலைத் தொங்கவிட்டுக்கொண்டார். அவர் வலது பாதம் ஆட ஆரம்பித்தது.

கனகசபை முதலியார், ஐயரிடம் ஆரம்பித்தார்: "நமக்குள்ளே பேசிக்குவோம் ... என்னாங்க ஐயரே, தொரைக்கண்ணு பிள்ளை எல்லாத்தையும் வந்திருக்கிறவனுக்கு எழுதிக் குடுத்துடறேன்னு சொல்றாரே ... அதை அப்பிடியே வுட்டுட வேண்டியதுதானா? ..." என்றதும் ஐயர், துரைக்கண்ணுவைப் பார்த்தார். அவன் மீசையும் கண்களும் அவருக்கு எப்போதுமே

பார்க்கப் பயம் தந்தன. அவனை அவருக்கு ரொம்ப நாட்களாகத் தெரியும். அவனது லாரியில் அவர் பலமுறை பிரயாணம் செய்திருக்கிறார். முன்சீட்டில் இருக்கிற ஆட்களில் ஒருவரைப் பின்னால் அனுப்பி அவருக்கு இடம் தந்து மரியாதை செய்வான் துரைக்கண்ணு. ஆனாலும் இவருக்கு அவனிடம் பயம்தான். அவன் உல்லாசத்தில் பேசுகிற கெட்ட வார்த்தை களைக்கூட ரகசியமாகத்தான் ரசிப்பார் ஐயர்.

இப்போது அவன் செய்கிற இந்தக் காரியம் இதுவரை பயம் மட்டும் கொண்டிருந்த ஐயரை அவன்மீது மரியாதையும் கொள்ளச் செய்தது. கனகசபை முதலியாரின் அற்பப் புத்தி அதைத் தாங்க முடியாமல் தவிக்கிறதென்று ஐயர் நினைத்துக் கொண்டார். அவரை மறுத்துப் பேசவும் ஐயருக்கு மனமில்லை.

"பெரியவா நீங்கள்ளாம் இருக்கேள்... மணியக்காரர் என்ன சொல்றார்?" என்றார் ஐயர்.

"இதில் நான் சொல்றதுக்கு ஒண்ணுமில்லை. தொரைக் கண்ணுபிள்ளை செய்யற காரியம் அவருக்கு எந்தவிதத்திலும் குறை உண்டாக்கிடாது. காசு பணமா ஐயா பெரிசு? இந்த மாதிரி இன்னொருத்தன் பொருளுக்கு ஆசைப்படாத வனுக்குக் கடவுள் ஒரு குறையும் வைக்கமாட்டார்" என்று மணியக்காரர் வேதாந்தம் பேச ஆரம்பித்ததும், துரைக்கண்ணு அதை முகம் மலர்ந்து அங்கீகரித்ததும், ஐயர் துரைக்கண்ணு வின் செய்கையையா அல்லது மணியக்காரரின் வேதாந்தத் தையா என்று யாரும் பிரித்தறிய முடியாதபடி சூள் கொட்டி ரசித்ததையும் கண்டு தர்மகர்த்தாவுக்குக் கொஞ்சம் எரிச்சலும் வந்தது. அவர் சொன்னார்:

"எனக்கு மட்டும் என்னா ஐயிரே வந்திச்சி? எவன் பணத்தையாவது எடுத்து எவனுக்காவது குடுக்கறதுன்னா எல்லாருக்கும் பெருந்தன்மையாகத்தான் இருக்கும். இருக்காது பின்னே? அவுங்க அவுங்களுக்கு வந்தால் அப்போ நியாயம் வேறயா ஆயிடும். இந்தத் தொரைக்கண்ணு பிள்ளைக்குச் சொந்தப் புத்தியும் இல்லே; சொல் புத்தியுமில்லே. என் சொத்துக்கு எவனாவது இப்படி வந்தால் நான் விடுவேனா? பெரிசா வேதாந்தம் பேசறீங்களே... தன்னை மாதிரிப் பிறத்தியாரை நினைக்கணும்தான் ஐயா, பெரியவங்ககூடச் சொல்லி இருக்காங்க... உங்களுக்கு வந்தால் தொரைக்கண்ணு மாதிரி நீங்க விடுவீங்களா? நான் விடமாட்டேன்ய்யா... அதனால்தான் 'விடக்கூடாது'ன்னு சொல்றேன்" என்று தன்னுடைய ஆதங்கத்துக்கு ஒரு நியாயம் தேடிவிட்டு மௌன மானார் தர்மகர்த்தா முதலியார்.

தெருவில் பையன்கள் பள்ளிக்கூடத்துக்குத் திரும்பிக் கொண்டிருந்தார்கள். ஐயர் வீட்டு ஓரமாக நான்கு ஐந்து சிறுவர்கள், பள்ளிக்கூட மணியடிக்கிறவரைக்கும் விளை யாடும் உத்தேசத்துடன் பம்பரம் விளையாடச் சூழ்ந்தனர். தூரத்தில் தேவராஜனும் ஹென்றியும் வருவதைத் தர்மகர்த்தா கவனித்தார். ஹென்றி கறுப்பும் வெள்ளையுமாய்க் கட்டம் போட்ட ஒரு ஸ்லாக் ஷர்ட் அணிந்திருந்தான்.

"அப்போ சரி. தொரைக்கண்ணு பிள்ளே, முடிவாத் தீர்மானம் பண்ணிட்டீங்களா? எழுதிக்குவோமா?" என்று அச்சுறுத்துவது மாதிரி கேட்டார் தர்மகர்த்தா. துரைக்கண்ணு சிரித்தவாறே தலை ஆட்டினான்.

தெருவில் பம்பர விளையாட்டு மும்முரம் கண்டிருந்தது. வட்டத்தில் இருந்து பம்பரங்கள் சிதற, நாலுபுறமும் சிறுவர்கள் பாய்ந்தோடி 'அபீட்' எடுத்துக் கொண்டிருக்கும்போது ஹென்றியும் தேவராஜனும் மணியக்காரர் வீட்டருகே வந்து கொண்டிருந்தனர். ஹென்றி, சிறுவர்கள் விளையாட்டைக் கவனித்துக் கொண்டிருந்தான். ஒரு சிறுவன் 'அபீட்' எடுக்க ஓடியபோது அவனது அரை நிஜார் அவிழ்ந்து முழங்காலில் வழிய மேலும் நழுவிக் கீழே போகாமல் இரண்டு கால் களையும் அகட்டி நிஜாரை முழங்காலில் நிறுத்திக்கொண்டு அதே நிலையில் அவசர அவசரமாகப் பம்பரத்தில் கயிற்றைச் சுற்றிக்கொண்டிருந்தான். திடீரென்று தன்னைப் பார்க்கிற ஹென்றியைப் பார்த்ததும் அவனுக்கே வெட்கம் வந்து விட்டது. "நான் அம்பேல்" என்று கத்திக்கொண்டே 'அபீட்' எடுக்கும் முயற்சியைக் கைவிட்டு அவன் டிராயரைச் சரியாக அணிந்துகொண்டான்.

"போடா, போடா... இந்த ஆட்டத்துக்கெல்லாம் 'அம்பேல்' கிடையாது. இது என்ன 'ஐஸ்பை' ஆட்டமா?" என்று இன்னொருவன் கத்தினான்.

தேவராஜனும் ஹென்றியும் திண்ணையில் வந்து உட்கார்ந்த போது பள்ளிக்கூடத்தில் மணி அடித்தது. பையன்கள் ஓடினார்கள். சற்று நேரம் கழித்து மண்ணாங்கட்டியும் பள்ளிக்கூடத்துக்கு ஓடினான். போகும்போது அவன் திண்ணையில் உட்கார்ந்திருக்கிறவர்களையும் ஹென்றியையும் பார்த்தான். ஹென்றி 'அம்பேல்' 'ஐஸ்பை' என்ற வார்த்தை களை மனசில் சொல்லிக்கொண்டு உட்கார்ந்திருந்தான்.

அறைக்குள்ளே நாகம்மாள் தட்டில் கொண்டுவந்து தந்த பத்தியச் சோற்றைச் சாப்பிட்டுக்கொண்டிருந்தாள் கிளியாம்பாள். ஹென்றியின் காதுகள் குழந்தையின் சத்தத்தைக் கேட்கக் குறுகுறுத்துக்கொண்டிருந்தன. குழந்தை

தூங்கிக்கொண்டிருந்தது. கிளியாம்பாளுக்குச் சாப்பாடு கொள்ளவில்லை. அதற்கு எத்தனையோ காரணங்கள். இந்தச் சாப்பாடேகூட ஒரு காரணம்தான். இப்போது, திண்ணையில் நடக்கிற பஞ்சாயத்து நடவடிக்கைகளைக் காண வேண்டும் என்கிற காரணம். அவசர அவசரமாகக் கையைக் கழுவி விட்டுக் கிளியாம்பாள் திண்ணை நடவடிக்கைகள் தெரிகிற மாதிரியும் தான் தெரியாத மாதிரியும் கட்டிலில் வந்து உட்கார்ந்துகொண்டாள். நாகம்மாள் திண்ணைக்கு வந்து கிளியாம்பாளுக்காக வெற்றிலை பாக்கு எடுத்துக்கொண்டு போனாள். அப்போது மணியக்காரர் அவளிடம், "உள்ளே இருந்து அந்த சாய்ப்பு மேசையைக் கொண்ணாந்து போடு" என்று சொன்னார்.

நாகம்மாள் உள்ளே சென்று கிளியாம்பாளுக்கு வெற்றிலை தந்ததும், அவள் வெற்றிலை போட மறுத்ததும் நாகம்மாள் போட்ட சத்தத்தில் வெளியே தெரிந்தது. "சும்மாத்தான் கொஞ்சாதே... உன்னை வெத்திலை போட சொல்லி உபசாரம் பண்ண வல்லே... புள்ளை பெத்தவ நெறைய வெத்திலை போடணும்... சொல்றத்தெ கேளு. அந்தக் காலத்திலே எங்க மாமியாரு..."

"ஐயே... எனக்கு நெஞ்சை அடைக்கிதே..." என்று கிளியாம்பாள் சிணுங்கினாள். நாகம்மாள் தன் புலம்பலை நிறுத்திக்கொண்டு, ஒரு சிறிய 'டெஸ்க்'கை எடுத்துக்கொண்டு வந்து மணியக்காரர்முன் வைத்துவிட்டு மறுபடியும் புலம்பிக் கொண்டே திரும்பினாள்.

மணியக்காரர் 'டெஸ்க்'கைத் தர்மகர்த்தாவிடம் தள்ளி வைத்தார். தர்மகர்த்தா தேவராஜனிடம் தள்ளி, "நீயே உன் கைப்பட எழுதுப்பா" என்று சொன்னார்.

இந்த விஷயத்தை இன்னும் ஆறப்போடக் கூடாது என்கிற தீர்மானம் தேவராஜன் அதை மறுக்காமல் ஏற்றுக் கொண்டதில் தெரிந்தது. தேவராஜன் எழுதுவதற்காகப் பையிலிருந்த காகிதங்களையும் பத்திரங்களையும் எடுத்து மேசைமேல் வைத்தான். மணியக்காரர், தேவராஜனிடம் சொன்னார்.

"கொஞ்சம் பொறுப்பா... இன்னும் ஒரு மணி போகட்டும். இப்போ ராகு காலம்."

"ஓ... இன்னிக்கு வெசாழக்கிழமையா..." என்று தர்மகர்த்தா யோசித்தார். அப்போது மிக நிதானமாக நடந்துவந்து, தான் வந்த சுவடு தெரியாமல் மணியக்காரருக்குப் பின்னாலே தூண் ஓரம் சாய்ந்து உட்கார்ந்தார் வேலுக்கிராமணி.

துரைக்கண்ணு சொன்னான்: "பஞ்சாயத்து கூட்டறதுக்குத் தான் ராகுகாலம் பார்க்கணும். இப்போ பஞ்சாயத்து நடந்துக்கினுதானே இருக்குது. அதனாலே அவுரு எழுதட்டும்; குத்தமில்லே. கையெழுத்துப் போடறதை ராகு காலம் கழிச்சு வெச்சிக்கிறது" என்று அவன் விளக்கியது எல்லா ருக்கும் இணக்கமாக இருந்தது. மணியக்காரர் ஒரு சிறு புன்னகையோடு மூச்சுக் காற்றில் மீசை பறக்க, தர்மகர்த் தாவை நிமிர்ந்து பார்த்தார். 'துரைக்கண்ணு சுயபுத்தியில் பேசவில்லை' என்று தர்மகர்த்தா சொன்னதை இருவரும் அப்போது நினைத்துக் கொண்டனர்.

"நீங்க பெரியவங்க சொல்லுங்க, என்ன எழுதறதுன்னு" என்று எல்லாரையும் பார்த்தான் தேவராஜன். துரைக்கண்ணு, தேவராஜனிடம் விளக்கிச் சொன்னான்:

"அதான் ஸார் . . . இன்ன ஜில்லாவிலே உள்ள, இன்ன கஸ்பாவைச் சேர்ந்த, இன்ன கிராமத்தைச் சேர்ந்த இன்னாரு மகனான இன்னாருன்னு என்பேரைப் போட்டு . . . அதே மாதிரியே எங்க அண்ணாரைப் பத்திச் சொல்லி அவருடைய சுவீகாரபுத்திரன்னு இவுரு பேரைப் போட்டு, இவுருக்கு இன்னார், இன்னார், இன்னாரெல்லாம் இருந்த பஞ்சாயத்திலே நான் எல்லார் முன்னாலயும் எழுதிக் கொடுத்ததுன்னு எழுத வேண்டியது . . . என்னாங்க, சரிதானே?" என்று மணியக் காரரிடம் கேட்டான் துரைக்கண்ணு.

"ம் . . . சரிதான்."

– ஆழ்ந்த யோசனையிலிருந்த மணியக்காரர் குனிந்த தலையோடு சொன்னார். அவர் குரலில் ஒருவகை சோகம் இருந்தது. தர்மகர்த்தா அதன் பிறகு ஒன்றுமே பேசவில்லை, தேவராஜன் எழுத ஆரம்பிக்கும்போது மட்டும், "பிள்ளையார் சுழி போட்டுக்கப்பா" என்றார்.

அவன் எழுதி முடிக்கும்வரை யாரும் பேசவில்லை. அவன் பத்திரங்களையெல்லாம் புரட்டிப் புரட்டிப் பார்த்து இடையில் ஒவ்வொன்றாக அய்ட்டங்களையும் சர்வே நம்பர் களையும் குறித்துக்கொண்டான்.

மணியக்காரர் நடுவில் ஒருமுறை எழுந்து சென்று தண்ணீர் குடித்துவிட்டு எல்லாருக்கும் குடிக்க ஒரு செம்பில் தண்ணீரும் தம்ளரும் கொண்டுவந்து வைத்தார். துரைக்கண்ணு எழுந்து மணியக்காரர் வீட்டுப் பக்கத்திலிருந்த சந்தில் போய் நின்று பீடி குடித்துவிட்டு வந்தான். பாண்டு அவன்கூடவே எழுந்துபோய் அவன்கூடவே திரும்பிவந்து ஒரு மூலையில் நின்றுகொண்டிருந்தான்.

தேவராஜன் அதை எழுதி முடிப்பதற்கு ஒரு மணி நேரத்திற்கு மேல் ஆயிற்று. எழுதி முடித்தபின் –

"படிக்கிறேங்க . . . கேட்டு ஏதாவது சேக்கணும்னா சேக்கலாம்; நீக்கணும்னா நீக்கலாம்" என்று சொல்லித் தேவராஜன் படிக்க ஆரம்பித்தான். இதுவரை தலையைக் குனிந்து கண்களை மூடிக்கொண்டிருந்த வேலுக்கிராமணி, தன் கடமையைச் செய்யும் உத்தேசத்தோடு தலையை நிமிர்த்திக் கண்களை விழித்து எல்லாரையும் பார்த்தார். கிளியாம்பாள் இருந்த அறைக்குள் வந்து நாகம்மாளும் உட்கார்ந்துகொண்டாள்.

அந்தப் பத்திரத்தின் வாசகங்களைக் கேட்கும்போது, 'என்னா இருந்தாலும் படிச்ச பிள்ளை இல்லியா' என்று மணியக்காரர் நினைத்துக்கொண்டார்.

" . . . மேற்கண்ட சொத்துக்களின் உரிமைதாரரான சபாபதிப் பிள்ளையின் சுவீகாரப் புத்திரரான ஹென்றிக்கு . . ." – என்று ஓர் இடத்தில் படித்துக்கொண்டு வருகையில் துரைக் கண்ணு குறுக்கிட்டுச் சொன்னான்:

"சபாபதிப் பிள்ளைக்கு மவனானப்பறம் மொட்டையா ஹென்றின்னு போட்டா எப்பிடிங்க? . . . ஹென்றிப் பிள்ளைன்னு போடுங்க."

23

துரைக்கண்ணுவின் யோசனைக்குப் பாராட்டுத் தெரிவிக்கிற மாதிரி தேவராஜன் தலை நிமிர்ந்து அவனைப் பார்த்துப் புன்னகை செய்தான். மணியக்காரரும் தர்மகர்த்தாவும்கூட அவனது யோசனையையும் அதற்கு அவன் கூறிய காரணத் தையும் சிலாகித்துப் பேசிக்கொண்டனர்.

"எழுதுங்கோ ஸார், இதிலே என்ன அபிப்பிராயம் வேண்டி இருக்கு. அண்ணன் இவரை ஸ்வீகாரம் பண்ணினார்; தம்பி அதை அப்பிடியே அங்கீகாரம் பண்றார். . . மிஸ்டர் ஹென்றிப் பிள்ளை" என்று ஒருமுறை சொல்லிப் பார்த்துக்கொண்டார் நடராஜ ஐயர்.

தேவராஜன் பத்திர டிராஃப்டில் ஹென்றி என்று வருகிற இடங்களில் எல்லாம் ஹென்றிப் பிள்ளை என்று மாற்றினான்.

நடராஜ ஐயர் அதுபற்றியே யோசித்துக்கொண்டிருந்தார். தான், தன் பெயருக்குப் பின்னால் 'ஐயர்' பட்டம்

போட்டுக்கொள்வதைக் கைவிட வேண்டுமென்ற தீர்மானம் இல்லாமலேயே கொஞ்சம் கொஞ்சமாய்க் கைவிட்டு மொட்டையாக கே.எஸ். நடராஜன் என்று கையெழுத்திடு வதையும், ஆனால், ஊர் முழுக்கத் தன் பேரைக் கைவிட்டுப் 'போஸ்ட்' என்ற ஒரு வார்த்தையைச் சேர்த்துப் 'போஸ்ட் ஐயர்' ஆக்கிவிட்டதையும் அவர் யோசித்துக் கொண்டிருந்தார்:

"இந்தக் காலத்தில் ஜாதிப் பட்டத்தை எல்லாம் யார் மதிக்கிறா? பேருக்கு முன்னாடி ஒரு 'மிஸ்டர்' சேர்த்துண்டா

மரியாதை; தமிழ்லே ஒரு 'ஸ்ரீ' இல்லேன்னா ஒரு 'திரு'..." என்று யோசிக்கிற மாதிரித் தனக்குள் பேசிக் கொண்டார் ஐயர்.

துரைக்கண்ணு சொன்னான்: "அது சரி, சாமி... பேசற மாதிரியேவா எழுத முடியும்? எழுதற மாதிரியே பேச முடியுமா? பத்திரம்னு எழுதும்போது அததுக்கு ஒரு முறைமை இருக்கு இல்லீங்களா? கூப்பிட்றோம், கூப்பிடலே... அது வேற விஷயம். நான் வந்து அவரை 'தொரை தொரை'ன்னு கூப்பிடறேன். அதை மாத்திக்க முடியுமா, என்ன?..."

– இரண்டு மூன்று நாட்களாகத் தன் இயல்புக்கு மாறாக மௌனம் அனுஷ்டித்துக்கொண்டிருந்த துரைக்கண்ணு பழைய கலகலப்புடன் ஏதோ சொல்ல, பஞ்சாயத்திலிருந்த அத்தனை பேரும் சிரித்தார்கள். வேலுக்கிராமணி கூடத் தலையை அசைத்து ஒரு சிறு முனகல் சிரிப்புடன் மற்றவர் களின் அந்தச் சிரிப்பை அங்கீகாரம் செய்தார்.

துரைக்கண்ணு சொன்னான்:

"என் சம்சாரத்தை 'ஏ கழுதை'ன்னு கூப்பிட்டுத்தான் எனக்குப் பழக்கம். அதுக்காகப் பத்திரத்திலே எழுதலாங்களா?"

தேவராஜன், ஹென்றி என்று வருகிற இடங்களிலெல்லாம் ஹென்றிப் பிள்ளை என்று திருத்தியபோது ஹென்றியைப் பார்த்து ஆங்கிலத்தில் சொன்னான்: "நான் இனிமேல் உங்களை ஹென்றிப் பிள்ளை என்றுதான் கூப்பிடப் போகிறேன் – ஹலோ! மிஸ்டர் ஹென்றிப் பிள்ளை" என்று அவனிடம் கைநீட்டினான்.

"தாங்க் யூ, மிஸ்டர் தேவராஜன் பிள்ளை" என்று கை குலுக்கினான் ஹென்றி.

"நோ, நோ. ஐ யாம் தேவராஜ நாய்க்கர்" என்று தேவராஜன் திருத்தினான்.

கட்டிலில் உட்கார்ந்து எல்லாவற்றையும் பார்த்துக் கொண்டிருந்த கிளியாம்பாளுக்குச் சிரிப்புத் தாங்கவில்லை. அவள் எங்கே சத்தம் போட்டுச் சிரித்துவிடப் போகிறாளோ என்று பயந்து நாகம்மாள் பல்லைக் கடித்தவாறு அவளைக் கடிந்துகொண்டாள்.

தேவராஜன் தான் எழுதியதை மறுபடியும் ஆரம்பத்திலிருந்து எல்லாருக்கும் படித்துக்காட்ட ஆரம்பித்தான்.

தர்மகர்த்தா கண்களை மூடிக்கொண்டும், துரைக்கண்ணு ஒவ்வொரு வரிக்கும் தலையை அசைத்து அசைத்து ஆமோதித்தவாறும், போஸ்ட் ஐயர் தனது வலது பாதத்தின் ஆட்டத்தை நிறுத்தி, மார்மீது கைகளைக் கட்டிய வண்ணமாகவும், வேலுக் கிராமணி கண்களை விழித்துப் பார்த்து ஒரு காதையும் வலக்கரத்தால் மடக்கிக்கொண்டு உன்னிப் பாகவும், மணியக்காரர் பிரப்பம்பாயில் வெறும் விரலால் ஏதோ எழுத்தும் சித்திரமும் வரைந்து கொண்டும், ஒரு மூலையில் நின்றிருந்த பாண்டு அந்த வாசகங்களில் ஒன்றுமே புரியாமல், ஆனால் மிகுந்த மரியாதையோடும் – எல்லோருமே வெகு சிரத்தையுடன் தேவராஜன் படிப்பதைக் கேட்டுக் கொண்டிருந்தார்கள்.

ஹென்றிப்பிள்ளை மட்டும் தன் மனத்திற்குள் 'அம்பேல் ஐஸ்பை... அம்பேல், ஐஸ்பை' என்ற வார்த்தைகளை மனனம் பண்ணுகிற மாதிரி அலப்பிக்கொண்டு உட்கார்ந்திருந்தான்.

பத்திரம் கையெழுத்தாயிற்று.

பத்திரத்தில் துரைக்கண்ணுபிள்ளை கையெழுத்திட்ட பின் பஞ்சாயத்தார் ஒவ்வொருவரிடமும் தானே கொடுத்துக் கையெழுத்து வாங்கிய பிறகு எல்லார் முன்னிலையிலும் ஹென்றியிடம் தருவதற்காக அவன் எழுந்தபோது ஹென்றி நிமிர்ந்து சொன்னான்:

"நான் இதுக்காக இங்கே வரலீங்க. எங்க பப்பா – நீங்க சொல்ற சபாபதிப் பிள்ளை ... நான் அவரோட மகன் ... மிஸ்டர் துரைக்கண்ணு சொன்னாரே, 'பிள்ளை இல்லாதவன் சொத்துக்குப் பிள்ளையா இருக்கிறதான்'னு ... ரொம்ப கரெக்ட் ... நான் பிள்ளை இல்லாதவங்களுக்குப் பிள்ளையாகத்தான் இருந்திச்சுது. அவங்க சொத்துக்கு இல்லே ... பப்பா இருக்கற வரைக்கும் பப்பாதான் நான் அவருக்குப் பிள்ளைன்றதுக்கு புரூஃப் ... ஐ மீன் ..." – புரூஃப் என்கிற வார்த்தையை அவர்களுக்குப் புரியவைக்க முடியாமல் அவன் திணறியபோது தேவராஜன் சொன்னான்: "சாட்சி."

"எஸ் – தாங்க் யூ" என்று தேவராஜனிடம் கூறிய பின்பு தொடர்ந்து சொன்னான் ஹென்றி: "எங்க பப்பாவுக்கு நான் மகன்கிறதுக்கு எங்க பப்பா மட்டும்தான் சாட்சி. அவர் இருக்கிறவரைக்கும் இந்த ஊரைப் பத்தி, இங்கே இருக்கிற இந்த வீடு, நெலம் இதையெல்லாம் நான் நினைச்சுக்கூடப் பார்த்ததில்லே. பப்பாதான் சொல்லிக்கிட்டு இருப்பாரு ... அவுரு சொன்னதெல்லாம் சரியா இருக்குமேன்னு பாக்கறதுக் கோசரம் நான் வந்திச்சிது. என்னை, 'யாரு'ன்னு கேட்டா, நான் என் பேரைச் சொல்றேன். ஆனால் என் மனசுக்குள்ளே 'நான் என் பப்பாவின் மகன்' னு நெனைச்சிக்கறேன். எனக்கு உங்களுக்குப் புரியற மாதிரி தமிழிலே சொல்றது கஷ்டம் ... மிஸ்டர் துரைக்கண்ணு பிள்ளையைப் பார்த்த உடனே ஐ மீன் ... அவர் பேரு எனக்குத் தெரிஞ்சவுடனே இவருதான் பப்பாவோட தம்பின்னு எனக்குத் தெரிஞ்சிச்சுது ... அப்பவே நான் உங்ககிட்ட சொல்லலியா?" என்று ஹென்றி, தேவராஜனைப் பார்த்தான். தேவராஜனும் தலை அசைத்தான்.

"பப்பா, மிஸ்டர் துரைக்கண்ணுவைப் பத்தி, மிஸ்டர் கவுண்டரைப் பத்தி மிஸ்டர் மொதலியாரைப் பத்தி ... மிஸ்டர் ஐயரோட பப்பாவைப் பத்தியெல்லாம் சொல்லி இருக்கிறாரு. ஸோ ... உங்களையெல்லாம் 'ஃபர்ஸ்ட்' தடவை பாக்கும்போதே உங்களை எனக்கு நல்லா தெரிஞ்சிருந்திச்சி. எங்க பப்பா எப்படிக் கதை சொல்லுவார்னுதான் உங்களுக்குத் தெரியுமே! ... இந்தச் சொத்து, இந்த ஊரு எல்லாமே எனக்கு ஒரு 'ரெஃபரென்ஸ்' மாதிரி ... 'ரெஃபரென்ஸ்' ... அதுக்கு என்னா சொல்றது மிஸ்டர் தேவராஜன்?" என்று

ஜெயகாந்தன்

கேட்டுத் தனது இயலாமைக்காகச் சிரித்துக்கொண்டான் ஹென்றி.

தேவராஜன் சற்று நேரம் யோசித்துப் பார்த்துவிட்டு, 'ரெஃபரென்ஸ்'க்குச் சரியான தனி வார்த்தை கிடைக்காமல் தானும் அதேபோல் சிரித்தான். பின்னர் மிகவும் சுருக்கமாக அவர்களுக்குப் புரியும்படி விளக்கினான். ஹென்றி தொடர்ந் தான்:

"பப்பா . . . என்னை இந்த ஊருக்குப் போயி இதை யெல்லாம் 'கிளய்ம்' பண்ணுன்னு சொன்னதே இல்லே. மிஸ்டர் துரைக்கண்ணுவையே கூப்பிட்டுக்கூட எல்லாத்தியும் எழுதிக் கொடுத்திருப்பாரு எங்க பப்பா, அப்பிடி எழுதிக் குடுக்க லேன்னாலும் இது அவரைச் சேரும்னு தெரிஞ்சுதான் பேசாமல் இருந்திருக்கிறாரு . . . என்னை அவருடைய மகனா ஆக்கிக்கிட்ட அப்புறம் இது என்னைச் சேர்ந்தது அப்படின்னு சொல்றது அந்த 'ரிலேஷ'னுக்கு ஒரு அடையாளம். அதைத் தான் அவர் செய்தாரு . . .

"பப்பா செத்துப்போனப்பறம் ஒரு 'ஃபிசிகல் லோன்லினஸ்' வந்திச்சிது எனக்கு."

– தேவராஜன் 'ஃபிஸிகல் லோன்லின'ஸை மொழி பெயர்த்துச் சொன்னான்.

"ஐ வாஸ் நாட் ஈவன் மோனிங்" என்று சொல்லித் தனக்குள் சிரித்துக்கொண்டான்: "சாவுன்னா என்னான்னு தெரியாதப்போ அதுக்கு வருத்தப்படலாமா? . . . 'இதைச் செய், அதைச் செய்யாதே'ன்னெல்லாம் எங்க பப்பா யாருக்கும் சொல்லமாட்டார். எனக்காகத்தான் இங்கே வரணும்னு தோணிச்சுது: 'நம்ப பப்பாவோட ஊருக்குப் போனா என்னா! . . . அங்கேயே போய் இருந்துட்டா பப்பாவோட இருக்கிறாப் போல இருக்குமே'ன்னு தோணிச்சுது. அவுரு எங்கெங்கேயோ வாழ்ந்திருக்கிறாரு. எங்கே வேணுன்னாலும் வாழறத்துக்கு அவர் தயாரா இருந்திருக்கிறாரு. But . . . இந்த ஊருக்குத் திரும்பி வந்து வாழணும்னு மட்டும் அவர் நினைச்சதில்லே . . . யெட் ஹி லவ்ட் திஸ் லைஃப் . . . இந்த ஊரையும் இந்த லைஃபையும் இங்கே உள்ள மனுஷாளுங்களையும், ஏன், மிஸ்டர் துரைக்கண்ணுவை? . . . அவர் இவரை எவ்வளவு நேசம் பண்ணினார்னு எனக்குத் தெரியும் . . . ஒருவேளை அவுருக்கு அப்புறம் நான் இங்கே வந்து இருக்கணும்னு அவுரு ஆசைப்பட்டிருப்பாரோன்னு எனக்குத் தோணிச்சிது. அவுரு அப்பிடியெல்லாம் ஒண்ணும் சொல்லலே . . . அதுக் கோசரம்தான் நான் வந்திச்சிது. அவரோட மகனா

இருக்கிறதுக்கு – தீஸ் ஆர் மை புரூஃப்ஸ்” என்று அந்தப் பத்திரங்களைச் சுட்டிக் காட்டினான் ஹென்றி.

“அன்–க்ளய்ம்ட் பிராப்பர்டீஸ் ஏதாவது அவரோடது இருந்திச்சிதுன்னா எனக்கு அது மேலே ஒரு சொந்தம் இருக்குது. இந்த பிராப்பர்டீஸெல்லாம் என்கிட்டே இருக்கிறதைக்காட்டியும் மிஸ்டர் துரைக்கண்ணுகிட்டே இருந்தால் பிரயோஜனம் உண்டு. அதுதான் நியாயம். அந்த வீடு மட்டும் தான் யாருக்கும் சொந்தமில்லாமல் இருக்குது. ஸீ, தி ஐரனி . . . எனக்காகவே மிஸ்டர் துரைக்கண்ணு அந்த வீட்டை விட்டுவச்சிருக்கிற மாதிரி இருக்குது இல்லே! அந்த வீடே ஒரு ‘ஸிம்பல்’ ... எங்க பப்பாவுக்கும் எனக்கும் உள்ள ரிலேஷனுக்கு அந்த வீடு ஒண்ணு மட்டும் போதும். அதுகூட இல்லாட்டி இந்த ஊரே எனக்குப் போதும்.

“ஸோ . . . மிஸ்டர் துரைக்கண்ணு . . . இதெல்லாம் எப்பவும் போல உங்க கிட்டேயே இருக்கலாம். நீங்க எழுதிக் குடுத்த மாதிரி இந்தப் பஞ்சாயத்திலேயே நான் அதையெல்லாம் உங்களுக்கு எழுதிக் குடுக்கறேன்.

“நான் இவ்வளவு நேரம் ஏன் இதையெல்லாம் சொல்லாமல் இருந்தேன்னா நீங்க எல்லாரும் என்னைப் பப்பாவோட மகனா அக்ஸெப்ட் பண்ணிக்கிட்டீங்களான்னு நான் தெரிஞ்சுக்கத்தான். மொதெல்லேயே இப்படி நான் சொல்லிட்டிருந்தா, அதுக்கோசரம்தான் நீங்க என்னைப் பப்பாவோட மகன்னு ஒத்துக்கிட்டிங்கன்னுகூட ஆயிடும். மிஸ்டர் தேவராஜன்! வில் யூ ப்ளீஸ் ரைட் மை ஸ்டேட்மெண்ட் டூ ?”

– அப்போது பள்ளிக்கூட மணி அடித்தது. பையன்கள் தெருவில் இரைந்து நடந்தனர். அந்தச் சந்தடி அடங்குகிறவரை எல்லோரும் அமைதியாயிருந்தனர்.

நிமிர்ந்து கண்களை மூடிக்கொண்டிருந்த தர்மகர்த்தா கண்களைத் திறந்தால் எங்கே மறைந்து நிற்கும் கண்ணீர் வெளிப்பட்டுவிடுமோ என்று பயந்து மேல் துண்டால் முகத்தை மறைத்துத் துடைத்துக்கொண்ட பிறகு ஹென்றியைப் பார்த்தார். அவர் கண்கள் சிவந்திருந்தன. மணியக்காரர் முகத்திலே ஒரு பரவசம் தெரிந்தது.

துரைக்கண்ணுவின் பாடு மிகவும் தர்மசங்கடமாயிருந்தது. ஹென்றியின் இந்த யோசனையை மறுத்துத் தனது தீர்மானத்தை நிலைநாட்டுவதிலேயே அவனுக்கு விருப்பம் அதிகமாக இருந்தது. ஆனால் அப்படிச்செய்வது ஓர் அசிங்கமான காரியமென்றும் ஏதோ அவன்மீது தனக்குக் கோபம் என்றும்

தான் அதனாலேயே இப்படிப் பிடிவாதம் காட்டுவதாகவும் ஆகிவிடும் என்றும், இதிலே தான் ஒன்றுமே செய்யாம லிருப்பதுதான் அழகு என்றும் எண்ணி ஹென்றியிடம் கொடுக்கப்போன அந்தப் பத்திரத்தை எல்லாருக்கும் முன்னிலையில், ஹென்றியின் முன்னால் பாய்மேல் வைத்து விட்டு முன்போலவே அந்தச் சிறிய திண்ணையில் போய் உட்கார்ந்துகொண்டான் துரைக்கண்ணு.

வழக்கு எப்படித்தான் முடிகிறது என்று பார்க்கிற சுவாரஸ்யத்தை மட்டும் மனத்தில் தேக்கிக்கொண்டு ஐயர் உட்கார்ந்திருந்தார். தேவராஜன் தனது பாராட்டு உணர்ச்சி களையும் மகிழ்ச்சிப் பரவசத்தையும் வெளிக்காட்டிக் கொள்ளாமல் திணறிக்கொண்டிருந்தான். மணியக்காரர் தீவிரமாக யோசித்துக்கொண்டிருந்தார். எத்தனையோ இழுபறி வழக்குகளை அவர்கள் இங்கே சந்தித்திருக்கிறார்கள்: ஆனால் இந்தச் சிக்கலைத்தான் எப்படி அவிழ்ப்பது என்று அவர்களுக்கு மலைப்புத் தட்டியது.

"எனக்கு ஒண்ணு தோணுதுப்பா" என்று ஆரம்பித்தார் மணியக்காரர்: "தொரைக்கண்ணு பிள்ளை செஞ்சது பெருந்தன்மைன்னு பார்த்தா இது அதைவிடப் பெருந்தன்மை யா இருக்குது. அவுரு சொல்றதும் நியாயமா இருக்குது; இவுரு சொல்றதும் நியாயமா இருக்குது. அதிலே பாரு . . . ஒண்ணு நியாயமாகவும் இன்னொண்ணு அநியாயமாகவும் இருந்தாக்கா தீர்ப்பு சொல்றது நமக்குச் சுளுவு. ரெண்டு நியாயத்துக்கு நடுவிலே போய்த் தீர்ப்பு சொல்லவே கூடாது. இப்போ நான் சொல்றதுகூட ஒரு யோசனைதான். ஹென்றிப் பிள்ளை அவரு விரும்பற மாதிரி அந்த வூட்டை எடுத்துக்கட்டும். அவுரு ஊருக்குப் புதுசு. இந்தச் சொத்தெல்லாம் வச்சு எப்படிக் காபந்து பண்றதுன்னு அவருக்குத் தெரியாது. இவ்வளவு நாள் இந்தச் சொத்துக்களையெல்லாம் வெச்சிக் காபந்து பண்ணின தொரைக்கண்ணுப் பிள்ளை இப்போ ஹென்றிப் பிள்ளையையும் சேர்த்துக் காபந்து பண்ணட்டுமே! என்னாங்க நான் சொல்றது? இதை ஒண்ணும் யாரும் யாருக்கும் எழுதிக் குடுக்க வேணாம் . . . எழுதிக்கினா வெபகாரம் தான் வரும். எழுதிக்காம இருக்கறதுதான் ஒறவு . . . எப்பிடியா இருந்தாலும் இதுக்கெல்லாம் உரிமைக்காரரு ஹென்றிப் பிள்ளைன்னு ஆயிடுச்சி; சட்டம் அப்படித்தான் சொல்லுது. அது கிடக் கட்டும் . . . அதனாலே, இப்போ கோயில் சொத்துக்குத் தர்மகர்த்தா இல்லியா? அது மாதிரி இந்தச் சொத்துங்களுக் கெல்லாம் தொரைக்கண்ணுப் பிள்ளை தர்மகர்த்தா மாதிரி இருக்க வேண்டியது" என்று அவர் சொல்லிக்கொண்டிருக் கையில் தர்மகர்த்தா குறுக்கிட்டுப் புகழ்ந்து பாராட்டினார்:

“நம்மூர் கோயிலுக்கே தொரைக்கண்ணுப் பிள்ளையைத் தர்மகர்த்தா ஆக்கிடலான்னு தோணுதுங்களே.”

எல்லாரும் சிரித்தார்கள்.

“அப்போ ஏதாவது ஒரு முடிவு பண்ணிடுவோம்” என்றார் ஐயர்.

“முடிவு என்னா ஐயிரே? பாழடைஞ்சு கெடக்கிற புலவர் வீட்டிலே இப்போ ஹென்றிப் பிள்ளை வெளக்கேத்தி வெக்கப் போறாரு, ஹென்றிப் பிள்ளைக்குச் சொந்தமான நிலம், நீச்சு, தோப்பு, துரவு, வீடு, மனை எல்லாம் ஜாடா எப்பவும் போல தொரைக்கண்ணுப் பிள்ளை காபந்துலே இருக்கட்டும் அதிலே ஏதாவது அவுங்களுக்குள்ளே வெபகாரம் வரும்போது நாம்ப பஞ்சாயத்து கூடிக்கலாம். வெபகாரம் உண்டாக்கறதுக்கு நாம்ப ஒண்ணும் பஞ்சாயத்து கூட வேணாம்; கலையுவோம்” என்று சொன்ன மணியக்காரர், எல்லாரும் எழுந்திருப்பதைப் பார்த்து “இருங்க, இருங்க. காபி சாப்பிட்டுட்டுப் போகலாம்” என்று எழுந்தார்.

24

பஞ்சாயத்து கலைந்து மணியக்காரர் வீட்டில் எல்லோரும் காபி சாப்பிட்டனர். மணியக்காரர் பாண்டுவைக்கூட விட வில்லை. ஐயர்கூட முதலில் கொஞ்சம் தயங்கிப் பிறகு சாப்பிட்டார். ‘தீட்டு’ பற்றிய கனகசபை முதலியாரின் விளக்கத்தை மணியக்காரர் எல்லாரிடமும் சொல்லிச் சமாதானப்படுத்திக் காபி சாப்பிடவைத்தார். ஆனால் அவர் மட்டும் காபி சாப்பிடவில்லை. இது அவருக்குக் காபி சாப்பிடும் நேரம் அல்ல.

காபிக்காக அவர் உள்ளே சென்று நாகம்மாளிடம் உத்தர விட்டபோதே பின்னாலுள்ள வாழைத் தோட்டத்தில் ஏதோ வேலை செய்துகொண்டிருந்த முருகேசனை அழைத்து, “வேலையெல்லாம் முடிஞ்சிது: வண்டியைக் கட்டிக்கிட்டுத் தயாராயிரு” என்றும் சொல்லிவிட்டு வந்திருந்தார்.

எல்லாரும் போன பிறகு தோட்டத்துக் கிணற்றருகே போய், கைப்பிடிச் சுவரின் மீது முருகேசன் ஏறி நின்று வாளி வாளியாகத் தண்ணீரை இறைத்து அவர் தலையிலே கொட்டக் குளித்துவிட்டு வருவார்: வேறு உடை மாற்றிக் கொண்டு நெற்றியில் திருநீறணிந்து, சாமி கும்பிடுவார்.

கைத்தடியுடன் வெளியில் வந்து நின்று 'சகுனம்' பார்ப்பார். பின்னர் வண்டியில் ஏறி உட்கார்ந்து புறப்பட்டாரேயானால் இரவு ஊரடங்கிய பிறகுதான் திரும்புவார் முதலியார். அவருக்கு மாலை நேரம் 'மயக்க'த்திலேதான் கழியும். அதற்கென்று ஓர் ரகசிய இடமும், சில அந்தரங்க நண்பர்களும் உண்டு. அந்த நண்பர்களிடையே பேதங்களும் வித்தியாசங்களும் வெளியுலகில் நிலவுமே தவிர அங்கு எல்லாரும் சமமாகப் பழகுவார்கள். முதலியார் முற்றிலும் மாறிய மனிதராய் அங்கே இருப்பார். அதெல்லாம் முருகேசன் ஒருவனுக்கு மட்டும் தெரியும்: நாற்பது வருஷமாய் உடன் இருக்கிறானே! அந்த விஷயம் பற்றி யாருக்குமே தெரியாது என்று அவருக்கு நினைப்பு; அது உண்மையும்கூட. யாரோ சிலருக்கு அந்த விஷயம் தெரிந்திருக்கிறதென்றால் அதற்குக் காரணம் நாகம்மாளே தவிர, அவரல்ல.

ஏதோ கல்யாண விஷயத்தைப் பேசி மங்களகரமாக முடித்ததுபோல் எல்லாரும் மிகவும் கலகலப்பாகவும் மகிழ்ச்சி யில் இரைந்து பேசியவாறும் கலைந்தனர். ஹென்றியையும் துரைக்கண்ணுவையும் – யாரை அதிகம் புகழ்வது என்று தெரியாத திகைப்பில் மாறி மாறி இருவரையும் புகழ்வதிலேயே அவர்கள் பேச்சு முனைந்தது. அதைத் தொடர்ந்து சபாபதிப் பிள்ளையின் நினைவு அவரைத் தெரிந்தவர்கள் மனத்தில் அடிக்கடி வந்து நிறைந்தது.

துரைக்கண்ணு தனது இயல்புக்கு ஏற்ப எல்லாரையும் சிரிக்க வைத்துக் கொண்டிருந்தான். ஹென்றியைப் பார்க்கும் போது, அவனுடைய மூக்கைத் தவிர அவன் அப்படியே தன் அண்ணனை உரித்துக்கொண்டு வந்திருப்பதாக அவனுக்குத் தோன்றியது. அதை அவன் வாய்விட்டுச் சொன்னபோது தேவராஜனும் ஹென்றியும் ஒருவரை ஒருவர் பார்த்துப் புன்னகை செய்து கொண்டனர்.

எல்லாரும் விடை பெற்றுக்கொண்டு எழுந்து நடந்த போது துரைக்கண்ணு தேவராஜனோடும் ஹென்றியோடும் சேர்ந்து பேசிக்கொண்டு நடந்தான். தேவராஜன் வீட்டருகே அவர்கள் மூவரும் வந்து நின்றபோது துரைக்கண்ணு தான் பிறந்த அந்தப் பாழடைந்த வீட்டைப் பார்த்தான். அவனுடைய கண்களுக்கு அந்த வீட்டைவிடவும் கதவில் தொங்கிய பூட்டு பெரிதாய்த் தெரிந்தது.

பஞ்சாயத்து முடிந்த பிறகு நடந்த சம்பாஷணைகளின் போது போஸ்ட் ஐயரோ, தர்மகர்த்தாவோ அந்தப் பாழ் வீட்டில் பேய் நடமாடுகிற விஷயமாகப் பேசிக்கொண்டி ருந்ததையும் பல வருஷங்களுக்கு முன்னால் அந்தத்

திண்ணையிலே ஊர்ப் பரியாறி பழனி தூக்கிட்டுக்கொண்டு தொங்கியதையும் துரைக்கண்ணு திடீரென இப்போது நினைத்துக்கொண்டான். அந்தக் காட்சியை அவன் பார்த்திருக்கிறான்.

இந்த வீட்டுக்குச் சொந்தக்காரன் என்ற முறையில் இவனைப் பஞ்சாயத்தார் அழைத்து வந்திருந்தார்கள். அப்போதும்கூட 'எனக்கும் இந்த வீட்டுக்கும் சம்பந்தமில்லை' என்று தான் சொன்னதை இப்போது நினைத்துக்கொண்டான் துரைக்கண்ணு.

சின்ன வயதில், அந்த வீட்டில் நடமாடுகிற பேய்க்காகத் தான் அஞ்சி நடுங்கிய சம்பவங்களையெல்லாம் தேவராஜன் ரசித்துச் சொன்னான். இப்படி ஏதேதோ பேசிக்கொண்டே அவர்கள் இன்னும் சற்று நேரம் தெருவிலேயே நின்றிருந்தனர். அதன் பிறகு தேவராஜன் துரைக்கண்ணுவையும் தன் வீட்டுக் குள் வருமாறு அழைத்தான்.

"இருக்கட்டும் ஸார். என் பசங்களுக்கெல்லாம் அவங்க அண்ணனை இட்டுக்கினு போய்க் காட்ட வேண்டாமா? ரெண்டு நாளா கேட்டுக்கினே இருக்குதுங்க. நம்ப கடைசிப் பய, 'நானும் வரேன்'னு காத்தாலே அழுதான். 'வேணாண்டா, நான் வரும்போது கையோட கூட்டியாரேன்'னு சொல்லிட்டு வந்தேன். உங்க வீட்டுக்கு விருந்தாளியா வந்திருந்தாலும் தொரை நம்ப வூட்டுப் பிள்ளை" என்று சொல்லிக்கொண்டே ஹென்றியிடம் திரும்பி, ரொம்பச் சொந்தமாக, "அப்போ நாம்ப வூட்டுக்குப் போலாமா?" என்று அழைத்தான் துரைக் கண்ணு. ஹென்றி அவனது அழைப்பில் மகிழ்ந்து 'தாங்க்யூ'

ஜெயகாந்தன்

என்று சொன்னான். பின்னர் தேவராஜனிடம் அனுமதி கோருவது மாதிரி பார்த்தான். அந்த ஒரு விநாடியில் தேவராஜன் பயந்து போனான். 'எங்கே இவன் தன்னிடம் சொல்லிக்கொண்டு துரைக்கண்ணுவோடு புறப்பட்டுவிடு வானோ!' என்று நினைக்கையில் அப்படி அவன் செய்யும் பட்சத்தில் தான் மறுக்க முடியாதே என்று எண்ணி, அப்படி நேர்ந்துவிடக் கூடாதே என்ற அவசரத்துடன், "நாளைக்குப் போகலாமே" என்று தயக்கத்துடன் சொன்னான்.

"எஸ். நான்கூட அப்படித்தான் நினைச்சிது" என்றான் ஹென்றி.

ஹென்றியைப் பிரிவதற்கு தேவராஜனுக்கு மனமில்லை என்று உணர்ந்த துரைக்கண்ணு, "அப்படீன்னா நாளைக்கு நீங்களும் கூடவரணும்" என்று தேவராஜனையும் அழைத் தான். தேவராஜன் மகிழ்ச்சியுடன் ஒப்புக் கொண்டான்:

"நாளைக்கு வெள்ளிக்கிழமை. நாளைக்காவது ஸ்கூலுக்குப் போகணும். இந்த வாரம் பூராப் போகலை. அப்புறம் சனி, ஞாயிறு லீவு, நாளைக்குச் சாயங்காலமா வரோம்."

"நீங்க அஞ்சு மணிக்குத் தயாராக இருங்க. நான் நம்ப 'ரத'த்தோட வந்து நிப்பேன்" என்று புறப்பட்டான் துரைக் கண்ணு.

"வாசற்படியோட திரும்பிப் போறீங்களே. உள்ளே வந்துட்டுப் போங்க" என்றான் தேவராஜன்.

"இருக்கட்டும் ஸார் . . . அவசரமான வேலை ஒண்ணு இருக்குது. கடைத் தெருவு வரைக்கும் போகணும்" என்று துரைக்கண்ணு சொன்னபோது பாண்டுவுக்குச் சிரிப்பு வந்தது.

ஹென்றியும் தேவராஜனும் நேரே மாடிக்குப் போயினர். அவர்கள் இருவருமே ஆழ்ந்த யோசனையோடும், ஒன்றிய சம்பாஷணையிலும் மாடிப்படி ஏறிச் சென்றதால், அறைக்குள் வந்து அமர்கிறவரை சூழ்நிலையின் பிரக்ஞையே இல்லாதது போல், யாரையும் எதையும் கவனிக்காது வந்ததால், ஹென்றி ஈஸிசேரிலும் தான் கட்டிலிலும் உட்கார்ந்திருப்பதைத் திடீரென உணர்ந்தெழுந்த தேவராஜன், மண்ணாங்கட்டி யைத் தேடுவதற்காக மாடி ஜன்னல் வழியாய் எட்டிப்பார்த் தான். அப்போது மண்ணாங்கட்டி மாடிக்கு வந்துகொண் டிருந்தான்.

'எங்கே இந்த மண்ணாங்கட்டிப் பையனைக் காணோம்?' என்று தேவராஜன் முனகிய குரல் கேட்டு, "ஏங்க, தோதான் இருக்கேன்" என்று குரல் கொடுத்தான் மண்ணாங்கட்டி.

அதற்குள்ளாகத் தான் எதற்காக அவனைத் தேடினோ மென்பது தேவராஜனுக்கு மறந்து போயிற்று.

"அக்கம்மா அடை சுட்டிருக்குதாம், கொண்டாரட்டா?" என்று அவன் கேட்ட பிறகுதான் தான் அவனை அழைத்த காரணமும் தேவராஜனுக்கு நினைவு வந்தது. மணியக்காரர் வீட்டில் காபி மட்டும்தான் கொடுத்தார்கள்; அதுவும் அவ்வளவு திருப்தியாக இல்லை. நாகம்மாள் செய்கிற எந்தக் காரியத்திலும் அவளுக்கு இருக்கிற அலட்சியம் காபி போடுவதிலும் தெரிந்தது. மணியக்காரரின் உபசாரத்தை மறுக்க முடியாமல், பேருக்குக் கொஞ்சம் குடித்து வைத்தான் தேவராஜன். அவன் மண்ணாங்கட்டியிடம் சொல்லி அனுப்பினான்:

"அடை கொண்டா. அப்புறம் சின்ன டம்ளர்லே காபி கொண்டுவா, ரெண்டு பேருக்கும். உன் வாழைப்பூ செம்பிலே பானகம் மாதிரி கரைச்சுக் கொண்டாராதே."

மண்ணாங்கட்டி போனபிறகு தேவராஜன் ஹென்றியைப் பார்த்தான். ஹென்றி ஈஸிசேரில் சாய்ந்து கண்களை மூடித் தீவிரமாக யோசனையில் ஆழ்ந்திருப்பவன் போலிருந்தான். அவன் சிந்தனையைத் தான் கலைக்கக் கூடாது என்ற நினைப்பில் தேவராஜன் அமைதியாகச் சட்டைப் பையிலிருந்து அந்தக் கடிதத்தை எடுத்துப் படிக்க முனைந்தான். ஹென்றி கண் விழித்துப் பார்த்துத் தேவராஜனிடம் பேசினான்:

"யோசித்துப் பார்த்தா ரொம்ப ஆச்சரியமா இருக்குது இல்லே? இந்த 'ரிமோட்' கிராமத்திலே, மாடு மேய்க்கிற பையன்களுக்குக்கூட எவ்வளவு இங்கிலீஷ் வார்த்தைகள் தெரிஞ்சிருக்குது! அண்ட் இட்ஈஸ் எ ஃபுல் ஸென்ட்டன்ஸ்!– அம்பேல்" என்று அவன் சொல்லுவது எது குறித்து, என்ன விஷயம்? என்று ஒன்றும் புரியவில்லை தேவராஜனுக்கு.

"வாட் டூ யூ மீன்?"

"நான் இந்த வார்த்தையைப் பல சமயங்களில் கேட்டிருக்கிறேன். ஒரு சாணி பொறுக்குகிற சிறுமிகூட இன்னொருத்தி தன்னைத் துரத்தி வரும்போது சொல்லியிருக்கிறாள் – 'அம்பேல்' – அதற்கு என்ன அர்த்தமென்று உங்களுக்குத் தெரியுமா?" என்று ஆங்கிலத்தில் கேட்டான் ஹென்றி.

"அம்பேல்னா, பசங்க விளையாடும் போது சொல்லிக்கிற வார்த்தை. ஒருத்தன் அதைச் சொல்லிட்டான்னா அவனை மாட்டி வைக்கக் கூடாது."

“எக்ஸாக்ட்லி . . . அதுக்கு ஏன் ‘அம்பேல்’னு சொல்லணும்? இதைப் பத்தி நீங்க யோசிச்சிருக்கீங்களா?” என்று கேட்டுவிட்டு ஹென்றி ஏதோ கவிதைக்குப் பொழிப்புரை செய்கிற மாதிரி விளக்கினான்: “அம்பேல் என்பது – (*I am on bail*) ஐ யாம் ஆன் பெய்ல் – வேகமாகச் சொல்லிப் பாருங்க ஐய்ம் ஆம்பேய்ல். அய்ம்பேல் – அம்பேல்” என்று குதூகலமாக அவன் விளக்கியது மிகப் பொருத்தமாகவும் ஏற்றுக்கொள்ளும்படியாகவும் இருந்ததால் தேவராஜன் வியப்புடன், “நீங்க சொன்னது சரியா இருக்கலாம்” என்று ஒப்புக்கொண்டான்.

“எனக்கு இது எப்படித் தெரிஞ்சிச்சிதுன்னா ‘ஐ ஸ்பை’ விளையாட்டும் இப்படித்தான். (*I spy*) – தான் . . . மத்தியானம் அந்தப் பையன் சொல்லிச்சிது – ஐ ஸ்பை ஆட்டத்திலேதான் ‘அம்பேல்’ உண்டுன்னு.”

மண்ணாங்கட்டி அடை கொண்டுவந்தான். அடை சூடாக இருந்தது. ஹென்றி அதை ரசித்துச் சாப்பிட்டான். இதைப் போல் தான் இதற்கு முன்னால் சாப்பிட்டிருப்பதாக அவனுக்குத் தோன்றியது.

தேவராஜன் தன் மனைவியிடமிருந்து வந்த கடிதத்தின் வாசகத்தை அப்படியே படித்துக் காட்டுவதா, அல்லது விஷயத்தை மட்டும் சொல்வதா? என்று யோசித்தான். அந்தக் கடிதத்தையே இவனிடம் படிக்கத்தருவதில்கூட அவனுக்கு ஆட்சேபணை இல்லை. ஆனால் அவன் அப்படிச் செய்யாததற்குக் காரணம், ஹென்றிக்குத் தமிழ் படிக்கத் தெரியுமா, தெரியாதா என்று தேவராஜனுக்குத் தெரியாதது மட்டுமல்ல; அந்த அளவுக்குத் தான் உரிமை எடுத்துக் கொள்வது சரியாகுமா? என்கிற தயக்கமும்தான். எனவே கடிதத்தை கையில் எடுத்துப் பிரித்தவாறே தேவராஜன் அவனிடம் ஆங்கிலத்தில் சொன்னான்:

“நீங்கள் ரொம்பவும் அதிசயமான மனிதர். நீங்கள் வந்த அன்றைக்கே சொன்னீர்கள். எங்களுக்கு ஒரு குழந்தை பிறந்தால் என் குடும்ப வாழ்க்கையில் அமைதி நிலவுமென்று . . . இப்போது அவள் எனக்குக் கடிதம் எழுதியிருக்கிறாள்” – என்று சொல்கிறபோதே தேவராஜன் மகிழ்ச்சியும் ஒருவிதப் படபடப்பும் அடைந்தான். அவன் சொன்ன வார்த்தைகளையும் கடந்து அவனது மன உணர்ச்சிகளைப் புரிந்துகொண்ட ஹென்றி அடை எடுத்துத் தின்ற கையைத் தட்டில் உதறிவிட்டு, “கன்கிராஜுலேஷன்ஸ்! விஷ் யூ எ பாய்” என்று உற்சாகமாகக் கூவி அவனோடு கை குலுக்கினான். தேவராஜன் அவனுக்கு நன்றி செலுத்தியவாறு தன்னை மறந்து சிரித்தான். அவனுக்கு

நிஜமாகவே சந்தோஷமாயிருந்தது ... ஆனால், அதில் தனக்கு இருக்கிற சந்தோஷம் அவளுக்கு – கனகவல்லிக்கு இல்லை யென்று அந்தக் கடிதம் சொல்கிற வாசகங்கள் நினைவுக்கு வர, தேவராஜனின் முகம் மாறிற்று. அவன் ஒரு பெருமூச் செறிந்தவாறு ஹென்றியிடம் சொன்னான்:

"அவள் இதற்காகச் சந்தோஷப்படவில்லை."

"நோ ... நோ ... ஷீ மஸ்ட் பீ ஹாப்பி."

"ஆனால் அவள் எழுதி இருக்கிறாளே" என்று கடிதத்தின் கடைசி வரிகளைத் தமிழில் படித்துக் காட்டினாள் தேவராஜன்: "டிரெயினிங் ஸ்கூலில் சேருவதற்காக எல்லா ஏற்பாடுகளும் செய்தான பிறகு இயற்கை என் வாழ்க்கையில் இப்படி ஒரு சதி செய்துவிட்டதற்கு என்னால் சந்தோஷப்பட முடிய வில்லை. எல்லாம் கடவுள் விட்டவழி. அவரவர் செய்த பாவத்தை அவரவரர் அனுபவிக்கத்தானே வேண்டும். இங்கே வீட்டிலுள்ளவர்கள் எல்லாரும் இதற்காகச் சந்தோஷப்படுவது எனக்கு எரிச்சலாக இருக்கிறது. எனக்குத் தெரியாதா, உங்களுக்கு எதற்குப் பெண்டாட்டியும் பிள்ளையும்? ஆனாலும் உங்களுக்குத் தெரிவிக்க வேண்டியது என் கடமை அல்லவா?" என்று படித்து முடித்துக் கோபத்துடன் அந்தக் கடிதத்தை மடித்துப் பையில் வைத்துக்கொண்டு முகத்தை 'உம்'மென்று வைத்துக் கொண்டான் தேவராஜன்.

ஹென்றி அவனைக் கூர்ந்து பார்த்தான்: "உங்கள் மனை விக்கு இந்த விஷயத்தில் நிஜமாகவே சந்தோஷமில்லை என்று நீங்களும் நினைக்கிறீர்களா?"

"அவள் அப்படித்தானே எழுதி இருக்கிறாள்."

"அதனால்தானே உங்களைக் கேட்கிறேன்: நீங்களுமா? என்று."

"பிறகு அவள் ஏன் அப்படி எழுதவேண்டும்."

"அதுதான் விஷயம். ஒரு மனைவி தன் புருஷனுக்கு இந்த விஷயத்தைக் கடிதத்தின் மூலம் எழுத நேர்ந்திருக்கிறதே, அந்த வருத்தத்தின் நிழல்தான் அந்த வாசகங்கள். போகப் போக எல்லாம் சரியாகிவிடும். முதலில் அக்கம்மாளிடம் போய் இந்த மகிழ்ச்சிகரமான செய்தியைச் சொல்லுங்கள்" என்று அவனைப் பிடித்துத் தள்ளாத குறையாக அங்கிருந்து கிளப்பினான் ஹென்றி.

தேவராஜன் கையில் கடிதத்துடன் மாடிப்படி இறங்கிக் கீழே போனான்.

அக்கம்மா காபி கொடுத்தனுப்புவதற்காக மண்ணாங் கட்டியைக் கூவியவாறு முற்றத்துக்கு வந்தபோது தேவராஜன் மாடிப்படி இறங்கி அவளிடம் அந்த விஷயத்தைத் தெலுங்கில் சொன்னதையும் அதைக் கேட்டு அவள் மார்பின் மீது இரண்டு கைகளையும் பதித்து – கையில் அடை சுடுகிற சட்டுவத்தோடு – கண்களை மூடிக் கடவுளுக்கு நன்றி பாராட்டிப் பரவசமடைந்து ஆனந்தத்தில் திக்குமுக்காடுவதை மாடியிலிருந்து ஜன்னல் வழியாகப் பார்த்தான் ஹென்றி. அப்போது அவள் பேசியதில் ஹென்றிக்குப் புரிந்தது 'வெங்கடாஜலபதி' என்கிற ஒரு பெயர் மட்டும்தான்.

25

இரவு வெகு நேரம்வரை ஹென்றியும் தேவராஜனும் பேசிக் கொண்டிருந்தார்கள். வெப்பம் அதிகமாயிருந்த படியினால் மாடியறைக்கு முன்னாலுள்ள திறந்தவெளியில் – சாயங்காலமே மண்ணாங்கட்டியிடம் குடம் குடமாய்த் தண்ணீர் கொண்டுவந்து கொட்டச் சொல்லிக் குளிர்ந்திருந்த தரையில் – பாய் விரித்து அவர்கள் படுத்திருந்தார்கள். நிலா வெளிச்சம் இல்லை. தென்னந்தோப்புக்குப் பின்னால் மூளியாய்ப் போன நிலா ஒளிந்து கொண்டிருந்ததை ஹென்றி பேச்சு சுவாரஸ்யத்தினிடையே கவனித்து தேவராஜனிடம் காட்டினான். பத்து மணிக்கு மேலே சில சமயங்களில் குளிர்ந்த காற்று வந்தது. ஹென்றி இங்கு வந்த அன்றைக்குக் குடித்துவிட்டு மீதி வைத்திருந்த பிராந்தியை அன்று போலவே ஹென்றி ஒரு கிளாஸும் மீதியைத் தேவராஜனும் குடித்தனர்.

குடிப்பதற்கு முன்னால் ஹென்றி, தேவராஜனுக்குப் பிறக்கப் போகும் குழந்தையை வாழ்த்திவிட்டுக் குடித்தான். அதே மாதிரி தேவராஜன், கிருஷ்ணராஜபுரத்திற்கு வந்து குடியேற்றம் பெற்றிருக்கும் ஹென்றியின் வரவினை வாழ்த்தி, அது நிலைபெற வேண்டுமென்று சொல்லிக் குடித்தான்.

அக்கம்மாள் இரவு சாப்பாட்டைப் பாயசத்தோடு பரிமாறினாள். சாப்பிடும்போது அவள் கனகவல்லியைப் பற்றியே பேசிக்கொண்டிருந்தாள். இந்த வாரம் சனி – ஞாயிறில் போய் அவளைப் பார்த்துவிட்டு வரும்படி தேவராஜனை வற்புறுத்தினாள். பிரசவம் ஆகிறவரை அவள் அங்கேயே இருந்தாலும் இருக்கட்டும். ஆனால், ஒரு தடவை இங்கே அழைத்துக் கொண்டு வந்து அவளைச் சீராட்டி அனுப்ப வேண்டும் என்று அக்கம்மாள் ஆசைப்பட்டாள். தேவராஜனும்

கனகவல்லியும் பிரிந்திருப்பதற்குத் தான் காரணமாகி விட்டதைச் சொல்லி அவள் வருந்தினாள். தேவராஜன் அவளுக்குச் சமாதானம் கூறினான். ஹென்றி, தனக்கு அந்த விஷயங்கள் ஒன்றும் புரியாததுபோல அவர்கள் சம்பாஷணையைக் கவனித்ததாகக்கூடக் காட்டிக் கொள்ளாமல் மௌனமாகச் சாப்பிட்டான்.

இவர்கள் சாப்பிட்டு முடிப்பதற்கு முன்பாக மண்ணாங் கட்டி மாடியில் பாய் விரித்து வைத்திருந்தான்.

மாடிக்கு வந்ததும் ஹென்றி, தேவராஜனிடம் கேட்டான்: “நாளைக்கு மிஸ்டர் துரைக்கண்ணு உங்களையும் அவர் வீட்டுக்குக் கூப்பிட்டிருக்காரே ... அக்கம்மா உங்களை உங்க வய்ஃபையைப் போய்ப் பார்த்துட்டு வரச் சொல்றாங்களே!” என்று சொல்லிக்கொண்டிருக்கையில் தேவராஜன் தீர்மான மாகச் சொன்னான்:

“நோ ஐ யாம் நாட் கோயிங் – திஸ் வீக். அடுத்த வாரம் போய்க்கிறது.”

தேவராஜன் சும்மா ஒரு கோபத்தில் அப்படிச் சொல் கிறான் என்று ஹென்றி புரிந்துகொண்டான். இவனால் போகாமல் இருக்க முடியாது என்று தோன்றியது அவனுக்கு. ஹென்றியின் இந்த எண்ணத்திற்கேற்பத் தொடர்ந்து தேவராஜன் சொன்னான்; “நாளைக்கு ஒரு லெட்டர் எழுதிப் போடறேன். அதிலே அடுத்த வாரம் வரதாகச் சொன்னாப் போச்சு.”

“நீங்க இன்னைக்கே ஒரு லெட்டர் எழுதிப் போட்டி ருக்கலாம்” என்று சொன்ன ஹென்றி, அதற்குத் தடையாக இருந்த இன்றைய பஞ்சாயத்து நிகழ்ச்சிகளைப் பற்றி எண்ணினான். தேவராஜனுக்கும் அதுபற்றி நினைப்பு வந்தது:

“இன்னக்கி எவ்வளவு பெரிய காரியம் செஞ்சிருக்கோம்! என்னைப் பொறுத்தவரைக்கும் டு டே இஸ் எ க்ரேட் டே! சாதாரணமா என்னைப் பஞ்சாயத்துக்குக் கூப்பிடுவாங்க. தலையெழுத்தேன்னு போய் உக்காருவேன். மணியக்காரரும் தர்மகர்த்தாவும் என்ன சொல்றாங்களோ அதுக்குத் தலை யாட்டுவேன். இந்தத் துரைக்கண்ணுவைப் பத்தி நேத்து வரைக்கும் எனக்கிருந்த அபிப்பிராயமேவேறே. அவர் எவ்வளவு பெரிய மனுஷன்னு இன்னக்கித்தான் புரிஞ்சிது. அது மட்டுமில்லே ... இந்த ஊரிலே, ஏன்? மனுஷங்க எல்லோருமே ... பாக்கற மாதிரிப் பார்த்தா பெரிய மனுஷனாத் தான் இருப்பான் போல இருக்கு. நீங்க பெருந்தன்மையா இருந்ததுதான் இதுக்கெல்லாம் காரணம் ... சாதாரணமா ஒருத்தன் இந்த மாதிரி சொத்து மேலே சொந்தம் கொண்டாடிக்

கிட்டு வரதுன்னா கோர்ட் மூலமாத்தான் வருவான். அப்படி வந்தாவே மத்தவங்களுக்கு வரவன் மேலே ஒரு எதிர்ப்பும் வெறுப்பும் வந்துடும். நீங்க அப்படிச் செய்யாததுதான் உங்க பெருந்தன்மை. அதுமட்டுமில்லே. பஞ்சாயத்திலே கூப்பிட்டு உங்களை விசாரிக்கிறதுக்கு இவங்களுக்கு எந்தவித ரைட்டும் கிடையாது. அந்த விஷயம் மணியக்காரருக்குப் புரிஞ்சிருக்கு. ஆரம்பத்திலிருந்தே நான் அதைக் கவனிச்சேன். ஆனால், தர்மகர்த்தா உங்களை இன்ஸல்ட் பண்ற மாதிரிகூட நடந்துக் கிட்டார் . . .”

“இன்ஸல்ட்? . . . நோ, நோ . . .” என்று சிரித்தவாறே அவனது பேச்சில் இடைமறித்து மறுத்தான் ஹென்றி:

“இந்தப் பஞ்சாயத்து ரொம்ப இன்ட்டரஸ்டிங்கா இருந்திச்சுது. எனக்கு அதைப் பத்தி ஒரு ஐடியாவே கெடை யாது? ஸோ, இந்தப் பஞ்சாயத்து இஸ் எவ்வரிதிங்? நோ போலீஸ். நோ கோர்ட்? . . . இட் இஸ் ரியலி பைன்! . . .” என்று ஒரு மனநிறைவோடு அவன் பேசிக்கொண்டி ருக்கையில் தேவராஜன் அதைப்பற்றி விளக்கிச் சொன்னான்:

“இந்தப் பஞ்சாயத்து ஒண்ணும் ‘எவ்வரிதிங்’ இல்லே. இட் இஸ் எ *Basic thing!* கொமராவரத்திலே போலீஸ் ஸ்டேஷன் இருக்கு. கோர்ட், ஸப் – ஜெயில் எல்லாம் இருக்கு. நம்ப ஊர் அந்த ஜூரிஸ்டிக்ஷனைச் சேர்ந்ததுதான். ஊர்ப் பஞ்சாயத்துலே ஒரு முடிவு எடுத்துட்டா அது எல்லாரையும் கட்டுப்படுத்தும். அது அநியாயம்னு மீறிக்கூட ஒருத்தன் கோர்ட்டுக்குப் போகலாம். ஆனால், அவன் கோர்ட்டுக்குப்

போய்ட்டு ஊருக்குத்தானே திரும்பி வரணும்? இங்கேதானே வாழணும்? கோர்ட்டும் சட்டமும் நம்ப வாழ்க்கைக்கு ரொம்ப தூரத்திலே இருக்கே. அது மட்டுமில்லே; கோர்ட்டி லேகூட இந்தப் பஞ்சாயத்து முடிவுக்கு ஒரு தனி மரியாதை உண்டு, சில ஊர்லே ஜாதிக்கட்டுமானம் உண்டு. இங்கேயும் ஹரிஜன்ஸ் மத்தியிலே ஜாதிப் பஞ்சாயத்துதான், ஆனால் நம்ப ஊரைப் பொறுத்தவரைக்கும் இந்த ஊர்ப் பஞ்சாயத்தை மீறியோ எதிர்த்தோ இந்த ஊர்க்காரன் கோர்ட்டுக்குப் போறதில்லே. நீங்க இதெல்லாம் தெரியாமலேயே இந்த ஊர் வழக்கப்படி நடந்துக்கிட்டீங்க. துரைக்கண்ணு பிள்ளைக்கு உங்க பப்பா மேலே உங்களுக்கு இருக்கிற மாதிரியே பிரியம் இருக்குது. நீங்க தன் அண்ணனோட மகன்னே அவர் நம்பறாரு. அப்படி இல்லேன்னு நாளைக்கு எப்பவாவது தெரிய வந்தால் அவருக்கு ரொம்ப வருத்தமா இருக்காது?" என்று மிகவும் வருத்தத்துடன் யோசித்தான் தேவராஜன்.

"இப்ப கோர்ட்டிலே தண்டிக்கிற மாதிரி, இந்தப் பஞ்சாயத்திலேயும் தண்டனையெல்லாம் உண்டா?" என்று கேட்டான் ஹென்றி.

"ஆமாம். நிச்சயமா உண்டு. ஜெயில்லே போடறதெல்லாம் கிடையாது. அபராதம் விதிப்பாங்க. அபராதம்னா . . . இடிஞ்சு கிடக்கிற கோயில் மதிலை அவன் செலவிலே கட்டச் சொல்லு வாங்க. இல்லாட்டி கோயிலுக்கு ரெண்டு மூட்டை நெல் அனுப்பச் சொல்லுவாங்க. சில சமயம் பணமாகவும் கட்டச் சொல்லுவாங்க."

"ஓ! வாட் எ கல்ச்சர்!" என்றான் ஹென்றி: "தப்புப் பண்ணினவனைக் கூட ஒரு நல்ல காரியம் செய்ய வைக்கிற தண்டனை ஒரு பெரிய நாகரிகம் இல்லியா!"

"ஆனால் எல்லா ஊரிலேயும் அப்படி நடக்கிறதில்லை. சில ஊர்லே பஞ்சாயத்துக்காரங்களே அபராத் தொகையைப் பங்கு போட்டுக்குவாங்க" என்று சிரித்தான் தேவராஜன். ஹென்றி அதைக் காதில் வாங்கிக்கொள்ளவே இல்லை.

இந்த ஊரில் வந்து வாழ்வதற்குக் காலூன்றிய பிறகு தான் சுமக்கவேண்டிய சில பொறுப்புகளைப் பற்றி ஹென்றி யோசித்துக்கொண்டிருந்தான்:

'நான் பப்பாவின் வளர்ப்பு மகன் என்று அறிந்திருக்கிற தேவராஜனுக்கு, துரைக்கண்ணு, பப்பாவின் அங்க அடை யாளங்களில் என்னில் காண்பது சிரிப்பிற்குரிய விஷயமாக இருக்கிறது. ஆனால் தேவராஜனுக்கும் தெரியாத, தெரியக் கூடாத பல விஷயங்கள் எனக்குத் தெரியுமே. பப்பாவின்

மனைவியைப் பற்றிய உண்மை இவர்களில் யாருக்கும் தெரியாது. இதை நான் தெரியப்படுத்தவும் கூடாது. அதே மாதிரி நான் பப்பாவின் சொந்த மகன் இல்லை என்கிற விஷயம் மிஸ்டர் துரைக்கண்ணுவுக்கும் தெரியக் கூடாது. உண்மைகள் ஒன்றும் அவ்வளவு முக்கியமில்லை. ஒரு நல்ல நம்பிக்கையைச் சிதைக்காமலிருப்பதே மிகவும் முக்கியம்" என்று எண்ணிய ஹென்றி, தேவராஜனிடம் சொன்னான்:

"மிஸ்டர் துரைக்கண்ணு ரொம்ப நல்ல மனுஷர். அவர் என்னைப் பப்பாவின் சொந்த மகன்னு நினைக்கிறது ரொம்ப நல்லதுதான். அவரைப் பொறுத்தவரைக்கும் அது அப்படியே இருக்கட்டுமே. நாங்க இருந்தோமே பெங்களூர்லே, அங்கே எங்களைத் தெரிஞ்சவங்க எல்லாரும் அப்படித்தான் நினைச்சிக்கிட்டிருந்தாங்க. உங்ககிட்டே சொன்னது மாதிரி *I am a foundling*னு சொல்றதுக்கான ஃபிரண்ட்ஸோ, அட்மாஸ்ஃபியரோ எனக்கு அங்கேயெல்லாம் ஏற்பட்டதில்லை. எல்லார்கிட்டேயும் இதைச் சொல்லிக்கிட்டிருக்கணும்னு ஒண்ணும் அவசியமும் இல்லை, இல்லியா?"

"எஸ், எஸ் . . . யூ ஆர் ரைட்" என்று ஆமோதித்த தேவராஜன், திடீரென்று சிரித்தான்: "துரைக்கண்ணு பிள்ளை நல்லா கேட்டார்; இல்லே? முதல்லே எனக்குக் கொஞ்சம் பயமாக் கூட இருந்தது, பஞ்சாயத்தை அவமதிக்கிறதா எடுத்துக்கு வாங்களோன்னு" என்று சொல்லி துரைக்கண்ணு சொன்ன அந்த வார்த்தைகளை ஒருமுறை சொல்லிப் பாராட்டினான்: 'யார் யாருக்குப் பொறந்தான்னு யாருக்குத் தெரியும்?'

"அதை பாலன்ஸ் பண்ணினாரே . . . 'இன்னொருத்தர் சொல்றதை வச்சிதானே எல்லாம்'னு . . . எனக்குத்தான் அந்த இன்னொருத்தர் கூடக் கிடையாது" என்று சிரித்தான் ஹென்றி.

ஐந்து

குமாரபுரத்துக்கு, துரைக்கண்ணுவின் வீட்டில் ஹென்றி விருந்தாளியாக வந்து இரண்டு நாட்களாகின்றன.

வெள்ளிக்கிழமை மாலை துரைக்கண்ணு முதல் நாள் சொன்னபடியே – வழக்கமாகக் கடைத் தெருவிலிருந்து சந்தைப் பேட்டையைச் சுற்றிக்கொண்டு பல ஊர்களை வலம்வந்து குமாரபுரம் போகிற தன் லாரிக்கு வந்த பிரயாணிகளையெல்லாம், ‘இன்னைக்கி லாரி வராதுப்பா’ என்று சொல்லி அனுப்பிவிட்டு – அந்தச் சிறிய தெருவில் புழுதிப் படலத்தைக் கிளப்பிக் கொண்டு ஓட்டி வந்து அந்த ‘ரத’த்தைத் தேவராஜன் வீட்டின் முன்னால் நிறுத்தினான்.

தேவராஜன் துரைக்கண்ணுவை மாடிக்கு அழைத்துச் சென்று, உட்கார வைத்து காபி டிபன் கொடுத்து உபசாரம் செய்தான். துரைக்கண்ணு அந்த வீட்டைப் பார்த்து மிகவும் ஆச்சரியமடைந்தான்:

“எதுக்கு இவ்வளவு அழகான ஒரு வீட்டைக் கட்டி, முன்னாலே ஒரு சுவர் வச்சு மறைச்சிருக்கீங்க?” என்று அவன் கேட்டபோது, தேவராஜன் சிரித்துக் கொண்டே பதில் சொன்னான்:

“எல்லாம் உங்களால்தான். உங்க வீட்டை நீங்க பாழாப் போட்டுட்டீங்க. ‘பாழடைஞ்ச வீட்டிலே முழிக்கக் கூடாதுன்னுதான் நெல்லு காயப் போடற எடத்துக்கு முன்னாலே சுவர்கட்டி, கூரையும் போட்டு இந்த வீட்டு அழகையே கெடுத்திருக்கிறோம்’னு அக்கம்மா அடிக்கடி சொல்லும்.”

“இந்தத் தெருவிலேயே எங்க வீட்டை அழகான வீடா இன்னும் ஒரு மாசத்திலே ஆக்கிக் காட்டறேன் பாருங்க” என்று துரைக்கண்ணு உத்தரவாதம் கொடுத்தான்.

அன்று மாலை அவர்களோடு குமாரபுரத்துக்கு வந்து துரைக்கண்ணுவின் குடும்பத்தாரோடு ஓரிரவு கழித்த தேவராஜன், மறுநாள் காலை ஹென்றியிடம் சொல்லிக் கொண்டு துரைக்கண்ணுவின் லாரியிலேறி ஆலம்பட்டிக்குப் போய் முப்பது மைல் தாண்டி இருக்கிற, ஜில்லாத் தலை நகரான — மாமியார் ஊருக்குப் போக ரயிலேறி விட்டான். இன்றைக்குத் திரும்பிவரவேண்டும்.

துரைக்கண்ணுவின் வீடு குமாரபுரத்திலேயே ஒதுக்குப் புறமான ஓரிடத்தில் இருந்தது. ஓட்டு வீடு என்றாலும் விசாலமாயிருந்தது. ஹென்றிக்குத் தனியாக — தெருப்பக்கம் உள்ள ஓர் அறையை ஒதுக்கிக் கொடுத்தார்கள். அவனோடு துணையாகத் துரைக்கண்ணுவின் பையன்களில் யாராவது சிலரோ அல்லது எல்லாருமோ அவனைச் சூழ்ந்துகொண் டிருந்தனர். துரைக்கண்ணுவின் ஐந்து குழந்தைகளும் பையன்கள். ஆறாவது பெண்; கைக் குழந்தை. அவன் மனைவி நவநீதம், ஹென்றியும் தேவராஜனும் வீட்டுக்கு வந்தபோது, இந்த இருவரில் யார் ஹென்றி என்று தெரியாமல் திகைத்தாள். பிறகு, துரைக்கண்ணுவைத் தனியே அழைத்து அவள் விசாரித்தபோது அவன் பெரிதாகச் சிரித்து, எல்லாருக்கும் அதைத் தெரியச் சொல்லி அவளைப் பரிகாசம் செய்தான். அப்போது ஹென்றி, தானே எழுந்து அவளிடம் வந்து, "நான்தான் ஹென்றி" என்று சொல்லிக் கும்பிட்டான். அவளும் பதிலுக்குக் கும்பிட்டாள். துரைக்கண்ணுவின் மாமியார் கிழவி, துரைக்கண்ணு இல்லாத நேரமாகப் பார்த்து இந்த அறைக்கு வந்து ஹென்றியிடம் பேச வேண்டுமென்று இரண்டு நாளாய்க் காத்திருக்கிறாள்.

துரைக்கண்ணு தன்னுடைய பிள்ளைகளையெல்லாம் ஏதாவது சொல்லித் திட்டித்தான் அழைத்தான்.

"டேய் கலப்பை" என்று ஒரு பையனைக் கூப்பிடுவான். அவன் அருகில் வந்ததும் பக்கத்தில் அவனை உட்கார வைத்துக்கொண்டு செல்லமாகத் தடவிக் கொடுத்தவாறு, "இவன்தான் நம்ப மூணாவது பையன் சங்கிலியாண்டிப் பையன்" என்று பெருமிதத்துடன் சொல்லுவான். அப்படியே அவர்கள் எல்லோரையும் ஹென்றிக்கு அவன் அறிமுகம் செய்து வைத்தான்: "பெரிய பையனுக்குப் பெயர் வீரசோழன். இரண்டாவது பையன் சொக்கநாதன். மூன்றாவது பையன் சங்கிலியாண்டி. நாலாவது பையன் சபாபதி" என்று அவன் சொல்லிக்கொண்டு வருகையில், இந்தப் பெயர்களெல்லாம் பப்பாவின் பெயரும் அவரது முன்னோரின்பெயர்களும் என்பது ஹென்றிக்கு நினைவு வந்தது. ஐந்தாவது பையனுக்கு

நடராஜன் என்று பெயர் வைத்ததைச் சொல்லும்போது, "இது மட்டும்தான் தொரை, நானா வெச்ச பேரு" என்று சொல்லிவிட்டுத் தனது மடியில் கிடத்திக்கொண்டிருந்த கைக்குழந்தைக்குத் தன் அண்ணியின் பெயரை வைக்கப் போவதாகச் சொன்னான் துரைக்கண்ணு. ஹென்றிக்கு அவள் பெயர் தெரியாது. பப்பா அவள் பெயரைச் சொன்னதே இல்லை.

"ஒரு வயசு முடிஞ்சாத்தான் நம்மூர் கோயிலுக்கு வந்து முடி எடுத்து, காது குத்தி, பேர் வைக்கிறது வழக்கம். இன்னும் நாலுமாசம் இருக்குதே. அதுக்குள்ளே நம்ப வூட்டைக் கட்டி டலாம். காது குத்தறதெல்லாம் அங்கேயே வெச்சிக்கலாம்" என்று உற்சாகமாக அன்றைக்குப் பேசிக்கொண்டிருந்தான் துரைக்கண்ணு.

26

ஹென்றி இந்த இரண்டு நாட்களாய்த் துரைக்கண்ணு வின் வீட்டில் அவனுக்கு விசேஷமாகத் தரப்பட்டிருந்த அந்தத் தனி அறையிலேயே சந்தோஷமாக அடைந்து கிடந்தான்.

தேவராஜன் வீட்டு மாடியிலிருந்து ஜன்னல் வழியாகப் பார்க்கின்ற காட்சிகள் இங்கே தெரியமாட்டா. ஆனால் அவன் அங்கிருந்ததைப் போலவும், அன்றொரு நாள் இரவு நிலா வெளிச்சத்தில் தேவராஜன் வீட்டுக் கிணற்றில் நிர்வாணமாக நீந்திக் குளித்ததைப் போலவும், ஆளரவமற்ற ஆற்றங்கரைத் தனிமையில் ஆனந்தமாக 'சோப்பெங்கப்பா' போட்டுக் குதித்தற்கு இணையாகவும் இந்த அறையின் தனிமையிலும், துரைக்கண்ணுவின் பிள்ளைகளின் சூழலிலும் மகிழ்ச்சியாகவும் நிறைவாகவும் இருந்தான்.

துரைக்கண்ணுவின் பிள்ளைகளின் பெயர்களெல்லாம் அவனுக்கு மொத்தமாகத் தெரிந்ததே தவிர, யார் இன்னார் என்பது அடிக்கடி குழம்பிப் போயிற்று. அவர்கள் அவனை 'அண்ணே' என்று அழைத்தனர். துரைக்கண்ணுவின் மனைவி அப்படி அழைக்க வேண்டுமென்று சொல்லிக் கொடுத்தி ருந்தாள். ஹென்றியை அவள் தனக்கு மகனாகப் பாவித்த போதிலும் வயது காரணமாக மரியாதை கருதி அவன் கண்ணில் அதிகம் படாமல் இருந்தாள்; கண்ணில் படுகின்றபோது பளிச்சென்று சிரித்துப் பேசினாள்.

துரைக்கண்ணு வீட்டில் இரண்டு நாட்களும் அவனுக்கு விசேஷமாக விருந்துகள் நடந்தன. துரைக்கண்ணுவின் குடும்பத் தினர் அனைவரும் தாவர உணவு உண்பவர்கள் என்று இந்த இரண்டு நாள் விருந்திலே அவன் அறிந்து கொண்டிருந்தான். அவர்கள் தங்களைச் சைவர்கள் என்று சொல்லிக்கொண்டார்கள்.

'வெஜிடேரியன்' உணவை ஒரு மதத்தின் பெயரால் 'சைவம்' என்று அழைக்கிற வழக்கம் இங்கு பரவலாக இருப்பதை அறிந்து – அது ஏன் என்று தெரியாமல் – அவன் ஆச்சரியப்பட்டான். துரைக்கண்ணு, வீட்டிற்கு வெளியே 'அசைவ' உணவுகள் சாப்பிடுவானாம்.

தேவராஜன் வீட்டு உணவுக்கும், இங்கே சாப்பிடுகிற உணவுக்கும் உள்ள வித்தியாசம் ஹென்றிக்குப் புரிந்தது. ஆனால் இவை எல்லாவற்றையும்விட, அவனுக்கு அந்தக் கேழ்வரகுக் கூழ்தான் மிகவும் பிடித்திருந்தது. அந்த எளிய உணவு வயிற்றுக்கு இதமாகவும் மனத்துக்கு நிறைவாகவும் இருப்பதாய் அவன் நம்பினான். கிருஷ்ணராஜபுரத்தில் அந்த வீட்டைப் புதுப்பித்து அதில் குடியேறிய பிறகு அவனது தனி வாழ்க்கையின் சாப்பாட்டுப் பிரச்னையைப் பொறுத்த விஷயம் எவ்வளவு சௌகரியமாகக் கூடிவிட்டது என்று எண்ணி அவன் மனசுக்குள் சந்தோஷப்பட்டான்.

ஹென்றிக்கு மிக நன்றாகச் சமைக்க வரும். மம்மா இருந்த காலத்திலும் அவளுக்குச் சமைத்துப் போட்டிருக்கிறான். ஆனால் அந்தச் சாப்பாட்டுக்கும் இவர்கள் சாப்பிடுகிற உணவுக்கும் எவ்வளவு பெரிய வித்தியாசம்! இந்தச் சமூகத்தில்

பிறந்து, இந்தச் சைவக் குடும்பத்தின் மரியாதைக்கும் வழி பாட்டுக்கும் உரியரவான பப்பா, எப்படி முழுக்க முழுக்க அந்த ஆங்கிலோ – இந்தியக் கலாச்சாரத்துக்கு ஆட்பட முடிந்தது? என்று அவன் நினைத்துப் பார்த்தான். இந்தப் பேதங்களை உணர்கிற முறையில் அவன் எண்ணிப் பார்த்தானே தவிர, இது ஒன்றும் நம்ப முடியாத ஆச்சரியமாக அவனுக்கு இல்லை. உணவும் உடையும் பேதப்பட்டாலும் இந்தச் சமூக மக்களின் நல்ல குணங்கள் அனைத்திலும் பப்பாவுக்கும் ஒற்றுமை இருந்ததை இவர்களோடு பழகிய இந்தச் சில நாட்களிலேயே அவனால் தன் மனத்துள் ஒத்திட்டு உணர முடிந்தது.

தேவராஜன் வீட்டிலிருந்து அவன் புறப்படும் பொழுதே அந்த லெதர் கைப்பையை – பஞ்சாயத்து நடந்துகொண்டிருந்த பொழுது அவர்களுக்குக் காட்டிய பப்பாவின் படத்தை வைத்திருந்தானே, அதை – மறக்காமல் கையிலே எடுத்துக் கொண்டு வருகிறானா என்று கவனித்து வைத்திருந்தான் துரைக்கண்ணு. ஒருவேளை அதனை அவன் எடுக்கத் தவறி இருந்தால், துரைக்கண்ணு அவனுக்கு ஞாபகப்படுத்தி இருப்பான். தன் குடும்பத்தில் உள்ள அனைவரையும் கூட்டிவைத்துக் கொண்டு அதைக் காட்ட வேண்டும் என்பதனால், அந்த மகிழ்ச்சியை எல்லாரோடும் பகிர்ந்துகொள்ள வேண்டும் என்பதனால் அந்தப் படத்தை அவன் தான் மட்டும் தனியாகப் பார்க்காமலிருந்தான். அப்படிப் பார்த்தால், தான் அண்ணனின் நினைவில் உருகிக்கொண்டிருப்பதாக யாராவது நினைத்து விடக்கூடும் என்று அவன் அஞ்சினான். அதில் தப்பில்லை என்றாலும் தான் அனுபவித்துக்கொண்டிருக்கும் அண்ண னுக்குச் சொந்தமான சொத்துக்களுக்காகத் தான் காட்டுகிற பொய்யன்பு என்றுகூடச் சிலர் நினைக்கலாமே என்றெல்லாம் – தெளிவாக யோசிக்காமல் – அது மாதிரி அவன் தயங்கினான்.

லாரியில் வந்துகொண்டிருந்தபோதுகூட ஹென்றியைப் பார்க்கும் போதெல்லாம் அவன் மனம் தன்னுடைய அண்ணாரின் நினைவிலும் அந்தப் பைக்குள் இருக்கிற படத்திலும் அடிக்கடி சார்ந்து மகிழ்ந்தது. வீட்டிற்கு வந்து எல்லோரும் உட்கார்ந்து பேசிக்கொண்டிருந்த போது அப்போதுதான் நினைவு வந்தவன்போல் துரைக்கண்ணு கேட்டான்: "தொரை! அந்தப் படம் கொண்ணாந்திருக்கே, இல்லே? அதான் அண்ணாரு படம் . . . அதைக் கொஞ்சம் குடு. எல்லாருக்கும் காட்டலாம்." – ஹென்றி பையைத் திறந்து அந்தப் படத்தை எடுத்து, தானொரு முறை பப்பாவை யும் மம்மாவையும் பார்த்துவிட்டு துரைக்கண்ணுவிடம் கொடுத்தான்.

துரைக்கண்ணுவின் பையன்கள் அத்தனை பேரும் அந்தப் படத்தைப் பார்க்கிற ஆர்வத்தில் அவன்மீது வந்து விழுந்தார்கள். துரைக்கண்ணு அப்போது மடியில் கைக் குழந்தையை கிடத்திக்கொண்டு உட்கார்ந்திருந்தான். அவசரத்தில் இந்தப் பயல்கள் எங்கே குழந்தைமீது விழுந்து விடுவார்களோ என்கிற பயத்திலும், தன்னைப் படத்தைப் பார்க்கவிடாமல் மொய்ப்பதைப் பொறுக்காத ஆத்திரத்திலும் அவன் அவர்களைக் கண்டபடி திட்டினான். அவன் திட்டுவதை யார் பொருட் படுத்துகிறார்கள்?

“அப்பிடியே அறைஞ்சேன்னா எப்பிடி இருக்கும் தெரியுமா? போடா அந்தாண்டே ... ஏ, சவாதிப் பொறுக்கி” என்று எல்லோரையும் அடிக்கிற மாதிரி நாக்கைத் துருத்திக்கொண்டு கையைக் கையை ஓங்கினானே தவிர, யாரையும் அடிக்க வில்லை. இவ்வளவு மிரட்டல்களுக்கும் அவர்கள் பயப் படாமல் போகவே சமாதானமாக, “உங்களுக்கு என்னாடா தெரியும், இந்தப் படத்தைப் பார்த்தா? பாரு ...” என்று ஆத்திரமாக ஒரு பையனின் முகத்தில் படத்தை வைத்துக் கொஞ்சம் எரிச்சலாகத் தள்ளினான். “மொதல்லே அப்பா பாத்துக்கறேண்டா” என்று அவர்களிடம் அனுமதி பெற்றவன் மாதிரி அந்தப் படத்தை அவன் மனம் பறிகொடுத்துப் பார்த்தான். அப்போதும் அவன் தோள் வழியாக ஒரு பையன் எட்டிப் பார்த்தான். அதைப் பொருட்படுத்தும் அளவுக்கு துரைக்கண்ணுவுக்குச் சூழ்நிலையின் பிரக்ஞை இல்லாது போயிருந்தது.

எல்லாரும் மறந்திருந்த அந்தச் சோகம் அவனைக் கவ்வியது.

‘இவர் நிஜமாவே இறந்து போய்விட்டாரா? ... பத்து நாளாச்சா? ...’

துரைக்கண்ணு அழவில்லை. அவனுக்கு முகம் மாறிப் போய்விட்டது. தன் அண்ணனைப் பற்றி என்னென்னவோ கேட்க வேண்டுமென்று நெஞ்சில் ஆயிரம் எண்ணங்கள் எழுந்தன. வழக்கம்போல் என்ன அவசரமென்று எல்லா வற்றையும் அடக்கிக்கொண்டான்.

“நீயே ஏ ஏ ... பாத்துக்கினு இருக்கிறியே ... குடு” என்று சபாபதி, துரைக்கண்ணுவின் கையிலிருந்த படத்தை வெடுக்கென்று இழுத்தான். ‘பட்’ என்று அவன் கையில் ஓர் அடி வைத்தான் துரைக்கண்ணு.

“ஹை! வலிக்கலியே!” என்று அடியைத் துடைத்துக் கொண்டு அவன்மீது நெருக்கமாகச் சாய்ந்து படத்தைப் பார்த்தான் சபாபதி.

"இவுரு யாரு தெரியுமாடா?"

"தெரியுமே."

"தெரியுமா, சொல்லு பாப்போம்."

"உன்னோட அப்பா."

"சீ, முண்டம். உனக்குப் பெரியப்பாடா – எனக்கு அண்ணாரு – இதோ இருக்காரே உங்க அண்ணன் இவுரோட அப்பா."

"அந்த அம்மா ஏம்ப்பா அப்படி இருக்காங்க?"

"எப்பிடி?"

"கவுனு போட்டுக்கினு..." என்று ஒருவன் சொல்ல, மற்ற பிள்ளைகளெல்லாம் ஒன்றாகச் சேர்ந்து சிரித்தார்கள்.

"அது அவங்க பழக்கம், நம்ப மாதா கோயில் பள்ளிக் கூடத்திலே அந்த ஸிஸ்டருங்கள்ளாம் எப்பிடி இருக்காங்க? அந்த மாதிரி இவங்க பழக்கம் இது."

"இந்த அண்ணனோட அம்மாவா அவுங்க?"

"ஆமாம், இந்த அண்ணனோட அம்மான்னா, அவங்க உங்களுக்கு என்னா வேணும்?"

"பெரீம்மா" என்று எல்லாக் குழந்தைகளும் கத்தினார்கள், பெரிய பையன் வீரசோழன் மட்டும் இந்தக் கூச்சலில் பங்கெடுக்காமல் எல்லாவற்றையும் பார்த்து ரசித்துக்கொண்டு ஒரு பக்கம் ஒதுங்கி நின்றிருந்தான்.

இந்தச் சந்தடியிலும் பேச்சிலும் இங்கே என்ன நடக்கிறது என்பதை அறிந்த நவநீதம், அறைக்கு வெளியே –உள்ளே இருப்பவர்களின் பார்வைக்கு மறைவாக வந்து நின்றிருந்தாள்.

பையன்கள் ஒவ்வொருவராக அந்தப் படத்தைப் பார்த்தார்கள். துரைக்கண்ணு தன் அண்ணனின் நினைவாக அண்ணன் சம்பந்தப்பட்ட ஒரு நிகழ்ச்சியை, அல்லது அண்ணனின் அன்பை, அவருடைய புலமையை, நல்ல தன்மைகளையெல்லாம் விவரித்துக்கொண்டிருந்தான். துரைக்கண்ணு, பப்பாவைப் பற்றிச் சொல்லும் போதெல்லாம் ஹென்றிக்கு சந்தோஷமாக இருந்தது.

வெளியில் நின்றிருந்த நவநீதம் வீரசோழனை ரகசிய மாகக் கைகாட்டி அழைத்தாள். அந்தப் படத்தை எல்லாரும் பார்த்த பிறகு கொண்டுவரும்படி அவனிடம் சொல்லி அனுப்பினாள். தன் மனைவி கூப்பிட்டு அவன் போய்

வருவதைக் கவனித்த துரைக்கண்ணு அவனிடம் என்ன வென்று விசாரித்தான்.

"இந்தப் படத்தைப் பார்க்கறதுக்குக் கேட்டிச்சி அம்மா" என்று அவன் சொல்லி முடிக்குமுன்,

"ஏங் கழுதை, இங்கேதான் வந்து பாரேன். என்னா வெக்கம்? தொரை நம்ப பிள்ளைதானே... சீசீ வா... உள்ளே" என்று அவளைக் கூப்பிட்டு அந்தப் படத்தை அவளிடம் தந்தான் துரைக்கண்ணு. சிரித்துக்கொண்டே வந்து அந்தப் படத்தை வாங்கிப் பார்த்த நவநீதம் கண்கலங்கி அழுது முந்தானையால் முகத்தைத் துடைத்துக்கொண்டு போனாள். அம்மா அழுததைப் பார்த்த பிள்ளைகளுக்கு முகம் மாறிப்போயிற்று.

நாலு வயதான நடராஜன் மட்டும் சிரித்துக்கொண்டே, "அப்பா, அம்மா அழுவுது" என்றான். துரைக்கண்ணு பெருமூச்சு விட்டான்.

இந்தப் படத்தில் இருக்கிற இருவருமே இப்போது இல்லாதவர்கள். வெகு காலத்திற்கு முன்னமேயே அவர்களது இழப்பைத் தாங்கிக்கொள்ளப் பழகிவிட்ட துரைக்கண்ணுவின் நெஞ்சில், 'இப்போதுதான், போன வாரம்தான் அவர் காலமாகிவிட்டார்' என்று சொல்லுகிற இந்தப் படம் அவனது சோகத்தைப் புதிதாய் வளர்த்தது. ஆனாலும் அந்த துக்கத்தை அனுஷ்டிக்கக்கூடத் தனக்குச் சொந்தமில்லாமல் போய் விட்டதை நினைக்கையில் அவனுக்கு வேதனை மிகுந்தது.

நியாயமாகப் பார்த்தால் இந்தக் குடும்பமே இப்போது துக்கம் கொண்டாடிக் கொண்டிருக்க வேண்டும். ஒரு வருஷத்திற்கு எந்த நல்ல காரியமும், பண்டிகை விசேஷங்களும் அந்த வீட்டில் கொண்டாடக் கூடாது. ஆனால் உள்ளே பாயசம் ஏலக்காயும் பச்சைக் கற்பூரமுமாய் மணம் வீசிக் கொண்டிருக்கிறது. வந்தவர்களுக்கு விருந்து நடக்கப் போகிறது. எல்லாம் எவ்வளவு வித்தியாசமாய் விநோதமாய் நடக்கிறது! என்று மனசுள் சிரித்துக்கொண்டான் துரைக்கண்ணு.

நவநீதம் அழுவதும் வருந்துவதும் தன்மீது கொண்ட அன்பினால் என்று அவனுக்குப் புரிந்தது.

அவளுக்கு அவரைத் தெரியாது. அவரைப் பற்றித் துரைக்கண்ணுதான் சொல்லிக்கொண்டேயிருந்திருக்கிறான். அவர் போன வாரம்தான் இறந்தார் என்ற செய்தியை அவன் சொன்னபோது வீட்டில் உள்ள எல்லோரும் தலைமுழுகினார்கள். வீட்டைக் கழுவிவிட்டார்கள். அன்று மட்டும்

துக்கம் அனுஷ்டித்தார்கள். துரைக்கண்ணுவிற்கு அதில்கூடச் சம்மதம் இல்லை.

'அவருக்காக முப்பது வருஷத்துக்கு முன்னாலேயே நான் துக்கம் கொண்டாடி விட்டேன். இப்போது அவர் மதம் மாறி வேறு ஜாதிக்காரியைக் கல்யாணம் பண்ணிக் கொண்டு பிள்ளையும் பெற்று அவனை வாரிசாகவும் உருவாக்கிவிட்டபின் செத்துப்போன யாரோதானே? அவர்கள் மத ஆசாரப்படி அவரது சாவுக்குத் துக்கம் கொண்டாட வேண்டியவன் அவரது மகனான ஹென்றியே தவிர, அவரது தம்பியான – அவரால் தள்ளி வைக்கப்பட்ட வேற ஜாதிக் காரனான – நான் அல்ல' என்று நினைத்தான் துரைக்கண்ணு. எனினும் அவனது உணர்ச்சிகள் ஜாதிமத சமூக பந்தங்களை எல்லாம் கடந்த ஓர் மனித உறவின் அடிப்படை என்பதால் அவனால் வருந்தாமலிருக்க முடியவில்லை. தனது வருத்தத்திற்கு அவன் எந்த உருவமும் தர விரும்பவில்லை. அதை வெளியில் காட்டிக்கொள்ளவும் அவன் தயாராக இல்லை.

ஆனால் அவனது மாமியார் பஞ்சவர்ணத்தம்மாள் பழைய சாஸ்திரங்களையும், பழக்க வழக்கங்களையும் பேசி, தோஷம் வந்துவிடுமென்றும், பிள்ளைகளுக்கு ஆகாது என்றும் பயமுறுத்தி, பதினாறாம் நாள் கருமாதி செய்யவேண்டும்; வருஷம் பூராவும் வழக்கப்படி துக்கம் அனுஷ்டிக்க வேண்டும் என்றெல்லாம் புலம்பிக்கொண்டிருந்தாள்.

"அந்தக் கெழவியெ மரியாதையா வாயை மூடிக்கினு இருக்கச் சொல்லு, என்ன செய்யணும், ஏது செய்யணும்னு எனக்குத் தெரியும்" என்று மனைவியிடம் மாமியார் காதில் விழுகிற மாதிரி கத்தினான் துரைக்கண்ணு.

கடைசியில் அன்று இரவு சாப்பிடப் போகுமுன் பப்பாவும் மம்மாவும் இருக்கிற அந்தப் படத்தை நடுக்கூடத்தில் வைத்து இரண்டு பக்கமும் குத்து விளக்குகள் ஏற்றி, பூ போட்டு அந்த வேளைச் சாப்பாட்டை நிவேதனம் பண்ணி, வீட்டில் உள்ள எல்லோரும் விழுந்து வணங்கினார்கள். கைக்குழந்தை யைக்கூட நவநீதம் படத்தின் முன்னால் வந்து குப்புறப்படுக்க வைத்துத் தூக்கிக்கொண்டு போனாள்.

என்ன நடக்கிறது? என்று தேவராஜனிடம் கேட்டுத் தெரிந்துகொண்டான் ஹென்றி. அவன் எப்படி சாஷ்டாங்க மாய் நமஸ்காரம் செய்ய வேண்டும் என்று அவனுக்குக் கற்றுக்கொடுக்கும் பாவனையில் தேவராஜன் தானும் ஒரு முறை நமஸ்காரம் செய்துகொண்டான்.

ஹென்றி கைகள் இரண்டையும் தலைக்கு மேல் கூப்பிக்கொண்டு நெடுஞ்சாண்கிடையாகத் தரையில் குப்புறப்

படுத்துக் கண்களை மூடிக்கொண்டு, 'பப்பா, பப்பா' என்று மனசுக்குள் சத்தமாய் அழைத்துக்கொண்டான். அவன் மூன்றாம் முறை சொன்னபோது மற்றவர்களுக்கும் அது கேட்டது. தேவராஜனுக்கு அழுகை அடைத்துக்கொண்டு வந்தது. வேறுபுறம் திரும்பிக்கொண்டான்.

அன்று இரவு எல்லாருமே நேரம் கழித்துத் தூங்கினார்கள். சாப்பாட்டிற்குப் பிறகு வெளித் திண்ணையில் பாய் விரித்து குழந்தைகள் புடைசூழ தேவராஜன், துரைக்கண்ணு, ஹென்றி மூவரும் பேசிக்கொண்டிருந்தார்கள். சாப்பாட்டுக்குப் பிறகு பாண்டு தன் வீட்டுக்குப் போய்விட்டான். அவனைக் காலையில் நாலரை மணிக்கெல்லாம் வந்துவிடச் சொன்னான் துரைக்கண்ணு. துரைக்கண்ணு வீட்டிலிருக்கும்போதெல்லாம் கைக்குழந்தையும் கையுமாக இருந்தான். அவன் உட்கார்ந்து கொண்டிருக்கும்போது குழந்தை மடிமீது கிடந்தது; உலாத்தும் போது தோள்மீது கிடந்தது.

எல்லாக் குழந்தைகளையும் அவன் இப்படித்தான் வளர்த்திருக்கிறானாம். அதனாலேயே அவன் வீட்டிலிருக்க வேண்டும் என்று நவநீதம் விரும்பினாள். இந்தப் பிள்ளைகளை வைத்துக்கொண்டு அவளால் மேய்க்க முடியவில்லையாம்!

ஹென்றி அவர்களைத் தன்னைச் சுற்றி உட்கார வைத்துக் கொண்டு, ஒவ்வொருவராக, அவர்களுடைய படிப்பு, விளையாட்டு, ஆசைகள் பற்றிக் கேட்டுப் பேசிக்கொண்டிருந்தான். துரைக்கண்ணு பெரிய பையன் நன்றாகப் பாடுவான் என்று சொல்லி, அவனைப் பாடிக் காட்டச் சொன்னான். அவன் 'கல்லார்க்கும் கற்றவர்க்கும்' என்ற திருவருட்பா பாடலை இனிமையாகப் பாடினான். ஹென்றி இதற்கு முன்னால் இந்தப் பாடலைக் கேட்டிருக்கிறான். பப்பா பாடுவார். பிறகு எல்லோரும் ஆளுக்கு ஒரு பாட்டுப் பாடுவது என்று தீர்மானமாயிற்று.

நான்கு வயது உள்ள நடராஜன் முதலில் பாட வேண்டும் என்றும், பிறகு துரைக்கண்ணு வரை வயது வாரியாகப் பாடுவது என்றும் ஒப்பந்தம் செய்து கொண்டார்கள். தேவராஜன் சீட்டியடித்துப் பாடுவது என்ற திருத்தத்தை ஹென்றி சேர்த்தான். அப்போது தேவராஜன், ஹென்றியின் காதுகளில் "எல்லோரையும் 'சோப்பெங்கப்பா' போடச் சொல்லிக் கற்றுத் தரலாமே" என்று யோசனை சொல்லிச் சத்தம் போட்டுச் சிரித்தான்.

நடராஜன் மார்பின் மீது கைகளைக் குவித்துக்கொண்டு ஸ்தோத்திரம் சொல்வது போலப் பாடினான்:

குள்ள குள்ளனே
குண்டு வயிறனே

வெள்ளிக் கொம்பனே
விநாயகனே நான்தொழுதேன்

என்று பாடி முடித்ததும் எல்லோரும் கைதட்டினார்கள். பிறகு குழந்தைகள் எல்லாம் பாடினர். தேவராஜன் எல்லாரையும் பரவசப்படுத்துகிற ஒரு ஹிந்தி சினிமா பாட்டை விசில்பண்ணி அவர்களையெல்லாம் ஆச்சரியத்திலும் சந்தோஷத்திலும் ஆழ்த்தினான். ஹென்றியின் முறை வந்தது. "எனக்கு இங்கிலீஷ் பாட்டுதானே தெரியும்" என்று அவன் சொன்னபோது எல்லோருக்கும் ஆர்வம் பலமடங்கு அதிகமாயிற்று. ஹென்றி ஒரு நீக்ரோ ஸ்பிரிச்சுவல் கீதத்தை மிகவும் உணர்ச்சியுடன் பாடினான்:

Sometimes I feel like
  a motherless child
A Long way from home
  Oh, My Brothers!
A Long way from home...

என்ற பாடலின் வரிகளை அவன் திரும்பத் திரும்பப் பாடிய விதம் மிகவும் கம்பீரமாகவும் ஏதோ ஒரு பாசத்தால் எல்லோரையும் தழுவிப் பிணைப்பது போலவும் இருந்தது.

ஹென்றியின் பாடல் தேவராஜனுக்கும் மிகவும் ரசமாக இருந்தது. அவன் அப்போதே அந்தப் பாட்டை அவன் பாடியதைவிடவும் நன்றாக விசில் பண்ணிக் காட்டினான். குழந்தைகள் எல்லாம் தேவராஜனின் குவிந்த உதடுகளைப் போல் தங்கள் உதடுகளையும் அதே மாதிரி குவித்துக்கொண்டு, தாங்கள் அவ்விதம் செய்வது தெரியாமல் பார்த்துக்கொண்டிருந்தார்கள்.

"ராத்திரியிலே யாரது பிகில் அடிக்கிறது?" என்று உள்ளே படுத்துக்கொண்டிருந்த பஞ்சவர்ணத்தம்மாள் முனகினாள்.

"நீ சும்மா கெட...ஒனக்குக் கொஞ்சம்கூட சூடு சொரணை இல்லை...அப்புறம் அவுரு ஏதாவது திட்டனார்னா மட்டும் மாமியார்னு மரியாதி இல்லேன்னு பொலம் புறியே..." என்று கழுத்தைப் பிடித்து நெரிக்கிற மாதிரி தாயை ரகசியமாக அடக்கினாள் நவநீதம். அவளும் இவர்கள் பாடுவதையும் பேசுவதையும் சுவாரஸ்யமாக உள்ளிருந்த படியே கேட்டுக்கொண்டிருந்தாள்.

தேவராஜனின் சிகரெட் பாக்கெட் காலியாகிவிட்டது. அதில் சிகரெட்டைத் தேடிய பிறகு அதைத் தூக்கியெறிந்து விட்டுச் சும்மா உட்கார்ந்திருப்பதைப் பார்த்த துரைக்கண்ணு:

ஜெயகாந்தன்

"சிகரெட்டு இல்லியா ...? முன்னாலேயே சொன்னா வாங்கி யாந்திருக்கலாமே ... இப்ப கடை இருக்காதே ... பீடி குடிப்பீங்களா ... இது 'நம்ம பீடி'யாச்சே ... வேற பீடியும் இருக்குது" என்று மடியிலிருந்த பீடிகளில் ஒன்றைத் தேடி எடுத்துக்கொடுத்தான்.

"உங்க பீடின்னா?" என்று கேட்டான் தேவராஜன். துரைக்கண்ணு பிள்ளைகளின் முகத்தைப் பார்த்து ஒரு மாதிரி விழித்தான்:

"அது ஒரு ஸ்பெஷல் ... நல்லா இருக்கும்; கெடுதல் கெடையாது – குடிச்சிப் பாருங்களேன்" என்று சற்றுப் பெரிய பிரித்துச் சுற்றிய – பீடிகளில் ஒன்றைக் கொடுத்தான்.

தேவராஜன், அதிகமாய்ப் போதையாகிவிடுமோ என்று பயந்தான்.

"என்னா இப்பிடி பயப்படுறீங்க ... நான் குடிக்கறனே ... ஒண்ணும் பண்ணாது – பத்த வையிங்க – போலோ குரு மஹராஜ்கி ஜே! ..." என்று சொல்லி நெருப்புக் குச்சியை உரசி அவனுக்குப் பீடி பற்றவைத்துக்கொள்ள உதவினான்.

அந்தப் பீடிப் புகையில் ஒன்றும் விசேஷம் தெரியவில்லை தேவராஜனுக்கு: "இட் இஸ் நத்திங் ... சாதாரணமாத்தான் இருக்கு ..." என்று நன்கு புகையிழுத்தான்,

இப்போது துரைக்கண்ணு பாட வேண்டிய முறை.

பரமுத்தன் குணங்குடி தெருவில்வரும் பவனி
பார்த்து வருவோம் வாருங்கள் ...

என்று குணங்குடி மஸ்தான் சாயிபு பாடலை மிக முரட்டுத் தனமான குரலில் லயத்தோடு பாடினான் துரைக்கண்ணு:

"நான் ஒரு வரி பாடினதும் நீங்க எல்லாரும் கூடப் பாடணும்" என்றான். பிள்ளைகள் சந்தோஷமாகக் கூடச் சேர்ந்து கொண்டனர். இது பழக்கப்பட்ட விஷயம் என்று அவர்கள் பாடியதிலிருந்து தெரிந்தது. தேவராஜனும் ஹென்றியும் சற்று கழித்துக் கூடச்சேர்ந்து பாடினர்.

"சாத்திரவேதம் சலாம் சலாமென" என்று தாளத்தோடு சொன்னான் துரைக்கண்ணு. எல்லாரும் 'சலாம் ... சலாம்' என்று கோரஸ் பாடினர். இப்படிப் பாடிக்கொண்டிருக்கையில் திடீரென தேவராஜன் எழுந்து, எந்த முன்னறிவிப்பும் இல்லாமல் 'சோப்பெங்கப்பா – சோப்பெங்கப்பா' என்று தன்னை மறந்து எந்தக் கூச்சமும் இல்லாமல் ஆடினான். எல்லாரும் திகைப்போடும் ஆச்சரியத்தோடும் அதை ரசித்தனர். பிள்ளைகள் 'ஓ' வென்று சிரித்தனர்.

'சோப்பெங்கப்பா'வின் வரலாற்றை ஹென்றி எல்லாருக்கும் விளக்கினான். பையன்கள் எல்லாம் எழுந்து ஒழுங்காகவும் லயத்தோடும் நாட்டியம் மாதிரி அழகாக 'சோப்பெங்கப்பா' ஆடினர். ஹென்றிதான் சொல்லிக் கொடுத்து ஆடியும் காட்டினான்.

நவநீதத்துக்குச் சிரிப்புத் தாங்க முடியவில்லை. துரைக்கண்ணு குமாரபுரமே அதிர்கிற மாதிரி சிரித்தான். அவன் மடியிலிருந்த குழந்தையும் கைதட்டிச் சிரித்தது.

27

இரவு ஒரு மணிக்கு மேல் எல்லாருக்கும் தெருத் திண்ணையின் மீது படுக்கை விரித்தான் துரைக்கண்ணு. அதுவரை குழந்தை அவன் மடிமீதே தூங்கிக் கொண்டு இருந்தது. நடராஜனும் சபாபதியும் பேசிச் சிரித்துக்கொண்டே, எப்போது என்று தெரியாமல் இருந்த இடத்திலேயே சாய்ந்து தூங்கிக் கொண்டிருந்தனர். மற்றப் பையன்கள் உற்சாகமாக விழித்திருந்தனர். துரைக்கண்ணுவும் நேரம் போவது தெரியாமல் லயித்திருந்தான். தேவராஜன் ஒரு பீடியிலேயே ஏக உல்லாசமாக இருந்தான்.

"நேரமாவுதே ... நாலு மணிக்கு நீ போவணுமே" என்று துரைக்கண்ணுவுக்கு ஞாபகமூட்டினாள் நவநீதம். அதன் பிறகே அவன் கைக்குழந்தையை அவளிடம் கொடுத்துவிட்டு உள்ளேயிருந்து பாய்களும் தலையணைகளும் கொண்டுவந்து திண்ணையின் மீது எல்லாருக்கும் படுக்கை விரித்துக் கொடுத்தான். குடிக்க ஒரு செம்பில் தண்ணீரும் தம்ளரும் கொண்டு வந்து வைத்தான். தூங்கிக் கொண்டிருந்த சிறுவர்களைத் தூக்கிக்கொண்டு போய் தெருவில் 'ஒன்று'க்குப் போகவிட்டு அப்படியே அலக்காகக் கொண்டுவந்து படுக்கையில் கிடத்தினான். எல்லாரும் படுத்த பிறகு,

"நாம்ப பொறப்பட அஞ்சு மணியாகும். நாலு மணிக்கே பாண்டுப் பையன் வருவான். லாரிக்குத் தண்ணி ஊத்தி பூப்போட்டு அவன் என்னென்னவோ செய்வான். அந்தச் சந்தடியிலே முழிச்சிக்காம தூங்குங்க. நான் வந்து எழுப்பறேன்" என்று தேவராஜனிடம் சொல்லிவிட்டு அவன் உள்ளே போய் மனைவியுடன் படுத்துக்கொண்டான்.

துரைக்கண்ணுவுக்கு இவ்வளவு நாழியாகியும் தூக்கம் வரவில்லை. அவன் ஹென்றியுடன் என்னென்னவோ பேச

வேண்டும் என்று எண்ணியிருந்தான். தேவராஜன் கூட இருந்த தாலோ என்னவோ அவன் தன்னை அடக்கிக் கொண்டான். பொழுது விடிந்து தேவராஜன் ஊருக்குப் புறப்பட்டுவிடுவான். இன்னும் இரண்டு நாட்கள் ஹென்றி இங்கேதானே இருக்கப் போகிறான் என்று நினைத்துக்கொண்டான்.

அவன் கண்களை மூடிக்கொண்டு தூங்காமல் படுத்திருக் கிறான் என்று புரிந்துகொண்டாள் நவநீதம். அவளுக்கும் தூக்கம் வரவில்லை.

"ரொம்ப நல்ல மாதிரி – கொழந்தை மாதிரி குணங்க . . ." என்று நவநீதம் ஹென்றியைப் பற்றித் துரைக்கண்ணுவிடம் கூறினாள்.

"நீ தூங்கலியா?" என்று புரண்டு படுத்தான் துரைக்கண்ணு: "ஒவ்வொரு சமயம் அப்பிடியே எங்க அண்ணாரு பேசற மாதிரியே இருக்குது. நான் சுத்த மடையன் . . . எப்பிடி அவுரு காலமானாரு, காயலா கெடந்தாரா, எங்க அண்ணி என்னா ஆச்சு, அது எப்போ காலமாச்சுன்னெல்லாம் ஒண்ணும் கேக்கவே இல்லையே . . ."

"ஒரு வாரம்தான் ஆச்சின்றே அவரு செத்து . . . அந்தப் புள்ளாண்டான் மூஞ்சியிலே வருத்தமே இல்லியே . . . என்னமா சின்னப் புள்ளைகளோட சேர்ந்துக்கினு ஆடிப் பாடுது!" என்று ஆச்சரியப்பட்டாள் நவநீதம்.

"வருத்தமில்லாம இருக்குமா? வருத்தப்பட்டு என்னா பண்றது ...? அன்னிக்கிப் பஞ்சாயத்திலே ஒரு வார்த்தை சொல்லிச்சி, அதிலே நான் புரிஞ்சிக்கினேன் ... அப்பாருமேல இதுக்கு எவ்வளவு பிரியம்னு. 'அவுரு இருந்த ஊரிலே போயி இருந்தா அவுரோட இருக்கிற மாதிரி இருக்குனுதான் இங்கே வந்தேன், அவுரு ஞாபகமா அந்த வீடு ஒண்ணு போதும். அதுகூட இல்லாட்டி இந்த ஊரே போதும்'னு சொல்லிச்சி ... என்னா அர்த்தம்? நாம்பல்லாம் அவுங்க அப்பாரோட மனுஷாளு இல்லையா? நம்பளோட இருக்கிறதுக்காகத்தான் இங்கே வந்திருக்குது. அவுரு மேலே இருக்கற ஆசையினாலே தானே ... சரி – காத்தாலே என்னா பலகாரம் பண்ணப் போறே?" என்று கேட்டான் துரைக்கண்ணு.

"ஏன்? இட்லிதான் ... வேற எதனா செய்யணுமா? இப்பவே சொல்லு ..."

"எனக்கு ஒண்ணும் வேணாம். நான் சீக்கிரம் பொறப் பட்டுப் போறேன். பசங்க வூட்லேதானே இருக்கும் – சனி ஞாயிறாச்சே ... நீ பாத்துக்க – நான் சாயரச்சே சீக்கிரமா வந்துடறேன் ... மத்தியானத்துக்கு நல்லா ஏதாவது விருந்துவை ... ஆமைவடை போட்டு மோர்க் கொழம்பு வையி ... அப்பறம் ... அன்னக்கி ஒரு நாளு செஞ்சியே கர்ணக்கெழங்கு தாளிதம் ... நான் ராத்திரிக்குச் சாப்பிடுவேன் ... நான் இல்லியேன்னு வுட்டுடாதே. எனக்கு என்னமோ அண்ணாரு இல்லாத கொறையே இப்பத் தீந்த மாதிரி இருக்குது – இது வந்தப்பறம் ..." என்று குதூகலமாய்ச் சொன்னான்; பின்னால் பேசும் போது அவன் ஹென்றியை 'இது' 'அது' என்று மரியாதை யோடும் அன்போடும் குறிப்பிட ஆரம்பித்திருக்கிறான்: "இந்தக் கெழவி ஏதாவது வெஷமம் பண்ணி வெக்கப்போவுது! யாராவது வந்தா மனசு தாங்காதே" என்று பஞ்சவர்ணத் தம்மாளைப் பற்றி எச்சரித்தான் துரைக்கண்ணு.

"ஏன் அப்பிடிச் சொல்றே?" என்று மனம் தாங்காமல் அவனைக் கடிந்து கொண்டாள் நவநீதம்: "எங்கம்மா ஒண்ணும் அவ்வளோ பொல்லாது இல்லே ... சும்மா எதனா தொண தொணன்னு பேசும் ... அந்தப் புள்ளாண்டானும் அப்பிடித் தானே பேசுது ... அது சரி, அது கிறிஸ்துவ ஜாதியா?" என்று வெகு நேரமாய் உறுத்திக்கொண்டிருந்த விஷயத்தை ஜாடையாகக் கேட்டாள் நவநீதம். படத்தில் பார்த்த மம்மாவை அப்போது நினைத்துக்கொண்டாள் அவள்.

துரைக்கண்ணு சற்று யோசித்துப் பதில் சொன்னான்: "தெரியலே. ஹென்றின்னு பேரைப் பார்த்தா அப்படித்தான் இருக்குது. அவுங்கம்மா கிறிஸ்தவங்க. அதனாலே பேரு

அப்பிடி வெச்சிருக்கலாம்... அதனாலே நமக்கு என்னா? எங்க அண்ணாரு மாறாமல் இருந்திருந்தா இது எப்பிடி கிறிஸ்தவனா ஆவும்? அவுரு மதம் மாறினாரா இல்லியான்னு தெரியலியே... மாறி இருந்தா பேரு மாறி இருக்குமே. பத்தரத்திலே உயில்லே எங்கேயும் அப்பிடி இருக்கறதாத் தெரியலே... சர்த்தான், இந்தக் காலத்திலே ஜாதியாவது மதமாவது... எனக்குத் தெரிஞ்சவன் ஒருத்தன் இருக்கான்... நம்ப மாதிரி லாரி ஓட்டறவன்தான் – தெற்கத்தியான்... நாடாரு — அவன் இந்து. அவன் பொண்டாட்டி கிறிஸ்தவ மதம்... அதுக்கு என்னா சொல்றே?"

"புள்ளைங்க எல்லாம்?" என்று குறுக்கிட்டாள் நவநீதம்.

"புள்ளைங்கெல்லாம் புள்ளைங்கதான்... ஏதாவது மதமாத்தான் இருக்கணுமா என்ன? அதுங்களுக்கு வயசு வந்தப்புறம் அப்பா ஜாதியா அம்மா ஜாதியான்னு முடிவு பண்ணிக்கிதுங்க...இல்லாட்டி ஒரு ஜாதியுமில்லாம நம்ப ஹென்றி மாதிரி இருந்துட்டுப் போகட்டுமே..." என்று சொல்லிக்கொண்டு வந்த துரைக்கண்ணு அன்று மாலை கூடத்தில் சபாபதிப் பிள்ளையின் படத்தை வைத்து வணங்கிய போது தானும் விழுந்து வணங்கி நெற்றியில் விபூதி வாங்கி வைத்துக்கொண்ட ஹென்றியை நினைத்துக்கொண்டு சொன்னான்:

"இது நம்ப மதந்தான், கழுதை... நீ கவனிக்கலியா சாயங்காலம் – நெத்தியிலே துண்ணூறு வெச்சிக்கிச்சே" என்றான்.

தெருக்கோடியிலிருந்த போலீஸ் ஸ்டேஷனிலிருந்து சேகண்டி மணி ஒலித்தது.

"மணி ரெண்டாவுது, தூங்கு" என்று விளக்கைச் சின்னதாக்கியபின் துரைக்கண்ணுவின் முதுகில் தட்டிக் கொடுத்தாள் நவநீதம்.

வீட்டுக்குப் போன பாண்டு இரண்டாவது ஆட்டம் சினிமா பார்த்துவிட்டு வந்து, லாரியில் படுத்துக்கொண்டான். சரியாக நாலு மணிக்கெல்லாம் துரைக்கண்ணு விழித்துக் கொண்டான். ராந்தல் விளக்கின் வெளிச்சத்தில் மணி பார்த்தான். நவநீதமும் குழந்தையும் அயர்ந்து தூங்கிக்கொண்டிருந்தனர். வெளியே தாழ்வாரத்தில் விரித்த படுக்கையில் காலை நீட்டி உட்கார்ந்து கொண்டு தனிமையில் ஏதோ புலம்பிக் கொண்டிருந்தாள் பஞ்சவர்ணத்தம்மாள். வெற்றிலை பாக்கு இடிக்கிற சின்ன இரும்புலக்கையைக் காணோமாம்.

"இங்கத்தானே வெச்சேன் ... எந்த கொரங்கு எடுத்திச்சோ? இந்த வூட்லேதான் வெச்சது வெச்ச எடத்திலே இருக்காதே ..."

'சனியன் விடியறதுக்குள்ளே ஆரம்பிச்சிடுச்சி' என்று மனசில் முனகிக்கொண்ட துரைக்கண்ணு. 'பாவம், அதுக்கு வெத்திலே போடணும்' என்பதை அநுதாபத்தோடு புரிந்து கொண்டு, கிழவியிடம் ஒன்றும் வார்த்தை கொடுக்காமல் ராந்தல் விளக்கை எடுத்துக்கொண்டு வந்து இரும்புலக் கையைத் தேடி அவள் படுக்கைக்குப் பக்கத்திலேயே அதைக் கண்டெடுத்து,

'குருட்டுப் பொணம்' என்று மனத்துள் திட்டிக்கொண்டே "இந்தாங்க உங்க ஒலக்கை" என்று அவள் கையில் கொடுத்தான்.

'என்னதான் முன்கோவத்திலே திட்டினாலும் எம்மருமகன் கொணம் வருமா?" என்று மனத்தில் எப்போதும் போல் நினைத்துக்கொண்ட கிழவி, வேறு ஏதாவது சொல்லிவிடப் போகிறானோ என்ற பயத்துடன் உலக்கையை வாங்கி வெற்றிலை இடிக்கலானாள்.

துரைக்கண்ணு தெருப்பக்கம் வந்தான். குளிர்ந்த காற்று வீசியது. நாலு மணிக்கே விடிவு காண ஆரம்பித்திருந்தது.

"இன்னும் இந்தப் பாண்டுப் பையனைக் காணோமே" என்று முனகிக்கொண்டான். திண்ணையில் பிள்ளைகள் எல்லாரும் தலை முதல் கால் வரை போர்த்திக்கொண்டும், படுக்கையைவிட்டுத் தரையில் உருண்டும் தூங்கிக் கொண் டிருந்தனர். ஹென்றியும் தேவராஜனும் இன்னொரு திண்ணையில் தூங்கிக்கொண்டிருப்பதை நின்று கவனித்தான் துரைக்கண்ணு. ராத்திரியெல்லாம் பேசிய பேச்சுக்களும், பாட்டும், ஆட்டங்களும் அவனுக்கு நினைவுக்கு வந்தன. தனியே நடந்து சிரித்துக்கொண்டே லாரி நிறுத்தியிருக்கும் பக்கத்துச் சந்துக்குப் போனான்.

இரவு, ஹென்றியும் தேவராஜனும் பையன்களும் 'சோப் பெங்கப்பா' ஆடியபோது இவனையும் இழுத்தார்கள். மடியில் குழந்தையிருப்பதை ஒரு சாக்காகக் கூறி அப்போது தப்பித்துக் கொண்டான் துரைக்கண்ணு.

இப்போது யாருமில்லை என்ற நினைப்புடன் லாரி ஷெட்டில் நின்று அவர்கள் ஆடியதை நினைத்துப் பார்த்து தனியே குதித்துக் குதித்து ஆடினான் துரைக்கண்ணு. அவனுக்குச் சரியாக ஆட வரவில்லை. எனவே இன்னொரு தடவை நன்றாகக் குதித்து ஆடிய சத்தத்தில் லாரிக்குள் படுத்திருந்த பாண்டுப் பையன் விழித்துக்கொண்டான். அவனுக்குச் சிரிப்புத் தாங்கவில்லை ...

"என்னாங்க இது?" என்று பெருங்குரலில் சிரித்தான் பாண்டு. துரைக்கண்ணுவுக்கு வெட்கமும் ஒருவிதக் கோபமும் வரக் கத்தினான்: "வந்தவுடனே லாரியைக் கழுவாம உள்ளே என்னாடா பண்றே" என்று கெட்ட வார்த்தை சொல்லி அவனைத் திட்டினான்.

"நான் ராத்திரி சினிமாவுக்குப் போயிட்டுவந்து லாரி யிலேயே படுத்துக்கிட்டேங்க ... சத்தங் கேட்டு முழிச்சா நீங்க ..." என்று மறுபடியும் சிரித்து, அவன் திட்டுவானோ என்று பயந்து "தோ கழுவறேன்" என்று வாய்க்குள் சிரித்த வாறே இறங்கினான் பாண்டு. துரைக்கண்ணு தானே தன் அசட்டுத்தனத்தை எண்ணிச் சிரித்துக்கொண்டான்:

"ராத்திரி நீ போயிட்ட அப்புறம் இங்கே ஒரே தமாஷ்டா ... நீகூட இங்கேயே இருந்திருக்கலாம் ... சரி, சரி நாழியாவுது, ரெடி பண்ணு" என்று சொல்லிவிட்டுப் போனான் துரைக் கண்ணு.

சற்று நேரத்திற்கெல்லாம் பாண்டு லாரியை ரெடி பண்ணி வைத்தான். துரைக்கண்ணு குளித்து நெற்றியில் விபூதி வைத்துக்கொண்டு முறுக்கிய மீசையுடன் கம்பீரமாக வெளியில் வந்து நின்று தூங்கிக்கொண்டிருந்த தேவராஜனை எழுப்பினான்:

"ஸார் ... ஸார் ... மணி அஞ்சாகப் போவுது. எழுந்திரிச் சிங்கன்னா சரியாயிருக்கும். குளிக்கிறீங்களா, வெந்நீர் வேணுமா?" என்று விசாரித்தான்.

தேவராஜனை எழுப்பியபோது ஹென்றியும் விழித்துக் கொண்டான்.

"வேணாம். பதினோரு மணிக்கெல்லாம் ஊர் போய்ச் சேர்ந்துடலாம். அங்கே போயிக் குளிச்சுக்கலாமே –" என்றான் தேவராஜன்.

"சரி அப்பப் பின்னாலே போயி பல் தேய்ச்சுட்டு வாங்க ... டேய் பாண்டு, இட்டுக்கினு போடா. அவங்களுக்குத் தோட்டத்தெக் காமிச்சுட்டு ஓடிப்போயிக் காபி வாங்கியா" என்று பர்ஸிலிருந்து சில்லறையை எடுத்துத் தந்தான் துரைக் கண்ணு.

பாண்டு, ஹென்றியையும் தேவராஜனையும் அழைத்துக் கொண்டு கிணற்றடிக்குப் போனான்.

அன்று மாலை துரைக்கண்ணு சீக்கிரமே வீட்டுக்கு வந்தான்.

பகலெல்லாம் ஹென்றி, அறையில் சிறுவர்களுடன் பேசியும் விளையாடியும் பொழுதைக் கழித்தான். மத்தியானச் சாப்பாட்டிற்கு மட்டும் அவன் அறையை விட்டு வெளியே வந்தான். காபி, பலகாரம், பழங்கள், ஏதாவது தின்னுவதற்கான கிராமத்துப் பட்சணங்கள் எல்லாம் அறைக்கே சிறுவர்கள் கொண்டு வந்தனர். பஞ்சவர்ணத்தம்மாள் ஒவ்வொரு சமயம் வந்து அறைக்குள் எட்டிப் பார்ப்பாள். 'இந்த வானரப் படைங்க இருக்குதே' என்று எண்ணிக்கொண்டு போய்விடுவாள்.

தேவராஜன் ஞாயிற்றுக்கிழமை சாயங்காலம் வருவதாகச் சொல்லிப் போயிருந்தான். நடுவில் ஒரு நாள் – இவனோடு குடும்ப விஷயமாக மனம் விட்டுப் பேசத் துரைக்கண்ணு வுக்கு – இருந்தது. அதற்காகவே அவன் சீக்கிரமாக வீட்டுக்கு வந்தான். தெருவில் லாரிச் சத்தம் கேட்ட மாத்திரத்தில், "அப்பா வந்தாச்சி ... அப்பா வந்துட்டாங்க" என்று பிள்ளைகள் கூவிக்கொண்டு குதித்து ஓடினர்.

"ஆமாம் – உங்கப்பா ஆனை மேலே வரான்" என்று பஞ்சவர்ணத்தம்மாள் சலித்துக்கொண்டாள்.

சாயங்காலம் விளக்கு வைத்தபின், குழந்தையைத் தோளில் கிடத்திக்கொண்டு வீட்டுக்கு முன்னாலுள்ள குறட்டில் உலாத்தியவாறிருந்தான் துரைக்கண்ணு. ஹென்றி திண்ணை யின் மேல் முழங்காலைக் கட்டிக்கொண்டு உட்கார்ந்திருந் தான். பிள்ளைகள் குறட்டிலும் தெருவிலும் ஓடித் துரத்திக் கொண்டு 'கல்லா – மண்ணா' விளையாடினர். சாயங்கால வானம் எதிரே தென்னஞ் சோலைக்குப் பின்னால் சிவப்பும் கறுப்புமாய் ஜொலித்துக் கொண்டிருந்தது.

எதிர்வீட்டில் தெருத் திண்ணைக்குப் பக்கத்தில் உள்ள மாடத்தில், தாவணியணிந்த பெண்ணொருத்தி அகல் விளக்கு ஒன்றை ஏற்றிக்கொண்டு வந்து வைத்துவிட்டுப் போனாள்.

ஹென்றி அதன் பிறகு எல்லா வீடுகளிலும் அது மாதிரி விளக்கு ஏற்றி வைப்பதைக் கண்டான். சற்று நேரத்துக்குப் பின்னால் இங்கு நவநீதம் ஒரு விளக்கைக் கொண்டுவந்து மாடத்தில் வைத்துவிட்டுப் போனாள். மாடத்திலிருந்து எண்ணெய் வழிந்து வழிந்து சுவரில் படிந்திருந்த தடம் சித்திரம் மாதிரி ஓர் அழகாய்த் தெரிந்தது.

உலாத்திக்கொண்டிருந்த துரைக்கண்ணு, ஹென்றியின் எதிரே வந்தபோது நின்று கேட்டான்:

"டீ சாப்பிடலாமா?"

"சாப்பிடலாமே ..."

“டேய் ஒலக்கை! ஏன் ஓடறே ... வா இங்கே ... மொகனைக் கடையிலே போயி ரெண்டு டீ கொண்டாரச் சொல்லு” என்று இரண்டாவது பையனை விரட்டினான். அவன் வேகமாய் ஓடினான்.

“நானும் போவேன் ...” என்று இன்னொரு பையனும் அவனைத் தொடர்ந்து ஓடினான்.

“டேய் . . . டேய் . . . மெதுவா மெதுவா . . .” என்று எச்சரித்த துரைக்கண்ணு அவர்கள் தன் சொல்லை மதிக் காமல் ஓடுவதைப் பார்த்துத் தன்னையே அவமதிக்கும் பொருள் உள்ள கெட்ட வார்த்தை ஒன்றைச் சொல்லி அந்தப் பையன் களைத் திட்டினான்.

28

டீ வருகிறவரை துரைக்கண்ணு மௌனமாக உலாத்திக் கொண்டு இருந்தான். ஹென்றி வானத்தையும் தெருவையும் வேடிக்கை பார்த்துக் கொண்டிருந்தான். கிருஷ்ணராஜபுரத்துத் தெருமாதிரி இல்லாமல் இங்குள்ள வீடுகள் ஓரளவு வரிசை யாக இருந்தன. இந்த வீடு ஊருக்கு வெளியே, தெருவின் கடைக்கோடியில் இருந்தாலும் கொஞ்சம் கோணலாகத் திரும்பி இருந்தது. இந்த வீட்டுத் திண்ணையிலிருந்தே தெரு முழுதும் பார்க்க வசதியாக அமைந்திருந்தது. தெருக்கோடியில் குறுக்காக மெயின் ரோடும் கொஞ்சம் ஜன நடமாட்டமும் தெரிந்தன. இந்தத் தெருவையும் தாண்டி இந்த வீட்டுக்குப் பின்னாலிருக்கிற தோப்பையும் வயல்களையும் அடுத்த சேரிகளில் வாழ்கிற பறைச் சனங்கள் அடிக்கடி இந்தத் தெருவைக் கடந்து வீடு திரும்பிக் கொண்டிருந்தார்கள். அவர்களில் சிலர் கூடையில் சாமான்களும் கயிறு கட்டிய சீசாக்களில் எண்ணெயும் வாங்கிக்கொண்டு போனார்கள். அந்திக் கருக்கலில் அவர்கள் எல்லாருமே நிழல்கள் மாதிரித் தெரிந் தார்கள். தூரத்தில் போகிற ஒருத்தியை அவளது தாயோ, சகோதரியோ அல்லது சிநேகிதியோ ஒருத்தி, “ஏ . . . அம்மா கண்ணு . . . நில்லு . . . தே . . . நானும் வர்றேன்” என்று கூப்பிட்டுக் கொண்டு ஓடி வந்தாள். அவர்கள் எல்லாருமே இரைந்தும் ஏதோ சங்கீதம் போல் ராகமிழுத்தும் பேசிக்கொண்டார்கள்.

ஹென்றி முழங்காலைக் கட்டிக்கொண்டு உட்கார்ந்தபடி தெருவோடு துரைக்கண்ணு உலாத்துவதையும் சேர்த்துப் பார்த்துக்கொண்டிருந்தான்.

துரைக்கண்ணு உலாத்துவது ரொம்ப கம்பீரமாக இருக்கிறது. ஒரு புலி உலாத்துகிற மாதிரி இருக்கிறது; ஒரு ராஜா தனது சேனைத் தலைவர்களுடன் ஆலோசனை செய்தபடி உலாத்துவது மாதிரி இருக்கிறது. அவன் குழந்தை யைத் தோள்மீது கிடத்திக்கொண்டிருக்கிற விதம்கூட ரொம்ப மிடுக்காக இருக்கிறது. அவன் பீடி புகைத்துக்கொண்டே உலாத்து கிறான். அந்த பீடிப் புகை நெடி சமயங்களில் பக்கத்திலிருப் பவர்களையும் மசக்குகிறது. தோளில் கிடக்கும் குழந்தையின் மீது நெருப்போ சாம்பலோ பட்டுவிடுமோ என்று வேறு ஹென்றிக்குப் பதைப்பாக இருக்கிறது. ஒரு கோடியிலிருந்து குறட்டின் மறு கோடிவரைக்கும் தரையை அளக்கிறவன் மாதிரி அவன் நடக்கிறான். சுவரில் முட்டிக்கொள்கிற மாதிரி கடைசி வரைக்கும் போய், நின்று, திரும்பி மறுபடியும் வருகிறான். நாள் முழுதும் லாரியிலேயே உட்கார்ந்து ஓட்டுவதனால் இப்படிக் காலாற நடப்பது அவனுக்குச் சுகமாக இருக்கிறதோ! பப்பா எப்போதும் உட்கார்ந்துகொண்டுதான் பேசுவார். இப்படி உலாத்துவது அவருக்குப் பழக்கமில்லை. அவர் பேசும்போது கண்ணை மூடிக்கொண்டு யோசிப்பார். துரைக்கண்ணுவுக்கும் அந்தப் பழக்கம் இருக்கிறது என்று ஹென்றி நினைத்துக் கொண்டான்.

டீக்கடையிலிருந்து ஒரு பையன் டீ கொண்டுவந்தான். அவனுக்குப் பின்னால் துரைக்கண்ணுவின் பிள்ளைகள் இரண்டு பேரும் ஓடி வந்தார்கள். டீக்கடைப் பையன் ஒரு தகரப் பெட்டிமாதிரி உள்ள தூக்கின் உள்ளேயிருந்து டீ

கிளாஸுகளை எடுத்துத் திண்ணைமீது வைத்தான். மேலே பிடியோடு உள்ள அந்த 'டீ தூக்கு' பார்க்க விநோதமா யிருந்தது. இரண்டு பக்கத்திலும் மேல் பக்கமாய்த் திறக்கிற மூடிகளும் அதனுள்ளே கிளாஸுகள் வைப்பதற்கு வாகாய் வட்ட வட்டமான குழிகளும் இருந்தன. அந்தத் தகரப் பெட்டியின் மீது பச்சை பெயிண்ட் பூசி 'ஐயனார் விலாஸ்' என்று கோணலும் மாணலுமாய் வெள்ளை நிறத்தில் எழுத்தும் ஒரு சிவப்பு வண்ணத்தில் பூவும் வரைந்திருந்தது. ஹென்றி அந்த வார்த்தையை எழுத்துக் கூட்டி மனசுக்குள் படித்துக் கொண்டான்.

துரைக்கண்ணு குழந்தையை மடிமீது கிடத்திக்கொண்டு திண்ணை மீதமர்ந்து ஒரு கிளாஸை எடுத்து ஹென்றியிடம் தந்தான். ஹென்றி அங்கே நின்றிருந்த சபாபதியிடம், "உனக்கு டீ வேணாமா?" என்று கேட்டான். "வேணாம்" என்று சொல்லி அவன் உள்ளே ஓடினான்.

துரைக்கண்ணுவின் மடியிலிருந்த குழந்தை அவனை டீ குடிக்க விடாமல் கையைப் பிடித்து இழுத்தது. "ஓ! உனக்கு வேணுமோ?" என்று குழந்தையை மடிமீது உட்கார வைத்து கிளாஸிலிருந்த டீயை ஊதி ஊதி அதற்கு வாயில் புகட்டினான் துரைக்கண்ணு. குழந்தை, வாயில் வாங்கிய டீயைக் குடிக்காமல் வாயெல்லாம் வழிய 'ப்பூ, ப்பூ' என்று உதடுகள் அதிர ஓசை எழுப்பித் தூவானம் மாதிரித் துப்பிற்று. துரைக்கண்ணு செல்லமாகத் திட்டிவிட்டு டீயைத் தானே குடித்தான்.

டீக்கடைப் பையன் போன பிறகு, "நாளைக்கு இந்நேர மெல்லாம் தேவராஜன் ஸார் வந்துடுவாரு..." என்று பேச்சை ஆரம்பித்தான் துரைக்கண்ணு:

"ஏந்தொரை? எனக்கு ஒரு யோசனை தோணுதே. நீ கிருஷ்ணராஜபுரத்திலே நம்ப வீடு கட்டி முடிக்கிற வரைக்கும் இங்கேயே இருந்துக்கினு நெதம் ஒரு தபா அங்கே போயிட்டு வர மாதிரி வெச்சிக்கினா என்ன? எப்பிடியும் காத்தாலே லாரி போவப் போவுது; சாயரச்சே வரப்போவுது. யோசனை பண்ணிப்பாரு. தேவராஜன் ஸார் உனக்கு எப்பிடி சிநேகிதம், எம்மாம் பழக்கம்னு எல்லாம் எனக்குத் தெரியுமே... என்னா இருந்தாலும் இன்னொரு மனுஷாள் வீடுதானே... வந்த உடனே அங்கே போனதும் அவரு ரொம்ப உன்கிட்ட சிநேகிதம் ஆயிட்டாருன்னு தெரியுது. இப்ப நம்பவூடு இங்கே இருக்கறப்போ, நீ யோசனை பண்ணிப் பாரு... எப்படித் தோணுதோ அப்படியே செய்யலாம்" என்று தயக்கத்துடன் சொல்லிப் புன்னகையுடன் முடித்தான் துரைக்கண்ணு.

ஹென்றிக்கு இவன் என்ன சொல்லுகிறான் என்று தெரிவாகப் புரிந்தது. அதில் உள்ள நியாயமும் தெரிந்தது.

"நீங்க சொல்ற மாதிரியே செய்வோம். மிஸ்டர் தேவராஜன் ரொம்பத் தனியா இருக்காரு. அவரு வய்ஃப்கூட ஊரிலே இல்லே... மெத்தெ மேலே ரூம் இருக்கு. நான் அவர்கூட இருக்கிறது அவருக்குத் துணையா இருக்கும்போல இருக்கு. அதனாலே... வாரத்திலே ஒரு நாளு ரெண்டு நாளு அவருகூடயும் இருந்தால் அவருக்கு சந்தோஷமா இருக்கும்..." என்று ஹென்றி தன்னை அனுசரித்துப் பேசியதில் துரைக்கண்ணு மிகவும் சந்தோஷம் அடைந்தான்.

சற்று நேரம் இருவரும் மௌனமாய் இருந்தனர். பெரிய பையன் எங்கோபோய் விளையாடிவிட்டு முழங்கால்வரை செம்மண் புழுதியுடன் வந்தான். அவன் சட்டை முழுதும் வியர்வையில் நனைந்து கிடந்தது.

"எங்கே ஸார், பந்து விளையாடிட்டு வரீங்களா?" என்று கிண்டலாகக் கேட்டான் துரைக்கண்ணு. அவன் 'ஆமாம்' என்று தலையாட்டியதும் திட்டினான்: "போடா போடா மம்ட்டி... மம்ட்டி! பரீட்சை வரப் போவுது இல்லே?... இப்ப ஒரு வாரத்துக்குப் பந்து விளையாடாட்டி என்னா?... போ போ, போயிப் படி... டேய் பசங்களா... எல்லாரும் கூடத்திலே விளக்கேத்தி வச்சிக்கினு படிங்க... இப்ப நான் வந்து பாப்பேன்" என்று அதிகாரமாகக் கத்தினான் துரைக்கண்ணு.

"ஆமா, அண்ணாரு... அதான் உங்க அப்பா எப்பிடிக் காலமானாரு... வயசு ரொம்ப ஆயிருக்கும் இல்லியா... கெழவரா இருந்தாரா? ரொம்பத் தளந்து பூட்டாரா?... என்னைப் பத்தியெல்லாம் பேசுவாருன்னு சொன்னியே... என்னா பேசுவாரு?..." என்று மிகுந்த ஆவலாதியுடன் குரலைத் தாழ்த்திக்கொண்டு ஹென்றியின் முகத்தையும் கண்களையும் கூர்ந்துபார்த்துக் கேட்டான் துரைக்கண்ணு.

"பப்பா வாஸ் ஸிக்ஸ்டி ஃபைவ்..." என்று தான் யோசிக்கிற மாதிரியே ஆங்கிலத்தில் சொல்ல ஆரம்பித்த ஹென்றி சற்று நிதானித்து, "அவருக்கு அப்போ அறுபத்தஞ்சு ஆயிடுச்சி" என்று மொழிபெயர்த்துச் சொன்னான். "அவர் படுத்த படுக்கையா ஒண்ணும் கிடக்கலே... ரொம்பப் போனால் பத்து நாள் படுத்து இருந்திருப்பார்... அதுவும் அந்த லாஸ்ட் ஒன் வீக்... ஹாஸ்பிடல்லே இருந்தார். நான் எப்பவுமே அவர் கூடத்தான் இருந்திச்சுது. அப்படித்தான் எனக்குப் பழக்கம். அவர் ரிடையர் ஆகிப் பத்து வருஷமாச்சு. அதுக்கு

அஞ்சு வருஷத்துக்கு முன்னாலேயே மம்மா போய்ட்டாங்க. அவருக்கு வயத்திலே என்னமோ கோளாறு வந்திச்சிது . . .” என்று சொல்லும் போது அவன் மறுபடியும் கொஞ்சம் நிதானித்தான்.

‘பப்பா குடிக்கிற விஷயம் இவர்களுக்கெல்லாம் நிச்சயம் தெரிந்திருக்க நியாயமில்லை. எனவே, நான் அதை இவனிடம் சொல்லக் கூடாது’ என்று தீர்மானித்துக்கொண்டான்.

துரைக்கண்ணு, ‘என்ன உத்யோகத்திலிருந்து அவர் ரிடையர் ஆனார்?’ என்று புரியாமல் யோசித்துக்கொண் டிருந்தான்:

“அவர் என்னா வேலை செஞ்சிக்கினு இருந்தாரு?”

“ஓ, யூ டோண்ட் நோ தட் . . .” என்று ஒரு முறை சிரித்து மேல் உதட்டை விரல்களால் மீட்டி, அவன் பப்பாவைக் கரிபடிந்த கால்சராயும் சட்டையுமாய்க் கையில் டிபன் பாக்ஸோடு அவர் வேலைக்குப் போகிற காட்சியை மனத்தால் பார்த்து ரசித்தான்.

“ரயில்வேயிலே ஃபயர்மேனா இருந்தாரு. எனக்குத் தெரிஞ்சதிலேருந்து அவர் அந்த வேலைதான் செஞ்சிக்கினு இருந்தாரு. அதுக்கு முன்னாலே ஆர்மியிலே இருந்திருக்காரு. பர்மாவிலே எல்லாம் இருந்திருக்காரு. அங்கேதான் மம்மாவை மீட்பண்ணி இருக்காரு. நான் அதுக்கப்புறம் தானே . . . அதனாலே அதுக்கு முன்னே நடந்ததெல்லாம் அவர் சொல்லித்தான் எனக்குத் தெரியும்.”

“அப்போ எங்க அண்ணியைப் பத்தி உனக்கு ஒண்ணுமே தெரியாதா?” என்று மிகுந்த ஏமாற்றத்துடன் கேட்டான் துரைக்கண்ணு.

“தெரியும் . . . பப்பா சொல்லி இருக்காரு. இந்த ஊரை விட்டுப் போகும் போது பப்பா ரொம்ப மனசு உடைஞ்சு போயிருக்காரு. அநேகமா அந்தச் சமயத்திலேதான் இட் ஸீம்ஸ் . . . ஹி லாஸ்ட் ஹர். அதிலே மனசு உடைஞ்சு அவர் எங்கெங்கயோ தனியாவே சுத்திக்கினு இருந்திருக்காரு. அவங்களை நினைச்சு அவர் அடிக்கடி அழுவாரு. அந்த அழுகை அவர் சாகறவரைக்கும் இருந்திச்சுது. சில ‘மூட்’லே தான் அழுவாரு. அப்பறம் அதை நினைச்சு அவரே சிரிச்சிக்கு வாரு. ஆனால் எங்க மம்மா செத்தப்போ அவர் அழுவலே; நினைச்சு நினைச்சு எல்லாம் ஒண்ணும் அழுவலே. அப்போ தான் அவரு சொன்னாரு: ‘சாவுன்னா என்னன்னு தெரியாமல் அதுக்கு நாம்ப என்னாத்துக்கு வருத்தப் படுறது’ன்னு?”

என்று சொல்லிக்கொண்டே வந்தவன் தன் வாயிலிருந்து தவறிப் போய் ஏதாவது வந்துவிடுமோ என்று சற்று மௌன மானான்.

துரைக்கண்ணு, தனக்குக் கிடைத்த தடயங்களை வைத்துக்கொண்டு ஒருவாறாகத் தனது அண்ணனின் வாழ்க்கையை யூகித்தான். ஆனாலும் அவர் இங்கே நிரந்தர மாக வராமலிருந்ததற்குக் காரணம் அவனுக்குத் தெரியவில்லை.

"அவரு என்னாத்துக்காக இந்த ஊரையும் எங்களையும் அப்பிடி வெறுத்துட்டு இருந்தாரு?" என்று பரிதாபமாகக் கேட்டான்.

"நோ ... நோ! அவராலே யாரையும் வெறுக்க முடியாது. ஒருவேளை, அந்த மொதல் வய்ஃப் – உங்க அண்ணியோட வாழ முடியாம போனப்பறம் இந்த ஊருக்குத் திரும்பி வர அவருக்கு மனசில்லாம போயிருக்கலாம்... எங்க மம்மாவோட இங்கே வந்து வாழறதுக்கு அவருக்குக் கஷ்டமா இருந்திருக்கலாம் ... தான் இன்னொரு கல்யாணம் செஞ்சுக் கிட்ட விஷயம் – அதுவும் ஜாதி விட்டு ஜாதி கல்யாணம் பண்ணிக்கினது தெரிஞ்சால் இந்த ஊர்லே தனக்கு இருக்கிற கௌரவத்துக்குக் கேடுன்னு நெனச்சாரோ, என்னாவோ ? ... ஆனா அவரு உங்களையெல்லாம் நிச்சயமா வெறுக்கவே இல்லே ... அது மட்டும் நான் சொல்லுவேன் ..." என்று உறுதியாய்ச் சொன்னான் ஹென்றி.

"அடிக்கடி அவர் சொல்லுவார் ... உங்களைப் பத்தி சொல்றப்போ கண்ணை மூடிக்கினு உங்களை நெனச்சிக்கு வார்போல இருக்குது ... 'என் தம்பி ஒருத்தன் இருக்கான் ... எங்கம்மா அவனைத் தொரைன்னு கூப்பிடும் ... அவன் எனக்கு ரொம்பச் சின்னவன் ... மொரட்டுப் பையன் ... யாருக்கும் அடங்காம ஊரைச் சுத்திக்கிட்டு இருந்தான். இப்ப அவனும் பெரியவனாகிக் கல்யாணம் பண்ணிப் புள்ளை குட்டியெல்லாம் பெத்திருப்பான். எங்கேயாவது நல்லா இருக்கணும்'னு உங்களுக்காகக் கடவுளை வேண்டிக்கு வாரு ..." என்று ஹென்றி கூறிய வார்த்தைகளை 'உம்' 'உம்' என்று கேட்டுக்கொண்டே தனது நினைவுகளுடன் அவன் சொன்னதைச் சரி பார்த்து அங்கீகரித்துக்கொண்டே வந்த துரைக்கண்ணுவின் கண்கள் பனித்து இமைகள் நனைந்து அவனறியாமல் கன்னத்தின் மீது கண்ணீர் வழிந்தது.

" ... 'இவ்வளவு ஆசையை மனசிலே வச்சிக்கிட்டு இருக்கீங்களே, போயி உங்க தம்பியைப் பாருங்க'ன்னு சொல்ல உனக்கு ஏன் தொரை தோணலே?" என்று கேட்டான் துரைக்கண்ணு.

ஹென்றி இதற்கு என்ன சொல்வது என்று தெரியாமல் துரைக்கண்ணுவின் முகத்தை உற்றுப் பார்த்தான்.

அப்போது நன்றாக இருட்டிவிட்டிருந்தது. இவர்கள் பேசிக் கொண்டிருக்கையில் சற்றுமுன் நவநீதம் வந்து மாடத்து விளக்கை உள்ளே எடுத்துக்கொண்டு போய்விட்டாள். துரைக் கண்ணுவின் முகம் இருட்டில் சரியாகத் தெரியவில்லை. தெருவெல்லாம் நல்ல இருட்டு. உள்ளே பையன்கள் இரைந்து படித்துக்கொண்டிருந்தார்கள்.

"பப்பாகிட்ட 'இதைச் செய்யுங்க, அதைச் செய்யாதீங்க'ன்னு எல்லாம் நான் சொன்னது கெடையாது. அவரும் என்னை அப்பிடியெல்லாம் சொன்னதே இல்லை..."

"ஆமாம். அவர் அதெல்லாம் அப்பிடியெல்லாம் சொல்ல மாட்டார்..." என்று அவன் கூறியதை அங்கீகரித்து துரைக் கண்ணுவும் தலையை ஆட்டிக் கொண்டான்:

"ஏந் தொரை? அவர் கிறிஸ்துவரா மாறிட்டாரா?" என்று கேட்டான் துரைக்கண்ணு.

"இல்லே. மம்மாதான் கிறிஸ்டியன். அவர் எப்பவும் போல இருந்தார். புள்ளையார் கோவிலுக்குப் போவார். ஹிந்து பிரேயர் ஸாங் – எல்லாம் பாடுவார். என்னைக்கூடக் கிறிஸ்துவன் ஆக்கணும்னு அம்மா சொல்லிச்சுது. 'அதெல்லாம் அவன் இஷ்டத்துக்கே விட்டுடணும்'னு பப்பா சொல்லிட்டார். ஸ்டில் ஐ ஹாவ் நோ எனி ரிலிஜன்! எனக்கு மதம் இல்லே."

"ஆனா சாமி கும்பிடுறியே..." என்று குறுக்கிட்டுக் கேட்டான் துரைக்கண்ணு.

"எஸ் அதுக்கென்னா? சாமிக்கும் மதத்துக்கும் என்னா சம்பந்தம்?" என்று அவன் கேட்டது துரைக்கண்ணுவைச் சிறிது யோசிக்க வைத்தது. அவன் சொன்னது ரொம்பவும் சரி என்று யோசிக்க யோசிக்கப் பிரகாசமாய்ப் புரிந்தது துரைக்கண்ணுவுக்கு. தீடீரென்று தலையை உலுப்பிக்கொண்டு சிரித்து அவனைப் பாராட்டினான் துரைக்கண்ணு: "சாமிக்கும் மதத்துக்கும் என்னா சம்பந்தம்!...சபாஷ் தொரை..."

29

சபாபதிப் பிள்ளையைப் பற்றி என்னென்னவோ கேட்டுத் தெரிந்துகொள்ள வேண்டும் என்றிருந்த துரைக்கண்ணுவுக்கு எல்லாமே தெரிந்துவிட்டது போல் தோன்றியது. சில விஷயங்

களைக் கேட்பது தனக்கே தான் செய்துகொள்கிற அவமரியாதை யாகப் போய்விடும் என்று எண்ணினான் அவன். அன்றைக்குப் பஞ்சாயத்தில் கனகசபை முதலியார் கேட்ட மாதிரியா கேட்க முடியும்?

இருந்தாலும். அவர் கிறிஸ்தவராக மாறவில்லை என்றால் ஹென்றியின் அம்மாவை எப்படிக் கல்யாணம் செய்து கொண்டிருக்க முடியும்?

'ஒருவேளை ... கல்யாணம் என்று செய்துகொள்ளாமல் 'சேர்த்து'க் கொண்டிருப்பாரோ?' என்று நினைப்பதோ – அது உண்மையாக இருப்பினும் அது பற்றிப் பேசுவதோ அவர்மீது தனக்கு இருக்கும் மரியாதையை மாசுபடுத்தும் என்று எண்ணினான் துரைக்கண்ணு.

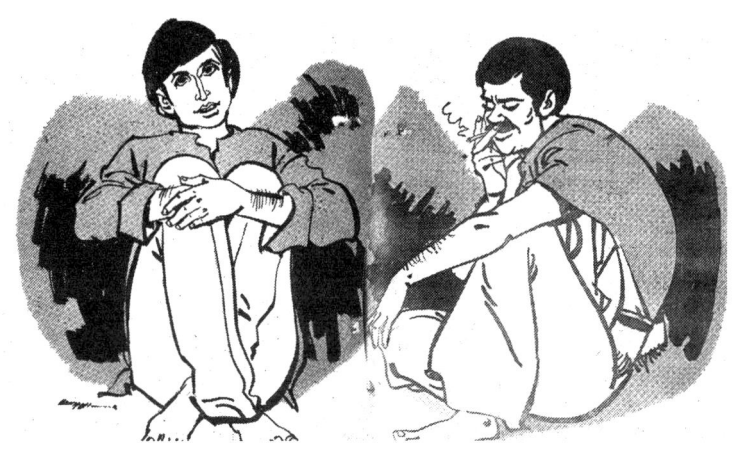

'சரி, அதெல்லாம் என்ன அவ்வளவு முக்கியமான விஷயம் ...' என்று தன் சுபாவப்படி மனசிலிருந்தே தள்ளிவிட்டான்.

ஹென்றிதான் சொல்லுகிறானே, 'அவர் கடைசிவரை மதம் மாறவில்லை' என்று; தனக்கும்கூட ஒரு மதமும் இல்லை என்கிறான் ...

துரைக்கண்ணுவின் மனத்தில் தோன்றிய ஒரு கேள்விக்கு அவன் கேட்காதபோது தானாகவே பதில் சொன்னான் ஹென்றி.

"பப்பா எல்லாத்தைப் பத்தியும் ரொம்பக் கிளீனா உயில் எழுதி வெச்சிருந்தார். பெங்களூரிலே கல்யாணராமையர்னு ஒரு லாயர் ... அடிக்கடி பப்பா அவரைப் பார்க்கப் போவார்.

நானும் கூடப் போவேன்... அவுங்க ரெண்டு பேரும் பேசிக்கிட்டிருக்கறப்ப நான் கூடவே இருப்பேன். என்னைப் பத்தி அவங்க பேசறப்பகூட நான் குறுக்கே ஒண்ணும் பேசமாட்டேன். பப்பா என்னை அடிக்கடி பாத்துக்குவார்; ஆனா ஒண்ணும் கேட்கமாட்டார். அந்த உயில் எழுதறப்போ நான் கூடவே இருந்திச்சுது... இப்பவும் அந்த உயில் பையிலேதான் இருக்கு... அவர் செத்துப் போனா தன்னை எப்படி அடக்கம் பண்ணனும்னு அதிலே அவர் எழுதினார். தானே எழுதி அந்த வக்கீலையும், என்னையும் வெச்சிக்கிட்டு படிச்சிக் காமிச்சாரு... கையிலே அந்த பேப்பரை வெச்சுக் கிட்டு கண்ணை மூடிக்கினு மனப்பாடம் பண்ணிட்ட மாதிரி படிச்சுக் காமிச்சாரு..." என்று விவரித்தபோது துரைக்கண்ணு கண்களை மூடிக்கொண்டு அந்தக் காட்சியைத் தெளிவற்ற சித்திரம்போல் கண்டு கற்பனையில் தன் அண்ணனின் குரலைத் தெளிவாகக் கேட்டான்.

ஹென்றி அந்த உயிலின் வாசகங்களை அன்று பப்பா படித்துக் காட்டியது போலவே இப்போது இவனுக்குச் சொல்லிக்கொண்டிருந்தான். அவன் தன்னால் முடிந்தவரை பப்பா எழுதியிருந்த மாதிரியே இலக்கணச் சுத்தமாய்ச் சொன்னான்.

இருவரும் இருளில் உட்கார்ந்து இருந்தனர். ஹென்றியின் குரல் தன் அண்ணனின் குரல் போலவே துரைக்கண்ணு விற்குக் கேட்டது.

"நான் ஒரு ஹிந்து. என் மூதாதையர்கள் எல்லாம் சைவ மதத்தை நம்பி என்னென்ன மாதிரி வாழ்ந்து எப்படி சிவலோக பதவி அடைந்தார்களோ, அப்படியே போக விரும்பறவன் நான். நான் இறந்து போனால் ஹிந்து வைதிக முறைப்படி என்னைத் தகனம் செய்ய வேண்டியது. என் பேராலே ஒரு பிடி சாம்பல்கூட இருக்கக் கூடாது. 'நான்' என்கிறது இந்த சபாபதிப் பிள்ளையோ இந்த உடம்போ இல்லை. அதனாலே இந்த சபாபதிப் பிள்ளைக்கு அல்லது எனக்குச் சொந்தம்னு இருக்கிற – அப்படி யாராவது இருந்தால் அவுங்க அந்த சொந்தத்தை அவுங்க கையாலேயே அழிக்கறதுக்கு அடை யாளமாக அவுங்க கையாலேயே கொள்ளி வைக்க வேண்டியது. இது ஒரு கட்டாயமோ என் இஷ்டமோகூட இல்லை. இது ஒரு வழக்கம். இதைச் செய்ய வேண்டியவன் என் ஸ்வீகார புத்திரனான ஹென்றிதான்..."

இதைச் சொன்னபோது ஹென்றியின் குரல் சற்றுத் தடைப்பட்டது. துரைக்கண்ணுவை மௌனமாய்ச் சற்று நேரம் உற்றுப் பார்த்தான். ஹென்றி இன்னும் தொடர்ந்து

பேசிக்கொண்டிருப்பது போலவே, தான் தொடர்ந்து இன்னும் கேட்டுக்கொண்டிருக்கின்ற பாவனையில் கவனமாய், மனமூன்றி கண்களை மூடி ஹென்றியின் மௌனத்திலும் லயித்து உட்கார்ந்திருந்தான் துரைக்கண்ணு.

ஹென்றி அந்த உயிலின் வாசகங்களை நிறுத்திவிட்டு, தனியே வந்து இப்போது இவனிடம் பேசினான். "அதிலே வேடிக்கை பாருங்க... பப்பா என்னையும் வைச்சுக்கிட்டே இந்த உயிலைப் படிச்சுக் காட்டறாரு..."

"ம்... அப்புறம்? அந்த உயில்லே வேறே என்ன எழுதி யிருந்தார்?" என்று கண்களைத் திறவாமலேயே தான் கண்டு கொண்டிருந்த காட்சியைக் கலைக்காமல், எதிரில் உட்கார்ந் திருந்த ஹென்றியிடம் தானும் அவனைப் போலவே அந்தக் காட்சியனுபவத்துக்குச் சற்றுத் தள்ளி விலகி வந்து கேட்டான் துரைக்கண்ணு. எத்தனையோ முறை படித்துப் படித்து மனப் பாடம் ஆகியிருந்த அந்த உயிலின் வாசகங்களைத் தொடர்ந்து சொல்லிக் காட்டினான் ஹென்றி:

"என்னோட வளர்ப்பு மகன் ஹென்றியை நான் என் மதத்துக்கும் என் நம்பிக்கைக்கும் பலவந்தமா கொண்டுவர இஷ்டப்படலே. அவனுடைய வளர்ப்புத்தாய் கிறிஸ்துவ மதத்தைச் சேர்ந்தவர்களா இருக்கறதனாலே அவன் ஒரு வேளை கிறிஸ்துவ மார்க்கத்துக்குப் போனாலும் போகலாம். அப்படி நிலைமை ஏற்படுகிற பட்சத்தில் எனக்குச் செய்ய வேண்டிய ஈமக்கடன்களை ஹிந்துக்களின் சடங்குகளில் நம்பிக்கையுள்ள யாரேனும் ஒரு பரதேசியைக் கொண்டு செய்து இந்தக் கர்ம காரியத்துக்காக அவருக்கு ஆயிர ரூபாய் தர வேண்டியது...

"இதுக்கெல்லாம் ஒண்ணும் முக்கிய அஸ்தஸ்து கிடையாதுன்னு நான் அறிவேன். எங்கேயோ பர்மா யுத்த முனையிலே நான் செத்துப் போயிருந்தால் இதற்கெல்லாம் அர்த்தம் இல்லை. கடவுள் எனக்கு வாழ நல்ல சந்தர்ப்பமும் வசதியும் கொடுத்திருக்கறதாலே இதையெல்லாம் எழுதி வெச்சிக்கறேன். அதன் பிறகு எல்லாம் அந்தக் கடவுளின் சித்தம்'னு அந்த உயிலைத் தனியா எழுதினாரு பப்பா..."

"நீதானே அவருக்கு எல்லாக் காரியமும் செய்தே?" என்று துரைக்கண்ணு கண்களைத் திறந்து – மடியிலிருந்த குழந்தை உறங்கிவிட்டிருந்ததால் குழந்தையைக் கொண்டு போய் நவநீதத்திடம் விடுவதற்காக – எழுந்தவாறே கேட்டான்.

ஹென்றியும் அவனோடு எழுந்தவாறு "பின்னே?... நானேதான் எல்லாம் செய்திச்சிது. இதோ, பாருங்க" என்று

நெற்றியில் விழுந்திருந்த கிராப்புச் சிகையைப் பின்னுக்குத் தள்ளிக் காண்பித்தான். துரைக்கண்ணு அவனது முன் நெற்றியில் ஒரு சிறு பகுதி சிரைக்கப்பட்டு லேசாக முடி வளர்ந்திருப்பதைக் கூடத்து லாந்தர் வெளிச்சத்தில் பார்த்தான்.

"ஆனா, உங்க பப்பா உன்கிட்டே நேரடியாக இதைப் பத்தியெல்லாம் ஒண்ணும் பேசலியா?" என்று கேட்டுக் கொண்டு உள்ளே போன துரைக்கண்ணு வீரசோழனை அழைத்து, "டேய்... பாப்பா தூங்குது, உங்க அம்மாகிட்ட கொண்டு குடு" என்றான். வீரசோழன் குழந்தையை வாங்கிக் கொண்டு போனான்.

முற்றத்தில் பாய் விரிக்கச் சொன்னான் துரைக்கண்ணு. சங்கிலியாண்டி உள்ளே ஓடிச் சென்று பாய் கொணர்ந்து விரித்தான்.

"மணி எட்டிருக்குமா?" என்று பிள்ளைகளைப் பார்த்துக் கேட்டான் துரைக்கண்ணு. மாடத்திலிருந்த 'டைம்பீ'ஸைப் பார்த்து "இன்னும் எட்டாவலே" என்று சொல்லிக்கொண்டு வீரசோழன் வந்தான்.

முற்றத்தில் விரித்த பாயில் தானும் உட்கார்ந்து ஹென்றியையும் உட்காரச் சொன்னான் துரைக்கண்ணு. பிள்ளைகளும் உட்கார்ந்துகொண்டனர்.

"என்கிட்ட பப்பா எவ்வளவோ விஷயம் பேசுவாரு... எனக்கு அறிவு தெரிஞ்ச நாளா அவர் என்கிட்ட பேசிக்கிட்டேதான் இருந்தாரு... ஆனால் இந்த மாதிரி சொந்த விஷயமா எதுவும் ரொம்பப் பேசமாட்டார்... செத்துப் போனா பொணத்தெ எரிக்கறது எவ்வளவு சரியான காரியம்னு பேசுவாரு... அதுக்குப் புராணத்திலேருந்து கதையெல்லாம் சொல்லுவாரு. மத்ததெல்லாம் என்னைக் கூட வெச்சிக்கிட்டுத்தானே செய்யறாரு... பேசறத்துக்கு என்னா இருக்கு... அவர் ரொம்ப அமைதியா, சந்தோஷமா, கண்ணை மூடித் தூங்கற மாதிரி செத்துப் போனாரு. நான் பக்கத்திலே உக்கார்ந்திருந்தேன். கண்ணை மூடி என்னமோ யோசிச்சு சொல்லப் போறார்னு பார்த்துக்கிட்டே உக்காந்திருந்தேன். என் கையிலே பிடிச்சிக்கிட்டு இருந்த அவர் கை திடீர்னு கனமானது மாதிரி இருந்திச்சிது... தட் இஸ் ஆல்!" என்று மிட்டாய் சுவைத்த மாதிரி நாக்கை 'த்சு' கொட்டினான் ஹென்றி:

"உடனே மிஸ்டர் கல்யாணராம ஐயர் ஓடியாந்துட்டாரு... அப்புறம் பப்பாவோட ஃபிரண்ட்ஸ் ரெண்டு

மூணு ரிடையர்ட் ஜென்ட்டில்மென்... வந்து கூட இருந் தாங்க... அவர் பத்து வருஷத்துக்கு முன்னயே ரிடையர் ஆகியிருந்தாரு... பாங்க்லே அவரோட ஸேவிங்ஸ், பிராவிடண்ட் ஃபண்ட் பணம் எல்லாம் சேத்து – ட்வெண்டி ஸிக்ஸ் தௌஸன்ட் – தட் இஸ்... இருவத்தி ஆறாயிரம் ரூபா இருந்திச்சிது. மூணாம் நாளு பால் தெளிக்கிறதாமே... அதுவரைக்கும் நான் அங்கேயே இருந்திச்சிது. அப்புறம் அந்த ஆளு – அதான் இந்தச் சடங்கு எல்லாம் செய்யறதுக்கு வந்திருந்த ஆள்கிட்டே கேட்டேன்... 'நான் இன்னும் இங்கேயே இருக்கணுமா?'ன்னு... அதுக்குப் பரவாயில்லேன்னு அந்த ஆள் சொல்லிச்சுது... கொள்ளி வெச்ச கையாலே பால் தெளிக்கணும்... அதான் முக்கியமாமே... மத்த காரியமெல்லாம் நீ எங்கே இருக்கிறியோ அங்கே செய்துக்க லாம்னு சொல்லிச்சுது..." என்று ஹென்றி பேசிக் கொண்டி ருந்ததையெல்லாம் கவனமாகக் கேட்டான் துரைக்கண்ணு.

"அந்தப் பணத்தையெல்லாம் அங்கேயிருந்து எடுத்துக் கிட்டு வந்துட்டியா, அங்கேயேதான் இருக்குதா?" என்று விசாரித்தான் துரைக்கண்ணு. இவன் பெங்களூருக்கு மறு படியும் திரும்பிப்போக இருக்கிறானோ? என்று அறிந்து கொள்ளவே அவன் அதைக் கேட்டான்.

"நோ... நோ... அங்கே இனிமே ஒண்ணும் இல்லே. நான் இங்கேயே ஸெட்டில் ஆகணும்னுதானே வந்திருக்கேன் ...தேவராஜன் சார் வந்தவுடனே நாளைக்குப் போயி அந்தப் பணத்தையெல்லாம் ஏதாவது ஒரு பாங்க்லே டெபாஸிட் பண்ணணும்... பாங்க்கெல்லாம் இந்த ஊர்லேதானே இருக்கு" என்று விசாரித்தான் ஹென்றி.

"பாங்க்லே போடாமல் கையிலேயேவா வெச்சிருக்கே?..." என்று கேட்டான் துரைக்கண்ணு.

"எஸ்... கையிலேன்னா இங்கே இல்லே... மிஸ்டர் தேவராஜன் வீட்டிலேதான், அந்தப் பெரிய பை ஒண்ணு இருக்கே அதுலே வெச்சிருக்கேன்..." என்று அவன் சொன்னதைக் கேட்க துரைக்கண்ணுவுக்கு ஆச்சரியமாக இருந்தது.

'இவன் என்ன பிள்ளை! இத்தனை ஆயிரம் ரூபாயையும் ஒரு பையில் போட்டுக்கொண்டு ஒரு பரதேசி மாதிரி நடந்து வந்திருக்கிறானே... ஏதோ பழைய சாமான் மாதிரி அவன் வீட்டு மாடியில் போட்டு வைத்துவிட்டு வந்திருக் கிறானே' என்று எண்ணிய துரைக்கண்ணு, 'ம் சரிதான்... பூதம் பொதையல் காக்கிற மாதிரியா பணத்தைக் காத்துகிட்டிருக்க முடியும்' என்று சொல்லிக்கொண்டான்.

துரைக்கண்ணு சட்டைப் பையிலிருந்த பீடியையும் ஒரு சிறு பொட்டலத்தையும் எடுத்து, பீடியைப் பிரித்து பொட்டணத்திலிருந்த தழையை அதனுள் வைத்து ஒவ்வொன்றாய் ஐந்தாறு பீடிகளைச் சுருட்டினான். ஹென்றி அதை வேடிக்கை பார்த்துக்கொண்டிருந்தான்.

"இதிலே உங்களுக்குப் போதை வருமா?" என்று விசாரித்தான் ஹென்றி.

"குடிச்சா வர மாதிரி போதை வராது; இது வேறே மாதிரி இருக்கும். மனசுக்கு நல்லா இருக்கும். உலகமே ஒரு வேடிக்கையா இருக்கும். நீ ஒண்ணு குடிச்சுப் பாரேன்" என்று ஒரு பீடியை நீட்டினான்.

"தாங்க்ஸ். நான் ஸ்மோக் பண்றதில்லை" என்று ஹென்றி அதை மறுத்து விட்டான். துரைக்கண்ணு மட்டும் பீடி புகைத்தான். ஒரு பீடி தீருகிற வரைக்கும் கண்ணை மூடிக்கொண்டே இருந்தான். அந்தப் புகையின் மணம் சுகந்தமாகயிருந்தது. துரைக்கண்ணு கண்களைத் திறந்து ஹென்றியைப் பார்த்துப் பேசியபோது அவன் விழிகள் சிவந்திருந்தன.

"பாண்டுப் பையனுக்கு ஒரு டிரைவிங் லைசென்ஸ் வாங்கிக் குடுத்துட்டா லாரியை அவன்கிட்டே ஒப்படைச்சுடுவேன். புதுசாவே ஒருலாரியை வாங்கிக் கொடுத்து அவனை ஓட்டச் சொன்னா, அவனுக்கும் அது ஒரு பொழைப்பு ஆவும்; நமக்கும் ஒழுங்கா வீட்டுக்குப் பணம் வந்து சேரும்... இதுங்களை யெல்லாம் இங்கேயே விட்டுட்டு நானும் உன்னோடயே வந்து... அங்கே நம்ப நெலத்தை, தோட்டத்தைப் பார்த்துக்கிட்டிருப்பேன்" என்று ஏதோ வயோதிகம் வந்தது போன்ற கற்பனையில் பேசிக்கொண்டிருந்தான் துரைக்கண்ணு. இவன் பணத்தை வைத்து இவனுக்குக் காப்பாற்றித் தர வேண்டுமே என்கிற பொறுப்பும் சுமையும் கனமும் கவலையும் கொண்டான் துரைக்கண்ணு.

30

காலை பத்து மணி இருக்கும். துரைக்கண்ணுவின் பிள்ளைகளில் ஒருவரைக்கூடக் காணோம். காபி, பலகாரம் சாப்பிட்டுவிட்டு வெகு நேரம் அறையின் தனிமையிலேயே உட்கார்ந்திருந்தான் ஹென்றி. சன்னல் வழியாகத் தெருவைப் பார்த்தான். எதிர்வீட்டுச் சிறுமி கதவிடுக்கில் ஒளிந்துகொண்டு இவனைப் பார்ப்பது தெரிந்தது. ஷெல்பில் வைத்திருந்த

பையன்களின் பாடப் புத்தகங்களில் ஒன்றை எடுத்துப் புரட்டினான் ஹென்றி. அதில் தேசிங்குராஜன் கதைப் பாட்டு இருந்தது. அதை எழுத்துக்கூட்டிப் படிக்கையில் பாட்டும் கதையுமாகத் தேசிங்குராஜன் சரித்திரத்தைப் பப்பா சொல்கிற நாதம் காதில் கேட்டது. அவரும்கூட அப்படி ஒரு தாளத்தை யும், மேளத்தையும் கற்பனை செய்து முழக்கிக்கொண்டுதான் சொல்லுவார்:

"எங்கள் ஊரில் தேசிங்குராஜன் பாட்டைப் பாடிக்கொண்டு டமாரம் தட்டிக்கொண்டு வருவதைப் பார்க்க வேணுமே!" என்று சொல்லிக் கையில் கிடைக்கிற டப்பாவிலோ அலுமினியத் தட்டிலோ தாளம்போட்டுக்கொண்டு பப்பா பாடுவார். அவன் இப்போது அதை நினைத்துப் பார்த்துச் சிரித்துக் கொண்டான். அந்த ராகம்கூட அவனுக்கு நினைவுக்கு வந்துவிட்டது.

அண்ணாவாடா தம்பி வாடா
மோவுத்துக் காரனே,
தெய்வலோகத்துப் புரவி ஓண்ணு
டில்லியில் இருக்கிறதாம்
எந்தன் தகப்பன் தேரணிராஜன்
அங்கே இருக்கிறானாம்
குதிரை ஏறிச் சவாரிசெய்து
கொண்டு வரவேணும்...

என்று வாய்விட்டு ஹென்றி பாடிப் பார்த்தான். அவன் பாடுவது அவனுக்கே திருப்தியாயில்லை. அந்தப் புத்தகத்தின் மேலே 'டி. சபாபதி, மூன்றாம் வகுப்பு' என்று எழுதி இருந்தது. சபாபதி இருந்தால் பாடச் சொல்லிக் கேட்கலாமே! என்று நினைத்து அவன் திரும்பிய போது, பஞ்சவர்ணத்தம்மாள் வந்து கொண்டிருந்தாள். இப்படி ஒரு சந்தர்ப்பத்திற்காக இரண்டு நாட்களாய்க் காத்து கிடந்தது அவளுக்கல்லவா தெரியும்!

'நல்லவேளை, ஒரு கொரங்கும் இல்லை' என்று மனசுள் முனகிக்கொண்டு அறையினுள் வந்தாள். ஹென்றியை ஒரு முறை அவள் தீர்க்கமாய்ப் பார்த்தாள். ஹென்றி அவளைக் கரம் கூப்பி வணங்கினான்:

"உட்காருங்க" என்று ஒரு நாற்காலியை இழுத்துப் போட்டான். அவள் குனிந்து, தரையில் இரண்டு கைகளையும் ஊன்றிக் கீழே உட்கார்ந்தாள். தங்கக் காப்பிட்ட கைகளைக் கன்னத்தில் ஊன்றி அவனைப் பார்த்த பார்வையில் அவள் சபாபதிப் பிள்ளையின் முகத்தைக் கற்பனை செய்தாள்:

"உங்க அப்பாவுக்கு என்னை நல்லா தெரியும், அவுரு கொணம் வருமா!... இதோ இருக்குதே... என் மருமவப்

புள்ளை ... ஒரு கொரங்கு! ஆமா, கொரங்கு கொணம். ஒரு சமயம் மாதிரி ஒரு சமயம் இருக்காது ...” என்று அவள் ரொம்ப விஸ்தாரமாகத் தனது முறையீட்டைச் சொல்ல ஆரம்பித்தாள்.

கோட்டை கொத்தளம்
தாண்டி வருகிறான்
குழந்தை தேசிங்கு
லகானை இழுத்துச்
சிமிட்டா கொடுத்தான்
ராஜாதேசிங்கு ...

என்ற வரிகளை ராகத்தோடு இணைத்துப் பாடுகின்ற முயற்சியில் மனதுக்குள் முனகிக்கொண்டு நின்றிருந்தான் ஹென்றி.

“நீ நாற்காலியிலேயே உக்காந்துக்கப்பா” என்று பஞ்சவர்ணத்தம்மாள் ஹென்றியை உபசரித்தாள். ஹென்றிக்கும் அவளைப் பார்க்க சந்தோஷமாக இருந்தது. ‘நீங்கள் என்னைப் பார்க்க வந்ததில் எனக்கு மகிழ்ச்சி’ என்று மனத்துள் ஆங்கிலத்தில் சொல்லிக்கொண்டான் அவன்.

பஞ்சவர்ணத்தம்மாளுக்கு என்ன வயசிருக்கும் என்று அவனால் கணிக்க முடியவில்லை. அவளுக்குத் தலைமுடி சுத்தமாய் வெள்ளை வெளேரென்று அழகாக நரைத்திருந்தது. வாயில் ஒரு பல்கூடக் கிடையாது. வட்டமான முகத்தில் சதைப்பற்றோடு மோவாய் நீண்டிருந்ததால் அவள் முகம் ஒரு குழந்தையின் முகம் போலிருந்தது. அவள் மஞ்சள் நிறமாயிருந்தாள். உடம்பு கொஞ்சம் பருமன். ரவிக்கை

யில்லாத உடம்பை ஒரு நார்ப்பட்டுப் புடவையால் மூடி இழுத்துச் செருகிக்கொண்டிருந்தாள். வாயோரச் சுருக்கங்களில் வெற்றிலைச் சாறு வரிவரியாய் உலர்ந்திருந்தது. அவளது முழங்கை நிறையவும் நெற்றியிலும் பச்சை குத்தியிருந்தது பார்க்க ஹென்றிக்கு வேடிக்கையாயிருந்தது.

தங்கக் காப்பிட்ட வலக் கரத்தைக் கன்னத்தில் அடிக்கடி ஊன்றியும் அதே கையை வீசியும் துழவியும் ஹென்றியிடம் நெருங்கிவந்து ரகசியம் கூறுவது போல் அவள் பேசிக்கொண்டிருந்தாள். அவள் பேசியவற்றில் கொஞ்சம்தான் அவனுக்குப் புரிந்தது.

"அந்தக் காலத்திலே உங்க அப்பா எங்க வூட்டு ஐயாவைத் தேடிக்கினு வருவாரே ... அப்ப பார்த்திருக்கேன். எங்கவூட்டு ஐயாவும் உங்க தாத்தாவும் ரொம்ப சினேகிதம், எங்க வூட்டு ஐயா இரும்பு யாபாரம் செஞ்சிக்கிட்டு இருந்தாரு. பாத்தா ராசா மாதிரி இருப்பாரு. அவரு மாதிரியே ஒரு பையன் பொறந்தானே நவநீதத்துக்கு அடுத்தாப்பலே ... ஆனா அல்பாய்சுலே பூடுச்சி. ஏன் ... ஏழுவயசு வரைக்கும் இருந்திச்சி. அப்புறம் அந்த மாரியாத்தா கூப்பிட்டுகிட்டா, எல்லாத்துக்கும் குடுத்துவெக்கணும். இந்தப் பொண்ணு கையிலே மொத்துப் பட்டுக்கினு கெடக்கணும்னு எந்தலையிலே எழுதி வெச்சிருக்கிதே ... பட வேண்டியதெல்லாம் பட வேணாமா? என்னாதான் எனக்கு ஆருமில்லாம பூட்டாலும் ஒரு மாமியார்க்காரின்னு மரியாதை இல்லாம பேசுது அந்தப் புள்ளாண்டான். இவளுக்கு அந்தப் புருஷங்காரன் தான் ஒசத்தி. இவ இப்படி இருந்தா அது ஏம்பா பேசாது? ... பொண்ணாப் பொறந்தவ 'எங்கம்மாவை அப்படியெல்லாம் பேசாதே'ன்னு சொன்னாத்தானேப்பா. எங்க வூட்டு ஐயா என்னை 'சீ! நாயே' இன்னுகூட சொல்லியிருப்பாரா? அந்த மவாராசா வாயிலே ஒரு கெட்ட வார்த்தை வராதுப்பா. இந்தப் புள்ளாண்டானுக்குத்தான் சாதியிலே இல்லாத வழக்கமா வாயைத் திறந்தா ... யாரு இருக்காங்க இல்லேன்னு பார்க்காம ... அப்பா! ... காது கூசுது" என்று இரண்டு கைகளாலும் காதுகளைப் பொத்திக்கொண்டு பேசினாள் பஞ்சவர்ணத்தம்மாள். அந்தக் கொஞ்ச நேரப் பேச்சில் அவள் பலமுறை தன் வீட்டு ஐயாவைப் பற்றிப் பேசியதை ஹென்றி கவனித்தான்.

பஞ்சவர்ணத்தம்மாளுக்கு ஹென்றியின் வரலாறு தெரியாது. கிழவியிடம் அதையெல்லாம் சொல்லவேண்டாமென்று நவநீதத்திடம் துரைக்கண்ணு சொல்லி வைத்திருந்தான். எனவே அவள் ஹென்றியைச் சபாபதிப் பிள்ளைக்கும்

அவர் மனைவிக்கும் பிறந்த மகன் என்றே நினைத்துக்கொண்டிருந்தாள். வாழ்க்கையைப் பார்க்கிற மாதிரி அப்படியே நம்புகிற பஞ்சவர்ணத்தம்மாளுக்கு சபாபதிப்பிள்ளை வரலாறு பற்றி வேறு சிந்தனைகளோ யோசனையோ ஒன்றுமிருக்கவில்லை.

"உங்கம்மாவை நான் பாத்தது கிடையாது ..." என்று சொன்னாள் பஞ்சவர்ணத்தம்மாள். அவள் குறிப்பிடுவது மம்மாவை அல்ல என்று புரிந்து கொண்டான் ஹென்றி.

"எங்க வூட்டு ஐயா எனக்குத் தங்கமும் வைரமும் எழைச்சி வெச்சிருந்தாரு. எல்லாத்தையும் நவநீதத்துக்குத்தான் குடுத்தேன். இப்ப என்னா இருக்குது? எல்லாத்தையும் ஆம்படையானும் பொண்டாட்டியுமா வாயிலே போட்டுக்கினாங்க. என்னமோ இந்த வூடு எம்பேர்லே இருக்குது. இதையும் 'கையெழுத்துப் போட்டுக்குடு, பண்டாபீசிலே வெச்சுப் பணம் வாங்கணும்'னு கேக்கறாங்கப்பா ... லாரி வாங்கி வுடப்போறாங்களாம். அது மட்டும் முடியாதுன்னு சொல்லிட்டேன்" என்று அவள் பிரலாபித்த போது இரவு துரைக்கண்ணு லாரி வாங்கி விடும் விஷயமாகச் சொன்னது ஹென்றியின் நினைவுக்கு வந்தது.

"நேத்து ராத்திரி உன்னாண்டை அந்த மாதிரி ஏதோ சொல்லிக்கிட்டு இருந்ததெக் கேட்டேன் ..." என்று இன்னும் நெருக்கமாக அவனிடம் வந்து அடித்தொண்டை கரகரக்கப் பேசினாள் கிழவி: "எனக்குக் கண்ணுதான் தெரியாமப் பூடுச்சி ... கடவுளு காதெ நல்லா வச்சிருக்கான். நான் சொல்றதெக் கேளு ... எம் மருமவனெ நம்பாதே! லாரியும் வேணாம்! காரும் வேணாம் ... ஒரு நெலத்தெ வாங்கிப் போட்டாலும் கெடக்கும். ஒரு மெனையெ வாங்கிப்போடு, நாலு மாடு வாங்கி கட்டிக்க. ஒரு பொண்ணப்பாத்துக் கல்யாணம் கட்டிக்க, அதான் பொழைக்கிற வழி ... ஒங்கம்மா மாதிரி சொல்றேன். நான் பெத்த பொண்ணுதான் இந்த நவநீதம். அவளெக்கூட நம்பாதே. உன்னெப் பாத்தா கவடு சூது தெரியாத புள்ளையாட்டம் இருக்குது. உன்னைத் தனியாப் பாத்து சொல்லுணும்னு. இங்கதான் சுத்திச் சுத்தி நிக்குதுங்களே வானரப்படைங்க ... நவநீதம் கைப்புள்ளையெக் கொண்ணாந்து எங்கையிலே குடுத்துட்டா. அதெத் தூங்க வெச்சி ஏணையிலே போட்டு ஆட்டறதுக்குள்ளாற தோள் பட்டை உட்டுப்போச்சி" என்று அவள் சொல்லிக் கொண்டிருக்கையில் சபாபதி ஓடி வந்தான். அவன் ஓடி வந்த வேகத்தில் இவளை இங்கு எதிர்பாராத காரணத்தால் கிழவியின் மீது மோதிக்கொண்டான்.

“அட நாசமத்துப் போறவனே ... எனக்குத்தான் குருடு, ஒனக்குமா?” என்று அவனை அடிக்கக் கை ஓங்கினாள் கிழவி.

“நீ ஏன் இங்கே வந்தே? ... மூலையிலே இருட்டிலே இருந்தா எப்பிடித் தெரியும்?” என்று பதிலுக்குக் கத்தினான் சபாபதி.

“நா இங்கே வந்தா உனக்கு என்னா நாயே? உங்கப்பன் சம்பாதிச்ச வூடோ? ... அப்பிடி எதனா உங்கப்பன் சம்பாதிச்சி வெச்சிருந்தானோ ஊரை விட்டு வைப்பீங்களா? ... அடீ அம்மா ...!” என்று உச்சஸ்தாயியில் தொடங்கினாள் கிழவி.

“உங்கப்பன்தான் சம்பாதிச்சானோ? ... இது எங்க தாத்தா வூடுதானே?” என்று கிழவிக்கு வெறி ஏற்றினான் பேரன், ஹென்றி இவர்கள் சண்டையை ரசித்துச் சிரித்தான்.

“சரி சரி ... சண்டை போதும். இந்தப் பாட்டு உனக்குத் தெரியுமா ... பாடிக்காட்டுறியா, பிளீஸ் ...” என்று சபாபதி யிடம் தேசிங்குராஜன் பாட்டுப் புத்தகத்தை நீட்டினான் ஹென்றி.

“ஓ! எஸ் ...” என்று சந்தோஷமாகப் புத்தகத்தைக் கையில் வாங்கிக் கொண்டு, “ஆயா ஆயா! ... இந்தப் பாட்டைக் கேளு ... சத்தம் போடாதே ... நல்ல ஆயா ... எங்க ஆயா ...” என்று அவளது தளர்ந்த மோவாயைப் பிடித்துக் கொஞ்சிய சபாபதியிடம், “என்னா பாட்டு, தேசிங்கு ராசாப் பாட்டா, எங்கே பாடு கேப்போம் ... எப்படிப் பாடறேன்னு” என்று கிழவி நிமிர்ந்து உட்கார்ந்தாள். சபாபதி பாட ஆரம்பித்தான்:

சலாமையா சலாமையா
டில்லி துரையேகேள்
பாராசாரியைச் சவாரிசெய்யப்
பாலன் வந்தேனென்றான்
புரவிஏறிச் சவாரிசெய்து
கொண்டுபோக வேணும் ...

என்று ராகத்தோடு பாடியவாறு ஜன்னல் கதவில் தாளம் போட்டு ஆடினான் சபாபதி. பாட்டும் தாளமுமாகக் கேட்ட கிழவிக்கு குஷி வந்துவிட்டது. அந்த நாடோடிப் பாடல் கிழவிக்கும் தெரியும். அவனைவிடவும் தான் நன்றாகப் பாட முடியும் என்று எண்ணினாள் பஞ்சவர்ணத்தம்மாள். சபாபதி புத்தகத்தில் பார்த்துப் பார்த்துத்தான் பாடினான். தேசிங்கு ராஜா வரிகளை அவன் பாடி நிறுத்தியதும் டில்லி பாதுஷாவின் வரிகளை அவள் பாடலானாள்:

ஐயாகேளும் ஐயா கேளும்
அறியாப் பாலகனே
எந்த தேசத்தில் இருந்து நீயும்
இங்கு வந்தாய் ஐயா – ஐயா
இங்கு வந்தாய் ஐயா

என்று ஹென்றியிடம் கையை நீட்டிக்கொண்டு பொருள் பொதிந்த பாவத்துடன் அவனை ஒரு பாலகனாகவே பாவித்து அவள் இனிமையாகப் பாடி அவனைக் கேட்டாள், தொடர்ந்து சபாபதி ஆரம்பித்தான்:

தெற்கே தொலைவில் இருப்பது எங்கள்
செஞ்சிக் கோட்டை ஐயா
செஞ்சிக் கோட்டையை ஆளும்ராஜன்
தேரணி மாராஜன்
என்றன் தகப்பன் தேரணிராஜன்
இங்கிருக்கி றாராம்
குதிரை ஏற வலுவில்லாமல்
கொலுவிருக்கிறாராம்
சிற்றப்ப துரையார் தரணிசிங்குவும்
சிறையிருக்கிறாராம்
குதிரை ஏறிச் சவாரி செய்து
கொண்டு போக வந்தேன்!
உத்தாரம் தாரும் உத்தாரம் தாரும்
டில்லி பாதுஷாவே!

என்று, பஞ்சவர்ணத்தம்மாள் முன்னால் தேசிங்கு ராஜனாகவே மாறிய சபாபதி, குனிந்து நின்று சலாம்செய்தவாறு பாடினான்.

ஹென்றி ஓர் அழகான நாடகத்தையே அங்கு பார்த்துக் கொண்டிருந்தான். அவனுக்கும் கூடச் சேர்ந்து பாட வேண்டும் போல் இருந்தது. அந்த ராகம் தெரிந்த அளவுக்குக்கூட அவனுக்குப் பாடலின் வரிகள் தெரியவில்லை. எனவே அவன் அவர்களோடு சேர்ந்து “லாலா லல்லா லாலல லல்லா லாலாலா” என்று பின்னணி சங்கீதம் போல் பாடினான்.

பஞ்சவர்ணத்தம்மாள் குழந்தையாகவே மாறியிருந்தாள். அவளது மனம் தேசிங்குராஜன் காலத்திற்கே சென்றுவிட்டது:

“தேசிங்குராஜன்னா எப்பிடி இருப்பான் தெரியுமா? சின்னப் புள்ளையாண்டாம்பா. அதெல்லாம் கடவுள் அவதாரம் மாதிரி. முருகரு அவதாரம்!... டில்லி பாதுஷான்னா எப்பிடி? அம்பத்தாறு தேசத்துக்கும் அதிபதி. அவருகிட்ட ஒரு அடங்காத குதிரை இருக்குது ... அம்பத்தாறு ராஜாவும் எப்பிடிப்பட்ட ராஜாங்க? கப்பம் கட்னா போறுமா? ஒழுங்கா பரிபாலனம் பண்றாங்களான்னு பாத்துக்கற அதிகாரம் யாருக்கு? டில்லி பாதுஷாவுக்கு. அது எப்பிடி தெரிஞ்சுக்கறது?

அதெத் தெரிஞ்சுக்கறதுக்காக என்னா பண்ணாரு தெரியுமா? . . . இந்தக் குதிரையை வந்து சவாரி பண்ணி அடக்குங்கன்னு எல்லா ஊர் ராஜாவுக்கும் ஓலை அனுப்பிச் சாரு. யாரு? டில்லி பாதுஷா. அதுக்குத்தான் போனாரு தேரணி மகாராஜா, கூட தம்பிக்காரனையும் இட்டுக்கினு . . . குதிரையெ அடக்க முடியாம தோத்துப் போறாங்க ரெண்டு பேரும். அவங்களெ செறை மீக்கறத்துக்குப் போறாரு தேசிங்கு ராஜா. சின்னப் புள்ளயாட்டமா இருக்கறதெப் பார்த்து சிரிக்கறாங்க எல்லாரும் . . .” என்று தேசிங்குராஜன் கதையைச் சுவைபடக் கிழவி சொல்ல ஆரம்பித்தாள். சபாபதியும் ஹென்றியும் தங்களுக்குத் தெரிந்த கதையேயானாலும், அவள் சொல்லுகின்ற சுவையிலே மயங்கிப் போய் இருந்தார்கள்.

கூடத்துத் தூளியில் படுத்திருந்த குழந்தை உந்தி உந்தித் தலையைக் கீழே தொங்கவிட்டுக்கொண்டு, யாருமில்லாத தனிமையில் மிரண்டது போல ‘அம்மா . . . அம்மா’ என்று கத்திற்று. அதைப் பார்த்த சபாபதி, “ஆயா ஆயா . . . பாப்பா கீழே உழுந்துடுச்சி” என்று கூப்பாடு போட்டான். பஞ்ச வர்ணத்தம்மாள் பயந்து எழுந்தோடினாள். ஆனால் தலை கீழாக எல்லாவற்றையும் பார்த்துக் குழந்தை சிரித்துக்கொண் டிருந்தது.

“உனக்கு இதே தொழிலாப் போச்சு. ஏணையிலே போட்டதும் தலையைத் தொங்கப் போட்டுக்க வேண்டியது. அப்பனையும் ஆத்தாளையும் மிஞ்சிடும் இது” என்று சொல்லிக்கொண்டே குழந்தையை இழுத்து ஒழுங்காகப் படுக்க வைத்து “தூங்கு . . . தூங்கு . . .” என்று சொல்லி ‘ரோ ரோ’ என்று ராகமிசைத்துப் பின்னர் தாலாட்டுப் பாடினாள் கிழவி.

மாலை நான்கு மணிக்குத் தேவராஜன் வந்தான். அவன் வந்தபோது ஹென்றி கைக்குழந்தையோடு விளையாடிக் கொண்டிருந்தான். வீரசோழன் மட்டும் கூட இருந்தான். மற்றப் பிள்ளைகளைக்காணோம். தேவராஜன் குழந்தை களுக்காகப் பிஸ்கெட்டும் மிட்டாயும் ஒரு பை நிறையச் சாத்துக்குடியும் வாங்கி வந்திருந்தான். வீரசோழனிடம் அவற்றையெல்லாம் ஹென்றி கொடுத்தான். அவன் எடுத்துக் கொண்டு போய் நவநீதத்திடம் கொடுத்தான். மிட்டாய்களை ஆளுக்கொன்று எடுத்துக்கொண்டு மீதியை, பிள்ளைகள் வந்தால் விநியோகிப்பதற்காக அப்படியே வைத்துக்கொண் டார்கள். ஹென்றி, பஞ்சவர்ணத்தம்மாளுக்காக இரண்டு சாத்துக்குடிப் பழங்களை எடுத்துக்கொண்டு அவளைக் கூடத்திலே போய்த்தேடினான். அவள் தோட்டத்திலிருந்து

வந்துகொண்டிருந்தாள். அவளை எதிர்கொண்டு அவள் கையில் இரண்டு பழங்களையும் தந்தான் ஹென்றி.

"என்னாப்பா இதெல்லாம்" என்று கிழவி மகிழ்ச்சியுடன் ஒரு மரியாதைக்காகச் சொன்னாள்.

"அன்னிக்கி என்கூட வந்தாரே, அவர் ஊருக்குப் போயிட்டு வந்திருக்கிறாரு. அவர் வாங்கியாந்தாரு!" என்று சொல்லிக் கொடுத்துவிட்டு அறைக்குத் திரும்பினான் ஹென்றி.

பஞ்சவர்ணத்தம்மாளுக்கு மிகவும் சந்தோஷமாக இருந்தது. தன் மருமகன் ஒருநாளாவது இப்படித் தனக்கு ஏதாவது கொண்டுவந்து கொடுத்ததுண்டா? என்று எண்ணி மனசிற்குள் துரைக்கண்ணுவைத் திட்டிக்கொண்டாள்.

தேவராஜன், ஹென்றிக்கு ஒரு மிட்டாய் கொடுத்தான். ஹென்றி, தேவராஜனை உபசரித்தான்: "பிளீஸ், யூ டேக் ஒன் . . ."

இரண்டு மூன்று மிட்டாய்களை வாயில் போட்டு உமிழ்ந்து எச்சிற் பசையோடு அவற்றைத் தரையிலும் உடம்பிலும் போட்டுத் தேய்த்துக் கொண்டிருந்தது குழந்தை. சிறிது நேரம் மிட்டாய் சுவைக்கிற சப்தத்தைத் தவிர அவர்களிடையே வேறு பேச்சில்லை.

ஹென்றி, தேவராஜனை அளப்பது போல் பார்த்தான். அவன் சந்தோஷமாய் இருக்கிறான் என்று புரிந்தது. இருந்தாலும், போய் வந்த சமாசாரங்களை அவனாகவே பேசட்டும் என்று சும்மா இருந்தான். ஆனாலும் ஹென்றி கேட்டான்: "ஹவ் இஸ் யுவர் மிஸஸ்?"

தேவராஜன், 'அவள் நலமாயிருக்கிறாள்' என்பதைத் தெரிவித்துவிட்டு, "நான் போயிப் பார்த்ததிலே அதுக்கு ரொம்ப சந்தோஷம். நானும் அந்த லெட்டர்லே அது எழுதியிருந்ததைப் பத்தி ஒண்ணும் கேக்கலை, 'ஊருக்கு வரியா'ன்னு கேட்டேன். அக்கம்மாவுக்கு ரொம்ப சந்தோஷம்னு சொன்னேன். உங்களைப் பத்திக்கூடச் சொன்னேன். ஒரு குழந்தை பொறந்தா எல்லாம் சரியாப்பூடும்னு நீங்க சொன்னீங்களே, அது ஞாபகம் வந்து, உங்களைப் பத்திப் பேசினேன். நான் வற்புறுத்தியிருந்தா இப்பவேகூட அது என்கூட வந்திருக்கும். அது தானே போன மாதிரி, தானே வரட்டு மேன்னு எனக்குத் தோணிச்சி. 'எப்ப வேணும்னாலும் நீ வரலாம்'னு சொன்னதோட விட்டுட்டேன். அநேகமா அடுத்த வாரம் வரலாம். வரலேன்னா வரச் சொல்லி நானே எழுதலாம்னு நினைச்சிக்கிட்டேன். என்ன, நான் செய்தது சரிதானே?"

இதையெல்லாம் கேட்க ஹென்றிக்குச் சந்தோஷமா யிருந்தது. நேற்று இரவு துரைக்கண்ணு தன்னை இங்க வந்து தங்குமாறு கூறிய யோசனையை இவனோடு கலந்து கொள்ள வேண்டுமே என்று நினைத்தான் ஹென்றி.

31

துரைக்கண்ணு வரும்பொழுது விளக்கு வைக்கும் நேரமாகிவிட்டது. நேற்றுப் போலவே ஹென்றி திண்ணையில் உட்கார்ந்து தெருவை வேடிக்கை பார்த்துக் கொண்டு இருந்தான். தேவராஜன் அவனருகே உட்கார்ந்து பேசிக் கொண்டிருந் தான். ஹென்றியின் பக்கத்தில் துரைக்கண்ணுவின் குழந்தை உட்கார்ந்து, தேவராஜனது காலியான சிகரெட் பாக்கெட்டைக் கையில் வைத்துப் பிய்த்தும், எச்சில் ஒழுகும் வாயில் வைத்துக் கடித்தும் விளையாடிக் கொண்டிருந்தது. மத்தியானம் சாப்பிடுகிற போதிலிருந்தே – அந்தக் குழந்தை ஹென்றியிடம் தாவி வந்து மடியில் ஏறி, இலையில் கை வைத்து அட்டகாசம் புரிய, இவன் ஒரு கையால் அதை மடிமீது இருத்திப் பிடித்துக் கொண்டு துரைக்கண்ணுவைப் போலவே கொஞ்சம் கொஞ்ச மாக ஊட்டியதிலிருந்து – ஹென்றியிடம் அந்தக் குழந்தை ஒட்டிக்கொண்டது. நவநீதத்துக்கு அது ரொம்ப ஆச்சரிய மாயிருந்தது. அதன் பிறகு பஞ்சவர்ணத்தம்மாள் குழந்தையைத் தன் பொறுப்பிலிருந்து கொண்டுவந்து இவனிடம் கொடுத்து விட்டுப் போக ஆரம்பித்தாள். மத்தியானத்திற்குப் பிறகு சோறூட்டித் தூங்க வைத்த நேரம் தவிர மற்ற நேரங்களில் குழந்தை ஹென்றியிடமே இருந்தது. அது ஒன்றும் அவனுக்குச் சுமையாக இல்லை. குழந்தையோடு விளையாடுவது அவனுக்கு நல்ல பொழுதுபோக்காக இருந்தது. தனியாக இருந்த ஒரு குழந்தைக்குப் பொம்மை கிடைத்தது போலிருந்தது.

மற்றப் பிள்ளைகள் குறட்டிலும் தெருவிலும் நின்று குதித்து விளையாடிக் கொண்டிருந்தார்கள்.

கையில் விளக்கோடு வாசலுக்கு வந்த நவநீதம் அதை மாடத்தில் வைத்துவிட்டு, "இருட்டிப் போச்சே, படிக்க வரலியா?" என்று குழந்தைகளைக் கூப்பிட்டுவிட்டுப் போனாள். அவள் வார்த்தைக்கு மதிப்புக் கொடுத்து, "அம்மா கூப்புடுதுடா, போதும் விளையாடினது" என்று அவர்கள் விளையாட்டை முடித்துக்கொண்ட நேரத்தில் தெரு முனையில் லாரி வந்தது.

"ஹேய்! அப்பா வந்தாச்சி... அப்பா வந்தாச்சி" என்று சபாபதியும் நடராஜனும் குதித்தார்கள். பெரிய பையன்

ஜெயகாந்தன்

கைகால் அலம்பிக்கொண்டு படிக்க வேண்டும் என்ற எண்ணத்துடன் உள்ளே ஓடினான். துரைக்கண்ணு, இருட்டிய பிறகும் தெருவில் விளையாடிக்கொண்டிருக்கிற பிள்ளைகளை வாய்க்கு வந்தபடித் திட்டிக்கொண்டே லாரியிலிருந்து இறங்கினான்.

"வெளக்கு வெச்ச உடனே படிக்கணும்னு எத்தினி வாட்டி சொல்லி இருக்கேன்" என்று அவன் கண்டித்ததைச் சிறிதும் பொருட்படுத்தாமல் நடராஜன் ஒரு பக்கமும், சபாபதி ஒரு பக்கமும் அவன் கைகளைப் பிடித்துக் கொண்டு தோளில் தொங்கினார்கள்.

"போங்கடா... சொல்றதைக் கேக்கறதில்லை" என்று கோபித்துக்கொண்டு கைகளை உதறி அவர்களைத் தள்ளினான் துரைக்கண்ணு. நடராஜன் அவன் தோளைப் பிடித்துத் தொங்கி மரமேறுகிற மாதிரி அவன் மேலே காலைக் கட்டிக்கொண்டு ஏறினான். துரைக்கண்ணுவின் கழுத்தைக் கட்டிக்கொண்டு

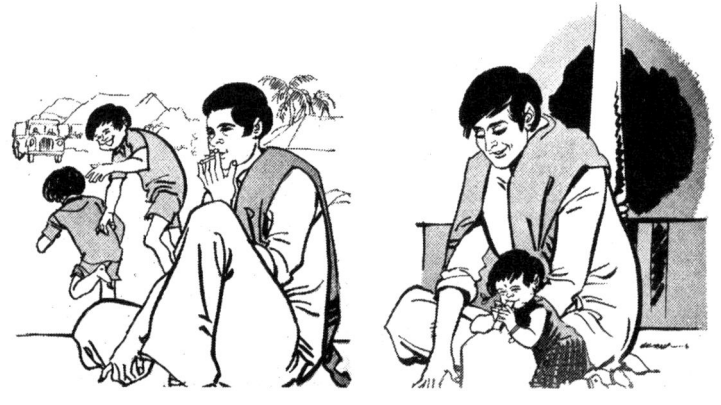

காதில் அவன் ரகசியமாகச் சொன்னான்: "அந்த இன்னொருத்தர் வந்திருக்கிறாரே, அவரு பிஸ்கட், முட்டாயி, பழம் எல்லாம் வாங்கியாந் தாரு..." துரைக்கண்ணு அவன் சொன்னதைக் கேட்டுக் கொண்ட பிறகு, அதைக் கேளாதவன் போல் நடித்து, "நீ ஒண்ணும் என்கிட்டே பேசவாணாம்... என்னைத் தொடாதே" என்று மறுபடியும் கைகளை உதறிக் கீழே தள்ளினான். இந்தச் சந்தடியினிடையே தேவராஜனைப் பார்த்து, "வாங்க ஸார், எப்ப வந்தீங்க?" என்றும் வரவேற்றான்.

பாண்டுப் பையன் லாரியைத் தானே ரிவர்ஸ் எடுத்து ஷெட்டுக்குள் கொண்டு நிறுத்தினான்.

“ரைட் ... ரைட் ... வர்லாம் ... இன்னும் வாடா ... ஹோல்டான்” என்று அவனுக்குச் சமிக்ஞை கொடுத்த துரைக்கண்ணு, பையன்கள் இருவரும் தோளில் தொங்கி வர அவர்களை இழுத்துக்கொண்டு உள்ளே போனான். போகிற வழியில், திண்ணையில் அகல் விளக்கின் வெளிச் சத்தில் ஹென்றியின் பக்கத்தில் உட்கார்ந்து ஏதோ தனித்த குதூகலத்தில் கை தட்டிச் சிரித்துக்கொண்டிருந்த குழந்தையைப் பார்த்தான்.

“எங்க அம்மா இங்கே வந்து உக்காந்திருக்குதா ... ஓடியா ஓடியா. நீங்க போங்கடா ... இந்த ஆம்பளைப் பசங்க எல்லாம் தடிப்பசங்க” என்று கையை உதறி அவர்களிடமிருந்து தன்னை விடுவித்துக்கொண்டு குழந்தையிடம் கை நீட்டினான். அதுவும் ஆனந்தமாகத் தவழ்ந்து தவழ்ந்து அவனிடம் ஓடிவந்தது.

“இந்தப் பசங்களெல்லாம் சொன்ன பேச்சைக் கேட்க மாட்டேங்கறாங்கம்மா. நீ உன் சின்னக் காலாலே உதை அப்பத்தான் புத்திவரும்” என்று குழந்தையின் காலைப் பிடித்து அவர்கள் மீது மோதி உதைக்கவைத்தான். சபாபதி அதைப் பொறுத்துக்கொண்டான். நடராஜன் குழந்தையின் காலில் ‘பட்’டென்று ஒன்று வைத்தான். “அடி செருப்பாலே ... நாயே ...” என்று கையை எட்டி அவனை அடித்தான் துரைக் கண்ணு. அவன் அடி விழாமல் தப்பித்துக் கொண்டான். சபாபதி, தகப்பனைச் சமாதானம் செய்கிற குரலில் சொன்னான்: “நீ வர்ற வரைக்கும் விளையாடலாம்னு விளை யாடினோம்பா ... இப்போ நீ வந்துட்டே, தோ இப்போ, நான் போய்ப் படிக்கப் போறேன்.”

“என்னா தொரை, காபி எதனா சாப்பிட்டீங்களா? டீ வாங்கியாரச் சொல்லட்டுமா? தேவராஜன் ஸார், போன காரியமெல்லாம் எப்பிடி?” என்று விசாரித்தான் துரைக்கண்ணு.

ஷெட்டில் லாரியை நிறுத்திவிட்டு வந்த பாண்டுவிடம் “போய், டீ வாங்கிக்கிட்டு வாடா” என்று பையிலிருந்து சில்லறை எடுத்துக்கொடுத்தான்.

“மேலெல்லாம் கசகசன்னு இருக்குது. நீ ஒங்க அண்ணன் கிட்டயே உக்காந்து வெளையாடு; அப்பா போயிக் குளிச் சிட்டு ஓடியாரேன்” என்று சொல்லிக் கையிலிருந்த குழந்தை யைத் திண்ணையில் இறக்கி விட்டான்: “என்ன தொரை, நாள் பூரா ஒன்கிட்டதானா? தூக்கி வச்சிக்க ஆளு இருந்தாப் போதாதா, கெழ்வி கொண்ணாந்து உட்டுடுமே” என்று சொல்லிக்கொண்டே உள்ளே போனான்.

கூடத்தில் லாந்தர் விளக்கை ஏற்றி நடுவில் வைத்துக் கொண்டு பிள்ளைகள் பெருங்குரலில் படித்துக்கொண்டிருந்

தார்கள். தாழ்வாரத் தூணருகே சாய்ந்து காலை நீட்டி உட்கார்ந்திருந்த பஞ்சவர்ணத்தம்மாள், குருட்டு விழிகளால் எங்கோ பார்த்தவாறு ஏதோ 'அவுங்க வூட்டு ஐயா'வின் நினைவோடு பக்கவாட்டில் வைத்திருந்த இரும்பு உரலில் வெற்றிலை இடித்துக் கொண்டிருந்தாள். துரைக்கண்ணு வந்ததுகூட அவளுக்குத் தெரியவில்லை.

துரைக்கண்ணு அறைக்குள்ளே போய்ச் சட்டையைக் கழற்றிப் போட்டுவிட்டு மேல் துண்டுடன் வெளியே வந்தான். சமையல் கட்டிலிருந்து வந்த நவநீதம், "ஆமெ வடையும் பாயசமும் எடுத்து வச்சிருக்கிறேன். சாப்பிடறியா?" என்று கேட்டாள்.

"இப்போ வேணாம்... டீ வாங்கியாரச் சொல்லி யிருக்கேன்" என்று சொல்லிவிட்டுப் பின்பக்கம் போனான் துரைக்கண்ணு. கிணற்றடியில் போய் நான்கைந்து வாளித் தண்ணீரை இறைத்து ஊற்றிக் குளித்தபின் தலையைத் துவட்டிக்கொண்டே கூடத்துக்குத் திரும்பி வந்தான். கூடத்துச் சுவர் அலமாரியில் சுவாமி படங்களும் விபூதி சம்புடமும் இருந்தன. காமாட்சி அம்மன் விளக்கு ஒன்று எரிந்து கொண்டிருந்தது. நெற்றியில் விபூதி அணிந்து – சும்மா பேருக்குச் சாமி கும்பிடுகிற மாதிரியான பாவனையில் – சற்றுக் கண்ணை மூடி நின்றுவிட்டுப் பக்கத்திலிருந்த கண்ணாடியின் முன்னால் போய் தலைவாரிக்கொண்டான் துரைக்கண்ணு. நவநீதம் ஒரு தட்டில் வடைகளை வைத்துக்கொண்டு வந்து நின்றாள்: "பாயசம் ராத்திரி சாப்பிடும் போது குடிக்கலாம். இப்போ டீ குடிக்கறதுக்கு முன்னாடி வடை தின்னலாமே."

துரைக்கண்ணு தட்டிலிருந்து ஒரு வடையை எடுத்துக் கடித்தான். பிறகு தட்டைக் கையில் வாங்கிக்கொண்டு திண்ணைக்கு வந்தான். அப்போது பாண்டு, டீ கிளாசுகளை ஒவ்வொன்றாய் எடுத்துத் தேவராஜனிடமும் ஹென்றி யிடமும் தந்துவிட்டு மூன்றாவது கிளாசைத் துரைக்கண்ணு விடம் நீட்டினான்.

"நீ குடிச்சியாடா?"

"ஊம்... குடிச்சேங்க."

"வடை எடுத்துக்க. இன்னொண்ணு எடுத்துக்க..." – துரைக்கண்ணு திண்ணையில் வந்து உட்கார்ந்து குழந்தையை மடிமேல் வைத்துக்கொண்டான். தேவராஜனையும் ஹென்றி யையும் வடை சாப்பிடுமாறு உபசரித்தான். தேவராஜன் 'வடை நன்றாக இருக்கிறது' என்று சாப்பிட்டான். எல்லாரும் டீ குடித்த பிறகு கிளாசுகளை டீ தூக்கில் வைத்து எடுத்துக் கொண்டு பாண்டு டீக்கடைக்குப் போனான்.

துரைக்கண்ணு பீடி பற்ற வைத்தான்.

"அன்னக்கிக் குடுத்தீங்களே, அந்த பீடியா இது?" என்று தேவராஜன் விசாரித்தான். 'ஆமாம்' என்று தலையாட்டிய துரைக்கண்ணு, தேவராஜனிடம் ஒன்றை எடுத்து நீட்டினான். தேவராஜன் சற்றுத் தயங்கிய பின்னர் வாங்கிக்கொண்டான்.

"அன்னிக்கி ஒரு பீடியிலேயே நான் பறக்க ஆரம்பிச் சிட்டேனே" என்று சொன்னதும் துரைக்கண்ணு சிரித்தான். 'அடேடே, இவர் சிரிக்கும் போது எவ்வளவு அழகாக இருக்கிறார்' என்று தேவராஜன் நினைத்துக்கொண்டான்.

"ஒரு பீடியிலேயே எனக்கு அப்பிடி ஆயிடிச்சே. நீங்க எப்பிடி இதோட லாரி ஓட்டறீங்க? ரொம்ப ஜாக்கிரதையா இருக்கணும், இல்லே?" என்று கேட்டான் தேவராஜன்.

"ரொம்ப ஜாக்கிரதையாதான் இருக்கணும். பீடிகுடிச் சாலும் சரி, குடிக்காட்டியும் சரி, லாரி ஓட்டறப்போ ஜாக்கிரதை யாத்தான் இருக்கணும். நம்ப ஜாக்கிரதையா இல்லாதப் போதான் ஆக்ஸிடெண்டுங்க நடக்குது. எல்லா ஆக்ஸி டெண்டுமே ஆனத்துக்கப்புறம் 'அடாடா, கொஞ்சம் ஜாக் கிரதையா இருந்திருக்கலாமே'ன்னு தோணும்... ஆக்ஸி டெண்ட் நடக்காமல் இருக்கிறதுக்கு நம்ப ஜாக்கிரதை மட்டும் போதறது இல்லீங்க... நாம்ப இருக்கிற ஜாக்கிரதையோட இருக்கணும். அதுக்கப்புறம் விதி. ஆனா நம்ம ஜாக்கிரதையா இருக்க வேண்டியது முக்கியம்" என்று திரும்பத் திரும்ப அவன் பேசுவது, மனித முயற்சி – விதி என்கிற இரண்டு விஷயங்களில் எதற்கு அதிக வலுக்கொடுக்கிற விதமா யிருக்கிறது? என்று தேவராஜன் ஊன்றிக் கவனித்தவாறே பீடி பற்றவைத்துக் கொண்டான். அவன் பயந்த மாதிரி அல்லது எதிர்பார்த்த மாதிரி இன்றைக்கு அந்தப் பீடியில் அவனுக்கு எந்தவிதமான அனுபவமும் ஏற்படவில்லை. ஒருவேளை இது கடையில் விற்கிற சாதாரண பீடிதானோ? என்று அவன் வெளிச்சத்தில் அதைப் பரிசோதித்துப் பார்த்தான். அது பிரித்துச் சுற்றப்பட்டிருப்பதால் சற்றுப் பெரிதாகவே இருந்தது.

"இன்னிக்கி எனக்கொண்ணும் இல்லீங்களே!" என்றான் தேவராஜன்.

"உங்களுக்கு என்னாங்க வேணும்?" என்று கேட்டான் ஹென்றி.

"அன்னிக்கி இருந்திச்சே அது மாதிரி இல்லேன்றேன்" என்று விளக்கினான் தேவராஜன். ஹென்றி ஆங்கிலத்தில் சொன்னான்:

"ஒரு அனுபவம் இன்னொரு அனுபவத்திற்குத் தடையாகிப் போகும்." – தேவராஜனுக்கு இங்கிலீஷ்தான் புரிந்தது; துரைக்கண்ணுவுக்கு அதுவும் புரியவில்லை.

"அது எப்படி? ஒரு அனுபவம் இன்னொரு அனுபவத்திற்குத் தடையாகப் போவது?" என்று துரைக்கண்ணுவுக்கும் புரிவதற்காக அதை மொழிபெயர்த்துக் கேட்டான் தேவராஜன்.

"தொரை சொல்றது சரிதான்" என்று துரைக்கண்ணு அதைப் புரிந்துகொண்டது மட்டுமல்லாமல் அதை அங்கீகரிக்கவும் செய்தது இருவருக்கும் ஆச்சரியம் தந்தது.

"நீங்க அன்னக்கி இருந்த 'நிகா'வையே நினைச்சிக்கினு இருப்பீங்க; அதனாலேயே இன்னக்கி இருக்கிறது உங்களுக்குப் புரியாது. அதும் போக்குக்கு விட்டுடணும் . . ." என்று அவன் சொல்வது இந்தப் பீடி குடிக்கிற விஷயத்துக்கு மட்டுமல்லாமல் எல்லாவற்றுக்கும் பொருந்தி வருவதைத் தேவராஜன் யோசித்தான்.

"இன்னிக்கி ஒரு வேடிக்கை நடந்திச்சே . . ." என்று ஆரம்பித்தான் துரைக்கண்ணு. அவன் பார்வை எதிர்வீட்டுக் கூரைக்கு மேல் தெரிந்த பிறை நிலாவில் பதிந்திருந்தது: "தொரை, உனக்கு ஞாபகம் இருக்குதா? அன்னக்கி லாரியிலே வர்றப்போ வாய்க்கால்லே ஒருத்தி முண்டக்கட்டையா குளிச்சிக்கிட்டிருந்தாளே . . ."

– தேவராஜன் அதை மறந்திருக்க நியாயமில்லை. அவன் மனத்தில் அந்தச் சம்பவமும் சம்பாஷணையும் அப்படியே பதிந்திருந்தது.

. . . "பொம்பிளை குளிக்கிறதை அப்படிப் பாக்கிறியே" என்று முகத்தில் அடித்தாற்போல் ஹென்றியை துரைக்கண்ணு கேட்டதும், அதற்கு ஹென்றி புன்முறுவலோடு சொன்ன பதிலும் அல்லவா தேவராஜனை அவனோடு இவ்வளவு நெருக்கமுற வைப்பதற்கு ஆரம்பமாக இருந்தது . . .

ஹென்றி கதை கேட்கிறவன் போல, " . . . ம் . . . ஞாபகம் இருக்கு, சொல்லுங்க . . ." என்று தூண்டினான். துரைக்கண்ணு சொன்னான்:

"அந்தப் பொண்ணு குளிக்கிறப்போ மட்டுமில்லேப்பா; எப்பவுமே முண்டக் கட்டையாதான் திரியுது. ஹைவேஸ்லே நான் ரெண்டு, மூணு தடவை பார்த்தேன். நேத்து ஆலம்பட்டி கூட்டு ரோடாண்டையே வந்திடுச்சி. குப்பன் டீக்கடையாண்ட வந்து குந்திக்கிச்சி . . . எல்லாரும் பைத்தியக்காரின்னு வேடிக்கை பாத்தாங்க. அங்கே திரிஞ்சிக்கினு இருக்கற

பொறுக்கிப் பசங்க அந்தப் பொண்ணைச் சுத்திக்கினு கலாட்டா பண்ணானுவ. நான் போயி ரெண்டு பேரை 'சீ, போங்கடா, நாயிங்களா'ன்னு விரட்டி, அங்கே இருந்த ஒரு குச்சியை எடுத்து அவளையும் ரெண்டு அடி அடிச்சு விரட்டினேன். நான் அதை அடிச்சிட்டேனே ஒழிய நம்ப பாப்பாவைப் பாக்கற மாதிரிதான் இருந்திச்சி எனக்கு ... அதுவும் பாவம், ஒரு கொழந்தை மாதிரியே பயந்துக்கினு ஓடிச்சி ... அந்தப் பொண்ணு யாரு என்னா?ன்னு யாருக்கும் தெரியலே, டீக்கடைக்காரப் குப்பன் இல்லே, அவன் சொல்றான்: 'கொழுத்துப் போயித் திரியறா அவ ... எவனாவது ரெண்டு நாள் கூட்டிக்கினு போனா சரியாப் பூடும்'னு. எனக்கென்னமோ அதைக் கேட்டு ரொம்ப கஷ்டமா இருந்திச்சி.

"இன்னிக்கிச் சாயரட்சை வர்றப்போ அந்தப் பொண்ணை, இங்கே – நம்ப ஊராண்ட பார்த்தேன். ரொம்ப ஒய்யாரமா ஒரு மரத்து மேலே சாஞ்சிக்கினு புளியாங்காய் தின்னுகினு இருந்தா, நான் லாரியைக் கொஞ்சம் தள்ளிக் கொண்டு போய் நிறுத்தினேன். பாண்டுப் பையனும் கூட இருக்கான். நான் லாரியிலேருந்து கீழேஎறங்கி நின்னு கைதட்டினேன். அவ ஒண்ணும் திரும்பிப் பாக்கலே. அப்புறம் நானே கிட்டப் போனேன். என்கிட்டே ஒரு புளியாங்காய் குடுத்தா ... அப்பத்தான் நினைச்சிக்கினேன். 'இவ ஒண்ணும் கை தட்டினாத் திரும்பிப் பாக்கற பொம்பளை இல்லே'ன்னு. ரொம்ப சின்ன வயசு. மிஞ்சி மிஞ்சிப் போனா இருபதுக்குள்ளேதான் இருக்கும். எனக்குத் துரோபதை அம்மன் சிலையைப் பார்த்த மாதிரிதான் இருந்திச்சி. பேச்சுக் குடுத்தேன்; 'நீ யாரு'ன்னு கேட்டு ... அதுக்கு என் குரலும் கேக்கலே; நான் நிக்கறதும் தெரியலேபோல இருக்கு. எந்திரிச்சு நீட்டா நடந்துக்கினே இருக்குது. அது கையை வீசி நடந்து போறது என்னா அழகா இருந்திச்சு தெரியுமா?

"முன்னே ஒரு தடவை நான் ஒரு சாமியாரெப் பார்க்கப் போயிருந்தேன். அவரு ஒரு குளக்கரையாண்ட குடிசை கட்டிக்கினு குந்தியிருந்தாரு. அவுரு வெளியே வருவாருனு ஜனங்கள் எல்லாம் காத்துக்கினு நிக்குது. அவரு வந்தப்போ நானும் தரிசனம் பாத்தேன். அவரும் அந்த மாதிரிதான் ... கோமணத்தைக் கட்டிக்கினு புட்டத்தெக் காமிச்சிக்கினு நடந்தாரு ... எறங்கி, அந்தக் குளத்துப் படிக்கட்டிலே – அந்தப் படிக்கல்லு அரை அடி அகலம்தான் இருக்கும் – அதிலே அந்தச் சாமியார் அதே மாதிரிதான் நடந்தாரு. அந்தக் குளத்தை ஒரு சுத்து சுத்தி வந்தால் முக்கால் மைலுக்கு மேலே இருக்கும். அந்த ஒரே படியிலே அவரு ஒரு மணி நேரம் நடந்து குளத்தை சுத்தி வந்தாரு. அந்தப் பொண்ணு

நடந்து போறதைப் பார்த்தப்போ எனக்கு அந்த நெனைப்புத் தான் வந்திச்சு. அன்னிக்கி அந்த சாமியார் பின்னாலே எல்லாரும் கும்பிட்டுக்கினே போனாங்களே ... அதே மாதிரி எனக்கும் இந்தப் பொண்ணு போறதைப் பாத்துக் கும் பிட்டுக்கினே பின்னாலே போலாம்போல இருந்தது. இந்தப் பாண்டுப் பையன் கூட இருந்தானா, நான் மனசிலேயே கும்பிட்டுக்கினேன் ... இதைப்பத்தி நீ என்னா தொரை நெனைக்கிறே?" – இதுவரை பிறை நிலாவில் பார்வை பதித்துப் பேசிக்கொண்டிருந்த துரைக்கண்ணு, தேவராஜனையும் ஹென்றியையும் இப்போது பார்த்தான்.

"அவள் பைத்தியமாக இருக்க வேண்டும்" என்றான் தேவராஜன். ஹென்றி ஆழ்ந்த யோசனையோடு சிரித்து, ஒரு பெருமூச்சுடன் சொன்னான்:

"யூ ஆர் ரைட்! அப்பிடித் திரிஞ்சா அப்பிடித்தான் சொல்லுவாங்க." தேவராஜன் ஹென்றியை உற்றுப் பார்த் தான்: 'இவனால்கூட அப்படித் திரியமுடியும். அப்படித் திரிந்தால் நாமெல்லாம் இவனைப் பைத்தியம் என்று சொல்லி விடுவோம் என்பதற்காகவே இவன் அப்படி நடக்காமல் இருக்கிறானோ!' என்று நினைத்துக்கொண்டான் தேவராஜன். அவன் மனத்தில் அன்று கிணற்றில் இவன் நிர்வாணமாகக் குளித்த காட்சி நினைவுக்கு வந்தது.

ஹென்றி சொன்ன பதில், தான் அவளைப் பைத்தியம் என்று சொன்னதை அவன் ஏற்காதது போல் தோன்றியது தேவராஜனுக்கு. "அவள் பைத்தியமில்லையா?' என்று கேட்டான். தன்னால் 'இல்லை' என்று மறுக்க முடியாதே என்று துரைக் கண்ணு யோசித்தான்.

"எதையும் ஆராயாமல் சொல்ல முடியாது. ஒரு மனிதன் நிர்வாணமாகத் திரிவதை மட்டும் வைத்து அவனைப் பைத்தியம் என்று எப்படிச் சொல்வது? அவர்கள் நடத்தை உங்கள் வழக்கப்படி 'இன்டீஸன்ட்' என்று வேண்டுமானால் சொல்லுங்கள். ஆடைதானே நம் நாகரிகத்தின் குறைந்தபட்ச அடையாளம்" என்று ஆங்கிலத்தில் சொன்னான் ஹென்றி.

துரைக்கண்ணு மௌனமாய் உட்கார்ந்திருந்தான். அவள் கொடுத்த புளியங்காயைச் சட்டைப் பையில் வைத்திருக்கிற நினைப்பு வந்தது அவனுக்கு. துரைக்கண்ணு சொன்னான்: "அவளைப் போல அம்மணமா நம்மாலேயும் நடக்க முடியும்னா நாம்பல்லாம்கூட அப்பிடித் திரியலாம். நம்ப பொண்டாட்டி எல்லாம்கூடத் திரியலாம். ஆனால் நம்ப அவ்வளவு 'ரீஸன்ட்' இல்லீங்களே." – அவனுக்கு 'டீஸன்ட்'

என்கிற வார்த்தை பொருள் புரிந்தும், சொல்லத் தெரியாமல் – ஆனால் பொருத்தமான இடங்களில் அதைத் தவறான உச்சரிப்போடு 'ரீஸன்ட்' என்றே சொல்லிக்கொண்டிருந்தான். தேவராஜனோ, ஹென்றியோ அதைத் திருத்த முயலவில்லை.

"... நம்ம 'ரீஸன்ட்'டுக்குத்தான் துணியும் வேணும்; அதைத் தொறந்து காட்டவும் வேணும். அவங்களெல்லாம், அந்த நிலையைத் தாண்டிட்டவங்க ஸார். என்னா தொரை, சரிதானே?" என்று ஏதோ சந்நதம் வந்தவன் போல் பேசிக் கொண்டிருந்தான் துரைக்கண்ணு.

32

பாண்டுப் பையன் தெருக்கோடியிலிருந்து தலைதெறிக்க ஓடி வந்தான். அவன் வருகிற கோலத்திலேயே என்னவோ விபரீதம் நடந்துவிட்டது என்று துரைக்கண்ணுவுக்குப் புரிந்தது.

"என்னாடா, என்னா? ... ஏன் இப்படி ஓடியாறே?" என்று திண்ணையிலிருந்து இறங்குவதற்குத் தயாராய்த் தானும் பதைத்தான் துரைக்கண்ணு.

பாண்டுவால் பேச முடியவில்லை. மூச்சு இளைத்தது. வார்த்தைகள் நினைத்தது மாதிரி வரவில்லை. கண்கள் கூட அவனுக்குக் கலங்கி இருந்தன. சில விநாடிகளுக்குள் அவன் சொன்னான்:

"நம்ப மணியக்காரு இல்லே ... அவரை ... போலீசிலே புடிச்சுக்கினு போறாங்க ... டேசன்லே கொண்டு போயி எல்லோரையும் லாக்கப்பிலே அடைக்கிறாங்க ... அவரு கூட இன்னும் நாலஞ்சு பேரு ... எல்லாரும் சாராயம் குடிச் சாங்களாம் டேசனாண்டே ஒரே கும்பலா இருக்குதுங்க ..." என்று அவன் சொல்லச் சொல்ல, திண்ணைல உட்கார்ந்திருந்த மூவரும் கேட்டுக்கொண்டே இறங்கி, குறட்டில் நின்று, ஒருவரையொருவர் பார்த்து, என்ன செய்யலாம்? என்கிற எண்ணத்தையும், ஏதாவது செய்தாக வேண்டுமென்கிற தீர்மானத்தையும் பரிமாறிக்கொண்டார்கள்.

தேவராஜன் வேஷ்டியை மடித்துக் கட்டிக்கொண்டான். துரைக்கண்ணுவைப் பார்த்துத் தேவராஜன் கேட்டான்: "இப்ப புதுசா வந்திருக்கிற எஸ்.ஐ. யாரு? முன்னே இருந்த உடை யாரை எனக்குத் தெரியும். என்ன கஷ்ட காலம்! இப்போ வந்திருக்கிறவன் எப்படியோ? ... யாரு அவன்? ... உங்களுக்குத்

தெரியுமா?... சரி, யாராயிருந்தா என்ன?... சட்டப்படி நாம்ப செய்ய வேண்டியதைச் செய்யலாம்... முதல்லே போயி அவரை ஜாமீனிலே எடுப்போம்... அது முடியுமில்லே... புறப்படுங்க... போகலாம். மிஸ்டர் ஹென்றி, நீங்க அங்கே வர வேணாம். நாங்க போயிட்டு வறோம்" என்று ஹென்றியிடம் சொல்லிவிட்டு அவன் போலீஸ் ஸ்டேஷனுக்குப் புறப்படத் தயாரானான். துரைக்கண்ணு கையிலிருந்த குழந்தையை ஹென்றியிடம் விட்டுவிட்டு சட்டை போட்டுக் கொண்டு வர உள்ளே போனான்.

அவன் அறைக்குள் சென்று சட்டையை எடுத்துக்கொண்டு, பிள்ளைகள் படித்துக்கொண்டிருக்கும் கூடத்தில் வந்து உதறிப் போட்டுக்கொண்ட போது, சட்டைப் பையிலிருந்து அந்தப் புளியங்காய் விழுந்தது.

சின்னப் பையன் நடராஜன் 'ஹை புளியாங்கா' என்று கூறி அதை எடுத்துக் கடித்தான்.

"ஐயையே! இந்த அப்பாவைப் பாருடா... இவுரு புளியாங்காய் பொறுக்கித் தின்றாரு... யம்மா... யம்மா! இங்கே ஓடியாயேன்... அப்பா சின்னப்புள்ளை மாதிரி புளியாங்கா பொறுக்கி வெச்சுருக்காரு..." என்று சபாபதி, துரைக்கண்ணுவைக் கேலி செய்து கூவினான். துரைக்கண்ணு வுக்குச் சிரிப்பு வந்தது. நவநீதமும் அடுப்பங்கரையிலிருந்து வெளியே வந்து மோவாயில் கையூன்றிப் பரிகாசமாகப் புருஷனைப் பார்த்தாள்.

“சீசீ! நான் ஒண்ணும் புளியாங்காப் பொறுக்கலே... ஒரு பொண்ணு – சின்னக் குழந்தை மாதிரி ஒரு பொண்ணு... பைத்தியக்காரி... குடுத்துது...” என்று பொய் சொல்லுகிற மாதிரித் தயங்கித் தயங்கிச் சொன்னான் துரைக்கண்ணு.

“ஹை... ஹை... கதை! கதை வுடறார்டா!...” என்று அவன் சொல்லுவதை நம்பாமல் எழுந்து நின்று கோணங்கி மாதிரி ஆடினான் சபாபதி! மற்றப் பசங்களும் சிரித்தார்கள். துரைக்கண்ணு அவனது குறும்புத்தனத்தை உள்ளூர ரசித்துக் கொண்டே அவனைத் திட்டினான்.

“ஐயே! அது என்னா பேச்சு... கொழந்தையெ அப்பிடி யெல்லாம் திட்டாதே...” என்று துரைக்கண்ணுவை நவநீதம் கண்டித்தாள். அவன் சட்டையை மாட்டிக்கொண்டு எங்கோ புறப்பட ஆயத்தமாவதைக் கண்டு அவள் பேச்சை மாற்றினாள்: “எங்கே சட்டை மாட்டிக்கினு இந்நேரத்திலே பொறப்படறே? மத்தியானம் சமைச்சது... மணியாவுதே... சாப்பிட்டுப் போவுறது...”

“ஒரு அவசரமான வேலையிருக்குது. கடைத் தெருவு வரைக்கும் போயிட்டு வந்துடறேன். நமக்கு வேண்டியவரு ஒருத்தரைப் போலீஸ்லே புடிச்சிக்கினு போறாங்கன்னு பாண்டுப் பையன் வந்து சொல்றான். என்னா ஏதுன்னு பாத்துட்டு... ஜாமீனு கீமினு குடுக்கறதுன்னா குடுக்க வாணாமா?... வந்து சாப்பிட்டுக்கறது...” என்று தலையை வாரிக்கொண்டான் துரைக்கண்ணு.

‘போலீஸில் யாரையோ பிடித்துக்கொண்டு போகிறார்கள்’ என்ற சேதி பையன்களையெல்லாம் கொஞ்சம் அந்த விஷயத்தில் அக்கறை காட்ட வைத்தது.

“யாரைப் புடிச்சிக்கினு போறாங்க? என்னாத்துக்கு?...” என்று நவநீதம் கொஞ்சம் கலவரத்துடன் அவனருகே வந்து கேட்டாள். ‘நீ போகணுமா இதுக்கு?’ என்று கேட்காமலேயே அப்படிப்பட்டதொரு உணர்ச்சி அவள் குரலில் தொனித்தது.

“அவரு எங்கவூர்க்காரரு... ரொம்பப் பெரியவரு... என்னமோ தப்பிதம் நடந்திருக்குது... உள்ளூர்லேயே இருந்துக்கினு போகாம இருக்கக் கூடாது... தோ வந்துடறேன்... நானும் தேவராஜு ஸாரும்தான் போறோம்... தொரை இங்கேதான் இருக்குது... நாழி ரொம்ப ஆச்சின்னா பசங்க சாப்பிடறப்போ தொரையையும் கூப்பிட்டு சாப்பிடச் சொல்லு...” என்று சொல்லிக்கொண்டே கூடத்தைக் கடந்து தெருவுக்குப் போனான் துரைக்கண்ணு. நவநீதம் தெரு வாசற்படி வரைக்கும் கூடவே வந்து திரும்பி உள்ளே போகும் போது தன்னிடம் தாவி வந்த குழந்தையை எடுத்துக்கொண்டாள்.

துரைக்கண்ணுவும் தேவராஜனும் ஹென்றியிடம் சொல்லிக்கொண்டு படியிறங்கித் தெருவில் நடந்தார்கள். இரண்டடி சென்றதும் திரும்பிப் பார்த்த துரைக்கண்ணு, திண்ணையின் மேல் தனியாக உட்கார்ந்திருக்கும் ஹென்றியைக் கண்டு தன்னைப் பின்தொடர்ந்து வருகிற பாண்டுவிடம் சொன்னான்: "நீ ஏண்டா இப்ப வர்றே? ... தொரை தனியா உக்காந்திருக்குது ... அதுகூடப் பேசிக்கினு இரு ... நான் வந்தப்புறம் நீ வூட்டுக்குப் போகலாம் ..."

பாண்டு அதை ஒப்புக்கொண்டவனாகத் தலையாட்டிக் கொண்டு வந்து திண்ணையில் உட்கார்ந்துகொண்டான்.

'கிளியாம்பாளைக் கட்டிக் கொடுத்த ஊர் இது என்பதும், அவரது மாப்பிள்ளைக்கோ – அவன் வீட்டாருக்கோ இந்த விஷயம் தெரிந்து விடக்கூடாதே' என்றும் மனத்துள் தவித்தான் தேவராஜன். அதே நினைவும் தவிப்பும் துரைக்கண்ணுவுக்கும் வந்தது. அதைப் பற்றிப் பேச மனம் வராமல் அவர்கள் போலீஸ் ஸ்டேஷனை நோக்கி ஓடினார்கள். ஹென்றி மௌனமாக மணியக்காரரைப் பற்றித் திண்ணையில் உட்கார்ந்து யோசித்துக் கொண்டிருந்தான்.

அன்றைக்குப் பஞ்சாயத்தின்போது அவர் நடந்து கொண்ட பெருந்தன்மையான முறைகளும், உட்கார்ந்திருந்த கம்பீரமான தோற்றமும் அவனுக்கு அடிக்கடி நினைவில் வந்தது. அந்தப் பெருமைகள் எல்லாம் குலைந்து போலீஸ்காரர்களுக்கு முன்னால் அவர் தலை குனிந்து நிற்பாரோ? என்று அவன் எண்ணுகையில் அந்தக் கற்பனையால் அவர்மீது அவனுக்கு ஒரு பரிவு ஏற்பட்டது. தான் வாழ்ந்த ஊரிலும் – பப்பாவின் பழக்கமாகவும், குடிப்பது என்பது ஒரு சாதாரண விஷயமாக இருந்ததால், இங்கே இதனை இவ்வளவு பெரிய குற்றமாகக் கருதி, மரியாதைக்குரிய ஒரு மனிதரைக் குற்றவாளியாகக் கருதுவதும் நடத்துவதும் அவனுக்கு ஆச்சரியமாக இருந்தது.

தேவராஜனிடம் அன்று கேட்டபோது அவன் இதை மிகவும் சாதாரண விஷயமாகக் கருதிப் பேசியதும் நினைவுக்கு வந்தது.

பாண்டு, ஹென்றி தன்னிடம் ஏதாவது பேசுவானா என்று எதிர்பார்த்தான். பிறகு தானே பேசினான்: "வேணும்னே கரம் வெச்சிப் புடிச்சிருக்காருங்க இந்தப் புது இனிஸ்பெட்டரு ... ஊர்லே இல்லாத அதிசயமா இவங்கதான் குடிச்சிட்டாங்களா? ... எல்லாரும்தான் 'பப்ளிக்கா' குடிக்கிறான்! ... மணியக்காரு குடிப்பாருன்னுகூட நமக்கெல்லாம் தெரியாதுங் களே. அவுரெப் போயிப் புடிச்சிக்கினு போறாங்க பாருங்க ...

ஆனா ஒண்ணும் மரியாதி கொறைவா நடத்தலீங்க ... நான் பாத்தேனே ... ஒரு ஸ்டூல்லேதான் உக்கார வெச்சி என்னமோ கேட்டு எழுதனாங்க ... மத்த ரெண்டு மூணு பேரை உள்ளே – லாக்கப்லே தள்ளினாங்க ... அந்த முருகேசன் பின்னாலேயே வண்டியை ஓட்டிக்கினு வந்து அழுதுக்கினு நிக்கிறாரு ... அவுரெப் பாத்துதான் நானே அடையாளங் கண்டுக்கினேன் ... மணியக்காரரு அப்படியே இடிஞ்சிப் போய்த் தலையிலே போட்ட துணியெக்கூட எடுக்காம உக்கார்ந்துக்கினு இருக்காரு ... பாவமா இருக்குது ... என்னைப் பாத்தா எதுனா பேசுவார்னு ஜன்னலாண்டெப் போயிப் போயி நின்னேன் ... மனுசன் குனிஞ்ச தலையெ நிமித்தினாத்தானே? ... அப்புறந்தான் இங்கே வந்து நம்பளவர்கிட்டே சொல்லலாம்னு ஓடியாந்தேன். நம்பளவருக்குப் போலீஸ்லே ரொம்ப சாயகாலுங்க ...”

பாண்டுவின் பேச்சை ஹென்றி உற்றுக் கவனித்தான். அவன் ‘நம்பளவர்’ என்று குறிப்பிடுவது துரைக்கண்ணுவை என்று புரிந்தது. ‘சாயகாலுங்க’ என்று சொன்ன வார்த்தை விளங்கவில்லை.

“சாயகாலுங்கன்னா?” என்று திருப்பிக் கேட்டான் ஹென்றி.

“அதாங்க ... இவுருக்குப் போலீஸ்காரங்க எல்லாரையும் தெரியும், இனிஸ்பெட்டருகூட நம்ம லாரியிலே வருவாரு எப்பனாச்சும் ... நம்பளவர் சொன்னா கேப்பாங்க ...” என்று பாண்டு விளக்கிய பிறகு ‘சாயகால்’ என்பது ‘இன்ஃப்ளுயன்ஸ்’ என்று புரிந்துகொண்டான் ஹென்றி.

“அப்ப நம்பளவர் போனா ரிலீஸ் பண்ணி வுட்டுடுவாங்களா?” என்று அவனோடு உற்சாகமாகப் பேசினான் ஹென்றி.

“அதெல்லாம் இந்தப் போலீஸ்காரங்களெ நம்பக் கூடாதுங்க ... அவுங்களுக்குக் கேஸ் புடிக்கணுமாமே! ... அதுக்காக யாரையாவது புடிச்சிக் கேஸ் எழுதுவானுங்களாம் ...” என்று கோபமாகச் சொன்னான் பாண்டு.

“அப்படியெல்லாம் இருக்காது ... சட்டப்படி அவுங்க நடந்துக்க வேணாமா?” என்று அவனுக்குச் சமாதானம் சொன்னான் ஹென்றி: “இப்பிடி ஒரு சட்டம் இருந்தா சட்டத்துக்குப் பயந்து, அதுக்கு மரியாதை தந்து குடிக்காமல் இருக்கணும். இல்லாட்டி சட்டம் தர்ற தண்டனையெ வாங்கிக்க வேணும் ... என்னா பண்றது வேற? ...”

“இது என்னாங்க சட்டம்? அநியாயங்க இது ... ஒரு ஊர்லே குடிக்கலாம்; இன்னொரு ஊர்லே குடிக்கக்கூடாதாமே ... பணம் இருக்கிறவங்க குடிக்கலாம் ... ஏழைங்க

குடிக்கக்கூடாதாம்” என்று தான் கேட்ட வாதங்களையும் பிறர் சொல்லுகிற நியாயங்களையும் மனத்திற்கொண்டு பேசினான் பாண்டு.

பாண்டு உணர்ச்சிவசமாகிப் பேசுகிற உற்சாகத்தைக் கலைக்காமல் ரசித்துக் கேட்டுக்கொண்டிருந்தான் ஹென்றி. பாண்டு மிகவும் ஆத்திரமாக அரசாங்கத்தையும், சட்டத்தை யும், போலீஸ் கொடுமைகளையும் பற்றிப் பேசிக் கொண்டு இருந்ததைக் கேட்ட ஹென்றிக்கு, ‘இவனுக்கு இவ்வளவு விஷயம் தெரிந்திருக்கிறதே! என்று ஆச்சரியமாயிருந்தது.

“காந்திதாங்க குடிக்கக்கூடாதுன்னு சொன்னாரு . . . ‘ஏழை ஜனங்க குடியினாலே அழிஞ்சுபூடறாங்க . . . முட்டா ளுங்களா ஆயிடறாங்க . . . புள்ளைக் குட்டிங்களெத் தெருவுலே வுட்டுட்டுப் பூடறாங்க’ன்னு நல்லதுக்காகச் சொன்னாரு காந்தி . . . எனக்குத் தெரியும். நான் சின்னப் புள்ளையா இருக்கறப்ப நம்ப தெரு கடேசியிலேதாங்க கள்ளுக்கடை . . . எங்க அப்பாரு குடியிலே தாங்க அநியாயமா செத்தாரு . . . குடிக்கறது கெடுதலுதாங்க . . . ஆனா, அதுக்காக இது ரொம்ப அக்குருமம் இல்லீங்களா? அவுங்களை அடிக்கறது . . . இம்சை பண்றது . . . ஜெயில்லே போடறது . . . மானம் மரியாதை யில்லாம நடத்துறது – இதுவாங்க காந்தி சொன்னாரு? . . .” என்று அவன் பேசுவதில் உள்ள நியாயத்தை அங்கீகரிக் கிறவன் மாதிரி ஹென்றி தலையை அசைத்துக் கேட்டுக்கொண்டு இருந்தான்.

நவநீதம் ஒன்பது மணிவரை காத்திருந்துவிட்டு ஒன்பது மணிச் சங்கு ஒலிக்கிறபோது பிள்ளைகளோடு சேர்ந்து சாப்பிடச்சொல்லி ஹென்றியை அழைக்க வெளியில் வந்தாள்.

“யாரது, பாண்டுவா? போனவங்களெ இன்னம் காணமே . . . நீ போயிப் பாத்துக்கினு வர்றியா? என்றாள்.

“ஐயையோ! திட்டுவாருங்க . . . வர்றவரைக்கும் இங்கேயே இருடான்னுட்டுப் போயிருக்காரு . . .” என்றான் பாண்டு.

“ஏன் தம்பி . . . நீ வந்து சாப்பிடேன் . . . மணியாவுது . . .” என்று ஹென்றியிடம் சொன்னாள் நவநீதம்.

“பரவாயில்லீங்க . . . அவங்க ரெண்டு பேரும் வந்து டட்டும் .. . எனக்கும் பசியில்லை . . .” என்று சொல்லி எழுந்து தெருவைப் பார்த்தான் ஹென்றி. இன்னும் அவர்களைக் காணோம்!

தெரு இருண்டு கிடந்தது. எங்கோ சினிமாக் கொட்ட கையிலிருந்து வினோதமான சப்தங்களும் பேச்சுக் குரல்களும் அடிக்கடி காற்றில் வந்து தேய்ந்தன.

நவநீதம், பிள்ளைகளை எல்லாம் அழைத்துச் சாப்பாடு பரிமாறினாள். பாடம் முடிந்ததும் அவர்கள் ஒவ்வொருவராய் வந்து ஹென்றியைத் தங்களுடன் சாப்பிட வருமாறு அழைத்தனர். வீரசோழன் மட்டும் தான் பின்னர் சாப்பிடுவதாகக் கூறி விட்டுத் திண்ணையில் வந்து ஹென்றியுடன் உட்கார்ந்து கொண்டான்.

ஒன்பதரை மணிக்கு மேல் தேவராஜனும் துரைக்கண்ணுவும் வீடு திரும்பினர்.

"என்ன ஆச்சு?" என்று கேட்டான் ஹென்றி.

"துரைக்கண்ணுப்பிள்ளை கூட இருந்ததனாலே ஒரு மாதிரி ஜாமீனிலே எடுத்து மணியக்காரரை ஊருக்கு அனுப்பி வைச்சோம். பாவம், அந்த முருகேசன் – அவரோட வண்டிக் காரன் – அப்பிடியே நடுத் தெருவிலே வந்து நின்னு எங்க கால்லே விழுந்தான் ... அவர், மனுஷன் ஒரு வார்த்தை பேசலே ... குனிஞ்ச தலையெ நிமிர்த்தலே ..." என்று தேவராஜன் விளக்கிக்கொண்டிருக்கும் போது துரைக்கண்ணு கொதிப் புடன் குறுக்கிட்டுச் சொன்னான்:

"எனக்கு வந்த கோவத்தையெல்லாம் அடக்கிக்கினு, கவுண்டருக்கு வந்த அவமானத்தெ நெனச்சிப் பேசாம இருந்தேன் தொரை. 'அவ்வளவு மானமுள்ளவன் ஏண்டா குடிக்கிறான்?'னு அந்த இன்ஸ்பெட்ரு ரைட்டர்கிட்டே கேட்டானே ... எனக்குத் தாங்க முடியலே ... 'ஸார் ... நீங்க பெரிய உத்தியோகஸ்தரா இருக்கலாம் ... அவுரு நெஜமாலுமே பெரிய மனுஷன் ... அதனாலே அநாவிசியமாப் பேசாதீங்க ... குடிச்சாருன்னா சட்டப்படித் தப்புன்னா – செய்ய வேண்டியதே செய்ங்க ... ஜாமீன்லே எடுக்கறதுக்கு நாங்க வந்திருக்கோம் ... 'அவன் இவன்'னு பேசறது நல்லாயில்லே'ன்னேன் ... ஒரு நிமிஷம் ஆடிப்பூட்டான்! பின்னே என்னா தொரை? அவுருக்கு அறுவத்தஞ்சி வயசு ஆவுது ... நாப்பது வருஷமா குடிக்கறாரு. நம்ம மாதிரி ரெண்டு மூணு பேருக்குத்தான் தெரியும் அந்த விஷயம் ... அவரு எப்பேர்ப்பட்ட யோக்கியர், நல்ல மனுஷன் கிறது ஊருக்கெல்லாம் தெரியுமே ... முந்தா நாளு நீங்க போட்ட ஒரு சட்டமும் நேத்து வந்த ஒரு போலீஸ் இன்ஸ் பெட்ரும் அவுரெவிடப் பெரிசா, என்னா? ... முன்னே இருந்தவர் ரொம்ப நல்ல மனுஷன் ... மனுஷாள் தராதரம் தெரியலேன்னா என்னாடா, உங்க சட்டம்! உங்க சட்டத்திலே போட்டு ..." என்று கோபமாகத் திட்ட ஆரம்பித்தான் துரைக்கண்ணு.

"அப்படியே நொறுங்கிப் போயிட்டாரு மனுஷன் ... நல்லவேளை ... அவர் மருமவன்காரன் ஊர்லே இல்லியோ

என்னமோ?... வரலே... ஆனால் மணியக்காரரைப் போலீஸ்லே புடிச்சிக்கினு போயிருக்காங்கன்ற சேதி ஊருக்குப் போயிட்டுது... அங்கேருந்து ஆளுங்க வந்திருந்தாங்களே" என்றான் தேவராஜன்.

அவருக்கு ஏற்பட்டுவிட்ட இந்த அவமானத்தை அவரால் தாங்க முடியவில்லை என்று அறிந்த துரைக்கண்ணுவும் தேவராஜனும் புலம்பிக் கொண்டேயிருந்தார்கள்.

நவநீதம் மறுபடியும் வந்து அவர்களைச் சாப்பிட அழைத் தாள். துரைக்கண்ணு, பாண்டுவையும் தங்களோடு சாப்பிடச் சொன்னான்.

சாப்பிடும்போது, தான் மறுநாள் காலை ஊருக்குப் போக வேண்டியிருப்பதையும், பள்ளிக்கூட வேலைகள் பற்றியும் தேவராஜன் சொன்னான். ஹென்றி, துரைக்கண்ணு தன்னை இங்கேயே தங்கியிருக்கும்படிச் சொன்ன விஷயத்தை எல்லார் முன்னிலையிலும் தேவராஜனிடம் கூறினான். பின்னர் தான் அப்போதே துரைக்கண்ணுவிடம் சொன்ன பதிலையும் கூறினான். கடைசியில் மறுநாள் காலை தேவராஜனுடன் ஹென்றியும் புறப்பட்டுக் கிருஷ்ணராஜபுரம் போவது என்றும், அந்த வீட்டைப் புதுப்பிப்பதற்கான வேலைகளைத் தொடங்க வேண்டும் என்றும் மூவரும் ஏகோபித்து முடிவு செய்தனர்.

மத்தியானம் வைத்த பாயசத்தைச் சூடுபண்ணிக் கொண்டுவந்து பரிமாறினாள் நவநீதம்.

"இப்பவும் பாயசமா?" என்று ஆச்சரியப்பட்டான் ஹென்றி.

ஆறு

33

போன வாரம் இந்நேரத்தில்தான் பாண்டுப் பையன் மணியக்காரர் போலீஸ் ஸ்டேஷனில் இருக்கும் செய்தியைக் கொண்டுவந்தான்.

இந்த ஒரு வாரத்தில், என்னென்னவெல்லாம் நடந்துவிட்டது!

அன்றிரவு துரைக்கண்ணுவின் வீட்டில் சாப்பிடுகிற பொழுது திட்டமிட்டபடி அந்த வீட்டைப் புதுப்பிக்கிற காரியத்தைத் தொடங்க இரண்டு நாட்கள் தாமதமாயின. இப்போது மூன்று நாட்களாக அந்த வேலை தொடங்கி மும்முரமாய் நடந்துகொண்டிருக்கிறது; வீட்டிற்குப் பின்னால் தோட்டத்தில் அந்தக் கிணற்றங் கரையை ஒட்டிக் கூடாரம் மாதிரி ஒரு கொட்டகை போட்டு, ஹென்றி அங்கேயே குடி இருக்கத் தொடங்கி விட்டான். அந்தக் கொட்டகை நிறைய மரப் பலகை களும் கூரைக்கான தென்னை வாரைகளும், உத்திரங் களும் அடுக்கப்பட்டிருந்தன. இன்னொரு பக்கம் தச்சர்கள் வேலை செய்வதற்குப் பட்டறையும், மரத்தினடியில் ரம்பம் போட்டு அறுப்பதற்கு வாகாய்ப் பள்ளம் தோண்டியும் இருக்கிறது. வண்டி வண்டியாய்க் கொண்டுவந்த செங்கற்கள் உயரமாய் அடுக்கப்பட்டும், சுண்ணாம்புக் கிளிஞ்சலும் மணலும் குவிக்கப்பட்டும் அந்த வீட்டின் பின்புறம் ஒரு பெரிய தொழிற்சாலை மாதிரி காட்சி அளிக்கிறது.

மேலே மச்சு கட்டலாம் என்றும், மங்களூர் ஓடு வேயலாம் என்றும் மற்றவர்கள் சொன்ன யோசனைக்கு மாறாக ஹென்றி நாட்டு ஓடு வேய்வதையே விரும்பினான்.

தேவராஜன் வீட்டிலிருந்து மண்ணாங்கட்டி சாப்பாடும் டிபனும் கொட்டகைக்கே கொண்டுவந்து கொடுக்கிறான். பள்ளிக்கூடம் போகிற நேரம் தவிர மற்ற நேரங்களில் தேவராஜன் இங்கே வந்து இவனோடு தங்கி இருக்கிறான். காலையிலும் மாலையிலும் துரைக்கண்ணு இங்கு வந்து பார்த்துச் செல்கிறான். இங்கே குவித்து வைக்கப்பட்டிருக்கிற செங்கல், மணல், சுண்ணாம்புக்கல், மரம், ஓடுகள் எல்லாம் துரைக்கண்ணு தனது லாரியில் கொண்டுவந்து அடித்தது தான். குமாரபுரத் திலிருந்து வீடு கட்டுகிற மேஸ்திரி கன்னியப்ப நாயக்கரைத் துரைக்கண்ணுதான் அழைத்து வந்தான். எல்லாம் அவன் பொறுப்பிலும் தேவராஜனின் மேற்பார்வையிலுமே நடக்கிறது. ஹென்றி அங்கே உட்கார்ந்து கொண்டு மனிதர்கள் வேலை செய்கிற அழகை, மரத்தில் பறவைகள் கூடு கட்டுவதைப் பார்க்கிற மாதிரி வேடிக்கை பார்க்கிறான்.

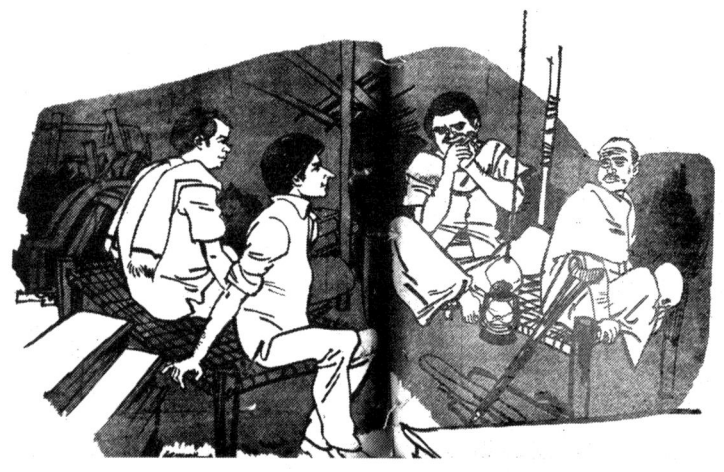

'மூன்று நாட்களுக்கு முன்பு ஹென்றியின் லெதர் பையைக் காலி செய்து, அந்த 'மிலிட்டரி கிட்'டுக்குள் கிடந்த கரன்ஸி நோட்டுக்களை அதில் அடுக்கி எடுத்துக்கொண்டு தேவராஜனும் ஹென்றியும் பஸ்ஸில் ஏறிக் குமாரபுரம் சென்று ஒரு பாங்கில் அக்கவுண்ட் ஏற்படுத்திவிட்டு வந்தார்கள். துரைக்கண்ணு, கணக்கு வழக்குகளையெல்லாம் பார்த்துக்கொள்ளுமாறு தேவராஜனை வேண்டி நியமித்திருந்தான். அங்கே வேலை செய்கிறவர்களும் தங்களது தேவைகளுக்கான செலவினங் களுக்காக ஹென்றி சொல்லாமலே 'தேவராஜன் வரட்டும்' என்று காத்திருந்தார்கள். ஒவ்வொரு நாளும் மாலையில்

துரைக்கண்ணு இங்கு வருகிற போது அவனிடம் ஹென்றி கேட்டான்:

"முன்னே இருந்த மாதிரியேதானே இந்த வீட்டைக் கட்டறாங்க, அதிலே ஒண்ணும் மாத்தம் இல்லீங்களே?... முடிஞ்ச வரைக்கும், உங்களுக்குத் தெரிஞ்ச வரைக்கும் அதே மாதிரி கட்டச் சொல்லுங்க... அப்படித்தானே கட்டறாங்க?"

இதே நினைப்போடு, இந்த வீட்டைப் பற்றிப் பப்பா சொன்ன விவரங்களை மனத்திற்கொண்டு, நாள் முழுதும் அங்கு வேலை செய்கிறவர்களோடு தானும் ஒருவனாய்ச் சேர்ந்துகொண்டான் ஹென்றி.

இந்த வீட்டு வேலையைத் தொடங்கிய முதல் நாள், நாலு புறமும் சுவர்கள் விழுந்து, திறந்த வெளியாய், பூட்டுத் திறப்புக்கு அவசியமில்லாமல் கிடந்த வீட்டின் முன்புறக் கதவில் மாட்டப்பட்டிருந்த பூட்டைத் தனது சொந்தத்தை நிலைநாட்ட வந்ததற்கு அடையாளம் போல் ஹென்றி தான் கொண்டு வந்திருந்த பழைய சாவியைப் போட்டுத் திறப்பதைத் தெருவில் உள்ள பையன்களெல்லாம் வேடிக்கை பார்த்தார்கள். அந்தப் பூட்டு அவ்வளவு சுளுவாகத் திறக்க வில்லை. மண்ணாங்கட்டி ஒரு கிண்ணத்தில் எண்ணெய் கொண்டுவந்து கொடுத்தான். பூட்டின் துவாரத்தில் எண்ணெயை ஊற்றி அது ஊறித் துரு கரைகிற வரைக்கும் தேவராஜனும் ஹென்றியும் திண்ணையில் உட்கார்ந்து பேசியவாறு காத்துக் கொண்டிருந்தார்கள்.

'இது என்ன பைத்தியக்காரத்தனம்?' என்று தேவராஜனுக்குத் தோன்றவில்லை. ஆனால் மண்ணாங்கட்டி இவர்கள் மத்தியில் வரும்போது அடக்கிக்கொண்டிருந்த சிரிப்பை அவிழ்த்து விடுவதற்காக அடிக்கடி அக்கம்மாளிடம் ஓடினான். அவன் சொல்லுகிற விவரங்களைக் கேட்டுச் சிரிக்கிற நிலைமையில் அக்கம்மாள் இல்லை. கிளியாம்பாளைப் பற்றிய வருத்தத்தில் அவள் மானசீகமாய்த் தோய்ந்து கிடந்தாள்.

ஹென்றி ஒரு மணி நேரமாய் அந்தப் பூட்டைக் குடைந்து, கடைசியில் ஒருவாறாய்த் திறந்தான். தேவராஜனுக்குச் சந்தோஷமாயிருந்தது. செல்லரித்துப் போன அந்தக் கதவுகளை ஹென்றி விரியத் திறந்தபோது தெருப்பிள்ளைகள் கைதட்டி ஆரவாரம் செய்தார்கள். தேவராஜனும் கைதட்டினான்.

கதவைத் திறந்ததும் தள்ளிய வேகத்தில் ஒரு கதவு கீல் பிய்த்துக்கொண்டு தடதடவென சரிந்து விழுந்தது. ஹென்றி அந்த வீட்டின் பிரதான வாசல் வழியாக மிகுந்த ஆசாரத்துடன் நுழைவது போல் உள்ளே வந்தான். தேவராஜன் அதே வழியாய்

அவனைத் தொடர்ந்து வந்தான். தெருப்பிள்ளைகளெல்லாம் கூடத்தொடர்ந்து வந்தனர். அப்படி வருகிற அநுபவம் அந்த வீடு சம்பந்தப்பட்டவரை அவர்களுக்குப் புதுமையான அநுபவம் போல் இருந்தது.

ஆட்களை வைத்து வீட்டுக்குள் மண்டிக்கிடந்த செடி கொடிகளையெல்லாம் வெட்டிக் களைந்த பிறகு, தோட்டத்துக் கோடியில் இந்தக் கொட்டகையை அமைத்தார்கள், புதிதாக இரண்டு கயிற்றுக் கட்டில்கள் போட்டுக் கொண்டார்கள். ஒரு லாந்தர் விளக்கும் வாங்கிக்கொண்டு வந்தான் ஹென்றி. வீட்டின் சுற்றுப்புறச் சுவர்கள் இடுப்பளவுக்கு இப்போது உயர்ந்திருந்தன.

முந்தாநாள் மாலை இங்கு வந்த துரைக்கண்ணுவுக்கு தேசிகர் கடையிலிருந்து சாப்பாடு வந்தது. ஹென்றி அன்றிரவு துரைக்கண்ணுவோடு சாப்பிட்டான். இரவு பத்து மணிக்குக் கடையை மூடியபின் தேசிகரும் தாங்கு கட்டைகளை ஊன்றிக்கொண்டு அங்கு வந்து சேர்ந்தார். தேசிகரின் இடது கால் ஊனமென்று ஹென்றி முன்னாலேயே தெரிந்து வைத்திருந்தான். ஹென்றி தவிர மற்ற மூவரும் கஞ்சா புகை குடித்தார்கள். துரைக்கண்ணு மாதிரி தேசிகர் பீடியில் வைத்துக் குடிக்காமல், வேறுவிதமாக ஒரு மண் குழலில் வைத்துக் குடிப்பது ஹென்றிக்கு வேடிக்கையாக இருந்தது. மண்ணாலான அந்தச் சிலும்பியை எடுத்துத் திருப்பித் திருப்பிப் பார்த்தான் ஹென்றி. அதன் உள்ளே சிறிதாய் ஒரு கல்லும் மேலே சுற்றுவதற்காகப் புகை படிந்த ஒரு கரித்துணியும் இருந்தது. அதைப் பற்றி ஏதும் கேட்பதற்கோ, இதுபற்றியெல்லாம் பேசிக்கொண்டிருப்பதற்கோ அந்த இரவில் சூழ்நிலை சரியில்லாத கனத்தை அவர்கள் அனைவரும் உணர்ந்தார்கள். ஏதோ, திட்டமிட்ட படி, வேலை கெடாமலிருக்க வேண்டுமேயென்று இந்த வீட்டு வேலையைத் தொடங்கிவிட்டார்களே தவிர, இந்த மகிழ்ச்சியினூடே அடிக்கடி ஒரு சோகமான மௌனம் அங்கே ஒவ்வொருவரிடமும் குடிகொள்ளுவதை ஹென்றி கவனித்தான். அதற்கான காரணம் அவனுக்கும் தெரியுமாதலால் அந்த மௌனமான சோகத்தில் அவன் தானும் பங்குகொண்டான்.

ஹென்றியும் தேவராஜனும் ஒரு கட்டிலிலும் தேசிகரும் துரைக்கண்ணுவும் இன்னொரு கட்டிலிலும் எதிர் எதிரே உட்கார்ந்திருந்தார்கள். மேலே இருந்து ஒரு கயிறும் அந்தக் கயிற்றில் மாட்டிய ஒரு கம்பியில் லாந்தரும் இவர்கள் நடுவே தொங்கிக்கொண்டிருந்தது. இரண்டு மூன்று சுற்று சிலும்பி கைமாறி இருந்தது.

கிருஷ்ணராஜபுரத்திலும் சுற்று வட்டாரக் கிராமங்களிலும் பரவி இன்று காலை ஒரு பத்திரிகையில் செய்தியாகவும் வந்திருந்த – கிருஷ்ணராஜபுரம் மணியக்காரர் ராமசாமி கவுண்டர், போலீஸ் ஸ்டேஷனுக்குப் போன அவமானம் தாங்கமாட்டாமல் தற்கொலை செய்துகொண்ட – அந்தத் துயரமான நிகழ்ச்சிகளில் சிந்தனை தோய்வதும் அதை எண்ணிப் பேசுவதும் பெருமூச்செறிவதும் உள்ளூர மனம் கலங்குவதுமாய் இருந்த துரைக்கண்ணு, தேசிகரைப் பார்த்துத் திடீரென்று சொன்னான்:

“அப்பவே, அங்கேயிருந்து . . . போலீஸ் ஸ்டேஷன் லேருந்து வந்தாரில்லே – வந்த ஒடனே மனுஷன் கயித்தைக் கட்டித் தொங்கிட்டிருக்காரு . . . பிரேத விசாரணையிலே தெரிஞ்சிதாம். பேசிக்கிறாங்க . . . உயிர் போயி ரெண்டு மணி நேரத்துக்கப்பறம்தான் விஷயம் தெரிஞ்சிருக்குது . . .”

“ஆமாங்க . . . பாதி ராத்திரியிலே மொதல்லே அவுரு சம்சாரம் கொரலுதான் ஊர் பூராக் கேட்டுது . . . ஒரே கும்பலு . . . எனக்கு நம்பவே முடியலீங்க. இதுக்காகப் போயா ஒரு மனுஷன் இப்பிடிப் பண்ணிக்குவாரு?” என்று தேசிகர் புலம்பினார். தேவராஜனுக்கு நடந்ததெல்லாம் நடந்த விதமாகவே தெரியும். அன்று இரவு பூராவும் கிளியாம் பாளுக்கு ஆதரவாய் – இன்னொருவர் வீட்டுப்படி மிதிக்காத அக்கம்மாள் அவள் வீட்டில் போய் இருந்திருக்கிறாள்.

“அப்பிடீன்னா அவுரு உசிர் விட்ட நேரம் நாம்ப பாயசம் சாப்பிட்டுக்கிட்டிருந்தோம்” என்று மனம் நொந்த சிரிப்புடன் சொன்னான் துரைக்கண்ணு.

அதிகாலையில் குமாரபுரத்திலிருந்து இவர்கள் அனை வரும் லாரியில் கிளம்பிய சற்று நேரத்துக்கெல்லாம் அந்தச் செய்தி இவர்களை எதிர்கொண்டு வந்தது.

ஹென்றி ஒன்றும் பேசாமல், எதையும் புரிந்துகொள்ள முடியாதவன் போன்று . . . எங்கோ தூரத்தில் நடந்திருக்கிற ஒரு நிகழ்ச்சியை இவர்கள் விவாதிப்பதைக் கேட்டுக்கொண்டி ருப்பவன் போன்று அதுபற்றி எதுவுமே பேசாத மௌனத் துடன் உட்கார்ந்திருந்தான். அந்தச் செய்தியைக் கேட்ட திலிருந்தே அவன் அப்படித்தானிருக்கிறான். இதுமாதிரி விஷயங்களில் அவனுக்கு எப்போதுமே உணர்ச்சி மரத்துப் போகிறது.

அடுத்த நாள் அந்தச் சாவுக்குக் கிராமத்துப் பெரிய மனிதர்களெல்லாம் போகையில் அவர்களோடு ஹென்றியும் போயிருந்தான். பஞ்சாயத்துக் கூடிய திண்ணையிலும் குறட்டி

லும் – பக்கத்து வீட்டு எதிர்வீட்டுத் திண்ணைகளிலும் சாவுக்கு வந்திருந்த ஜனங்கள் கூடி நிறைந்திருந்தார்கள். தேவராஜனுக்குப் பக்கத்தில் ஒரு குழந்தை மாதிரி ஒண்டிக்கொண்டு இருந்தான் ஹென்றி. அவன் உட்கார்ந்தால் அவனோடு பக்கத்தில் உட்கார்ந்துகொண்டு, அவன் எழுந்தால் அவனோடு எழுந்து நின்றுகொண்டு, அங்கே நடக்கிறவற்றைப் பார்த்தவாறு அந்தக் கும்பலில் ஒருவனாய்த் தனிமைகொண்டு இருந்தான் ஹென்றி.

சேரியிலிருந்து கும்பல் கும்பலாகப் பெண்கள் வந்து இந்த வீட்டின் முன்னால் மாரடித்துக்கொண்டு அழுதார்கள். ஒப்பாரி வைத்துப் பாடினார்கள். நாகம்மாள் விழுந்து மோதி அடித்துக்கொண்டதில் தலையில் காயம்பட்டு, மூர்ச்சை யாகிப் படுத்த படுக்கையில் கிடக்கிறாள் . . . அவளுக்கு ஜன்னி வந்துவிட்டது. கிளியாம்பாளின் புருஷன் இரவே வந்துவிட்டானாம். இந்தக் கும்பலில் அவன் யார் என்று ஹென்றிக்குத் தெரியவில்லை.

தேவராஜன் அடிக்கடி ஹென்றியைப் பார்த்துக்கொண் டான். சவ ஊர்வலத்தின்போது, நல்ல வெயிலில் அவர் களோடு சேர்ந்து அவனும் நடந்தான். அப்போது கையில் கொள்ளிச் சட்டியுடன் போகிறவன்தான் கிளியாம்பாளின் புருஷன் என்று தேவராஜன் சொல்ல, ஹென்றி தெரிந்து கொண்டான்.

மணியக்காரர் ஒன்றும் எழுதி வைத்துவிட்டுச் சாகவில்லை. ஒரு திடீர் உணர்ச்சியில், ஆவேசம் கொண்டு அவர் அந்த முடிவுக்கு வந்திருக்க வேண்டும் என்று எண்ணிய தேவராஜன் அன்று போலீஸ் ஸ்டேஷனில் தலையில் முக்காடிட்டு முகத்தை மறைத்துக்கொண்டு அவர் குந்தியிருந்த காட்சியை நினைவில் கொண்டு, “இல்லை, எனக்கு அப்போவே தோணிச்சு. ஆனால் வந்ததும் வராததுமா அவர் இப்பிடிச் செஞ்சிடுவாருன்னு நான் நினைக்கலே. மனசு ஒடைஞ்சு அந்த மாதிரி நினைப்பு வரும்தான். அப்புறமா சமாதானம் ஆயிடும்னுதான் எனக்குத் தோணிச்சு” என்று தேசிகரிடம் சொன்னான். தேவராஜன் அன்று நடந்ததை அக்கம்மாளும் மண்ணாங்கட்டியும் தனக்குத் தெரிவித்த விதமாக இப்போது இவர்களிடம் விவரிக்க ஆரம்பித்தான்:

“மணியக்காரரை போலீஸ்லே புடிச்சுக்கினு போயிட்டாங் கன்னு ஊரெல்லாம் தெரிஞ்சிக்கிட்டிருக்குது . . . நாம்ப ஸ்டேஷன் லேருந்து வண்டியிலே ஏத்தி அனுப்பிச்சமா, கடைத் தெரு வாண்டயிருந்தே கும்பல் அவரை வேடிக்கை பாத்துக்கினு வந்திருக்குது. இந்த நாகம்மா பிசாசு இருக்குதே, சேதி

தெரிஞ்சதிலிருந்து தெருவையே கூப்பிட்டு வச்சுப் பொலம்ப ஆரம்பிச்சிருக்குது. பாவம், மனுஷன் அப்பிடியே மக்கி மண்ணாகி வராரு. வண்டியை வுட்டு இறங்கின உடனே இந்த நாகம்மா போயி காளி மாதிரி அவர்கிட்டே ஆடி இருக்குது: 'உனக்கு மானம் இருக்குதா, ஈனம் இருக்குதா? இதான் ஒரு பெரிய மனுஷன் பவுசா? வெக்கங்கெட்ட மூளிக்கி முக்காடு வேறயா?'ன்னு ராத்திரி பூரா அவரைத் திட்டிக்கினே இருந்திருக்குது. வந்தவுடனேயே மணியக்காரரு அறைக்குள்ளே போயிக் கதவைச் சாத்திக்கினாராம். பாவம், கிளியாம்பாப் பொண்ணு அந்த ஆவா வழி ஆம்படையாங் காரன் கஷ்டம் பத்தாதுன்னு அப்பன்காரன் மரியாதையும் இப்படி ஆச்சேன்னு நெனைச்சுப் படுத்துக்கினு அழுதுக்கினு கெடக்குதாம் . . . என்ன இருந்தாலும் அப்பன்காரன் இல்லையா?

"மணி பன்னண்டு ஆவுதாம் . . . நாகம்மா வாயைத் திறந்தா ஓயுமா? ராமசாமி கவுண்டரோட ஏழு தலைமுறையையும் இழுத்து வச்சி, அங்கத்துக்கு இம்மாந்தண்ணி ஊத்தி அலசிக்கினு இருக்குதாம். கிளியாம்பாதான் பொறுத்துப் பொறுத்துப் பாத்துப் பொறுக்க முடியாம சொல்லி இருக்குது: 'அத்தோட வுடேம்மா; பாவம்! அவுரு நொந்து கெட்டு வந்திருக்காரு. கூப்பிட்டுக்கினு போயி சோறு போடு'ன்னுச்சாம். 'அம்மாந் தொலவு அக்கறையாயிருந்தா நீதான் கூட்டிக்கினு உன் அருமை அப்பனுக்குச் சோறு போடுடி . . . அந்த மனுஷனைப் பாத்தாவே எனக்குப் பத்திக்கினு வருது'ன்னு சோறு போட மாட்டேன்னிடுச்சாம் கெழ்வி.

"'சீ! நீ ஒரு பொம்பளையா? உன்னாலதான் எங்க அப்பா குடிகாரனா ஆய்ட்டாரு. பொண்டாட்டி இந்த மாதிரி ராச்சஸியா இருந்தா ஒரு ஆம்பிளை அப்பிடித்தான் போவான். நீதான் எல்லாத்துக்கும் காரணம்'னு நாகம்மாகிட்டே வாய் குடுத்து இந்தக் கிளியாம்பா பொண்ணு மாட்டிக்கினு இருக்குது. உடனே நாகம்மா மொலுமொலுன்னு பிடிச்சுக் கிச்சாம்: 'வாழா வெட்டியா வந்து இங்கே குந்திக்கினு உனக்கென்னடி இவ்வளவு வாயி? கட்டின புருஷனோட வாழறத்துக்கு பவுசு இல்லே . . . இனிமே உன்கிட்டே புத்திமதி கேட்டுக் கிட்டுத்தான் என் புருஷன்கிட்டே நான் வாழ கத்துக்கணுமாடி?'ன்னு பேசிக்கிட்டே இருந்திச்சாம் நாகம்மா. 'சரி இந்த சனி ஏதாவது பேசிக்கிட்டு கெடக்கட்டும்; நாம்பளாவது அப்பனுக்குச் சோறு போடுவோம்'னு – புள்ளே பெத்து, இன்னும் தலைக்குக்கூட ஊத்திக்காத பொண்ணு எழுந்திரிச்சிப் போயிருக்கா. அப்பவே அவுரு கதவை மூடிக்கினு ரெண்டு மணி நேரம் ஆயிருக்குது" என்று அக்கம்மாள் தன்னிடம்

சொன்ன மாதிரியே இவர்களிடம் எல்லாவற்றையும் விவரித்துச் சொன்னான் தேவராஜன்.

"ஆமா அவுருக்கு நீங்க யாராவது ஜாமீன் குடுத்திருக்கீங் களா?" என்று கேட்டார் தேசிகர்.

"குடுத்திருந்தாதான் என்னா ஐயா?" என்று கடுமையாகக் கேட்டான் துரைக்கண்ணு.

"இல்லே, கேட்டேன்" என்றார் தேசிகர்.

"அவுருக்கு இன்னொருத்தர் என்ன ஜாமீன்? சொந்த செல்வாக்கிலேதான் வந்தார்" என்றான் தேவராஜன்.

ஹென்றி சிரித்துக்கொண்டான்.

அன்றிரவு துரைக்கண்ணு மனுஷ வாழ்க்கையின் நிலை யாமை பற்றியெல்லாம் பேசிக்கொண்டிருந்தான். மணியக் காரரைப் பற்றிய நினைவும் பேச்சும் ஓர் உணர்ச்சி இறுக்கத்தை எல்லார் மனத்திலும் ஏற்படுத்தி இருப்பதை உணர்ந்த தேவராஜன் ஏதாவது மங்களகரமாகப் பேசவேண்டுமென்று எண்ணித் துரைக்கண்ணுவிடம் சொன்னான்:

"சரிங்க. வீடு கட்ட ஆரம்பிச்சுட்டோம். வீட்டிலே விளக்கேத்தி வெக்க ஒரு பொண்ணு வேண்டாமா? ஹென்றிப் பிள்ளைக்கு நீங்கதானே எல்லாம்? அதைப் பத்தி ஏதாவது யோசனை பண்ணுங்க" என்று பரிகாசமாகச் சொன்னான்.

துரைக்கண்ணு அதுபற்றி ஆழ்ந்து யோசித்தான். அவனுக்கு அதில் சந்தோஷமும், அதைச் செய்ய வேண்டியது தன்னுடைய கடமை என்ற எண்ணமும் ஏற்பட்டது. ஆயினும், 'இவனுக்கு எந்தச் சாதியில் பெண் எடுப்பது?' நினைக்கும் போது அவனுக்குக் குழப்பமாயிருந்தது. அன்று பஞ்சாயத்தில் கனகசபை முதலியார் கேட்ட கேள்விகளைவிடவும் அநாகரிக மான கேள்விகள் கேட்பார்களே? பஞ்சாயத்திலேயே அதைப் பொறுத்துக்கொள்ள முடியாத தன்னால் அதுமாதிரி பேச்சு களையெல்லாம் தாங்கிக்கொள்ள முடியாதே என்றெல்லாம் யோசித்த போதிலும் வெளியே காட்டிக்கொள்ளாமல் தேவராஜனுக்குப் பதில் சொன்னான் துரைக்கண்ணு:

"ஆமாம் ஆமாம். வீட்டைக் கட்டி முதல்லே ஒரு கல்யாணத்தையும் இந்த வீட்டிலே நடத்திப் பார்த்துடணும். கல்யாணம் நடத்தி வெக்கறதா பெரமாதம்? கட்டிக்கப் போறவர் என்ன சொல்றார்னு தெரிய வேண்டாமா?"

ஹென்றி சிரித்தான்: "எனக்கு அதெல்லாம் அவசியம்னு தோணலே."

34

இரவு பதினோரு மணிவரை பரீட்சைக்காக வீட்டு முற்றத்து விளக்கடியில் படித்துக்கொண்டிருந்த மண்ணாங்கட்டி, புத்தகங்களைக் கட்டி வைத்துவிட்டு இங்கு வந்தான். அவன் வருகிறபோது தெரு விளக்குகள் எரிந்துகொண்டிருந்தன. சற்று நேரத்துக்கெல்லாம் எல்லா விளக்குகளும் அணைந்து தெருவே இருளோவென்றிருந்தது.

மண்ணாங்கட்டி, தேசிகரும் துரைக்கண்ணுவும் உட்கார்ந் திருந்த கயிற்றுக் கட்டிலுக்குப் பின்னால் தரையில் ஒரு பலகையின் மீது உட்கார்ந்து கொண்டான். அவர்கள் இருவரும் வினோதமாகப் புகை குடிப்பதை வேடிக்கை பார்த்தான்.

"தொரைக்கண்ணுப்பிள்ளை, ஏதாவது பாடுங்க" என்று தேசிகர் அவனைக் கேட்டுக்கொண்டார். அதற்காகவே காத்துக்கொண்டிருந்தவன் போல் துரைக்கண்ணு பாடவும், தேசிகர் மிக உற்சாகமாக ஊன்று கட்டையின் மேல் ஒரு கையாலும் கயிற்றுக் கட்டிலின் காலில் ஒரு கையாலும் தாளம் போட்டார்.

"மீசையுள்ள ஆண் பிள்ளை சிங்கங்காள் என்கூட வெளியில் வாருங் காணும் . . ." என்று கம்பீரமாக நிமிர்ந்தும் கைகளை வீசி அபிநயித்தும் பாடினான் துரைக்கண்ணு. அவன் பாடி முடிப்பதற்குள்ளாக தேசிகர் தாளம் போட்டுக்கொண்டே, கட்டிலில் தலை சாய்த்தவர் அப்படியே தூங்கிப் போனார். அவர் கொஞ்சம் கொஞ்சமாகச் சாய்ந்து படுத்துத் தூங்குவதை எல்லோருமே கவனித்துக்கொண்டிருந்தார்கள். பாடி முடித்ததும் துரைக்கண்ணு சொன்னான்: "பாவம் தேசிகர். காலையிலே அஞ்சு மணிக்கு எழுந்தார்னா கடையை மூடறவரைக்கும் அவருக்கு வேலைதான். இந்த நொண்டிக் காலையும் வெச்சுக் கிட்டு அவுருதானே ஓடியாடி எல்லா வேலையும் பாக்கறாரு. பாவம், அவுரு சம்சாரமும் எவ்வளவு பாடுபடுது! கடைக் குள்ளே நடக்க வேண்டிய வேலைங்களையெல்லாம் அந்த அம்மாதான் பாத்துக்குது. இருந்தாலும் ஆம்பளை செய்ய வேண்டிய வேலைக்கெல்லாம் இவுருதானே போகணும்! மொத மொதல்லே பத்து வருஷத்துக்கு முந்தி இவுரு வந்து நம்ப கடைத் தெருவிலே காபிக் கடை வெச்சதிலிருந்தே எனக்குத் தேசிகர் பழக்கம்" என்று துரைக்கண்ணு, ஹென்றி யிடம் திரும்பிச் சொல்லிக்கொண்டிருக்கையில், தூங்குவதாக எல்லோரும் நினைத்துக்கொண்டிருந்த தேசிகர், தெளிவான குரலில், "பத்து வருசமாவது? . . . சரியாப் பதிமூணு வருசமும்

நாலு மாசமும் பதினோரு நாளும் ஆவுது, நான் இந்த ஊருக்கு வந்து" என்றார்.

தேசிகர் தூங்குகிறார் என்று நினைத்துக்கொண்டிருந்த தற்காக அவர்கள் சிரித்தனர். தேசிகர் என்னவோ காட்சிகளை லயித்து வர்ணிக்கத் தொடங்கினார்: "தூக்கம் இல்லீங்க புள்ளே ... அப்பிடியே எங்கே இருக்கிறோம்னு தெரியாத மாதிரி ஆயிடுச்சிங்க ... ஒரு வெளக்கு ஒண்ணு எரியுதுங்க கோயிலுக்குளே ... செங்கல் போட்ட தரை ... பிராகாரம் ... சிவன் கோயில் ... செங்கல் தளவரிசையிலே ஒரு கல்லுக்கும்

இன்னொரு கல்லுக்கும் நடுவாலே பச்சிபச்சினு கட்டம் போட்ட மாதிரி புல்லு மொளைச்சிருக்குது. கல்லுங்க தேஞ்சி மழமழன்னு சுத்தமா இருக்குது. கோபுரத்துலே பொறாவுங்க குமுகுமுன்னு குமுறுது. உள்ளே வெளக்கு எரியுது. சின்ன வெளக்கு ... சாமியில்லீங்க ... வெளக்கு மட்டும்தான் ... மண்ணு வெளக்கு ... நான் கிட்ட போறேன். போனா, வெளக்கிலே தீபம், செஞ்சு வெச்சது மாதிரி நிக்குது ... இப்ப பிராகாரத்திலே 'ஜல் ஜல்'லுனு சத்தம் கேக்குது ...கொழந்தைன்னும் தெரியலே ... பொம்மனாட்டின்னும் தெரியலே ... ஒரு பொண்ணு கையெப் புடிச்சிக்குனு ஒரு கொழந்தை நடக்குதுங்க ... காலும் பாதமும்தான் தெரியுது ... அந்தக் கொழந்தெ காலு எவ்வளவு அழகா, மெதுவா, பின்னிப் பின்னி நடக்குது ... ஜல் ஜல்! ... சத்தம் கேக்குதா? செங்கல்லு தரை ... நடுவுலே கோடுபோட்ட மாதிரி பச்சி பச்சினு புல்லு, அது மேலே கொழந்தை காலுங்க ... உள்ளே வெளக்கு எரியிது ... வெளக்கிலே எண்ணெயில்லே ... ஆனா தண்ணி இருக்குது ... தண்ணியிலே வெளக்கு எரியிது

. . . நெருப்பு இருக்குது . . . ஆனா சூடு இல்லே. குளிர்ச்சியா ஜிலு ஜிலுன்னு இருக்குது! . . . தண்ணியிலே எரியற வெளக்கு . . .” என்று சொல்லிக்கொண்டேயிருந்த தேசிகர் நெடுநேரத்துக்குப் பிறகு பிரக்ஞைநிலையின் கோட்டினை ஏதோ ஒரு சமயம் தொட, ‘என்னவோ பேசிக்கொண்டிருக்கிறோமே’ என்ற நினைப்பும், இதையெல்லாரும் சிரித்து ரசித்துக்கொண்டிருக்கிறார்கள் என்ற கவனமும் வரவே, தன்னையே நோக்கிச் சப்தமெழச் சிரித்தவாறு கட்டிலில் எழுந்து உட்கார்ந்தார்.

“என்னா தேசிகரே, கதையெப் பாதியிலே விட்டுட்டீங்க?” என்றான் துரைக்கண்ணு. தேசிகர் தன்னை மறந்து ஒரு குழந்தைபோல் சிரித்தார். “அப்படியே கண்ணு மின்னாலே தெரிஞ்சுதுங்க” என்று கனவு கண்டு மகிழ்ந்து விழித்தவர் போல அந்த அனுபவத்தை மறுபடியும் பெற விரும்பிக் கண்களை மூடிக்கொண்டு சொன்னார். மறுபடியும் அப்படி ஒரு அனுபவம் கிடைக்காமல் தெளிவடைந்து தலையை உலுப்பிக்கொண்டார்:

“சரி, நான் அப்ப பொறப்படறேங்க . . . மணி என்னா இருக்குமோ?” என்று ஊன்று கட்டையுடன் எழுந்து நின்று கொட்டகைக்கீற்றுக்கு வெளியே தலையை நீட்டி வானத்தைப் பார்த்தார்.

“அப்பா! இந்த நட்சத்திரத்தை வந்து பாருங்களேன்” என்று வியந்தார் தேசிகர். இருட்டில் வழியில் கிடக்கிற மண்வெட்டி, கடப்பாரை, இரும்புத் தட்டுகள், ஆணி, கற்குவியல் எதிலாவது அவர் இடறி விடுவாரோ என்ற பயத்தில் மண்ணாங்கட்டியிடம் லாந்தர் விளக்கைக் கொடுத்து அவருடன் அனுப்பினான் தேவராஜன். தேசிகர் மறந்து வைத்துவிட்ட கஞ்சா சிலும்பியை எடுத்துத் தரச் சொல்லித் துரைக்கண்ணுவிடம் திரும்பி வந்தார். அவன் அதை ஊதிச் சுத்தம் செய்து தந்ததும் வாங்கிக்கொண்டு மறுபடியும் “அப்ப வரேங்க எல்லாருக்கும்” என்று விடை பெற்று நடந்தார். மண்ணாங்கட்டி அவருக்கு முன்னால் விளக்கை எடுத்துக்கொண்டு நடந்தான். லாந்தருக்கடியில் அவனது பாதமும் காலும் நடைக்கேற்ற அசைவுடன் அந்த நிழல்களோடு விநோதமாகத் தெரிந்தன. தேசிகரின் ஊன்று கட்டை ஒரு சிறு கல்லின்மேல் அழுந்த அச்செங்கல் துண்டு சிவப்பாய் நொறுங்கியது . . .

உயரமாகச் செங்கல் அடுக்கிய வரிசைகளைத் தாண்டி அவர்கள் மறைய, வெளிச்சம் மட்டும் கொட்டகையில் தெரிந்து நகர்ந்து நகர்ந்து நிழல் வர இருண்டது.

திடீரென தேசிகர், "யார்ராது? ... துரைக்கண்ணு பிள்ளே ... இங்கே வாங்க, யாரோ ஆள் பதுங்கி இருக்கிறான்" என்று பதட்டமில்லாமல் தைரியமாகக் கூப்பிட்டார். கொட்டகையிலிருந்து துரைக்கண்ணுவும், தேவராஜனும் திடு திடுவென ஓடி வந்தார்கள். ஹென்றி அவர்கள் பின்னால் நடந்தே வந்தான்.

அவர்கள் வந்து பார்த்தபோது, மண்ணாங்கட்டியின் கையிலிருந்த லாந்தரை எடுத்துக்கொண்டு முன்னால் தேசிகர் நின்றார். வெளிச்சத்தில், ஆளுயரத்துக்கு அடுக்கி வைக்கப்பட்ட செங்கல் அடுக்குகளின் மத்தியில் அவள் நிர்வாணமாய் வெளிச்சத்தில் கண்கள் கூச நின்றிருந்தாள். அவள் தலைமுடி முகத்திலும் மார்பின் மேலும் வழிந்து மறைத்திருந்தது. இடுப்புக்குக் கீழே செங்கல் அடுக்கொன்றின் நிழல் தேசிகர் உயர்த்திப் பிடித்திருந்த லாந்தர் வெளிச்சத்தால் அவள்மீது விழுந்து யாருக்கும் அதிர்ச்சி தராத விதமாய் அவள் தோன்றினாள்.

"சீசீ! சனியனே ... இங்கே எங்கே வந்தே? போ ... போ ... ம் ... ஒதை கெடைக்கும் ..." என்று அவளை மிரட்டித் துரத்தினார் தேசிகர்.

"மத்தியானம் எங்க பள்ளிக்கூடத்தாண்டே வந்திச்சிங்க இந்தப் பைத்தியம் ..." என்றான் மண்ணாங்கட்டி.

"ஆமாமா. காத்தாலே நம்ப கடையாண்ட வந்திச்சி ... துணி குடுத்தா தலையிலே சுத்திக்கிச்சி. ஏய் ... எங்கே அப்பக் குடுத்த துணி? ... போ போ, வேறே எங்கயாவது" என்று சற்றுப் பரிதாபம் கலந்த தொனியில் சொல்லிக் கொண்டு தேசிகர் திரும்பும்போது எல்லாரும் என்ன செய்வது என்று தெரியாமல் நின்றிருந்தனர்.

துரைக்கண்ணு மட்டும் அவளைப் பார்த்தவாறு ஒரு எண்ணமும் ஓடாமல் நின்றிருந்தான். அவள் இவர்கள் யாருமே இங்கு இல்லாதது மாதிரி இவர்கள் குரலைக் காதில் வாங்காமல் அப்படியே சரிந்து கல் அடுக்குகளின் இடையே முழங்கால்களைக் கட்டிக்கொண்டு உட்கார்ந்தாள்.

"சரிசரி, வாங்க ... பைத்தியம் ... தன்னாலே போயிடும். நான், எவனாவது வந்து கல்லு திருடறானோன்னு நெனச்சிக்கினுதான் பிள்ளையெக் கூப்பிட்டேன் ... ஓடிப் புடிக்க முடியுமா நம்மாலே" ... என்று தனது கால் ஊனத்தைச் சொல்லிக்கொண்டே திரும்பினார் தேசிகர்.

மறுபடியும் ஒரு தடவை தேசிகர் இவர்களிடம் "போயிட்டு வரேங்க" என்று சொல்லிக்கொண்டு வீட்டின் படியிறங்கித்

தெருவில் இறங்கி நடக்கிறவரை மண்ணாங்கட்டி லாந்தரைப் பிடித்துக்கொண்டு நின்றிருந்தான். பிறகு லாந்தரைத் தேவராஜ னிடம் கொடுத்துவிட்டு அவன் எதிர்வீட்டுக்குப் போனான்.

"இப்ப ஒண்ணும் நீபோயிப் 'படிக்கிறேன்'னு வெளக்கைப் போட்டுக்கினு கூத்தடிக்காதே... அக்கம்மா திட்டும். காத்தாலே படிக்கலாம்" என்று சொல்லியனுப்பினான் தேவராஜன்.

துரைக்கண்ணு மௌனமாக அவனுடன் வந்தான். ஹென்றி முதலில் வந்து நின்று எந்த இடத்திலிருந்து அவளது தோற்றத்தை – தேசிகர் உயர்த்திப் பிடித்த லாந்தர் வெளிச்சத்தில் – பார்த்தானோ அங்கேயே நின்றிருந்தான்.

அவளை வெட்ட வெளியில், இருட்டில், இந்தக் கல் குவியலினிடையே விட்டுத் திரும்ப மனமில்லாதவனாய் நின்றான் ஹென்றி. ஆடையில்லாமல் நிற்கிற அவளை வெளியில் அழைக்கவோ, கொட்டகையில் இருக்கச் சொல்லவோ முடியாதே என்று அவன் குழம்பினான். ஹென்றி அவர்களோடு வராமல் அங்கேயே நின்றிருப்பது துரைக்கண்ணுவையும் தேவராஜனை யும் சற்று யோசிக்க வைத்தது. அவனைக் கூப்பிடவும் அவர் களுக்கு மனம் இல்லை. அவன் என்ன செய்யப் போறான் என்றும் புரியாமல் அவர்கள் நின்றிருந்தனர். ஹென்றி, அவள் இருட்டில் மறைந்திருக்கிற இடத்துக்கு நேரே சென்று நின்றான்.

அவளை என்ன சொல்லி அழைப்பது என்பது அவனுக்குக் குழப்பமாயிருந்தது. இவளை என்ன சொல்லி அழைத்தால் என்ன? என்று நினைத்தான். அவள் குழந்தைதானே என்ற எண்ணம் வர, –

"பேபி... ஹேய்... பேபி" என்று மெதுவாகக் குழந்தை யொன்றைக் கூப்பிடுவது போல் அழைத்தான்.

அவள் குழந்தை போலவே சிரித்த சப்தம் கேட்டது. இப்படி ஒரு சிரிப்பை அவள் மறுமொழியாகத் தந்ததும் தூரத்தில் லாந்தருடன் நின்றிருந்த துரைக்கண்ணுவும் தேவராஜனும் ஒருவரையொருவர் பார்த்துக்கொண்டனர்.

ஹென்றி அவளிடத்தில் ஆங்கிலத்தில் பேசினான். "பேபி... வா வா... வெளியே வா... உனக்கு வெட்கமாக இல்லையோ?... நீ நல்ல பொண்ணு இல்லே... ஸ்வீட் கேர்ல்! கமான் கமான்..." என்று கூப்பிட்டான்.

அவள் சிரித்தாள். மணிகள் குலுங்கிச் சிதறியது போலவும், ஓடை நீரின் சலசலப்புப் போலவும், பியானோவில், போகிற போக்கில் கை வைத்துத் தட தடவெனத் தட்டிச் சென்றது

போலவும் – அந்த ஓசையைக் கேட்டான் ஹென்றி. அந்தச் சிரிப்பு ஒரு மொழி போல் அவனுக்குத் தெளிவாகப் புரிந்தது. அவன் செவிகளில் மட்டுமே அந்தப் பேச்சு அவனுக்குப் புரிகிற மொழியில் பேசியது:

'நீ விரும்பினால் நான் வெட்கப்படுகிறேன்...' என்று சிரிப்பாக ஒலித்த அந்த வார்த்தைகளை, அந்த அமானுஷ்ய மொழியில் அவன் கேட்டான்.

"யெஸ் – ஐ விஷ் தட் – கம் ஆன் பேபி" என்று ஹென்றி தன் மொழியில் அவளுக்குக் கூறிய பதிலை மட்டும் கேட்டுத் துரைக்கண்ணுவும் தேவராஜனும் ஒரு மந்திரக்காரனைப் பார்க்கிற மாதிரி ஹென்றியைப் பார்த்தார்கள். ஆனால் அவனோ ஒளிந்துகொண்டு வெளியே வர மறுக்கிற ஒரு குழந்தையை அதனுடைய விளையாட்டுத் தோழன் அழைக்கிற நேசத்தோடு கூப்பிட்டான்:

"மிஸ்டர் தேவராஜன்... ஏதாவது ஒரு துணி – அதோ, அந்த தோத்தியை எடுங்க" என்று கை நீட்டினான் ஹென்றி.

கட்டிலின் மேல் கிடந்த ஒரு வெள்ளை வஸ்திரத்தை எடுத்துக்கொண்டு வந்தான் தேவராஜன்.

"பேபி... வா... இதை உடுத்திக்கொள்... நீ சொன்னே இல்லே... நீ வெட்கப்படணும்னு நான் விரும்பினால் வெட்கப்படுவதாக... வா, வெட்கம் கொள்... இந்த உலகத் தோடு கலந்து விளையாடு... ஓ! ஏஞ்சல்!... நீ தேவதை தான்... ஆனாலும் இது மனுஷ உலகம் இல்லையா?" என்று அவளிடத்தில் ஆங்கிலத்தில் மிகவும் தாழ்ந்த குரலில் கூறிக் கையிலிருந்த வஸ்திரத்தை இருளில் நீட்டினான் ஹென்றி. கல் அடுக்குகளிடையே இருந்து எழுந்த அவளது இரண்டு கைகளும் ஹென்றி தந்த அந்த வஸ்திரத்தை வாங்கின.

35

அவள் அந்த வஸ்திரத்தைப் புடவை மாதிரியும் இல்லாமல் போர்த்திக் கொண்டதுமாதிரியும் இல்லாமல் உடுத்திக் கொண்டு வெளியில் வந்து நின்றிருந்தாள். தேவராஜன் லாந்தர் விளக்கின் திரியை உயர்த்தி வெளிச்சத்தை அதிகமாக்கி அவளை நன்றாகப் பார்த்தான். ஹென்றி சொன்னது ரொம்ப சரி; இவள் ஒரு தேவதைபோல்தான் இருக்கிறாள் என்று நினைத்துக் கொண்டான். 'இவள் யாராக இருப்பாள்?...

யாரோ இவளைப் பெற்றுப் பேரும் இட்டிருப்பார்கள் அல்லவா? இவள் இப்படியொரு பைத்தியமாகத் திரிவதற்கு லௌகீகமான காரணம் ஏதேனும் நிச்சயமாக இருக்கத்தானே வேண்டும்?' என்று யோசித்த தேவராஜன், இவளைப் பற்றி இப்படியெல்லாம் நினைப்பதுகூட ஒரு பைத்தியக்காரத்தனம் தானோ! என்று குழம்பினான்.

ஹென்றி அடுத்து என்ன சொன்னாலும் அதைக் கேட்டு நடக்கச் சித்தமாய் நிற்பது போல் அவள் வெளிச்சத்தில் வந்து காத்து நின்றிருந்தாள். அவளது பார்வை நிலையாக எதன் மீதும் பதியவில்லை. ஹென்றியைத் தவிர மற்றவர்களை அவள் அடையாளம் கண்டுகொள்கிறாள் என்பதற்கான அறிகுறி ஒன்றும் அவள் பார்வையில் தெரியவில்லை.

துரைக்கண்ணு மார்பின் மீது கைகளைக் கட்டிக் கொண்டு மிகவும் பவ்யமாய் நின்றிருந்தான். அவன் மனம் ஏனோ வருத்தம் கொண்டிருந்தது. நெஞ்சில் துயரம் மண்டி அழுத்தியது. உதட்டை அழுந்தக் கடித்து அவன் கண் கலங்கினான். எதற்கு என்று தெரியாத அந்த வருத்தத்தில் ஒரு சுகமும் இருந்தது. வெகு நாட்களாக ஒரு பெண் குழந்தைக்கு ஆசைப்பட்டுச் சில மாதங்களுக்கு முன்னால் அவனுக்கு ஒரு பெண் குழந்தை பிறந்தபோது ஏற்பட்ட உணர்ச்சிக்கு இணையான ஓர் அனுபவத்தை அவன் இப்போது பெற்றான். அன்றைக்கு அவன் மனத்தில் அதிகமான சந்தோஷமும், அந்தச் சந்தோஷத்தின் ஊடாக ஒரு கனமும் இருந்தது.

அவளுக்கு ஏதாவது சாப்பிடத் தர வேண்டுமே என்று நினைத்துக் கொண்டான் துரைக்கண்ணு. ஆனாலும் அந்த விருப்பத்தை அவன் வெளியில் சொல்லவில்லை. அப்படியோர் எண்ணம் ஹென்றிக்கு வந்து அவனாக ஏதாவது அவளுக்குத் தர வேண்டும் என்று ஆசைப்பட்டான் துரைக்கண்ணு. ஆனால், இங்கே சாப்பிடுவதற்கு என்ன இருக்கிறது? என்று நினைத்து, தேசிகர் கடையிலிருந்து இரவுச் சாப்பாடு எடுத்து வந்த டிபன் கேரியரில் ஏதாவது மிச்சம் மீதி இருக்கிறதா? என்று யோசித்துப் பார்த்தான்; டிபன் கேரியரைச் சுத்தமாகத் தான் வழித்துக் காலி செய்தது நினைவுக்கு வந்தது.

ஹென்றி அவளைக் கொட்டகைக்கு அழைத்து வந்தான். அவள் மிகவும் சொந்தமாக வந்து, வெகு நாள் அங்கு பழகியவள் மாதிரி, சற்றுமுன் தேவராஜனும் ஹென்றியும் உட்கார்ந்திருந்த கயிற்றுக் கட்டிலில், ஒரு ஓரமாய் உட்கார்ந்து, கால் மேல் கால் போட்டு முழங்காலின் மேல் இரண்டு கைகளையும் கோத்து – ஒரு எஜமானியின் கம்பீரத்தோடு அவனைப் பார்த்துச் சிரித்தாள். அவள் சிரிப்பு என்னமோ குழந்தை மாதிரிதான்

ஜெயகாந்தன்

இருந்தது. இவ்வளவு நேரமாய்க் கையில் பிடித்துக்கொண் டிருந்த லாந்தரை தேவராஜன் முன்பு போலவே கம்பியில் மாட்டினான்.

துரைக்கண்ணு அங்கிருந்த பலகைகளில் ஒன்றை எடுத்துத் தரையில் இட்டுத் தூசி தட்டி உட்கார்ந்துகொண்டு பீடி புகைக்கலானான்.

இந்த இரவும் இவளது வருகையும், இப்போது இங்கே இருக்கிற ஒவ்வொருவரின் இருக்கையும், தனது இந்த நினைப்பு களும்கூட இதற்கு முன்னால் இதே விதமாக அனுபவித்திருக்கிற நிகழ்ச்சி போல் அவனுக்குத் தோன்றியது.

தேவராஜனும், ஹென்றியும் இன்னொரு கயிற்றுக் கட்டிலில் அவள் எதிரே உட்கார்ந்தனர். தேவராஜன் அவளையே பார்த்துக்கொண்டிருந்தான். அவள் அவனை நோக்கித் திரும்பிய போது, யோசனை இல்லாமலே அவன், அவளிடம் கேட்டான்: "நீ யார்?"

அந்தக் கேள்வியைப் பொருட்படுத்தாமல் அவள் தனது சுபாவப்படியே மௌனமாயிருந்தாள். ஆனால் இப்போது ஹென்றி சிரித்தான். அந்தச் சிரிப்பு அவனது வழக்கத்துக்கு மாறானதாக இருந்தது. சற்றுமுன் அவள் சிரித்தாளே, அது போலவும்... அல்லது அவனுக்குள்ளே இருந்து அவளே சிரிப்பது போலவும் அது இருந்தது. அந்தச் சிரிப்பின் பொருள் தேவராஜனுக்குப் புரிந்தது. 'இவனிடம் இப்படியொரு கேள்வி

கேட்டால் இவன்கூட இப்படித்தான் பதில் சொல்வான். எவரிடம் கேட்டாலும் இப்படி ஒரு பதில்தான் பொருத்தமோ? ஹென்றி என்றோ தேவராஜன் என்றோ தாங்கள் சொல்லிக் கொள்வது போல் இவளுக்குச் சொல்லத் தெரியவில்லை. ஹென்றி அழைத்த மாதிரி இவள் பேபி – என்று தெரிந்து கொள்ள வேண்டியதுதான்' என்று எண்ணிய தேவராஜனும், ஹென்றியைப் பார்த்துப் பதிலுக்குச் சிரித்தான்.

"பாவம், தொரை ... இந்தப் பொண்ணை இங்கேயே இருக்க வெச்சிக்கிட்டா என்னா? உன்கிட்ட மட்டும்தான் அந்தப் பொண்ணு சொல்றதெக் கேட்டுக்குது ... 'இங்கேயே இரு'ன்னு நீ சொன்னாக் கேக்கும். யாராவது தேடிக்கினு வந்தா அனுப்புவோம். நம்பளை மாதிரி எல்லாரும் இந்தப் பொண்ணை பேபியாப் பாக்க மாட்டானுவ... அன்னிக்கி ஹைவேஸ்லே பாத்ததிலேருந்து எனக்கு இந்த நெனப்புத் தான் ... நல்ல காலம், அதுவா இங்கே வந்து சேர்ந்து இருக்குது. தேசிகர் வெரட்னப்போ 'வேணாம்'னு சொல்ல நெனைச்சேன் ... அதுவா உக்கார்ந்துக்கிட்டதைப் பார்த்ததும்தான் 'இது போவாது'ன்னு தெரிஞ்சுக்கினேன். எதுக்கும் நீ அதுகிட்ட சொல்லு தொரை, 'இங்கே இரு'ன்னு" என்றான் துரைக் கண்ணு.

ஹென்றி எழுந்து போய்த் தண்ணீர் குடித்தான். அவளுக்கும் ஒரு தம்ளர் தண்ணீர் கொண்டுவந்து நீட்டினான். அவள் அவனைத் தலை நிமிர்ந்து பார்த்தாள். பிறகு தண்ணீரை வாங்கி உதட்டில் படாமல் அண்ணாந்து தூக்கிக் குடித்தாள். பின்னர் எழுந்து போய்த் தண்ணீர்ப் பானையின் மீது அந்தத் தம்ளரை வைத்துவிட்டு வந்தாள். அந்தச் செய்கை துரைக் கண்ணுவுக்கு மிகவும் ஆச்சரியமாக இருந்தது; சந்தோஷ மாகவும்கூட இருந்தது. அவனது குழந்தை சில நாட்களுக்கு முன்னால் முதல் தடவையாக எழுந்து, தடுமாறி நடந்து வந்து அவன் மடியில் விழுந்தபோது ஏற்பட்ட சந்தோஷம் மாதிரி இருந்தது. தேவராஜனுக்கு ஹென்றியைப் பற்றி இன்னும் ஓர் ஆச்சரியம் விளைந்தது.

தேவராஜன், கைக் கடிகாரத்தில் மணி பார்த்தான். மணி பன்னிரண்டு ஆகி இருந்தது. தூக்கமோ சோர்வோ இல்லாமல், பொழுது விடிகிறவரை உட்கார்ந்து பேசிக்கொண் டிருக்கலாம் போல் உற்சாகமாக இருந்தது.

"எனக்கும் ஒரு பீடி கொடுங்க" என்று துரைக்கண்ணு விடம் கேட்டான் தேவராஜன். துரைக்கண்ணு கொடுத்த பீடியை, வெளிச்சத்தில் பார்த்து, "நம்ப பீடிதானே" என்று தனக்கு உறுதியான விஷயத்தையே கேட்டு வைத்தான்.

"நம்மகிட்டே இருக்கிற பீடியெல்லாம் நம்ப பீடிதான்" என்று சொல்லிக் கொண்டே துரைக்கண்ணு, தீக்குச்சியை உரசி தேவராஜனுக்குப் பீடிபற்ற வைத்துக்கொள்ள உதவினான்.

"காலையிலே அக்கம்மாகிட்டே கொண்டு போயி, இந்தப் பொண்ணை யாரு என்னான்னு சொல்லி உட்டுட்டா எங்க அக்கம்மா ரொம்ப ஆசையாப் பாத்துக்கும். இந்தப் பொண்ணு முகத்தைப் பாருங்களேன். இந்த முகத்தைப் பார்த்தா யாருக்கும் இது மேலே ஒரு பிரியம் வந்துடுங்க. நாம்ப விரட்டினாக்கூட இந்தப் பொண்ணு நம்பளைவிட்டுப் போகும்னு எனக்குத் தோணலை" என்று புகையை ஊதிய வாறே சொன்னான் தேவராஜன். துரைக்கண்ணு அந்தப் பொண்ணைப் பார்த்தான். தன்னைப் பற்றித்தான் பேசிக்கொள் கிறார்கள் என்று அவளுக்குப் புரியவில்லை என்று அவளது சலனமற்ற முகத்தில் தெரிந்தது.

"யார் பெத்த கொழந்தையோ!" என்று துரைக்கண்ணு பெருமூச்செறிந்தபோது, ஹென்றி தன்னைப்பற்றியே நினைத்துக்கொண்டான் அப்போது.

ஹென்றி அவளையே பார்த்துக்கொண்டு தேவராஜ னிடமும் துரைக்கண்ணுவிடமும் பேசினான்: "இந்தப் பொண்ணைப் பத்தி எதுவும் தெரிஞ்சுக்கணும்னு எனக்குத் தோணலை" என்று சொல்லித் தொடர்ந்து ஆங்கிலத்தில் பேசினான்: "இந்த வீட்டுக்கு இவள் முதல் விருந்தாளி; ஆனால் இவள் உட்கார்ந்திருக்கிற தோரணையைப் பார்த்தால் இந்த வீட்டுக்கு இவள்தான் எஜமானியோ! என்று எனக்குத் தோன்றுகிறது. நான் கேட்டுக் கொள்ளாமலேயே, இவள் இங்கே இருப்பாள் என்று நான் நம்புகிறேன். ஆனால் இப்போது வந்தது போலவே பொழுது விடிந்ததும், உடுத்தியிருக்கிற இந்தத் துணியை அவிழ்த்தெறிந்துவிட்டு இவள் போனாலும் போய்விடலாம். இவள் அப்படிச் செய்தாலும் அதில் எனக்கு வருத்தமில்லை. ஆனால், நீங்கள் அதற்காக வருத்தப்படுவீர்கள் என்று நான் நினைக்கிறேன்."

"நிச்சயமாக" என்று தேவராஜனும் ஆங்கிலத்தில் சொல்லி, ஹென்றி கூறியதை ஆமோதித்தான். துரைக்கண்ணுவுக்கு, ஹென்றி சொன்னது புரியாததால், தேவராஜனிடம், "என்னா... என்னா சொல்லுது தொரை?" என்று கேட்டுக்கொண்டே அருகே வந்து உட்கார்ந்துகொண்டான். ஹென்றியே துரைக் கண்ணுவிடம் 'ஐ ஆம் ஸாரி' என்று மன்னிப்புக் கேட்டுக் கொண்டு தமிழில் விளக்கினான். அவனது விளக்கத்துக்குப் பிறகு துரைக்கண்ணு சொன்னான்:

“வருத்தப்பட்டு என்னா பண்றது? இங்கேயே இருந்து, இதுக்குப் புத்தி சரியாயி எல்லார் மாதிரியும் இந்தப் பொண்ணு இருக்கணும்னு நமக்கு ஆசையாயிருக்கு ... ஆனால் நம்ம கையிலே என்னாப்பா இருக்குது! போனா போனதுதான் ... இருந்திச்சிதுன்னா சந்தோஷம்” என்று சொன்ன துரைக் கண்ணு, “அதுக்குப் பசிக்குதோ என்னவோ ... இந்நேரத்துக்கு மேலே சாப்பிட என்னா கெடைக்கும்? இன்னைக்கின்னு எல்லாத்தையும் நான் காலிபண்ணி வெச்சிட்டேனே” என்றான்.

“ஏதாவது நீ சாப்பிட்டியாம்மா?” என்று அவளிடம் ஊமைகளிடம் சைகை காட்டிப் பேசுவது மாதிரி கேட்டான் துரைக்கண்ணு. பாஷை புரியாதவள் மாதிரி அவள், அவனை வெறித்துப் பார்த்து விழித்தாள்.

“நான் வீட்டுக்குப் போயி ஏதாவது கொண்டு வரேன்” என்று தேவராஜன் எழுந்தான்.

“இப்ப ஒண்ணும் வேணாங்க ... காலையிலே பார்த்துக்கு வோம்” என்று அவனைத் தடுத்து உட்கார வைத்தான் ஹென்றி.

கொட்டகையின் மூலையில், இன்னொரு நீளமான பலகையை எடுத்துக் போட்டு, கயிற்றுக் கட்டிலிலிருந்து ஒரு பெட்ஷீட்டை உருவி, அதன்மீது விரித்து, அவளுக்குப் படுக்க வசதி பண்ணிக் கொடுத்தான் ஹென்றி. பின்னர் அவள் அருகே வந்து, “கெட் அப் ... நீ அங்கே போய்ப் படுத்துக்கொண்டு நல்ல குழந்தையாய்த் தூங்கு” என்று சொன்னான். அவள் முன்பு போலவே கலகலத்துச் சிரித்தாள். பின்னர் அவன் சொன்னபடி எழுந்து போய் அந்த மூலையில் படுத்து மறுபுறம் முகம் திருப்பிக்கொண்டாள்.

துரைக்கண்ணு ஆச்சரியத்தோடு ஹென்றியைக் கேட்டான்: “தொரை, நீ சொல்றதை மட்டும் அந்தப் பொண்ணு கேக்குதே? ... அது என்னா விஷயம்னு எனக்குப் புரியலே! நீ என்னா டான்னா இங்கிலீசுலேதான் பேசறே ... அதெப் புரிஞ்சுக்குது அந்தப் பொண்ணு, நாங்க தமிழிலே பேசினா சத்தம் கேட்ட மாதிரிகூட இல்லையே அதுக்கு ...”

“எனக்கும் அதாங்க ஆச்சரியமா இருக்கு” என்றான் ஹென்றி. “கொஞ்சம் கொஞ்சமா எல்லார் பேசறதையும் அது கேக்கும்னு எனக்குத் தோணுது ... இப்பக்கூட பேசற பாஷை புரிஞ்சு நடந்துக்குதுன்னு நான் நினைக்கலே ...”

“கரெக்ட்! அது மனசுக்குப் புரியற மாதிரி நீங்க பேசறீங்க” என்றான் தேவராஜன்.

"அப்படி இல்லை. எனக்கும் இந்தப் பொண்ணோட மனசு புரியலே. அப்படியெல்லாம் 'மனசு, நெனைப்பு'ன்னு இதுக்கு இருக்குமான்னு சந்தேகமா இருக்குது" என்று தேவராஜன் சொன்னதை மறுத்தான் ஹென்றி.

துரைக்கண்ணு தான் உட்கார்ந்திருந்த பலகையில் மல்லாந்து படுத்து, கொட்டகைக்கு வெளியே தெரிந்த வானத்தைப் பார்த்தான். சற்றுமுன் நட்சத்திரங்களைப் பார்த்து ஆச்சரியமடைந்த தேசிகரை நினைத்துக் கொண்டான்.

தேவராஜனுக்குப் படுத்துக்கொள்வதற்கு வசதியாக இருக்கட்டும் என்று காலியாக இருந்த கட்டிலில், ஹென்றி போய் உட்கார்ந்துகொண்டான். ஹென்றி, விளக்கு வெளிச்சத்தைக் கொஞ்சம் குறைத்துவிட்டு வந்து படுத்தான். யாருக்கும் தூக்கம் வரவில்லை. ஆனாலும் அவர்கள் மூவரும் தனித் தனியாக அவளைப் பற்றியே யோசித்துக்கொண்டு, ஒருவரைப் பற்றி ஒருவர் தூங்கி விட்டதாக நினைத்துக்கொண்டு படுத்திருந்தார்கள்.

பொழுது விடிகிறபோது, அவள் படுத்திருந்த இடத்தில் எழுந்து முழங்காலைக் கட்டிக்கொண்டு உட்கார்ந்திருந்தாள். மற்ற மூவரும் தூங்கிக் கொண்டிருந்தார்கள்.

முதலில் தேவராஜன்தான் விழித்தான். விழித்ததும் 'அவள் இருக்கிறாளா?' என்று அவன் பார்த்தான். அவளிடம் பேச்சுக் கொடுத்தாலோ, சிரித்தாலோ அவளிடமிருந்து எந்தவிதப் பிரதிபலிப்பும் இருக்காது என்று அவனுக்குத் தெரியுமாதலால், அவன் எதுவும் பேசாமலும் அவளைப் பார்த்துச் சிரிக்கமாலும் உட்கார்ந்திருந்தான்.

அப்போது மண்ணாங்கட்டி வந்தான். நேற்று பகற் பொழுதில், கடைத் தெருவிலும், பள்ளிக்கூடத்தின் முன்னாலும் பெரியவர்கள் துரத்தவும், பையன்கள் சுற்றி நின்று வேடிக்கை பார்க்கவும், நிர்வாணக் கோலத்தில் திரிந்து கொண்டிருந்த இந்தப் பைத்தியக்காரி, இப்போது ஆடை கட்டிக்கொண்டு, அமரிக்கையாய் உட்கார்ந்திருப்பதைப் பார்க்க அவனுக்கும் ஆச்சரியமாக இருந்தது.

36

கடைத் தெருவில் தேசிகர் கடையின் முன்னால் ராத்திரி நிறுத்திவிட்டு வந்திருந்த லாரியில், அதிகாலையிலேயே வந்து சரக்கேற்றிவிட்டுத் துரைக்கண்ணுவைக் கூப்பிடு

வதற்காகப் பாண்டு வந்தான். அப்போது துரைக்கண்ணு கொட்டகைக்குப் பின்னால் உள்ள கிணற்றங்கரையில் இடுப்பில் கட்டிய துண்டுடன் நின்று பல் விளக்கிக்கொண் டிருந்தான். அவனது வேட்டி சட்டையெல்லாம் கிணற்றின் மேல் ராட்டினம் மாட்டுகிற குறுக்குப் பலகையின் மீது கிடந்தன.

வீடு கட்டுகிற கொத்தனார்களும் சித்தாள்களும் வந்து முதல் நாள் நிறுத்திய இடத்திலிருந்து தங்கள் வேலையைத் தொடங்கிக்கொண்டிருந்தார்கள். ஹென்றி அவர்கள் மத்தியில் நின்று பார்த்துக்கொண்டிருந்தான். வேலைக்கு வந்தவர்கள் எல்லாம் கொட்டகையினுள் உட்கார்ந்திருந்த அவளைப் பார்த்தார்கள். அவள் காலையில் உட்கார்ந்திருந்த இடத்தில் அதே நிலையில்தான் இப்போதும் இருந்தாள்... சிலருக்கு அவளை ஏற்கெனவே தெரிந்திருந்தது. அவளைப் பைத்தியக் காரியாகப் பார்த்தவர்கள் மற்றவர்களுக்கு அவளைப் பற்றிச் சொன்னார்கள். எல்லாருக்கும் அவள்மீது ஒரு பரிதாபம் பிறந்திருந்தது.

பாண்டு இன்னும் அவளைப் பார்க்கவில்லை. துரைக் கண்ணுவிடம் வந்து 'எல்லாம் ரெடி' என்று அவன் சொன்னான். துரைக்கண்ணு அவசர அவசரமாகக் குளித்தான். பாண்டு

கிணற்றின் சுவர்மீது ஏறி நின்று தண்ணீரை இறைத்து அவன் தலையில் வாளி வாளியாகக் கொட்டினான். குளித்த பிறகு உடைகளை உடுத்திக்கொண்டு துரைக்கண்ணு கொட்டகைக்கு வந்தான்; அவன் பின்னாலேயே வந்த பாண்டு அப்போது தான் அவளைப் பார்த்தான்.

"என்னாங்க, இது இங்கே வந்து உக்காந்துக்கினு இருக்குது?" என்று துரைக்கண்ணுவிடம் கேட்டான்.

"அது ராத்திரியிலேருந்து இங்கேதான் இருக்குது. நம்ம தொரை சொல்றபடியெல்லாம் கேக்குது. தொரைதான் துணி குடுத்துக் கட்டிக்கச் சொல்லிச்சி. உடனே கட்டிக்கிச்சு. ஆனா பேச மாட்டேன்னுது . . . பேசத் தெரியலே போல இருக்குது; சிரிக்குது. நாம்ப பேசறதெல்லாம் ஒண்ணும் புரியலே . . . பாரேன் . . . நாம்ப அதெப் பத்திப் பேசறோம், அது தலையெத் திருப்பிக்கினு எங்கேயோ வேடிக்கை பாக்குது . . ." என்று சொல்லிக்கொண்டே கொட்டகையின் நடுவே உள்ள மூங்கில் தூணில் மாட்டியிருந்த கண்ணாடியில் முகம் பார்த்துத் தலைவாரிக்கொண்டான் துரைக்கண்ணு.

"டேய் பாண்டு, ஓடிப் போய் தேவராஜ் ஸார் வூட்லேருந்து துண்ணூரு வாங்கியா . . . தேவராஜ் ஸார் வூட்லே இருக்காது; அவங்க வைஷ்ணவங்க . . . பக்கத்திலே போயி நம்ப தர்ம கர்த்தா வூட்லேருந்து வாங்கியா" என்று பாண்டுவிடம் துரைக் கண்ணு சொல்லிக்கொண்டு இருந்ததைக் கேட்டவாறு வந்த ஹென்றி, "ஐ ஆம் ஸாரி . . . இனிமே இங்கே கொஞ்சம் விபூதி வாங்கி வைக்கிறேன்" என்றான்.

"பரவாயில்லே தொரை . . . நானு வழக்கமா பையிலே ஒரு சின்னப் பொட்டலம் வெச்சிருப்பேன் . . . லாரியிலே வெச்சிட்டேன் போல இருக்கு" என்று சமாதானம் சொன்னான் துரைக்கண்ணு.

மண்ணாங்கட்டி ஒரு பேஸின் மீது வாழையிலை போட்டு டிபன் கொண்டு வந்தான். பிறகு ஒரு எவர்சில்வர் 'ஜக்'கில் காபி கொண்டுவந்தான். குளித்து உடை மாற்றிக்கொண்டு கையில் காலைப் பத்திரிகையுடன் தேவராஜனும் டிபன் சாப்பிடுவதற்காக இங்கே வந்தான்.

பாண்டுவிடம் விபூதி எடுத்துக் கொடுத்த தர்மகர்த்தா முதலியார் அவனோடு தானும் இங்கு வந்தார்.

"வாங்க வாங்க" என்று தேவராஜன், தர்மகர்த்தாவை வரவேற்றான். ஹென்றியும் அவருக்கு வணக்கம் தெரிவித் தான். தர்மகர்த்தா வீடு கட்டிக் கொண்டிருக்கிற வேலைக்

காரர்களிடம் போய் நின்று மேற்பார்வை செய்தார். வீடு பூராவையும் ஒரு தடவை சுற்றிக்கொண்டு கொட்டகைக்கு வந்தார். அங்கே உட்கார்ந்திருக்கிற அவளைப் பார்த்து, "இதாரு? ... புதுசா ..." என்று விசாரித்தவாறே கயிற்றுக் கட்டிலில் உட்கார்ந்து பேஸினிலிருந்த வாழையிலையை எடுத்து, "என்னாது பலகாரமா?" என்று பார்த்தார்.

"வாங்க ... காபி ஆறிப் போகுது ... சாப்பிடலாம்" என்று எல்லாரையும் அழைத்தான் தேவராஜன்.

"நான் போயி நம்ப தேசிகர் கடையிலே சாப்பிட்டுக்கிறேன் ... நமக்கு அவர் கடைப் பலகாரம்தான் தோதுப்படும்" என்று புறப்பட்டான் துரைக்கண்ணு: "அங்கே ஆப்பம், வடைகறியெல்லாம் இருக்கும் ... நீங்க என்னா, இட்லியும் சட்டினியும்தானே வெச்சிருப்பீங்க?" என்று பரிகாசமாய்ச் சொன்னான்.

"இருக்கட்டுங்க ... இன்னிக்கி ஒரு நாளைக்கு நம்ப வீட்டு டிபன் சாப்பிடுங்க ... பையனை அனுப்பி வடைகறி வாங்கி யாறச் சொல்றேன்" என்று வற்புறுத்திப் பலகைகளை எடுத்துப் போட்டான் தேவராஜன். மண்ணாங்கட்டி இலை போட்டான்.

"துரைக்கண்ணு பிள்ளே ... உனக்காகத்தான் எல்லாம் வந்திருக்குது, வாய்யா ..." என்று உரிமையுடன் அழைத்தவாறு தானும் வந்து உட்கார்ந்து கொண்டார் தர்மகர்த்தா.

வடைகறி வாங்கப் புறப்பட்ட மண்ணாங்கட்டியை, "அதெல்லாம் வேணாம்பா – சும்மாச் சொன்னேன்" என்று தடுத்து நிறுத்தினான் துரைக்கண்ணு.

'அவளுக்கும் இலை போடுவதா வேண்டாமா, காலையில் எழுந்ததிலிருந்து ஒரே இடத்தில் உட்கார்ந்தி ருக்கிறாளே, பல்கூட விளக்கவில்லையே' என்று மண்ணாங் கட்டி தயங்கிய போது தேவராஜன், ஹென்றியிடம் சொன்னான்: "நான் அக்கம்மாகிட்ட எல்லாம் விபரமா சொல்லிட்டு வந்திருக்கேன். இந்தப் பொண்ணை அங்கே இட்டாரச் சொல்லிச்சி ... நீங்கதான் சொல்லி மண்ணாங்கட்டிப் பையனோட அனுப்புங்க."

ஹென்றி தலையைச் சொறிந்து சற்று யோசித்தான். 'சரி, பார்ப்போம்' என்று மனத்துள் சொல்லிக்கொண்டே அவளிடம் போய் நின்றான்.

"ம். கெட் – அப்! காலையிலிருந்து இங்கேயே உக்காந்தி ருந்தா எப்பிடி? ... போயிக் குளிச்சிட்டு ... அக்கம்மா உன்னை வரச் சொல்லிச்சாம் ... அக்கம்மா வந்து இவரோட சிஸ்டர் ...

யூ கோ வித் ஹிம்...” என்று பேசினான். அவள் எழுந்து நின்றாள். எல்லாரையும் பார்த்தாள். தர்மகர்த்தாவுக்கு ஒன்றும் புரியவில்லை.

“புத்தி சரியில்லையா?” என்று கேட்டார்.

யாரும் பதில் சொல்லவில்லை. அவள் அவரைப் பார்த்துச் சிரித்தாள். ‘ஐயோ, பாவம்’ என்று சூள் கொட்டினார் முதலியார்.

“ம்... ம்... வா வா” என்று தைரியமாக மண்ணாங்கட்டி அவளை அழைத்தான். அவள், அவனுடன் நடந்தாள்.

“பார்த்தீங்களா? மண்ணாங்கட்டி பேசறதுகூட அதுக்குப் புரியுது” என்று ஆச்சரியப்பட்டான் தேவராஜன்.

அங்கே வேலை செய்துகொண்டிருந்தவர்கள் அனைவரும் சற்றுத் தங்கள் வேலையை நிறுத்தி அவள் நடந்து போவதைப் பார்த்தார்கள். ‘துரைக்கண்ணுப் பிள்ளை சொன்னது சரிதான் அவள் எவ்வளவு ஒய்யாரமாக நடக்கிறாள்!’ என்று தேவராஜன் நினைத்துக்கொண்டான்.

மண்ணாங்கட்டி அவளை அழைத்துச் சென்று தேவராஜன் வீட்டு முற்றத்தில் நிறுத்திவிட்டு அக்கம்மாளை அழைத்துவர உள்ளே ஓடினான்.

“அக்கம்மா... அக்கம்மா – அந்தப் பைத்தியக்காரிச்சி வந்திருக்குது... வாங்க, வாசல்லே நிக்குது...” என்று கை வேலையாய் இருக்கிற அக்கம்மாளிடம் வந்து அவசரப் பட்டான் மண்ணாங்கட்டி.

“பைத்தியக்காரிச்சின்னு சொல்லாதேடா, பாவம்!” என்று சொன்ன அக்கம்மாள், வெளியே வந்து அவளைப் பார்த்தாள்.

“ஐயோ, பாவமே! சின்னஞ் சிறிசு, லட்சணமா மூக்கும் முழியுமா இருக்கேயேடி பொண்ணே – உன் தலையிலே பகவான் இப்பிடி எழுதி வெச்சிருக்காரே...” என்று கன்னத்தில் கை வைத்துப் பரிவினால் கண்கள் கலங்கப் புலம்பினாள் அக்கம்மாள்.

அவள் அக்கம்மாளைப் பார்த்துச் சப்தமில்லாமல் புன்னகை போல் சிரித்தாள்.

“சிரிப்பைப் பாரேன்... கன்னத்திலே ரெண்டு பக்கமும் எப்பிடிக் குழி விழுகுது! ரொம்ப அதிர்ஷ்டந்தான்” என்று அக்கம்மாளும் அவளைப் பார்த்துச் சிரித்தாள்.

‘இவளுக்கு குளிக்க ஊத்தி, நல்லா மஞ்சள் பூசி தலையையும் வாரி, சுத்தமா உடுத்தி நிறுத்தினா லட்சுமி மாதிரி இருப்பாளே!’ என்று நினைத்தாள் அக்கம்மாள்.

"உன் பேரு என்னா? வா... வந்து மொதல்லே குளி... உடம்பெல்லாம் படை படையா அழுக்கு இருக்குது... தலையெப் பாரு... பொதராட்டம் சிக்குப் புடிச்சி கெடக்குது... உனக்குத் தலைக்கித் தேச்சிவுட என்னாலே ஆவாதுடி அம்மா... டேய், மண்ணாங்கட்டி... போயி அந்தத் தையநாயகியெ இட்டா..." என்று சொல்லியனுப்பினாள்.

"அதும் பேரு பேபிங்க... நம்ப ஹென்றி ஐயா வெச்ச பேரு" என்று சொல்லிவிட்டுப் போனான் மண்ணாங்கட்டி.

"பேபி... ஏ! பேபிப் பொண்ணு. தோ – ஒரு பக்கம் உக்காந்து இரு... தையநாயகி வந்து உனக்குத் தலைக்கி எண்ணெய் தேச்சி வுடுவா... அது வரைக்கும் பசியோடவா இருப்பே... ராத்திரியே உன்னைப் பட்டினியாத்தான் படுக்க வெச்சிட்டாங்களாமே" என்று சொல்லிக்கொண்டே உள்ளே போய் ஓர் இலையில் நான்கு இட்டிலிகளை வைத்துக் கொண்டுவந்து அவள் முன்னால் வைத்தாள் அக்கம்மாள்.

அவள் திரு திருவென்று விழிப்பதைப் பார்த்து ஒரு வேளை பல்துலக்க நினைக்கிறாளோ என்று எண்ணிய அக்கம்மா, கொண்டுவந்த இட்டிலிகளை இலையோடு மூடி வைத்துச் சொன்னாள்: "பல் வெளக்கணும் போல இருக்குது... எந்திரிச்சி இப்பிடி வா" என்று முற்றத்து மூலையில் தண்ணீர் வைத்திருந்த இடத்துக்கு அழைத்துச் சென்று கரிப்பொடியை எடுத்து நீட்டினாள். அவளும் உள்ளங்கையை ஏந்திக் கரிப் பொடியை வாங்கிப் பல் துலக்கினாள். வாசல் குறட்டின் மேலே நின்றுகொண்டு அவளுக்கு வாய் கொப்பளிக்கவும் முகம் கழுவவும் அவளது கைகளில் தண்ணீர் ஊற்றினாள், அக்கம்மாள்.

'இவளுக்கு ஒரு ரவிக்கையும் தரவேண்டும்' என்று அவள் வெற்றுடம்பைத் துணி விலகும்போது பார்த்த அக்கம்மாள் நினைத்துக்கொண்டாள். பல் விளக்கி முகம் கழுவி மேலாடை யில் அவள் துடைத்துக்கொண்டு முகம் நிமிர்ந்தபோது அவள் முகம் பளீரென்று ஒளி வீசியது. பின்னர் அவள் தானாகவே வந்து இலையால் மூடி வைத்திருந்த இட்டிலிகளை எடுத்துக் கொண்டுபோய் ஓர் ஓரமாய்த் திரும்பி உட்கார்ந்து சாப்பிட்டாள்.

'இவளா பைத்தியக்காரியாக அம்மணமாய்த் திரிந்து கொண்டிருந்தவள்?' என்று நம்ப முடியாமல் அவளையே பார்த்துக்கொண்டிருந்த அக்கம்மாள் பெருமூச்செறிந்தாள்.

தையநாயகி வர மணி பத்தாயிற்று. தேவராஜனும் மண்ணாங்கட்டியும் பள்ளிக்கூடம் போயிருந்தார்கள். எதிர் வீட்டில் வீடு கட்டுகிற தொழிலாளர்களின் குரலும், வண்டி

யிலிருந்து மணல் சரிகிற சத்தமும், சுண்ணாம்பு இடிக்கிறவர்கள் பாடுகிற பாட்டும் அடுக்களையில் வேலை செய்து கொண்டிருந்த அக்கம்மாளுக்குக் கேட்டது.

சுண்ணாம்பு இடிக்கிற ஒரு பெண் முதலில் பாடினாள்:

"ஒரு தட்டு ஒரு தட்டு மண்ணெடுத்து ..." என்று அவள் ராகமிழுத்துப் பாடியதும், கும்பலாகப் பல பெண்களின் குரல்கள் அதே ராகத்தில்,

"ஆமாம் போ ..." என்று ஒலித்தன.

முதலில் பாடியவள் தனித்த குரலில் மறுபடியும் பாடினாள்:

"மண்ணெடுத்து ..."

"சரிதாம்போ ..." என்ற மற்றவர்கள் பாடினார்கள்.

"போட்டானோடி போட்டானோடி உசந்த ரோடு ..." என்று முதலில் பாடியவள் ராகமிழுத்து முத்தாய்ப்பு வைத்தாள்.

அதைத் தொடர்ந்து மற்றொருத்தி முன்னவள் போலவே தனித்த குரலில் பாடினாள்:

"ரெண்டு தட்டு ரெண்டு தட்டு மண்ணெடுத்து ..."

எல்லாரும்: "ஆமாம்போ ..."

தனித்தகுரல்: "மண்ணெடுத்து ..."

எல்லாரும் : "சரிதாம்போ"

தனித்த குரல்: "போட்டானோடி

போட்டானோடி ரெத்ன ரோடு ..."

– இப்படியே அவர்கள் மூன்று, நான்கு, ஐந்து என்று தனித்த குரலில் தொடங்கி, பல குரல்கள் பதில் சொல்லிப் பாடிக்கொண்டிருந்த சப்தம் பேரோசையாகக் கேட்டது. அடுப்படியில் சமையல் வேலையில் முனைந்திருந்த அக்கம் மாளும் தன்னை மறந்து சற்றுக் குரலெடுத்து, "ஆறு தட்டு ஆறு தட்டு மண்ணெடுத்து" என்று வாய்விட்டுப் பாடியதைக் கேட்டுச் சிரித்தவாறே வந்தாள் தையநாயகி.

"அக்கம்மா, வரச் சொன்னீங்களாமே" என்று வாசல் புறச் சன்னல் வழியாக உள்ளே பார்த்துக் கேட்டாள்.

"நல்லா இருக்குடி ... நான் எப்ப வரச்சொன்னேன் ... நீ இப்ப வர்றே? எங்கே அவன்? உன் புருஷன் சின்னாம் பையனையும் காத்தாலேருந்து காணோம் ..." என்று அதட்டிக் கொண்டே வெளியே வந்த அக்கம்மாள், முற்றத்து நிழலில் ஓர் ஓரமாய் உட்கார்ந்திருந்த அவளைக் காட்டிச் சொன்னாள்:

"எண்ணெ தரேன் . . . அந்தப் பொண்ணுக்கு நல்லாத் தேச்சித் தலைக்கி ஊத்தி வுடு . . . பாவம், யாருபெத்த பொண்ணோ? புத்தி பேதலிச்சிப் போயி வந்திருக்குது. நம்ப தம்பியும் எதித்த வூட்டுத் தம்பியும் பாத்து இட்டாந்து இருக்காங்க . . . பொண்ணு லச்சணமா நல்லா இருக்குது இல்லே?"

தையநாயகி முதலில் அவளை நெருங்கவும் பேசவும் பயந்து சற்று ஒதுங்கி நின்றாள். அப்போது அவள் இவர்களைப் பார்த்துச் சிரிக்கவும், ஒரு நம்பிக்கை பிறந்தது தையநாயகிக்கு:

"என்னா பொண்ணே . . . நீ யாரும்மா, எந்த வூரு? . . . எண்ணெ தேச்சிவுடறேன், குளிக்கிறியா? . . ." என்று பேச்சுக் கொடுத்தாள். அவள் ஒன்றும் பதில் பேசாமல் பேதைத் தனமாய்ச் சிரித்து வெறிக்க விழித்தாள்.

அவர்களுக்கு எண்ணெயும் அரப்புப் பொடியும் எடுத்துக் கொடுத்துவிட்டு அக்கம்மாள் உள்ளே வந்து தனது வெள்ளைப் புடவைகளில் ஒன்றையும், தானே அரிவாள்மணையில் அரிந்து ஊசியும் நூலும் கொண்டு கையால் தைத்துப் போட்டுக்கொள்ளுகிற தனது ரவிக்கைகளில் ஒன்றையும் அவளுக்காகக் கொண்டு சென்று குளியல் அறைக்கு முன்னால் உள்ள கொடியில் போட்டாள்.

அப்போது கைப்பிள்ளையுடன் கிளியாம்பாள் தெருக் கதவைத் திறந்து கொண்டு இங்கே வருவது தெரிந்தது.

37

"வா . . . வா . . . உங்கம்மா எப்பிடி இருக்குது?" என்று கிளியாம்பாளை வரவேற்றாள் அக்கம்மாள். தையநாயகியைப் பின்தொடர்ந்து கொல்லைப்புறம் போகிற இந்தப் புதியவளை யாரென்று தெரியாத ஆச்சரியத்துடன் பார்த்துக் கொண்டிருந்த கிளியாம்பாளின் கவனத்தில் அக்கம்மாளின் கேள்வியும் வரவேற்பும் பதியவில்லை, அக்கம்மாள், கிளியாம்பாளின் தோள்மீது கிடந்த துணியை எடுத்துக் கூடத்துச் சுவரோரமாய் விரித்தாள். கிளியாம்பாள், தூங்குகிற குழந்தையைக் கொண்டு வந்து விரித்த துணியில் கிடத்தினாள். நெற்றியில் பெரிய சாந்துப் பொட்டும் கன்னத்தில் திருஷ்டிப் பொட்டுமிட்டு மேலெல்லாம் பூசியிருந்த பவுடருமாகக் கூடம் முழுமையும் குழந்தையின் வாசனை மணத்தது . . .

தூங்குகிற குழந்தையின் மேல் குனிந்து அக்கம்மாள் முத்தமிட்டாள். கிளியாம்பாள் தூணில் சாய்ந்து உட்கார்ந்தாள்.

"அடுப்பெத் தணிச்சிட்டு வரேன்" என்று சொல்லிவிட்டு அக்கம்மாள் அடுப்பங்கரைக்குப் போனாள். கிளியாம்பாள் ஆழ்ந்த யோசனையுடன் குழந்தையையே பார்த்துக்கொண்டிருந்தாள். குழந்தையின் வாயோரம் ஓர் ஈ வந்து உட்கார, கையை வீசி விரட்டிவிட்டு அருகிலிருந்த பனை ஓலை விசிறியை எடுத்து லேசாக விசிறினாள்.

பின்னால் குளியலறையிலிருந்து குழந்தை மாதிரி பேபி சிரிக்கிற சத்தம் கேட்டது.

"பாருங்க. அக்கம்மா... இந்தப் பொண்ணு ரொம்பத்தான் வெக்கப்படுது" என்று குளியலறைக்கு வெளியே தலை நீட்டிப் புகார் கூறிச் சிரித்தாள் தையநாயகி.

"சரி சரி... உனக்கு யார்னாச்சிம் கெடைச்சிட்டா நீ ஒரே முட்டா ஆடுவியே... அதும் போக்குக்கு வுட்டுத் தலைக்கி ஊத்தி இட்டாடி..." என்று அதட்டிவிட்டு அக்கம்மாள் கூடத்துக்கு வந்தாள். தாழ்வாரத்திலிருந்து இரண்டு மூன்று பிரப்பங் கூடைகளிலிருந்து புளியைத் தானே தூக்க முடியாமல் தூக்கி வந்து நடுக்கூடத்தில் வைத்தாள்.

"எங்கே, ஆளுங்க யாரும் இல்லியா? தடிதடியா நிப்பானு வளே... நீயே தூக்கியாறியே... மூச்சுப் புடிச்சுக்கப் போவுது" என்றாள் கிளியாம்பாள்.

"இது ஒரு பாரம்! இதுக்கு ஒரு ஆளு வேணுமா?" என்று சொல்லிக்கொண்டே உள்ளே போய் இரண்டு அரிவாள் மணைகளும் கொண்டு வந்தாள் அக்கம்மாள். ஒன்றைக்

கிளியாம்பாளிடம் கொடுத்துவிட்டு இன்னொன்றைத் தனக்காக வைத்துக்கொண்டு உட்கார்ந்து புளியரிந்து கொட்டை நீக்கத் தொடங்கினாள்; கிளியாம்பாளும் புளி அரியலானாள்.

"என்னாடி, வந்ததிலிருந்து என்னமோ மாதிரி இருக்கே?" என்று பேச்சைத் துவக்கினாள் அக்கம்மாள்.

"ஒண்ணுமில்லே அக்கம்மா, தோ, அந்தப் பொண்ணெப் பத்தி யோசிச்சிக்கினு இருந்தேன் ..."

"உனக்கு மின்னாலேயே தெரியுமா? ..."

"அஆம் ... நேத்து முண்டக்கட்டையாத் திரிஞ்சுக்கினு இருந்துச்சே ... நானு கதவை மூடிக்கினு உள்ளே பூட்டேன். யாராம் அது?" என்று கிளியாம்பாள், அக்கம்மாளையே கேட்டாள்.

"எனக்கு மட்டும் என்னா தெரியும்? நம்ம தேவராஜுவும் எதிர்வூட்டுத் தம்பியும் பார்த்துப் பாவப்பட்டு இட்டாந்திருக் காங்க ... இவங்களா போயி ஒண்ணும் இட்டாரலே ... அதுவா வந்து வூடு கட்டற எடத்திலே குந்திக்கினு இருந்திச் சாங்காட்டியும் ...எதிர்வூட்டுத் தம்பி துணி குடுத்துக் கட்டிக்கச் சொல்லிச்சாம்; உடனே தட்டாம வாங்கிக் கட்டிக்கிச்சாம். ஒரு மூலையிலே படுத்துக்கச் சொல்லி யிருக்குது ... பேசாம படுத்துக்கிச்சாம், தம்பி வந்து எல்லாம் கதை மாதிரி சொல்லிச்சி ... எனக்குப் பாவமா இருந்திச்சி ... நம்பளெ மாதிரி ஒரு பொண் ஜன்மந்தானே அதுவும் ... இட்டாரச் சொன்னேன். இட்டிலி குடுத்தேன். பல்லு வெளக்காம துன்றதான்னு யோசிக்குதும்மா அந்தப் பொண்ணு ... அப்பறம்தான் பல்லு வெளக்கச் சொல்லித் தண்ணியெடுத்துக் குடுத்தேன். தலைமுடி எம்மா நீளம் பாத்தியா? அதான் தலைக்கு ஊத்தறதுக்குத் தையநாயகியை வரச்சொன்னேன்; பாப்பமே எப்பிடி இருக்குதுன்னு ... நல்லபடியா இருந்திச் சின்னா கூழோ தண்ணியோ ஊத்தி இங்கேயே நம்ம வச்சிக்க லாம். என்னா, அந்த ஒரு பொண்ணு வயித்துக்குச் சோறு போட முடியாதா, நம்பளாலே? இங்கேயே ஆளுங்களோட ஆளா இருக்கட்டுமே ... இல்லே, முன்னே மாதிரியே கௌம்பிப் பூட்டுதுன்னா போக வேண்டியதுதான் ... நாம்ப என்னா பண்ண முடியும்? அது கெடக்கட்டும். உங்கம்மா எப்பிடி இருக்குது, தேவலாமா?" என்று புளியரிவதை நிறுத்திவிட்டு இவ்வளவு நேரம் பேசிக்கொண்டிருந்த அக்கம்மாள் மறுபடியும் அரியத் தொடங்கினாள்.

"அதெப் போய் நம்பள மாதிரி ஜென்மம்னு சொல்றியே ... அதெல்லாம் குடுத்து வச்ச ஜென்மம் அக்கம்மா ... எங்க

வூடு நெறைய கருமாதிக்காக ஜனம் வந்து நிக்குது ... வூட்டு மருமவப்புள்ளே சாவுக்கு வந்துட்டுப் போனவருதான். இன்னம் காணலியே ... அவ அவளும் முதுகுக்குப் பின்னாடி ஒரு மாதிரிப் பேசறாளுவ; மூஞ்சிக்கி நேரா ஒரு மாதிரி உருகறாளுவ ... எங்கம்மா ... எனக்கு வவுறே எரியிது ... மின்னே எல்லாம் என்னாப் பேச்சி பேசும்! இப்ப அப்பிடியே இடிஞ்சிப் போயிக் குந்திக்கினு இருக்குது ... தனியாக் குந்திக்கினு மாலை மாலையா கண்ணுலெ தண்ணி வுடுது ... 'என் ... ஐயாவே ... இப்படிப் பண்ணிட்டுப் போவீங்கன்னு நானு நெனைக்கலியே சாமீ ...'ன்னு மானத்தெப் பாத்துக்கினு இருநதாப்பிலே இருந்து மாரடிச்சிக்கினு அது பொலம்பறதெக் கேட்டா என் வவுறெல் லாம் என்னமோ பண்ணுது அக்கம்மா" என்று சொல்லிக் கொண்டு கிளியாம்பாள் விம்மி விம்மி அழுதாள். அக்கம் மாளும் கண் கலங்கினாள்.

"எங்க அம்மாவும் என்னெ அனாதெயா வுட்டுட்டுச் சீக்கிரம் பூடும்போல இருக்குதே ... அக்கம்மா ... ஆ ..." என்று முகத்தில் முந்தானையைப் போட்டுக்கொண்டு அழுதாள் கிளியாம்பாள். இருந்த இடத்திலிருந்து நகர்ந்து வந்து அவள் பக்கத்தில் உட்கார்ந்து அவளை அணைத்துக்கொண்டு முதுகில் தட்டி, "சீசீ! ... என்னா கிளியாம்பா ... இத பாரும்மா ... மனசெ தெடமா வச்சிக்க ... கடவுள் அப்பிடியெல்லாம் சோதிக்க மாட்டாரு ..." என்று ஆறுதலும் தைரியமும் கூறினாள் அக்கம்மாள். கிளியாம்பாள் சற்று நேரம் அழுதபின் முகத்தைத் துடைத்துக்கொண்டு சிவந்த கண்களும் மூக்குமாய் மறுபடியும் புளி அரியத் தொடங்கினாள். அக்கம்மாளும் அவளது நிலைமை யை மிகவும் வருத்தத்துடன் எண்ணிப்பார்த்தாள். நாகம்மாள் என்னதான் வாய்த்துடுக்காகப் பேசுகிறவளானாலும் உள்ளூர எவ்வளவு நல்ல மனம் படைத்தவள் ... புருஷன்மீது எவ்வளவு பிரியம் வைத்திருந்தவள் என்று எண்ணுகையில் அக்கம் மாளுக்கும் அழுகை அழுகையாய் வந்தது.

"உங்கம்மா திட்னத்துக்காகவா உங்க அப்பா அப்பிடிப் பண்ணிட்டாரு? அப்பிடி என்னா புதிசா உங்க அம்மா பேசிட்டுது! அவருக்குப் போலீசு டேசனுக்குப் போன அவுமானம் தாங்கலே ... அதாண்டி மானமுள்ள ஆம்பிளை! கவரிமான் ஜாதின்னு சொல்லுவாங்க ... ஒரு நிமிசம் 'சீ, இது என்னா உசிரு'ன்னு மனசு நெனைச்சிட்டுதுன்னா அப்புறம் என்னா இருக்குது! ... மானங்கெட்டு வாழறதுக்கு எல்லாராலேயும் முடியாது" என்று மணியக்காரரைப் பாராட்டிப் பேசினாள் அக்கம்மாள்.

குளியலறைக் கதவு திறக்கும் சப்தம் கேட்டது. அவள் குளித்துவிட்டு அக்கம்மாள் தந்த சேலையைக் கட்டிக்கொண்டு

வந்தாள். அந்த ரவிக்கை அவளுக்குச் சேராமல் தொளதொள வென இருந்தது. தலையின் ஈரம் முதுகில் வழிந்து ரவிக்கையின் பின்புறம் நனைந்து பிடரிக்கடியில் முதுகில் ஒட்டிக்கொண்டிருந்தது. அவள் அந்தப் புடவையை ஒழுங்காகக் கட்டிக் கொண்டிருந்தாள்.

"நீ கட்டி வுட்டியா? அதுவே கட்டிக்கிச்சா?" என்று தையநாயகியைக் கேட்டாள் அக்கம்மாள்.

"என்னெ எங்கே உள்ளே போவ உட்டுச்சி, அந்தப் பொண்ணு? கதவெத் தாப்பாப் போட்டுக்கினு தானே தலைக்குத் தேச்சித் தானே தண்ணி ஊத்திக் குளிச்சிட்டு வந்துதே... தலையிலே எண்ணெ போச்சோ இல்லியோ?', என்று அவள் கூந்தலைக் கோதிப் பார்த்த தையநாயகி, நேற்று இரவு அவள் உடுத்தியிருந்த துணியை மடித்து அவள் கூந்தலைச் சுற்றித் துவட்டிவிட்டாள்.

அவள் தரையில் உட்கார்ந்துகொண்டு சுவரரோரமாகக் கிடத்தியிருக்கும் கிளியாம்பாளின் குழந்தையைப் பார்த்துச் சிரித்தாள்.

கிளியாம்பாளுக்குப் பயமாக இருந்தது. குழந்தையின் அருகே நகர்ந்து உட்கார்ந்துகொண்டாள். அக்கம்மாள் குளித்துவிட்டு ஒழுங்காக உடை உடுத்திக்கொண்டு மிகவும் சகஜ பாவத்தோடு வந்து உட்கார்ந்திருக்கும் அவளையே பார்த்தாள்.

அவள் குளித்த பிறகு பொன்னிறமாக இருந்தாள். அவளது பொலிவும் இளமையும் அவளை ஒரு குழந்தைபோல் தோற்றம்கொள்ளச் செய்தன. 'இவளுக்கு இந்த வெள்ளைப் புடவை நல்லாயில்லே... நல்லதா பூப்போட்ட புடவை, கிளியாம்பா கட்டிட்ருக்காளே இதுமாதிரி நல்ல புடவை ஒண்ணு வாங்கித் தரவேண்டும்' என்று நினைத்துக்கொண்டாள் அக்கம்மாள்.

"ரவிக்கை உன்னுதா?" என்று அக்கம்மாளிடம் கேட்டாள் கிளியாம்பாள்: "உன் ரவிக்கையை நீதான் போட்டுக்கலாம்... ஒழுங்கா தையக்காரங்கிட்ட தச்சிக்கினா என்னா? செப்புக் குடத்தெக் கவுத்துப் போட்டு அது மேலே துணியெப் போட்டு நீ அறுக்கறதும் தைக்கிறதும்... ஏன் அக்கம்மா... நாங்க எல்லாம் தையக்காரங்ககிட்ட தச்சிக்கலியா? அளவுக்கு ஒரு ரவிக்கையெ குடுத்தாப் போவுது. நீயேவா நேர்லே போயி அளவு குடுக்கப் போறே?" என்றாள் கிளியாம்பாள்.

அக்கம்மாள் வாய்க்குள் சிரித்துக்கொண்டாள்:

"ரவிக்கையைத் தையக்காரன்கிட்ட தச்சிக்கக் கூடாது ன்னாடி நான் சொன்னேன்? எனக்குப் பழக்கமில்லே... என் பழக்கம் இப்பிடித்தான்..."

"நான் என் ஜாக்கிட்டு ஒண்ணு கொண்டாந்து குடுக் கட்டுமா இந்தப் பொண்ணுக்கு? இந்த ரவிக்கை அதுக்கு சரியாயில்லே..." என்று எழுந்தாள் கிளியாம்பாள்.

"அதுக்கு என்னா அவசரம்? அப்பறமா கொண்டா யேன்" என்று அவளைத் தடுத்தாள் அக்கம்மாள்.

"அண்ணன் வர நேரமாச்சே..." என்றாள் கிளியாம்பாள்.

"அவன் வர இன்னம் நேரம் இருக்கு..." என்று வாசலில் விழுந்த கூரை நிழலைப் பார்த்துச் சொன்னாள் அக்கம்மாள்.

வீட்டின் பின்புறத்தில் கூழ் காய்ச்சுகிற கூலியாட்களின் குரலும் சந்தடியும் கேட்டது.

நாலைந்து நாட்களாக – கிளியாம்பாள் முன்பு போல் இங்கே வர ஆரம்பித்த அன்று முதல் – ஏதாவது ஒரு சந்தர்ப் பத்தில் அக்கம்மாளும் அவளும் ஹென்றியைப் பற்றிப் பேசிக்கொண்டார்கள். கிளியாம்பாள் தன் வீட்டுத் திண்ணை யில் நடந்த பஞ்சாயத்து விஷயங்கள் முழுவதையும் அக்கம் மாளிடம் ஒப்பித்துவிட்டாள்.

அக்கம்மாளும் தேவராஜன் மூலமும் மண்ணாங்கட்டி யின் மூலமும் தனக்குத் தெரிந்திருந்த விவரங்களைக் கிளியாம் பாளிடம் சொல்லியிருந்தாள்.

அதன் தொடர்ச்சியாக இப்போது அக்கம்மாள் சொன்னாள்: "அந்த எதிர் வூட்டுத் தம்பிக்கு சாப்பாடே வேணாம் கிளியாம்பா... கூழுதான்! கூழுதான் வேணும்னு கேக்குது... நம்ப திருப்திக்குத்தான் மத்ததெல்லாம் சாப்பிடுது..."

"எனக்கு அவுரெப் பாத்தா இந்தக் கிறிஸ்தவ சாமி யாருங்க மாதிரி இருக்குது" என்றாள் கிளியாம்பாள்.

"ஒருவேளை அப்பிடித்தான் இருக்குமோ" என்று மோவா யில் கையை வைத்துச் சந்தேகத்துடன் கேட்டாள் அக்கம்மாள்.

ஹென்றிப்பிள்ளை வீட்டில் சுண்ணாம்பு இடிக்கிற பெண்களின் பாட்டுக் குரல் உயர்ந்து கேட்டது. அக்கம்மாள் அதைச் சற்றுக் கூர்ந்து கேட்டபின், "அந்த வூடு கட்ற வேலை செய்யிதுங்களே, அந்தக் குட்டிங்க என்னா என்னா பாட் டெல்லாம் பாடுதுங்க தெரியுமா?" என்று வியந்து சொன்னாள்.

"எம்மா நாளாவும் இந்த வூட்டெக் கட்டிமுடிக்க?" என்று கேட்டாள் கிளியாம்பாள்.

"இந்த மாசத்திலே கட்டிடமாட்டாங்களா? வேலை மும்முரமா நடக்குதே..." என்று மிகுந்த சொந்தத்துடன் சொன்னாள் அக்கம்மாள்.

"உன் தம்பி பொண்டாட்டி சேதி என்னா? 'வரேன் – வரலே'ன்னு தபால் வந்திச்சா?"

"வராம எங்கே போறது! தம்பி போயிப் பார்த்தானாம்... எப்ப வேணும்னாலும் உன் சவுரியப்படி வான்னானாம்... நான்கூடத் திட்டினேன் தம்பியெ... வாடி வூட்டுக்குன்னு இட்டார வேண்டியதுதானேன்னு?"

"அது எப்பிடி அக்கம்மா... அவுங்க கோவிச்சிக்கினு போனவங்க, போன மாதிரி அவங்களே வரதுதானே நாயம்?..."

"அடியே, ஆம்படையான் பொண்டாட்டிக்குள்ளே நாயம் என்னா? அநியாயம் என்னா? இந்த எதிர் வூடு கட்ற மும்முரத்திலே இருக்கான் இவனும்... இது கட்டி ஆவட்டும் – அதுக்குள்ளே அவ வரலேன்னா நானே சொல்லி அனுப்பிக் கூட்டியாறச் சொல்லணும்னுதான் இருக்கேன். அவ புள்ளை உண்டாயிருக்கான்னு கேட்டோ புடிச்சி அவ இங்கே ஒரு தபா வந்துட்டாவது போவணும்னு எனக்கு மனசு கெடந்து அடிச்சிக்குது... அவதானே வாழ வந்தவ... இந்த வூட்லே அவ இருந்தா நல்லா இருக்குமா? நான் இருந்தா நல்லா இருக்குமா? சொல்லு. என்னமோ கடவுள் தான் அவளுக்கு நல்ல மனசைக் குடுத்து அவங்க ரெண்டு பேரையும் சேத்து வெக்கணும்... அதுக்குத்தான் கடவுள் இப்போ அவளுக்குக் கொழந்தெயெக் குடுத்திருக்காரு. அந்தப் புள்ளை அதிர்ஷ்டம் அவங்க ஒண்ணாவட்டும்" என்று பிரார்த்தித்துக்கொண்டாள் அக்கம்மாள்.

பள்ளிக்கூடத்தில் மணியடிக்கிற சத்தம் கேட்டது. கிளியாம்பாள் குழந்தையைத் தூக்கிக்கொண்டு, மத்தியானம் வருவதாகச் சொல்லிக்கொண்டு புறப்பட்டாள்.

"இந்தப் பொண்ணுக்கு ரவிக்கை கொண்டாடி, மறந்துடாம" என்றாள் அக்கம்மாள்.

ஏழு

38

ஒரு மாதத்தில் அந்த வீடு கட்டி முடிந்தது. அந்தத் தெருவைச் சேர்ந்த வயதானவர் – தர்மகர்த்தா கனகசபை முதலியார், அவர் மனைவி, வேலுக் கிராமணி, அக்கம்மாள், டவாலி வீட்டுக்காரர்கள் இன்னும் அந்த ஊரைச் சேர்ந்த படையாச்சிமார்கள் சிலர் – எல்லோருமே அந்த வீட்டை வந்து பார்த்து அந்தக் காலத்தில் அது இருந்த மாதிரியே இப்போதும் கட்டியிருப்பதாக வியந்து வியந்து பேசிக்கொண்டார்கள். மணியக்காரர் இல்லாத தையும் நாகம்மாள் வந்து பார்க்க முடியாத நிலைமை யையும் ஹென்றி அடிக்கடி நினைத்துக் கொண்டான்.

கட்டி முடித்த வீட்டைக் காட்டுவதற்காக ஒரு நாள் துரைக்கண்ணு லாரி நிறையத் தன் பிள்ளைகளை யும், முன்சீட்டில் தன் பக்கத்தில் நவநீதத்தையும், அவள் பக்கத்தில் பஞ்சவர்ணத்தம்மாளையும் ஏற்றிக் கொண்டு வந்தான். தேவராஜன் அவர்களையெல்லாம் அன்று தன் வீட்டுக்கழைத்து விருந்து கொடுத்து உபசாரம் செய்தான். நவநீதத்துக்கும் அக்கம்மாளுக்கும் சிநேகிதம் ஏற்பட்டது. அவர்கள் இருவருக்கும் அந்த பேபியை மிகவும் பிடித்திருந்தது.

இந்த ஒரு மாத காலமாய் அவளை இங்கே பார்த்தவர் களும் பழகியவர்களும் இவள் சாதாரணமான, நம்மைப் போன்ற புத்திசுவாதீனமுள்ள ஒரு நல்ல பெண்தான் என்று நம்பும் விதமாய் அவள் நடந்துகொண்டாள். ஆனாலும் அவள் இன்னும் யாரிடமும் பேசவில்லை.

எனினும் அவள் ஊமையல்லவென்று எல்லாருக்கும் தெரிந்தது. ஏனெனில் எல்லாரும் சொல்லுகிற வேலையை அவள் கவனித்துக் கேட்டுச் செய்தாள். பேசுகிறபொழுது மனம் ஊன்றி முகம் பார்த்தாள். பொறுப்போடும் நடந்து கொண்டாள் . . .

வீடு கட்டுகிற வேலையாட்களுக்கு உதவியாய் ஹென்றி அவர்களோடு நின்று கொண்டிருக்கும்பொழுது இவளும் கூடப்போய் அங்கே ஆரம்பத்தில் வேடிக்கை பார்த்துக் கொண்டிருந்தாள். ஒரு சமயம் அந்தக் கொத்தனார்களில் ஓர் ஆள் இவளிடம் குடிப்பதற்குச் செம்பில் தண்ணீர் கொண்டு வரச்சொன்னான். அவள் ஹென்றியைப் பார்த்தாள். 'இவள் என்னதான் செய்கிறாள் பார்ப்போமே' என்று அவன் மௌனமாய் இருந்தான். அவள் அக்கம்மாளின் வீட்டுக்குச் சென்று ஒரு குடத்தை எடுத்துக் கொண்டு போய்த் தானே தண்ணீர் இறைத்துத் கொணர்ந்தாள். முதலில் ஒரு செம்பு தண்ணீரைக் கேட்டவனிடம் தந்தாள். பிறகு அங்கே வெயிலில் வேர்க்க வேர்க்க வேலை செய்து கொண்டிருந்த ஒவ்வொரு வரிடமும் போய் ஒரு செம்புத் தண்ணீருடன் நின்றாள். அது எல்லோருக்கும் அந்த வெயில் நேரத்தில் ரொம்ப இதமாக இருந்தது.

அதைப் பற்றி எல்லாரும் பேசிக்கொண்டார்கள். அவளைப் பார்த்து எல்லாரும் நன்றியோடு சிரித்தார்கள். இதைக் கேள்விப் பட்ட அக்கம்மாளும் அடுத்த நாள் அவளிடம் நீர் மோர் கொடுத்தனுப்பினாள்.

தேவராஜனின் பள்ளிக்கூடத்தில் இடைவேளை மணியடிக்கிற போதெல்லாம் பள்ளிக்கூடத்துப் பிள்ளைகள் கும்பல் கும்பலாய் இங்கே தண்ணீர் குடிக்க வருவார்கள். அக்கம்மாள் அந்தப் பிள்ளைகளிடம் அன்பாகப் பேசுவாள். ஆனாலும் சில சமயம் அக்கம்மாள் அந்தப் பிள்ளைகளுக் கெல்லாம் தண்ணீர் எடுத்துக் கொடுக்கச் சலித்துக் கொள் வாள். இப்போது அந்த வேலையை அவள் பேபியிடம் ஒப்படைத்துவிட்டாள். பேபியிடம் முதலில் அந்தப் பிள்ளை கள் பயந்தார்கள். பிறகு தைரியமாய் அவளை நெருங்கி வந்தனர். அவளோடு பேச்சக் கொடுத்தனர். 'நீ ஏன் பேச மாட்டேன்றே!' என்று கேட்டார்கள். அவள் எல்லாவற்றுக்கும் சிரித்தாள். அந்தப் பையன்கள் செம்பு நிறையத் தண்ணீரைத் தூக்கி, அண்ணாந்து நின்று 'மடக் மடக்'கென்று சத்தமெழத் தண்ணீர் குடிப்பதை ரசிப்பது போல் அவள் பார்த்து நின்றாள் . . .

அன்று காலையில் அக்கம்மாள் கொடுத்த வெள்ளைச் சேலையையும் அன்று மத்தியானம் கிளியாம்பாள் கொண்டு வந்து தந்த ரவிக்கையையும் ஒரு வாரம் வரை அவள் அணிந்திருந்தாள். ஆனால் ஒவ்வொரு நாளும் அதைத் துவைத்தே உடுத்திக்கொண்டாள். துவைத்த துணி காயும்வரை அன்றிரவு ஹென்றி கொடுத்த வஸ்திரத்தைச் சுற்றிக்கொண்டிருந்தாள். அதை அவள் மிகவும் பாதுகாப்பாக மடித்து அக்கம்மாள் வீட்டுத் தாழ்வாரத்தின் சுவரில் உள்ள மாடத்தில் பத்திரப் படுத்தி வைத்திருக்கிறாள்.

போன வாரம் தேவராஜன் அவளுக்கு ஒரு பச்சைவர்ணச் சேலையும், சிவப்பு நிறத்தில் ரவிக்கைத் துணியும் வாங்கி வந்திருந்தான். அவள் இப்போது காதில் ஒரு பித்தளைக் கம்மலும் அணிந்திருக்கிறாள். ஒரு நாள் கிளியாம்பாள் அவளுக்குக் கண்ணாடி வளையல்கள் கொண்டுவந்து கை நிறைய அடுக்கினாள் . . .

ஹென்றி இன்னும் கட்டி முடித்த வீட்டுக்குக் குடிவராமல் கொட்டகையிலேயே இருக்கிறான். துரைக்கண்ணு காலையில் ஒரு தடவை வந்து இந்த வீட்டை மிகவும் பெருமிதத்துடன் பார்க்கிறான். சில தினங்களுக்கு முன்னால் துரைக்கண்ணு வும் தேவராஜனும் அந்தக் கொட்டகையில் லாந்தர் விளக்கை வைத்துக்கொண்டு வீடு கட்ட ஆனசெலவையெல்லாம் கணக்குப்

பார்த்தார்கள். ஹென்றி அவர்களோடு துணைக்கு வந்தவன் போல் உட்கார்ந்து கொண்டிருந்தான்.

இரவு நேரங்களில் பேபி, அக்கம்மாளுக்குத் துணையாக தேவராஜன் வீட்டிலேயே படுத்துக்கொள்ளுகிறாள். மத்தியான நேரத்தில் ஹென்றிக்கு அவன் விரும்புகிற கேழ்வரகுக் கூழையும் அக்கம்மாள் தன் விருப்பத்துக்கு வீட்டில் செய்த சாப்பாட்டையும் கொண்டுவந்து கொட்டகையில் கொடுக்கிற வேலையையும் பேபி செய்வதால் மண்ணாங்கட்டிக்கும் கொஞ்சம் வேலை குறைந்திருக்கிறது.

பள்ளிக்கூடம் போகிற நேரந்தவிர மற்ற நேரமெல்லாம் தேவராஜன் ஹென்றியுடன் கொட்டகையிலேயே இருந்தான். பள்ளிக்கூட நாட்களில் மட்டும் மத்தியானத்தில் வீட்டிலே சாப்பிட்டுவிட்டு இங்கு வருவான்; சற்று நேரம் இருந்துவிட்டுப் போவான். பல சமயங்களில் அக்கம்மாள் கொடுத்தனுப்பிய கூழும் சாப்பாடும் அப்படியே கொட்டகையில் இருக்கும். பேபி காத்துக் கொண்டிருப்பாள். ஹென்றி செங்கல் எடுத்துக் கொடுப்பவர்களுடனோ அல்லது கலவை வாரிக்கொண்டிருப் பவர்களுடனோ வேட்டியை வரிந்து கட்டிக் கொண்டு வேலை செய்துகொண்டிருப்பான். இந்த வீடு கட்ட ஆரம்பித்த சில நாட்களிலேயே அவன் கொஞ்சம் கொஞ்சமாய் உடம்பின் நிறம் மாறிக் கறுத்துக்கொண்டு வருவதைத் தேவராஜன் கவனித்துக்கொண்டிருந்தான். ஆனாலும் அவன்மீது கொண்ட அன்பினால்கூட அவனுக்குத் தான் யோசனை சொல்வது சரியாகாது என்று நினைத்தான் தேவராஜன். அவன் சாப்பிடாமல் இருந்த சமயங்களில்கூட அவனைச் சாப்பிடச் சொல்லி வற்புறுத்த மாட்டான் அவன். எனினும், 'சாப்பாடு ஆச்சா?' என்று கேட்பான். அந்தக் கேள்வியை ஒரு உத்தரவு மாதிரி மதித்து, 'இதோ வந்துட்டேன்' என்று கையைக் கழுவிக் கொண்டு வந்து அவன் முன்னாலேயே சாப்பாட்டைப் பேபி யோடு பகிர்ந்து கொள்வான் ஹென்றி.

குமாரபுரத்திலிருந்து ஓர் ஐயரை அழைத்துக்கொண்டு வந்து நாள் நட்சத்திரமெல்லாம் பார்த்து ஹென்றி அந்த வீட்டுக்கு கிருகப்பிரவேசம் செய்ய வேண்டுமென்று தேவராஜன் ஆசைப்பட்டான். இந்த யோசனையை அவனுக்குச் சொன்னது அக்கம்மாள்.

இன்று மாலை துரைக்கண்ணு இங்கே வந்தபோது அவர்கள் மூவரும் கொட்டகையில் உட்கார்ந்து பேசிக்கொண்டிருந்தார் கள். மறுநாள் அறுவடையாகப் போகிற நெல்லை முன்பு மாதிரி குமாரபுரத்துக்கு ஏற்றிக்கொண்டு போகாமல் புதிதாகக்

ஜெயகாந்தன்

கட்டி முடித்திருக்கிற இந்த வீட்டில் கொண்டுவந்து இறக்கப் போகிற தீர்மானத்தை ஹென்றியோடு கலந்துகொள்ள வந்திருந்தான் துரைக்கண்ணு.

இன்னுங் கொஞ்ச நேரத்தில் தேசிகர் வருவார். அதற்குள் இந்த விஷயத்தைப் பேசிவிட வேண்டும் என்று நினைத்தான் துரைக்கண்ணு. தங்கள் வீட்டு விஷயத்தைப் பேசுகிற போது, உண்மையில் தேவராஜன்கூட அங்கு இருக்கக் கூடாது என்று தான் நினைத்தான் துரைக்கண்ணு. ஆனால் தான் வருவதற்கு முன்னால் இங்கே அவன் வந்துவிட்ட பிறகு இவனால் அவனை அன்னியமாக நினைக்க முடியவில்லை. கயிற்றுக் கட்டிலில் உட்கார்ந்திருந்த தேவராஜன், துரைக்கண்ணுவைப் பார்த்ததும் 'வாங்க வாங்க' என்று எழுந்து சுவர் ஓரமாய்ச் சாய்த்து வைத்திருந்த இன்னொரு கட்டிலை எடுத்துப் போட்டு அதில் உட்கார்ந்தான். அப்போது ஹென்றி கிணற்றடியில் குளித்துக்கொண்டிருந்தான். பகல் பூராவும் அவன் சுண்ணாம்பு அடிக்கிறவர்களோடு வேலை செய்து கொண்டிருந்தான்.

எதிரே கிணற்றடியில் குளித்துக்கொண்டிருக்கிற ஹென்றியைப் பார்த்தவாறே தேவராஜன், துரைக்கண்ணுவிடம் சொன்னான்: "ஹென்றிப் பிள்ளை ரொம்பக் கறுத்துப்போயிட்டார், இல்லீங்க? இங்கே வர்றப்போ வேத்து மனுஷனா இருந்தார். வீடு கட்டி முடியறத்துக்குள்ள நம்பளை விட இந்த ஊருக்குச் சொந்தமாயிட்டார்."

துரைக்கண்ணுவுக்கு முதலில் இவன் என்ன சொல்லுகிறான் என்று புரிய வில்லை. எனவே, தேவராஜன் மறுபடியும் விளக்கினான்:

"அவுரு செய்யற வேலையை நாமெல்லாம்கூட செய்ய மாட்டோங்க... மத்தியானம் பாக்கலாம்னு வந்தா தலையிலே ஒரு முண்டாசையும் கட்டிக்கினு ஏணி மேலே ஏறி சுண்ணாம்பு அடிச்சிகினு நிக்கறாரு... நான் யாரோ கொளுத்துக்காரர்னு நெனைச்சிகினு இவுரு கிட்டயே போயி 'எங்கே ஐயா அவுரு. ஹென்றிப் பிள்ளை?'ன்னு கேக்கறேன்" என்று கூறிச் சிரித்தான் தேவராஜன்.

ஹென்றி குளித்துவிட்டு வந்து ஈரக் கோவணத்துடன் இவர்களின் எதிரே நின்று தலை துவட்டிக்கொண்டான். தன்னைப் பற்றித் தேவராஜன், துரைக்கண்ணுவிடம் சொன்னதை அவன் கேட்டுக்கொண்டிருந்தான். உடை மாற்றிக்கொண்டே அவன் சொன்னான்:

“வேலை செய்யறது எவ்வளவு சந்தோஷமா இருக்குது தெரியுமா? அதுவும் தனியா செய்யற வேலையைவிட கும்பல் கும்பலா எல்லாரும் ஒண்ணாச் சேர்ந்து வேலை செய்யறது ரொம்ப ஆனந்தமா இருக்கு ... அந்த வேலை ஒரு நாட்டியம் மாதிரி ... ஒரு டிராமா மாதிரி ... ஒரு ‘காயர் ஸிங்கிங்’ மாதிரி, ஒரு பஜன் மாதிரி ஆனந்தமா இருக்குது” என்று மிக உற்சாகமாகக் கூறினான். தேவராஜன் அதைக் கேட்டு விட்டுக் கொஞ்சம் யோசித்துச் சொன்னான்:

“நீங்க சொல்றதைப் பார்த்தா அந்த குரூப் டான்ஸ் அந்த பஜன் எல்லாத்தையும்விட பல பேர் ஒண்ணாக் கூடி உழைக்கிறதுங்கிறது கொஞ்சம் ஒசத்தியாவே படுகிறது” என்றான்: “ஏன்னா *In addition It fulfills the basic needs of man.*”

பீடி குடித்துக்கொண்டிருந்த துரைக்கண்ணு இவர்கள் பேசுவதைப் புரிந்து கொண்டான். அவன் சொன்னான்: “நாட்டியமும் டிராமாவும் எல்லாரும் சேர்ந்து ‘தொம்தொம்’னு குதிக்கிறதுதானே ... இதிலே இவ்வளவு காரியம் நடக்குதே ... இங்கேயுந்தான் பாட்டுப் பாடறாங்க ... சிரிக்கக் சிரிக்கப் பேசறவங்க இருக்காங்க ... இந்த வூடு கட்ற டிராமாவிலே, பக்கிரிதான் காமெடியன் ... நம்ப தொரைதான் ஈரோ ... தொரை, தொரை ... நாளைக்கி நம்ப ... கோரை வாய்க்கால் நெலத்திலே அறுப்பு இருக்குது ... நீ வந்து பாரு ... அந்த டிராமா இன்னும் அழகா இருக்கும் ... ஆளுங்க வரிசை வரிசையா கதிரு எடுத்துக்கினு வரப்பு மேலே நடப்பாங்க ... அது டான்ஸ்! ... நெசம்மாலும் டான்ஸ் அதுதான் தொரை ... அதுக்குத்தான் ஆளுங்களைப் பார்த்துச் சொல்றத்துக்காகப் பொழுதோட வந்தேன் ... அறுப்பு முடிஞ்சி நெல்லை எல்லாம் கொண்ணாந்து இங்கே போட்டுக்கலாம் ... மிந்திதான் எல்லாத்தியும் கொமராவரத்துக்கு ஏத்திக்கினு போனோம் ... இப்பதான் நம்ப வூடு அரமணை மாதிரி இங்கே இருக்குதே” என்று தனது தீர்மானத்தைச் சந்தர்ப்பம் பார்த்துச் சொல்லி விட்டான்.

அதற்கு யாரும் மறுப்புச் சொல்லவில்லை. ஆனால் தேவராஜனுக்கு கிருகப்பிரவேசம் விஷயமாக அக்கம்மாள் சொல்லியிருந்தது நினைவுக்கு வந்தது;

“அது சரிங்க ... புதுசா வூடு கட்டி கிருகப்பிரவேச மெல்லாம் செய்ய வேணாமா? நாளு நட்சத்திரம் பாக்கற பழக்கம் உண்டுங்களா? நாம்ப எப்பிடியிருந்தாலும் வீட்டிலே பொம்மனாட்டிங்க அதெயெல்லாம் பாப்பாங்களே” என்றான் தேவராஜன்.

"ஆமாமா, அதெயெல்லாம் பாக்க வேண்டியதுதான்" என்று ஒப்புக் கொண்ட துரைக்கண்ணு, "அது புதுசாக் கடைக்கால் போட்டு வீடு கட்டினாத்தான் ... இது பாழடைஞ்சி கெடந்த வீட்டை ரிப்பேர் பண்ணிக்கின மாதிரிதானே?" என்று தான் யோசித்ததைச் சொன்னான்.

அப்போது தேசிகர் வந்தார். துரைக்கண்ணு சொன்னதைக் கேட்டுக் கொண்டே வந்த தேசிகர், அதைப் பற்றி யோசித்துக் கொண்டே சிலும்பி தயாரித்தார். துரைக்கண்ணுவும் தேசிகரும் கயிற்றுக் கட்டிலில் உட்கார்ந்து கொண்டு புகை குடித்தனர். தேவராஜனிடம் நீட்டியபோது அவன் அதைத் துரைக்கண்ணுவிடமிருந்து வாங்கி அதில் தான் கலந்து கொள்ளாமல் தனது சம்மதத்துடன் தேசிகரிடம் கொடுத்தான்.

இரண்டு மூன்று 'தம்' போட்ட பிறகு தேசிகர் ஏதோ உபதேசம் சொல்வது மாதிரி துரைக்கண்ணுவிடம் சொன்னார்:

"வீட்டை ரிப்பேர் பண்ணோமா, புதுசா கட்னோமாங் கறது இல்லே விசயம். புதுசா குடுத்தனம் போறோமே? அதுதான் நாம்ப பாக்க வேண்டியது. எதையுமே ஆரம் பிக்கறப்போ அதுக்கொரு மரியாதை, சடங்கு, ஒரு நல்லதெ நினைக்கிறதுன்னு ஒரு முறைமை இருக்குதுல்லே ...?"

"அப்போ எப்பிடி செய்யலாம்? நீங்கதான் ஒரு யோசனை சொல்லுங்களேன்" என்று தேவராஜனைப் பார்த்துக் கண் களைச் சிமிட்டிக் கொண்டு 'தேசிகர் என்ன சொல்லுகிறார் பார்ப்போம்' என்கிற மாதிரி கேட்டான் துரைக்கண்ணு.

"எனக்குப் பட்றதெ நான் சொல்றேன் ... நீங்க ஐயிரைக் கூப்பிடுவீங்களோ, அர்ச்சனை பண்ணுவீங்களோ – அதெல்லாம் உங்க விருப்பம். ஊரையே கூட்டி விருந்து வைப்பீங்களோ, ஒருத்தர் ரெண்டு பேரைக் கூப்பிட்டு வெத்திலை பாக்குத் தருவீங்களோ – அது உங்க வசதி ... ஊரிலே இருக்கிற நாலு மனுசாளைக் கூப்பிட்டு அனுப்பணும் ... நாலு கட்டுக் கழுத்திங்க வந்து வௌக்கு ஏத்தி வெச்சிக் கும்பிடணும் ... அவ்வளவுதான் எனக்குத் தோணுது" என்றார் தேசிகர்.

"சபாஷ்! அப்பிடியே செய்வோம் ... நாளைக்கே நம்ப போஸ்ட் ஐயிருகிட்ட சொல்லி நாள் நட்சத்திரம் பார்த்துடு வோம் ... அப்ப நான் பொறப்படறேன் ..." என்று எழுந்தான் துரைக்கண்ணு.

"என்னா புள்ளே ... அதுக்குள்ளே பொறப்பட்டுட்டீக?" என்றார் தேசிகர்.

"நாளைக்கி கோரை வாய்க்கால் கரையிலே அறுப்பு ... ஆளுங்களெப் பார்த்துச் சொல்லிட்டுப் போலாம்னு வந்தேன் ... இருட்டறதுக்கு முன்னாலே போறேன் ...!" என்று விடை கேட்டான் துரைக்கண்ணு.

மாலை இருள் கவிகிற நேரமாகிவிட்டது. தெருவில் வந்து மூவரும் நின்று மேற்குச் சூரியனின் செவ்வொளியில் அந்த வீட்டைப் பார்த்தனர்.

"என்னா தேவராஜு ஸார் ... இனிமே நீங்க எங்க வூட்டுலே முழிக்காம இருக்கறதுக்குத்தான் உங்க வீட்டுக்கு முன்னாலே செவுரு கட்டிக்கிட்டோம்னு சொல்ல முடியாது" என்று பரிகாசமாய்ச் சொன்னான் துரைக்கண்ணு. ஹென்றி அவர்களது பரிகாச மொழிகளையும், பெருமிதங்களையும், யோசனைகளையும், தன்மீது அவர்கள் காட்டுகிற அக்கறையையும் ரசித்து மகிழ்ந்து நின்றான்.

தேசிகரும் துரைக்கண்ணுவும் கடைத்தெருப் பக்கம் போனார்கள். தேவராஜன் ஹென்றியை அழைத்துக்கொண்டு தன் வீட்டுக்குப் போனான்.

39

ஹென்றி, தேவராஜன் வீட்டு மாடிக்குப் போய்த் திறந்த வெளியில் நின்று கொண்டு புதிதாகக் கட்டிமுடித்த அந்த வீட்டைப் பார்த்தான். அங்கிருந்து பார்த்தபோது அந்த வீட்டின் புறத்தோற்றம் தெரு வாசற்படியிலிருந்து தோட்டத்துக் கிணறுவரை முழுக்கவும் தெரிந்தது.

புதிய நாட்டு ஓடுகள் வேயப்பட்ட வீட்டின் மேற்பகுதி மாலை வெயிலில் மேலும் செம்மை படர்ந்து, சுண்ணாம்பு அடிக்கப்பட்ட சுவர்கள் வெண்மையாய்ப் பளீரிட அந்தத் தெருவிலேயே இந்த வீடு மட்டும் தனித்துப் புதுமையாய்த் தோற்றம் கொண்டிருந்தது. ஓர் ஓவியன் தான் எழுதி முடித்த சித்திரத்தைச் சற்றுத் தள்ளி வந்து நின்று பார்த்து ரசிப்பது போல் ஹென்றி அங்கு வந்து நின்று பார்ப்பதாய் அவன் பின்னால் வந்த தேவராஜன் எண்ணிக் கொண்டான். ஹென்றியின் மனத்துள் அந்த வீட்டின் உள் அமைப்புகளும் நினைவுக்கு வந்தன.

கட்டி முடித்த பிறகு அந்தத் தெருவிலேயே அந்த வீடுதான் பெரிதாய்த் தெரிந்தது. வீட்டின் இடது கோடியில் நுழைவாசல் ஒரு பக்கமாய்த் தள்ளியிருக்கிறது. வீட்டின் முன்னால் ஆறு

அடி அகலத்திற்கு நீளமான குறடு. குறட்டின் இரண்டு கோடியிலும் சிம்மாசனத்திற்குக் கைப்பிடி வைத்த மாதிரி அலங்காரம் செய்யப்பட்ட இரண்டு சார்ப்புத் திண்ணைகள். வலப்புறத்தில் பெரிய திண்ணை. இடப்புறத்தில் ஓரடி அகலமுள்ள சிறு திண்ணை. திண்ணையிலுள்ள தூண்களுக்கு உச்சியில் பித்தளைப் பூணும் பச்சை வர்ணமும் பூசியிருக்கிறது. வாசல் நிலையில் கிளி, தாமரைப் பூ முதலிய உருவங்கள் செதுக்கப்பட்டு வார்னீஷ் பூசப்பட்டிருக்கிறது. வாசற் கதவு ஒற்றைக் கதவு. கதவின் குறுக்காக உள்ள நடுக்கட்டையில் வெண்கலத்தாலான குமிழ்கள். இழுத்துச் சாத்த நடுவில் ஒரு பித்தளை வளையம். கதவைத் திறந்தால் நடை. நடையில் இடது பக்கம் ஒரு அறை. 'நாளைக்கு துரைக்கண்ணு கொண்டு வரப் போகும் நெல் மூட்டைகளை அங்கே அடுக்கலாம்' என்று நினைத்துக் கொள்கிறான் ஹென்றி. அந்த நடையைத் தாண்டி மூன்று கைத்தாழ்வாரம். நடுவில் ஒரு முற்றம். தாழ்வாரத்தைத் தாண்டி இடப்புறம் பெரிய கூடம். கூடத்தின் ஒரு பக்கம் உள்ள அறையின் ஜன்னல் தெருவைப் பார்த்து இருக்கிறது. அந்த அறைக்கு நேர் எதிரே சமையல் அறை.

சமையல் அறைக்குள்ளே ஒரு சிறிய முற்றம் உண்டு. இது முன்கட்டு. இதே மாதிரி பின்னால் ஒரு கட்டு. அதில்தான் கிணறு இருக்கிறது. அதற்கும் பின்னால் தோட்டம். தோட்டத்தில் தான் அந்தக் கொட்டகை. வீடு கட்டிய பிறகும்கூட, 'அந்தக் கொட்டகையிலேயே இருந்துவிடலாமா' என்று யோசிக் கிறான் ஹென்றி.

தேவராஜன் வீட்டு முற்றத்தில் உட்கார்ந்து காய்ந்த தென்னை ஓலைகளிலிருந்து ஈர்க்குக் கிழித்து, துடைப்பம் கட்டிக்கொண்டிருந்த பேபி, அண்ணாந்து இவர்களைப் பார்த்தாள்.

"ஹாய் பேபி . . . வாட் ஆர் யூ டூயிங்?" என்று கேட்டான் ஹென்றி. அவள் வெறுமே சிரித்தாள். தேவராஜன், ஹென்றி யிடம், "ஷீ இஸ் வெரி ஹெல்ப்ஃபுல் . . . என்னென்னா வேலையெல்லாம் செய்யுது . . . செய்கிற வேலையெ சீக்கிரம் கத்துக்குது . . . ரொம்ப ஸ்மார்ட்!" என்று புகழ்ந்தான்.

ஓலைகளைக் கிழித்து நடுவிலிருந்த குச்சிகளைச் சீவி, அவள் குவித்து வைத்திருந்தாள். அக்கம்மாள் அவளருகே வந்து குத்துக்காலிட்டு உட்கார்ந்து அவற்றைக் கட்டுக் கட்டாய்ப் பிரித்து இரண்டு மூன்று துடைப்பங்களாகக் கட்டினாள். அக்கம்மாள் அகஸ்மாத்தாகத் தலை நிமிர்த்திய போது மாடியில் நின்றிருக்கிற ஹென்றியைப் பார்த்தாள்.

"என்னா தம்பி, வீடு கட்டி முடிக்கிறவரைக்கும் இங்கே வர்றதில்லேன்னு ஏதாவது சபதமா?" என்று கேட்டாள் அக்கம்மாள்.

"நான் வரலேன்னா என்னாங்க? தேவராஜு ஸார், மண்ணாங்கட்டி, பேபி எல்லாரும் அங்கே வந்துடறாங்க . . . நீங்க அனுப்பற சாப்பாடும் வந்துடுது . . . நீங்களும் அங்கே வந்து பாத்தீங்க . . . எனக்கு ரொம்ப சந்தோஷம் . . ." என்றான் ஹென்றி.

அவன் மனத்துள் – இந்த அக்கம்மாள் அந்நியர் வீட்டு வாசலை மிதிக்க மாட்டாள் என்பதும், அப்படிப் பட்டவள் தன்னையும் இந்த வீட்டையும் சொந்தமாக நினைத்த தனாலேயே வந்திருக்கிறாள் என்கிற நினைவும் வந்தது.

"எப்போ குடித்தனம் போறது?" என்று கேட்டுக்கொண்டே எழுந்து நின்றாள் அக்கம்மாள்.

"நீங்கள்ளாம் சேர்ந்துதான் எல்லாம் செய்யணும், தேவராஜு ஸாரும் நானும் இப்ப நம்ப ஐயிரு வீட்டுக்குப் போறோம்;

நாள் பார்க்க... மிஸ்டர் தேவராஜன்! நீங்க உங்க மிஸஸை இந்த ஃபங்க்ஷனுக்கு வரச் சொல்லுங்க?" என்று திரும்பி தேவராஜனிடம் கூறினான் ஹென்றி.

பிறகு ஹென்றியும், தேவராஜனும் மாடியறையில் போய் உட்கார்ந்து மண்ணாங்கட்டி கொண்டுவந்த காபியைக் குடித்தனர். இன்னும் பொழுது இருட்டவில்லை. வெளிச்சமும் இல்லை. தேவராஜனும், ஹென்றியும் போஸ்ட் ஐயர் வீட்டுக்குப் போவதற்காக மாடியிலிருந்து கீழே இறங்கி வந்தபோது, முற்றத்திலிருந்த ஓலைகளையும் ஈக்குகளையும் ஒதுக்கிச் சுத்தம் பண்ணிவிட்டு, ஹென்றி வீட்டு ராந்தல் விளக்கின் சிம்னிகளைச் சாம்பல் போட்டு விளக்கிக் கொண் டிருந்தாள் பேபி.

"நம்ப வீட்டை 'எலக்டிரிஃபை' பண்ணிட்டால் என்ன?" என்று யோசனை கூறினான் தேவராஜன்.

"அவசியமில்லேன்னு தோணுது... எலக்டிரிஸிடியே வேணாம்னு நான் சொல்லலே... நமக்கு அவசியமில்லேன்னு தோணுது..." என்று தேவராஜனின் சிந்தனையைப் புரிந்து கொண்டு விளக்கினான் ஹென்றி.

இருவரும் பேசிக்கொண்டே தெருவுக்கு வந்தனர். அப்போது தெரு விளக்குகள் எரிந்தன...

"எனக்குத் தெரிஞ்சி நம்ப ஊருக்கு எலக்டிரிஸிடி வந்தப் பறம் எவ்வளவோ செழிப்பு உண்டாயிருக்குது. நம்ப தோட்டம் பூராவும் வறண்ட நெலங்க... கரண்ட் வந்து பம்பு செட்டுப் போட்டப்பறம் நஞ்சையா மாறிடிச்சி... வாழையும் கரும்பும் நெல்லும் இந்தப் பக்கம் பாக்க முடியுமா, முந்தியெல்லாம்..." என்று மின்சாரத்தின் பெருமைகளையும் விஞ்ஞான வளர்ச்சி யையும் புகழ்ந்து பேசினான் தேவராஜன்.

ஹென்றி அவற்றை மிகவும் ஆர்வத்துடன் கேட்டான். தான் அந்த முன்னேற்றங்களையெல்லாம் அங்கீகரிக்காதவன் என்று இவன் நினைக்கிறான் – என்று புரிந்தது ஹென்றிக்கு.

ஹென்றியின் தீர்மானத்துக்கொப்பவே தேவராஜனின் பேச்சு திரும்பியது.

"நகரத்துக்கும் கிராமத்துக்கும் பெரிய வித்தியாசம் இருக்குங்க... அது மாறணும்! கிராமம், நகரம் மாதிரி யாகணும். நகரத்தைவிட மின்சாரம், ரோடு, டிரான்ஸ் போர்ட் எல்லாம் கிராமத்துக்குத்தாங்க ரொம்ப முக்கியம்.

பயிர்த்தொழில் முழுக்கவும் நவீனமாகணும் . . . மில் தொழிலாளிங்க மாதிரி இவங்களுக்கு டிரஸ், எட்டு மணி நேர வேலை, குடியிருப்புக் காலனி, ஹாஸ்பிடல் வசதி, பென்ஷன், பிராவிடண்ட் பண்ட் எல்லாம் குடுக்கணும் . . .' 'கிராமத்து எளிமை' அது இதுன்னு பேசி நகரமும் அங்கே யிருக்கிற ஆடம்பரமும் கிராமத்தைக் கொள்ளையடிக்குது."

ஹென்றி எல்லாவற்றையும் பொறுமையாகக் கேட்டுக் கொண்டே வந்தான். இதற்கெல்லாம் பதில் சொல்லுகிற மாதிரி என்னென்னவோ எண்ணங்கள் அவனுக்கும் தோன்றின.

அவற்றைப் பேசுவது தேவராஜனின் சில நல்ல நோக்கங் களை மறுப்பதாக மாறுமே தவிரப் பயன் ஒன்றும் விளையாது என்று யோசித்த மௌனத்துடன் அவன் தலை குனிந்து இவன் பேச்சைக் கேட்டவாறு நடந்தான். ஆனால், தேவராஜன் நேரிடையாக ஹென்றியிடமே வந்தான்:

"உங்களை மாதிரியானவங்கதான் இதுக்கெல்லாம் முன்கை எடுக்கணும் . . . நீங்க தப்பா நெனைச்சிக்கக் கூடாது . . ." என்றபின், ஆங்கிலத்தில் கூறினான்: "இவர்களையும் இந்த வாழ்க்கையையும் நவீனமாகவும், ஸைன்ட்டிஃபிக்காகவும் மாத்தறதுக்குப் பதிலா நீங்க நாளுக்கு நாள் ரொம்பவும் ஆதிகாலவாசியா மாறிக்கிட்டிருக்கீங்க . . ."

ஹென்றி சிரித்தான். அது மிகவும் பொருள் பொதிந்திருந்தது. தேவராஜனுக்கு அவன் பதில் சொல்லுவதற்குள்ளாக அவர்கள் போஸ்ட் ஐயரின் வீட்டுக்கு முன்னால் வந்துவிட்டார்கள். உள்ளே இருந்து ஐயர் இவர்களைப் பார்த்து விட்டு எழுந்தோடி வந்தார்:

"வாங்கோ . . . ஸார்! வாங்கோ – உட்காருங்கோ . . ." என்று திண்ணையில் மேல்துண்டால் தூசு தட்டினார். தேவராஜனும், ஹென்றியும் ஒரு திண்ணையிலும், ஐயர் மறுதிண்ணையிலும் உட்கார்ந்தனர்.

"பால் சாப்பிடறேளா?" என்று அன்புடன் கேட்டார் ஐயர்.

"இல்லை, இப்பதான் காபி சாப்பிட்டோம் . . ." என்றான் தேவராஜன். பிறகு ஐயர் உள்ளே சென்று செம்பில் தண்ணீரும் வெற்றிலைத் தட்டும் கொண்டு வந்து திண்ணையின் மீது வைத்தார். தேவராஜனும், ஹென்றியும் ஆளுக்குக் கொஞ்சம் சீவல் எடுத்துக் கொறித்தனர். ஐயர் சம்பிரமமாக வெற்றிலை போட்டுக்கொண்டு வீட்டைப் பற்றி விசாரித்தார்:

“பெரிய சாதனைதான்! ஒரு மாசத்திலே கட்டி முடிச்சுட்டதைச் சொல்லலே. அப்பபடியே, அவா காலத்து வீடாவே மறுபடியும் அதை நிமிர்த்தி நிறுத்தியிருக்கேளே ... அது சாதனைங்கறேன் ... மனுஷா புத்தி அப்பிடி நிலையா இருக்கறதில்லே ... இங்கே மட்டும் ஒரு தளம் போட்டுக்கலாம்னு தோணும் ... அப்புறம் அங்கே பாத்தது, இங்கே பாத்ததுன்னு, ஏதாவது செய்யச் சொல்லும் ... தொரை பிடிவாதமா ஏதோ ‘மான்யூமென்ட்’டைப் புதுப்பிக்கிற மாதிரின்னா அழகு பண்ணிட்டார் அந்த வீட்டை ... மனம் விட்டுச் சொல்றேன்! இந்தக் காலத்திலே கோயிலெ புனருத்தாரணம் பண்றேன்னு சினிமா ஸெட் போடறாளே ... அதையும் பார்க்கறோமே ... நம்ப வூர் கோயில் கும்பாபிஷேகம் வரது ... அதெக்கூட நம்ப தொரை பொறுப்பிலேயே விட்டுடலாம் போல இருக்கு ... பேஷ்! பேஷ்! எனக்கு உங்க காரியம், உங்க போக்கு எல்லாமே ரொம்ப, மனசுக்கு சந்தோஷமாயிருக்கு ... முகஸ்துதி பண்றேன்னு நெனைச்சுக்கப்படாது ... நீங்க என்னமோ காரியமா வந்திருக்கேள் ... நானே பேசிண்டிருக்கேன் ...” என்று வாய் நிறையப் புகையிலையை அடைத்துக் கொண்ட பின் மௌனமானார் ஐயர்.

“கிருஹப் பிரவேசத்துக்கு நாள் பார்க்கணும் ...” என்று சுருக்கமாய் வந்த விஷயத்தைச் சொன்னான் தேவராஜன்.

“ஓ! பேஷா ...” என்று உள்ளே ஓடிப் பஞ்சாங்கத்தை விளக்கு வெளிச்சத்தில் பிடித்துப் பார்த்தபின், திண்ணைக்கு வந்து உட்கார்ந்து, “தள்ளி வேணுமா? ... உடனே வேணுமா? இந்த மாசம் பூரா முகூர்த்த நாள் நெறைய இருக்கு ...” என்றார்.

“ஒரு வாரத்துக்குள்ளே சொல்லுங்களேன்” என்றான் தேவராஜன். ஐயர் விரல்களை ஒவ்வொன்றாய் விட்டு எண்ணி, “வெள்ளிக்கிழமையே நாள் அற்புதமாயிருக்கு ... முகூர்த்த நாள் ... நேரம் பார்த்துச் சொல்றேன்” என்று மறுபடியும் பஞ்சாங்கம் பார்க்க எழுந்தார்.

“நேரம் அப்புறம் பார்த்துக்கலாம். வெள்ளிக்கிழமையே வச்சுக்குவோம், என்ன?” என்று ஹென்றியிடம் திரும்பினான் தேவராஜன்.

“உங்கள் விருப்பப்படியே” என்று ஒரு பாவனையில் சொன்னான் ஹென்றி.

இருவரும் ஐயரிடம் விடை பெற்றுக்கொண்டு தெருவில் இறங்கிய போது ஹென்றி, மணியக்காரர் வீட்டைப் பார்த்தான். அந்தத் திண்ணை வெறிச்சென்றிருந்தது. மாடத்தில் அகல் விளக்கு எரிந்துகொண்டிருந்தது.

"நம்ப மணியக்காரர் வீட்டுக்குக்கூட எலக்டிரிஸிடி இல்லேல்லே?" என்று கேட்டான் ஹென்றி: "அகல் விளக்கு ரொம்ப அழகா இருக்குது."

அவன் அகல் விளக்கின் அழகை ரசித்துச் சொன்ன வர்த்தைகளைப் பற்றி ஏதோ கூற நினைத்த தேவராஜனும், அவன் கூறப் போவது என்னவென்று புரிந்து கொண்ட ஹென்றியும் ஒரே சமயத்தில் ஒருவரை ஒருவர் பார்த்துக் கொண்டனர். ஹென்றி மெல்லச் சிரித்தவாறே ஆங்கிலத்தில் சொன்னான்:

"உங்களுக்கு நான் ஏதோ பழைமை வாதம் பேசுவது போல் தோன்றும்... நீங்கள் சொல்லுங்கள், அதோ அந்த விளக்கு அழகாயில்லை?... வெளிச்சத்துக்கு அது போதாது? சரி. உங்களுக்கு ஒருவேளை அது அழகாக இல்லாமலும் இருக்கலாம். நீங்கள் செய்கிற வேலைக்கு அந்த வெளிச்சம் போதாமலும் இருக்கலாம். ஆனால் எனக்கு அது போதும்... எனக்கு அதுதான் வேண்டும். இந்த உலகம் பூராவும் யந்திரங்களும், மின்சார வெளிச்சமுமாய்க் கோலாகலப் படட்டும். என் வீட்டில் எனக்கு இந்த வெளிச்சமும் இந்த அமைதியும் நிலவட்டும்... உதாரணத்துக்குச் சொல்கிறேன்" என்று அவன் ஆரம்பித்த விஷயம், தேவராஜன் அவனிடம் கேட்க வேண்டித் தயங்கிய விஷயமாகவே இருந்தது.

"நான் திருமணங்களுக்கோ, ஆண் – பெண் உறவுகளுக்கோ எதிரியல்ல எதற்குமே எதிரியாக இருப்பது சரியல்ல... ஆனால்... ஆனால்... எனக்குத் திருமணம் அவசியம் இல்லை என்று நான் நினைக்கிறேன். நான் திருமணம் செய்துகொள்ள மாட்டேன்... எனக்குக் கூழ் மட்டும் போதும். எல்லாரும் கூழே குடிக்க வேண்டும் என்றா நான் சொல்லுகிறேன்?நீங்கள் சொல்லுகிற மாதிரி இந்தக் கிராமங்களும் இங்கே வாழ்கிற மக்களும் நகர வாழ்க்கையோடு பேதமறக் கலந்துபோகிற நாள் வரலாம். வரட்டுமே... அதற்கு நானும் ஏன் ஆசைப்பட வேண்டும்...?" என்று அவன் விளக்கினான்.

அவர்கள் பேசிக்கொண்டே ஹென்றி வீட்டின் பின்புறக் கொட்டகைக்கு வந்து சேர்ந்தனர். அப்போது பேபி, ஹரிக்கேன் விளக்கை ஏற்றிக் கம்பியில் மாட்டினாள்.

"தாங்க்யூ!" என்று அவளுக்கு நன்றி கூறினான் ஹென்றி: "அடுத்த வெள்ளிக்கிழமை கிருகப்பிரவேசம்... அப்பவும் நீதான் வௌக்கு ஏத்தி வைக்கணும்" என்று அவளிடம் அவன் சொன்னபோது, அவள் அவனுக்காகப் பிரார்த்திப்பது போல் கும்பிட்டுவிட்டு ஒரு புன்னகையுடன் போனாள்.

40

முதல் நாள் அதிகாலையிலிருந்தே ஹென்றியின் புது வீடு விழாக்கோலம் கொண்டது. துரைக்கண்ணுவும் தேவராஜ னும் எல்லாரையும் விரட்டி விரட்டி வேலை வாங்கிக்கொண் டிருந்தார்கள். துரைக்கண்ணுவின் குடும்பத்தினர் அனைவரும் வந்து காலையிலேயே குழுமிவிட்டார்கள். தேவராஜன் ஊருக்குப் போய்க் கனகவல்லியை அழைத்து வந்திருந்தான். அப்போது ஹென்றி வீட்டிலில்லை. அக்கம்மாள் கனகவல்லி யைப் பார்த்ததும் உள்ளேயிருந்து ஓடிவந்து அவள் கைகளைப் பற்றிக்கொண்டாள். அவளுக்கொன்றும் பேச முடியவில்லை. ஆயினும் அவள் சொன்னாள்:

"சீமந்தம் வரைக்கும் நீ இங்கேயே இருந்துட்டுப் போ . . . தம்பி தனியாவே இருக்கறது எனக்கு ரொம்ப கஷ்டமா யிருக்கு; நீங்க ரெண்டு பேரும் ஒண்ணா இருக்கணும்னா நா ஒரு பரதேசி மாதிரி எங்கேயாவது போயி, யாருவூட்லே யாவது இருந்துக்கறேன். இங்கே செய்யிற உதவியெ யாருக்குச் செய்தாலும் எனக்கு இதே மரியாதையோட யாராவது கஞ்சி உத்தாமப் போகமாட்டாங்க . . . நீங்க ஒண்ணா வாழறதெ கெடுத்த பாவம் எனக்கு வாணாம்" என்று சொல்லி வாசற்படியிலிருந்து அவள் கையைப் பற்றி உள்ளே அழைத்துக் கொண்டு வரும்போது கண்ணீர் உகுத்தாள் அக்கம்மாள்.

தோற்றத்திலேயே ஒரு கர்விபோல் காணப்பட்ட கனகவல்லி இந்த வார்த்தைகளைக் கேட்டு உணர்ச்சிவசப் பட்டுக் கண் கலங்கி அக்கம்மாளைத் தழுவிக்கொண்டாள். ஆயினும் அவளால் சமாதானத்துக்காகக்கூட அக்கம் மாளோடு ஒரு வார்த்தை பேச முடியவில்லை. கனகவல்லி மாடி அறைக்குப் போனாள். அவளுக்கு முன்னால் அவளது பெரிய டிரங்கு பெட்டியத் தூக்கிக்கொண்டு மண்ணாங்கட்டி படியேறிக்கொண்டிருந்தான். அவளது நைலான் புடவையும், பிளாஸ்டிக் செருப்பும், சவுரி வைத்து முடிந்த பெரிய கொண் டையும் இந்தக் கிராமத்துக்குத் தான் அந்நியமாக இருக்க விரும்புகிறவள் இவள் என்பதை வலியுறுத்திக் காட்டியது. தேவராஜன் அவளை வீட்டு வாசலில் கொண்டுவந்து விட்ட பின் ஹென்றியைத் தேடிக்கொண்டு எதிர் வீட்டுக்குப் போனான். துரைக்கண்ணுவும் ஹென்றியும் கடைத் தெருவுக்குப் போயி ருப்பதாக அறிந்தபின் அவனுக்காக அங்கேயே காத்திருந்தான். துரைக்கண்ணுவின் மனைவி நவநீதம் பேபிக்குத் தலைவாரி சடை போட்டு, தாழம்பூ வைத்து தைத்துவிட்டிருந்தாள்.

மறுநாள் விசேஷத்திற்கு வேண்டிய சமையல் சாமான்களும், காய்கறிகளும் கூடம் முழுவதும் நிறைந்திருந்தன. சின்னான் புது வீட்டின் குறட்டில் நிழல் விழுந்த பகுதியில் உட்கார்ந்து தென்னங் குருத்தோலைகளைப் பேனாக் கத்தியால் கீறிக் கிளித்தோரணம் கட்டிக்கொண்டிருந்தான். காலையிலிருந்து மண்ணாங்கட்டியும் இவனோடு இங்கே இந்த வேலையில்

முனைந்திருந்தான். சற்றுமுன், 'பஸ் வருகிற நேரம், நான் போகவேண்டும்' என்று சொல்லித் தேவராஜனை அழைத்து வரப் பஸ் ஸ்டாண்டுக்குப் போனான் மண்ணாங்கட்டி. அவன் செய்துவைத்திருந்த அன்னக்கிளி தோரணம் ஒரு பக்கம் குவிந்து கிடந்தது. துரைக்கண்ணுவின் பிள்ளைகள் தெருவிலும் வீட்டைச் சுற்றியும் ஓடி விளையாடிக்கொண்டிருந்தார்கள்.

மாடிக்குப் போன கனகவல்லி மாடி அறைச் சாவிக்காகக் காத்து நின்றபோது மாடி முற்றத்திலிருந்து இந்த வீட்டைப் பார்த்தாள். இந்த வீட்டைப் பற்றியும், ஹென்றியைப் பற்றியும் தேவராஜன் அவளிடம் அடிக்கடி பேசியதை அவள் சுவாரஸ்ய மில்லாமல் கேட்டிருக்கிறாள். சில சமயம் அவளுக்கு எரிச்சல் கூட வந்திருக்கிறது. அவள் மேலேயிருந்து பார்த்த பொழுது தாழம்பூ வைத்துச் சடை பின்னியிருக்கும் பேபியிடம் தேவராஜன் அவளுடைய அலங்காரத்துக்காகப் பரிகாசம் செய்துகொண்டி ருந்தான். அவள் அதற்கொன்றும் பதில் சொல்லாமல் விநோத மாய்ச் சிரித்துக்கொண்டிருப்பதிலிருந்து இவள்தான் அந்தப் பைத்தியக்காரப் பெண்ணாய் இருக்க வேண்டுமென்று கனக

வல்லி நினைத்துக்கொண்டாள். அவளைப் பற்றிக் கேள்விப் பட்டதை இவளால் இப்போது நம்பமுடியவில்லை. ஒரு பார்வையிலேயே அவளை இவளுக்குப் பிடித்திருந்தது.

ஹென்றியும் துரைக்கண்ணுவும் தங்களுக்குத் தெரிந்தவர் களையெல்லாம் வீட்டு விசேஷத்துக்காக அழைக்கப் போயி ருந்தார்கள். ஹென்றி, கடைத்தெருவில் இப்போது முந்திரிப் பழம் விற்றுக்கொண்டிருக்கும் அந்தக் கிழங்குக்காரியைப் பார்த்தான். அவளிடம் சென்று மிகவும் மரியாதையாகவும் பணிவாகவும் – நாளைக்குத் தன் வீட்டிற்கு வரவேண்டு மென்று வேண்டிக்கொண்டான். அவள் அவனுக்கு அன்று போலவே இன்று ஒரு முந்திரிப்பழம் கொடுத்தாள்.

"நா எதுக்குசாமி வர்றது? நீங்கள்ளாம் நல்லா இருந்தா போதும்" என்று அவள் தயங்கியபோது, "நீங்கள்ளாம் வந்தா எனக்கு சந்தோசம்" என்று அதீத மரியாதையுடன் அவளை அவன் வேண்டுவது துரைக்கண்ணுவுக்கு ஆச்சரியமாய் இருந்தது.

"இம்மாந் தொலைவு சொல்றாரு, வாயேன் பொண்ணே ... ரொம்ப கிராக்கி பண்ணிக்கிறே!" என்று துரைக்கண்ணு அவளை அதட்டினான்: "உன் வூட்டுக்காரரையும் இட்டா ... நான் சொன்னேன்னு சொல்லு ... எல்லாம் வரும் தொரை; வா போவலாம்" என்று ஹென்றியை அழைத்துக்கொண்டு தேசிகர் கடைக்குப் போனான் துரைக்கண்ணு. அப்போது தேவராஜன் சொல்லியனுப்பியதால் ஹென்றியைத் தேடிக் கொண்டு மண்ணாங்கட்டியும் இங்கே வந்தான்.

"அவுரு வந்துட்டாருங்க, அவுங்க வீட்டுக்காரம்மாகூட வந்திருக்காங்க ... உங்களைப் போயி பாத்துட்டு வரச் சொன்னாங்க ..." என்று ஹென்றியிடம் மகிழ்ச்சியால் சற்றுக் குரல் உயர்த்திச் சொன்னான் மண்ணாங்கட்டி.

"நீ வேணும்னா போ தொரை ... நான் பார்க்க வேண்டிய வங்கள்ளாம் பாத்துட்டு வர்றேன்" என்று ஹென்றியை மண்ணாங்கட்டியுடன் அனுப்பி வைத்தான் துரைக்கண்ணு. புறப்படும்போது ஹென்றி தேசிகரின் மனைவியையும், தேசிகரையும் பார்த்துக் கை கூப்பியவாறு, "நீங்கள்ளாம் நாளைக்கு வந்துடணும்" என்று அழைத்தான்.

"நாங்க இல்லாமலா?" என்று தேசிகர் சிரித்தார்.

ஹென்றி வந்தபோது தேவராஜன் அவனுக்காகத் தெரு வாசற்படியில் காத்து நின்றிருந்தான். இருவரும் ஒருவரைப்

பார்த்து ஒருவர், சிரித்துக்கொண்டனர்: "வாருங்கள். அவளை உங்களுக்கு நான் அறிமுகம் செய்துவைக்க வேண்டும்" என்று ஆங்கிலத்தில் கூறி ஹென்றியைக் கைப்பிடியாய்த் தன் வீட்டிற்கு அழைத்துச் சென்றான் தேவராஜன். எதிரில் வந்த அக்கம்மாள், 'அவள் மாடியில் இருக்கிறாள்' என்று தெலுங்கில் சொன்னாள்.

மாடிப்படியில் இவர்கள் வருகிற காலடிச் சத்தம் கேட்டுக் கட்டிலில் படுத்திருந்த கனகவல்லி எழுந்து நின்றுகொண்டாள். தேவராஜன் ஹென்றியை அவளுக்கு அறிமுகம் செய்து வைத்தான்: "நான் சொன்னேனே மிஸ்டர் ஹென்றிப் பிள்ளை ... மை ஃபிரண்ட், ஃபிலாசபர், அண்ட்கய்டு" என்று அவளிடம் சொல்லி, "என் மனைவி" என்று ஹென்றிக்கு அவளையும் அறிமுகம் செய்து வைத்தான். ஹென்றி அவளைக் கரம் கூப்பி வணங்கினான். அவளும் அவனைப் பக்திபூர்வ மாய் வணங்கினாள்.

"நீங்க நாளைக்கு அவசியம் எங்க வீட்டு விசேஷத்துக்கு வரணும்" என்று அவளை அவன் அழைத்தபோது தேவராஜன் வாய்க்குள் சிரித்துக்கொண்டான். தான் இவனுக்குச் சொல்லிக்கொடுத்த பல்லவியை இவன் கிளிப்பிள்ளை மாதிரி எல்லாரிடமும் சொல்லிக்கொண்டிருப்பதாய் அவனுக்குத் தோன்றியது. பிறகு சற்று நேரம் ஹென்றியும் தேவராஜனும் அங்கேயே உட்கார்ந்து பேசிக் கொண்டிருந்தார்கள். கனகவல்லி கீழே போனாள்.

"இவள் இங்கேயே இனிமேல் தங்கியிருப்பாள் என்று நினைக்கிறேன்" என்று குரலைத் தாழ்த்திக் கண்களைச் சிமிட்டியவாறு சொன்னான் தேவராஜன்.

"விஷ் யு ஆல் தி பெஸ்ட்" என்று ஹென்றி அவனை வாழ்த்தினான்.

அன்று இரவு அக்கம்மாள் புது வீட்டிற்கு வந்து தங்கியி ருந்தாள். வீட்டிலிருந்த பெண்கள் நள்ளிரவுவரை ஏதேதோ காரியங்கள் செய்துகொண்டிருந்தனர். அக்கம்மாள் இரண்டு கிண்ணங்களில் வெள்ளைமாவும் செம்மண்ணும் கரைத்துக் கொண்டு இரவெல்லாம் வீடு முழுவதும் கோலம் தீட்டினாள். பேபி அவள்கூடவே இருந்தாள்.

சின்னானும் மண்ணாங்கட்டியும் வீட்டிற்கு முன்னால் வாழைமரம் கட்டினார்கள். உள்ளூரைச் சேர்ந்த நாவிதர்கள் நாதஸ்வரம் மேள சகிதம் இரவே வந்து திண்ணையில் இடம் பிடித்துத் தங்கிக்கொண்டார்கள்.

ஹென்றி இன்னும் வீட்டுக்குப் பின்னாலிருந்த கொட்டகையிலிருந்து குடி பெயர்ந்து இங்கு வராததால் அங்கேயே கயிற்றுக்கட்டிலில் தூங்கிக்கொண்டிருந்தான். தேவராஜன் இரவு வெகு நேரம் இவனோடு இருந்த பின்னர் வீட்டுக்குப் போய்விட்டான். தேசிகரும் துரைக்கண்ணுவும் ஹென்றியோடு கொட்டகையில் இருந்தார்கள்.

பொழுது விடிகிறபோது அந்தத் தெரு முழுதும் ஜனக்கூட்டம் நிறைந்திருந்தது. காலையிலே இருந்து அந்த நாதஸ்வரக்காரன் அபசுரமாய் சங்கீதத்தைக் கிழிகிழியென்று கிழித்து ஒத்திகை பார்த்துக்கொண்டிருந்தான். அவன் ஊதி முழக்கிய சத்தத்தைக் கேட்கிறபோது ஏதோ அந்த நாதசுர வாத்தியமே அவன் கையிலிருந்து பிடுங்கிக்கொண்டு ஓடுகிற மாதிரியும், அதை அவன் மடக்கி மடக்கி நிறுத்தி மல்லாடுவது மாதிரியும் இருந்தது. தவில்காரன் நன்றாய் வாசித்தான்.

ஹென்றி, துரைக்கண்ணு வாங்கி வந்த சரிகை வேட்டியைக் கட்டி, சட்டையில்லாத உடம்பில் பட்டு அங்கவஸ்திரம் போர்த்திருந்தான். பேபிகூடப் புதுப் புடவை கட்டியிருந்தாள். காலையில் எல்லாரும் கோயிலுக்குச் சென்று அர்ச்சனை முடித்துவிட்டு வந்தார்கள். அக்கம்மாள் கிளியாம்பாளைக் கூப்பிட்டனுப்பி, “உங்கம்மாவுக்குத்தாண்டி துக்கம் . . . நீ வராமலிருக்கக் கூடாது” என்று வற்புறுத்திச் சொல்லி அவளையும் சீவி சிங்காரித்துத் தன்னோடு வைத்துக் கொண்டாள்.

நடுக்கூடத்தில் பப்பாவும் மம்மாவும் இருக்கிற படத்தை மாட்டி துரைக்கண்ணு பெரிய ரோஜாப்பூ மாலையைச் சூட்டியிருந்தான். வீட்டிற்குப் பின்னால் தரையில் நீள வடிவில் பள்ளம் பறித்து எரிகிற பெரிய அடுப்பில் இரண்டு மூன்று பாத்திரங்களை வரிசையாக நிறுத்தித் தவிசுப் பிள்ளைகள் வியர்க்க வியர்க்க சமையல் செய்துகொண் டிருந்தனர். ஹென்றிக்கு இதெல்லாம் விநோதமாகவும் பரம சந்தோஷமாகவும் இருந்தது.

கூடத்தில் பெரிய ஜமக்காளமும் பிரப்பம்பாயும் விரித்து ஊர்ப் பெரிய மனிதர்கள் உட்கார்ந்திருந்தார்கள். நெல் மூட்டை கள் அடுக்கியிருக்கிற நடையை அடுத்த அறையில் உட்கார்ந்து கூடத்தைச் சன்னல் வழியாக வேடிக்கை பார்க்கிற கும்பலில் கிழங்குக்காரியும் இருந்தாள். ஹென்றி அவளைப் பார்த்துக் கும்பிட்டான். கூடத்தில் எல்லாருக்கும் முன்னால் தர்ம கர்த்தா முதலியார் சட்டமாக உட்கார்ந்து இருந்தார். வேலுக் கிராமணி வழக்கம்போல் தனது உலகத்தில் சஞ்சரித்தவாறு

தலைகுனிந்தமர்ந்திருந்தார். போஸ்ட் ஐயர் மடியில் குழந்தை யுடன் அவர் பக்கத்தில் அமர்ந்திருந்தார். இன்னொரு பக்கம் பெண்கள் கூட்டமாய் உட்கார்ந்திருந்தார்கள். உள்ளறையில் உட்கார்ந்திருந்த கிளியாம்பாளின் குழந்தை அடிக்கடி வீறிட்டழுதது. துரைக்கண்ணு இடுப்பில் துண்டு கட்டிக் கொண்டு எல்லோருக்கும் சந்தனம் தந்து பன்னீர் தெளித்து வரவேற்று உபசாரம் செய்துகொண்டிருந்தான்.

நவநீதம் ஒரு பெரிய குத்துவிளக்கை ஐந்து முகங்களிலும் சுடர் எரிய பேபியின் கையில் கொடுத்து நடு வீட்டில் கொண்டுபோய் வைக்கச் சொன்னாள். பேபி அதைக் கொண்டு வந்து கூடத்தின் நடுவே வைத்தபொழுது யாரோ ஒரு குரல், 'விழுந்து கும்பிடு' என்று கூறுவது கேட்டது.

குத்துவிளக்கை வைத்து நிமிர்ந்த பேபி, அங்கு குழுமி யிருந்த அனைவரையும் ஒரு முறை பார்த்துக் குழந்தைபோல் சிரித்தாள். பிறகு சற்று விலகி வந்து முற்றத்தில் இறங்கி நின்று குத்துவிளக்குக்கு நேரே – கூடத்தில் அமர்ந்திருந்த அந்தக் கும்பலையே வணங்குவது மாதிரி – முழந்தாளிட்டுப் பூமியில் சிரம் பதிய வணங்கிவிட்டுப் போனாள்.

நவநீதம் வீட்டு அடுப்பங்கரையில் ஒரு பெரிய பாத்திரத்தில் பால் காய்ச்சிக்கொண்டிருந்தாள்.

தர்மகர்த்தா, "குமாரபுரத்திலிருந்து புரோகிதர்கள் யாரையும் அழைத்துக்கொண்டு வரவில்லையா?" என்று கேட்டார். தேவராஜனும் துரைக்கண்ணுவுந்தான் அதற்கு ஏதோ சமாதானம் கூறினார்கள். இப்போது அதற்காகக் குற்றம் சாட்டுவது மாதிரி தர்மகர்த்தா கூறினார்: "ஐயருதான் இல்லை, நம்ப பூசாரி எங்கே போனாரு? அவரையாவது கூப்புட்டு ஏதாவது பண்ணச் சொல்லுங்க" என்றதும், துரைக் கண்ணு அவரைப் பரிகாசம் செய்வது மாதிரி சிரித்துவிட்டுச் சொன்னான்: "இப்ப இங்கே நடத்தறது என்னான்னு நினைச்சுகினு இருக்கீங்க" என்றான்.

"அதுக்கில்லேப்பா . . . புது வூட்டுக்கு தோஷம் இருக்கும் பாங்க. அதுக்கு ஏதாவது சாந்தி செய்யறதுக்கு நம்ப பூசாரிக்குத் தெரியும்" என்று தர்மகர்த்தா சொல்லவும்,

"இதோ எல்லாம் தயாரா இருக்குதுங்க" என்று கையில் ஒரு தாம்பாளத்துடன் திரௌபதியம்மன் கோயில் பூசாரி வந்தார். அந்தத் தாம்பாளத்தில் மஞ்சள் குங்குமம் பூசிய ஓர் எலுமிச்சம்பழம் துளையிட்டு ஒரு கயிற்றில் கோக்கப் பட்டிருந்தது. அதை ஹென்றியிடம் தந்து வாசல் நிலைப்

படியில் கொண்டு கட்டச்சொன்னார் பூசாரி. ஹென்றி அவ்விதமே கட்டினான்.

திடீரென அவன் பேபியை நினைத்துக்கொண்டு திரும்பிப் பார்த்து அவளை அந்தக் கும்பலில் தேடினான்; காணோம். அடுக்களைக்குள் போய்ப் பார்த்தான்; பின்னால் சமையல் வேலை நடக்கிற இடத்தைப் போய்ப் பார்த்தான்; பிறகு தேவராஜன் வீட்டுக்குப் போனான்; கிழவரைக்கூட இங்கே அழைத்து வந்திருந்ததால் வீடு பூட்டியிருந்தது. தன் வீட்டைச் சுற்றிக்கொண்டு பின்புற வழியாய் அவன் மறுபடியும் உள்ளே வந்தபோது அந்தக் கொட்டகையின் கயிற்றுக் கட்டிலில் சற்றுமுன் அவள் கட்டியிருந்த புதுப்புடவை அவிழ்த்தெறியப் பட்டுக் கிடந்தது...

"பேபீ..." என்று கூவியவாறே திறந்து கிடந்த தோட்டத்துக் கதவின் வழியே அவன் ஓடிப் பார்த்தபோது தூரத்தில் வயல் வெளியில் தோள்வரை உயர்ந்த சோளக் கதிர்களின் நடுவே வரப்பின் மீது போய்க்கொண்டிருக்கும் அவள் பின்புறத் தோற்றம் தெரிந்தது. தாழம்பூ தைத்த அவள் தலைப் பின்னல் முதுகில் கிடந்து வெயிலில் பொன்னிறமாய் மின்னியது...

வீட்டுத் திண்ணையில் நாதஸ்வரக்காரன் காலையிலிருந்து ஒத்திகை பார்த்த அபசுரத்தை மிக உற்சாகமான சங்கீதமாய் ஊதி முழக்கிக்கொண்டிருந்தான். தவில்காரன் நன்றாய்த்தான் வாசித்தான்.

அவள் வயல் நடுவே மிக ஒய்யாரமாகப் போய்க்கொண் டிருந்தாள். ஹென்றி அன்றைக்குத் தந்த அந்த வெள்ளை வஸ்திரத்தை அவள் உடுத்திக்கொண்டிருக்கிறாள் போல் தோன்றியது. அவளைக் கூப்பிட்டுப் பயனில்லை என்று அவன் நினைத்துக்கொண்டான்.

'இந்த வீட்டின் வாசற் கதவுகளும் தோட்டத்துக் கதவு களும் எப்போதும் அவளுக்காகத் திறந்தே கிடக்கும்' என்று நினைத்துக்கொண்டான் ஹென்றி: 'அவளாகவே வருவாள்!'

இப்படி அவள் போகப் போவதை அவன், அவள் வந்த அன்றே எதிர்பார்த்தான். 'இப்போது அவள் ஏன் போகிறாள்?' என்று மனத்துள் எழுந்த கேள்விக்கு, 'அப்போது அவள் ஏன் வந்தாள்?' என்ற இன்னொரு கேள்வியே பதிலாயிற்று.

உள்ளேயிருந்து துரைக்கண்ணு, "தொரை... தொரை" என்று இவனை எதற்கோ அவசரமாய்க் கூப்பிடுகிற குரல் கேட்டது. அவன் திரும்பிப்பார்த்தான்.

அந்த வீட்டுக்குள் மேளதாளத்துடன் ஒரு கிராமமே சஞ்சரித்து வாழ்ந்துகொண்டிருக்கிறது . . .

◯